தீரமிக்க இந்தியர்கள்

இராணுவ நாயகர்களின் உண்மைக் கதைகள்

தொகுதி – 1

தீரமிக்க இந்தியர்கள்

இராணுவ நாயகர்களின் உண்மைக் கதைகள்

தொகுதி – 1

ஷிவ் அரூர் • ராஹுல் சிங்

தமிழில்: *P.* ராம்கோபால்

எழுத்து பிரசுரம்

Title : Theeramikka Indhiyargal - PART-1
Author's Name: Shiv Aroor, Rahul Singh
First published in Ebury Press by Penguin Random House India 2017

Translated by: P. Ramgopal
Published by Ezutthu Prachuram

Zero Degree Publishing
No. 55(7), R Block, 6th Avenue,
Anna Nagar,
Chennai - 600 040

Website: www.zerodegreepublishing.com
E Mail id: zerodegreepublishing@gmail.com
Phone : 89250 61999

Ezutthu Prachuram First Edition: July 2022
ISBN : 978-93-93882-21-9
TITLE NO EP : 349

Issustratios: Sandeep Unnithan
Cover Photograph: Associated Press
Cover Design: Ahlawat Gunjan
Layout: Vijayan

சமர்ப்பணம்

இந்த மண்ணில் வாழ்ந்து, இந்த மண்ணிற்காகவே தங்கள் இன்னுயிரை ஈந்த ஒவ்வொரு இந்திய வீரருக்கும்

பொருளடக்கம்

அறிமுகவுரை

'ஹீரோக்கள் இல்லையென்றால், நாம் சாதாரண, அற்பப் பிறவிகள்... நம்மால் எவ்வளவு தூரம் போகமுடியுமென்று நமக்கே தெரியாது'

- பெர்னார்ட் மலாமட்

'ஒன்று என் முன்னால் சென்று எனக்கு வழிகாட்டுங்கள் அல்லது என் பின்னால் வாருங்கள்! இது இரண்டும் முடியாவிட்டால், என் பாதையைவிட்டு விலகிச் செல்லுங்கள், உடனே!

- ஜெனரல் ஜார்ஜ் எஸ். பேட்டன் ஜூ-ர்

நாங்கள் ஒரு நிலவறையில், அமர்ந்திருந்தோம். எங்கள் முன்னால் ஒரு இளம் இந்திய இராணுவ அதிகாரி! அவர் முகத்தின் பெரும் பகுதியை அவர் தாடி மூடியிருந்தது. எங்களால் நம்பவே முடியவில்லை! எங்கள் முன்னால் அமர்ந்திருந்தவர், மிக வேகமாக, ஈவு இரக்கமின்றி எதிரிகளைத் தாக்கி, தன் இலக்குகளை துவம்சம் செய்வதற்காகப் பயிற்றுவிக்கப்பட்டவர்; இவர்தான், சில மாதங்களுக்கு முன்பு முகத்தில் இரவுக்

கண்ணாடியை அணிந்துகொண்டு, தன் கையில் ஒரு அஸால்ட் ரைபிளுடன், ஸ்பெஷல் ஃபோர்ஸ் (எஸ்.எஃப்) அணியைச் சேர்ந்த மிகக் கவனமாகத் தேர்ந்தெடுக்கப்பட்ட சில வீரர்களுக்குத் தலைமை தாங்கி, எல்லைக் கட்டுப்பாட்டுக் கோட்டிற்கு அருகில் பாகிஸ்தான் ஆக்கிரமித்திருந்த காஷ்மீர் பகுதியை நோக்கி அவர்களை அழைத்துச் சென்று சாகஸம் நிகழ்த்தியவர். பாகிஸ்தான் பிடித்து வைத்திருந்த காஷ்மீர் பகுதியில் சாகஸம் நிகழ்த்திக்காட்டிய அந்த மாபெரும் வீரர் மேஜர் மைக் டாங்கோ முதன்முறையாக ஊடகவியலாளர்களிடமும் - எங்களிடமும் - பேசிக் கொண்டிருக்கிறார் என்பதை எங்களால் நம்பவே முடியவில்லை! நாங்கள் எங்களை கிள்ளிப் பார்த்துக் கொண்டோம் நிகழ்ந்து கொண்டிருப்பது, கனவல்ல, நிஜம் என்று உணர்வதற்காக! 2016, செப்டம்பரில் பாகிஸ்தான் ஆக்கிரமிப்பு காஷ்மீரில் அவர் நடத்திக்காட்டிய சாகஸம் மயிர்க்கூச்செறிய வைக்கும் ஒன்று! இதன் விளைவுதான், இதோ இப்போது உங்கள் கையில் தவழ்ந்து கொண்டிருக்கும் இந்தப் புத்தகம் - அவர் அதிசய சாகஸத்தின் முதல் தர 'ரிபோர்ட்' அதுவும் அதை நிகழ்த்திக் காட்டிய மனிதரின் வாயிலிருந்தே!

மேஜர் டாங்கோவின் பிரமிக்க வைக்கும் சாகஸம்தான் எங்களுக்குக் கிடைத்த மிகப்பெரிய கௌரவமான இந்தப் புத்தகத்தின் முதல் கதை. ஒவ்வொரு கதையையும் சொல்லும்போதும், சாதாரணமாக மனிதப் பிரயத்தனத்தின் எல்லைக்கு அப்பாற்பட்ட ஒரு புள்ளியை நாங்கள் எங்கள் உள்ளங்களால் தொட்டுவிட்டு வந்தோம் என்றே சொல்ல வேண்டும்! அங்கேதான் தங்களின் மடிந்துபோன சகோதரர்களின் என்றும் ஒளிரும் கதைகளை, உயிருடன் இருப்பவர்கள், தங்கள் இதயங்களில் இன்னும் சோகம் தீராமல், கொஞ்சம், கொஞ்சமாக, நினைவு கூர்கிறார்கள். அங்கேதான், உத்தர்காண்ட் மற்றும் அருணாச்சலபிரதேச மலைப்பகுதிகளிலிருந்து கர்நாடகாவின் சமவெளிகள் வரை, போரில் இன்னுயிரை ஈந்த வீரர்களின் விதவைகள், தங்கள் மீதமிருக்கும் வாழ்விற்கேற்றவாறு தங்களைத் தயார்படுத்திக்கொள்கிறார்கள். அவர்கள் வாழ்வு, பெருமிதமும்,

துக்கமும் நிறைந்தது. அங்கேதான், நம்மால் கனவிலும் நினைத்துப்பார்க்க முடியாத அரும் பெரும் சாகஸங்களை நிகழ்த்திவிட்டு, “இது எப்படி சாத்தியம்?” என்று கேட்டால், “அது ஒன்றுமில்லை! இதெல்லாம் எங்கள் வாழ்க்கையில் சகஜமப்பா!” என்று அலட்டிக் கொள்ளாமல் நம் வீரர்கள் பதில் சொல்கிறார்கள்.

லெப். கர்னல் ஆஸ்கார் டெல்டா போன்றவர்களின் கதைகள் இங்கே ஏராளம். கர்னல் டெல்டா எதிரிகளைப் பழிவாங்கும் நடவடிக்கையில் ஈடுபட எதிரிகள் மண்ணில் இருந்தார்-

அப்போது அவர் அம்மா புற்று நோய் அறுவை சிகிச்சைக்காக அறுவை சிகிச்சை அரங்கை நோக்கி அழைத்துச் செல்லப்பட்டுக் கொண்டிருந்தார்! இந்த விஷயம் லெப். கர்னல் டெல்டாவிற்கும் தெரியும்.

இன்னொரு இளம் கடற்படை வீரர் தன் சகாக்களைக் காப்பாற்றும் முயற்சியில் ஈடுபட்டிருந்தபோது, அவர் நெஞ்சின் நடுவே குண்டு வெடித்தது, பிறந்தநாள் பலூன் வெடிப்பதைப் போல! ‘படாரெ’ன்ற ஓசையுடன் வெடித்த தன் ‘காக்பிட்’ல் சிக்கிக்கொண்டிருந்த ஒரு விமானப்படை வீரர், தனக்கு அளிக்கப்பட்ட கடுமையான பயிற்சி, ஒருபோதும் வீண்போகாது அது எப்படியும் தன்னைக் காப்பாற்றிவிடும் என்று அசாத்திய உறுதியுடனும், நம்பிக்கையுடனும் இருந்தார்.

இந்தப் புத்தகத்தில் நீங்கள் அறிந்துகொள்ளப்போகும் வீரர்கள் எல்லோரும் உயிருடன் இருக்கிறார்கள் என்று நினைத்துக்கொள்ளாதீர்கள். அவர்கள் கதையும் இங்கே சொல்லப்பட்டிருக்கிறதென்றால், அவற்றை, அவர்களின் உற்ற தோழர்களிடமிருந்து- (இவர்கள் இறந்துபோன தங்கள் சகாக்களினுடனேயே அவர்களின் கடைசி நிமிடம்வரை இருந்தவர்கள்) நாங்கள் சேகரித்திருக்கிறோம் என்பதை நீங்கள் நினைவில் கொள்ளவேண்டும். உயிருடன் மிஞ்சிய இந்தத் தோழர்கள்தான், தங்கள் இறந்துபோன தோழர்களுடனான

தங்கள் நினைவலைகளை எங்களுடன் பகிர்ந்து கொண்டவர்கள். இது அவர்களைப் பொறுத்தவரையில் ஒரு புனிதமான காரியம்! இறந்துபோன தங்கள் சகாக்களின் நினைவுகளின் அதிர்வலைகள் அவர்களைத் தாக்கியபோதும், அவற்றில் சிக்கி, நிலைகுலைந்து போகாமல், அவர்கள் தங்கள் கடை மையை ஆற்றிக் கொண்டிருந்தார்கள். ஏனெனில் 'நாடகம்' நடந்தாக வேண்டுமே! லான்ஸ் நாயக் மோஹன் நாத் கோஸ்வாமியின் கதையும், ஹவில்தார் ஹங்பன் தாதாவின் கதையும் மெய் சிலிர்க்கவைப்பவை! இவர்கள் தங்கள் அணிகளால் இன்னும் வணங்கிப் போற்றப்படுகிறார்கள். அவர்களின் தீரத்தையும், வீரத்தையும் புரிந்து கொள்ள தங்கள் வாழ் நாள் போதாதென்று இவர்கள் சொல்கிறார்கள். இந்தப் புத்தகத்திற்காக நாங்கள் தகவல்கள் சேகரிக்க வீரர்களிடம் பேசிக் கொண்டிருந்த போது, அவர்களுக்கு தங்களின் இறந்து போன தோழர்களை நினைத்துக் கண்ணீர் சிந்தக்கூட ஓரிரு நிமிடங்கள் தவிர, அதிக நேரமில்லை என்பதை நாங்கள் கண்கூடாகக் கண்டோம்! என்ன ஒரு அவலம்!

இன்றைக்கு இந்திய தேசத்தின் குடிமக்களாகிய நாம், நம் வீர்ர்களின் வீரத்தையும்,. தீரத்தையும் நினைவுகூறும் விதம் மிகவும் வெட்கக்கேடானது. இப்போதெல்லாம், போரில் இறந்து போன வீரர்களின் புகைப்படங்களையும், தேசியக் கொடி போர்த்தப்பட்ட அவர்களின் உடல்களைத் தாங்கிய சவப்பெட்டிகளையும், அவர்களுக்கு இராணுவம் இறுதிச்சடங்கு செய்யும் காட்சிகளையும் தொலைக்காட்சிகளிலும், செய்தித் தாள்களிலும் நாம் தினமும் காண்கிறோம். அவர்களின் வீரத்தை எண்ணி நாம் பெருமைப்படுகிறோம்; ஊடகங்கள் இந்தத் தீயை கொழுந்து விட்டு எரியச் செய்கின்றன. ஆனால் அடுத்து நாளே, நாம் எல்லாவற்றையும் மறந்து விடுகிறோம், சௌகரியமாக! இந்த நூலை எழுதிக் கொண்டிருக்கும் போது எங்களுக்குத் தோன்றிய எண்ணம்: இந்த நூலில் குறிபிடப்பட்டுள்ள வீரர்கள், இனி நாங்கள் எழுதப் போகும் நூல்களிலும் குறிபிடப்படும் நபர்கள், சர்வ சாதராணமாக, ஏன், அன்றாட

நிகழ்வாகக்கூட தீரச் செயல்கள் புரிபவர்கள்தாம்! இவர்கள் புராணக் கதாநாயகர்களுக்கு நிகரானவர்கள். எப்போதும் ஒளிர்ந்து கொண்டிருக்கும் அமரர் திருக்கோயில்களில் இவர்கள் ஒவ்வொருவருக்கும் தனிச் சந்நிதானம் உண்டு! அவர்கள் சாகஸங்கள் பற்றிய விவரங்கள் ஒருபுறம் இருக்கட்டும்! நம்மில் எத்தனை பேருக்கு அவர்கள் பெயர்களாவது தெரியும்?

இன்னுமொரு அவலம்: ஊடகங்கள் இராணுவ வீரர்களை குட்டிக் கடவுள்களாக வெளிச்சம் போட்டுக் காட்டுகின்றன, அவர்கள் நினைவுகூரப்படும் சிறிது நேரத்திற்கேனும்! ஆனால், நாங்கள் இவர்களின் 'கதை'களினூடே பயணம் செய்யும் பொழுது, ஒரு முரண் எங்களை முகத்தில் அறைந்தது! ஒரு பக்கம் இவர்கள் குட்டிக் கடவுள்களாகப் போற்றப்படுகின்றனர்! மறுபக்கம், இவர்களும் நம்மைப் போல சாதாரண மனிதர்களே .நம்மைப் போலவே இவர்களுக்கும் பேன் கார்டு, வீட்டுக்கடன், கவனிக்கப்பட வேண்டிய வயதான பெற்றோர்கள், பெண் நண்பர்களுடனான சிறு சிறு சச்சரவுகள், தங்கள் பெண் குழந்தைகளின் பிறந்த நாளுக்கு என்ன 'கேக்' வாங்குவது, அன்றைக்கு, பட்டர் சிக்கன் வாங்குவதா அல்லது 'கோஃப்தா கரி' வாங்குவதா என்ற கவலைகள், நம்மைப் போன்ற சராசரி மனிதர்களுக்கு இருப்பதைப் போலவே இவர்களுக்கும் இருக்கின்றன. இப்படி, சாதாரண மனிதர்கள் அசாதாரண நிலைக்கு உயர்வதும், மீண்டும் அவர்கள் சாதாரண நிலைக்குத் திரும்புவதும்-ஒரே மனிதரில் இப்படி மாறி மாறி நிகழும் மாற்றங்கள் எங்கள் முகத்தில் அறைந்து, இதயத்தை ஊடுருவி, எங்களை நிலைகுலைய வைத்தன.

தொன்றுதொட்டே, 'போர்வீரர்கள் உடல்ரீதியாகவும், மனரீதியாகவும் உயர்ந்தவர்கள். அவர்கள் போற்றப்பட வேண்டியவர்கள்' என்ற உணர்வு, நமக்குள் இருக்கிறது! (உ-ம். ப்ளாட்டோ அவர்களை காக்கும் கடவுள்கள் என்று குறிப்பிடுகிறார்) வாழையடி வாழையாக வந்த இந்த உணர்வு, அவர்களை நம்மை விட பல படிகள் உயர்ந்தவர்கள்,

தெய்வத்திற்கு அருகிலிருப்பவர்கள் என்று, அவர்களைப் பற்றி நம்மை எண்ண வைக்கிறது.

இவர்களைப்பற்றி எழுதும்போது நாங்கள் அவர்கள் அணிகளுடனும், குடும்பத்தினருடனும் ஒன்றிப் போனதால், எங்களை ஓர் அதிர்ச்சி தாக்கியது. வாழ்விற்கும், சாவிற்கும் இடையேயான போராட்டம் வெறும் வார்த்தை ஜாலமல்ல, அது முகத்தில் அறையும் ஒரு நிதர்சனம் என்பதை உணர்ந்த போது, எங்களால் தாங்க முடியவில்லை! நாங்கள், எங்களைப் போர்க்காயம் பட்டவர்கள் என்று சொல்லிக் கொள்ளவில்லை; ஆனால் அதே சமயம் போர்வீரர்கள் வாழ்க்கையில் நடந்த இதயத்தைப் பிழிய வைக்கும் சம்பவங்கள், அவர்களின் அறச்சீற்றம், பெருமிதம், சில சமயம் நடக்கும் நம்ப முடியாத சம்பவங்கள் (இவற்றையெல்லாம் நீங்கள் படிக்கப்போகின்ற இந்தக் 'கதை' களில் 'எதிர்கொள்ள' போகிறீர்கள்) எங்களை பாதிக்கவில்லை என்றும் சொல்ல முடியாது!

தன் கடமையைச் செய்யும் போது ஒரு போர்வீரர் மரணத்தைச் சந்திக்க நேரிட்டால், அதை 'மாபெரும் தியாகம்' என்று வருணிக்கிறோம்! அது ஒரு முரண்- அதில் ஆழமான பொருள் பொதிந்து கிடக்கிறது. ஆனாலும் வீரர்களின் தியாகத்தை விளக்க இவற்றைவிட பொருத்தமான சொற்கள் இல்லை! அந்தச் சொற்களின் பொருள்: ஒரு போர்வீரரின் அப்பழுக்கற்ற சுயநலமின்மையே, மனிதகுலத்தின் அடிப்படை ஆசையான 'உயிர் வாழ்தல்' என்பதிலிருந்து அவரை விடுவித்து, உயரத் தூக்கிப்போய். 'என்ன வேண்டுமானலும் நடக்கட்டும், மரணம் வரை போராடிப் பார்த்து விடுவது' என்ற முடிவை நோக்கி அவரை உந்தித் தள்ளுகிறது.

அமெரிக்க எழுத்தாளரும், தொன்மவியல் நிபுணருமான ஜோசப் காம்பெல் ஒருமுறை சொன்னார்: "தன்னைவிட ஒரு பெரிய விஷயத்திற்காக தன்னைத் தியாகம் செய்பவரே ஹீரோ!"

ஒரு வீரர் தன் உயிரையே தியாகம் செய்கிறாரே- அந்தக் கடைசி செயலுக்கு என்ன காரணம்? எது அவரை உயிர்த் தியாகத்தை நோக்கி உந்தித் தள்ளுகிறது? அந்த அரிய செயலை எப்படி விளக்குவது? உயிர் வாழவேண்டும் என்ற இயற்கையான ஆவலைப் பின்தள்ளி, தன் உயிரைத் தியாகம் செய்தேயாக வேண்டும் என்ற பெரு வெறி ஒரு வீரருக்குத் தோன்றும் அந்த க்ஷணத்தை எப்படி விளக்குவது? அதற்கு என்ன காரணம்? தன் தோழர்கள் உயிர்பிழைக்க வேண்டும் (உயிர்காப்பான் தோழன்), பிடித்து வைக்கப்பட்டிருக்கும் பணயக் கைதியின் விடுதலை, சூறையாட எதிரிகள் சூழ்ந்து கொண்டிருக்கும் போது, அவர்களிடமிருந்து தப்பித்தல்- இப்படி, அந்த முடிவுக்கு பல காரணங்கள் இருக்கலாம்.

போர் எங்கெல்லாம் நடக்கிறதோ, அங்கெல்லாம் ஹீரோக்கள் இருப்பார்கள். போர், வீரத்தின் விளை நிலம்! தியாகத்தின் பிரசவ அறை! இது எந்த அளவுக்கு உண்மையோ. அதே அளவிற்கு போர்வீரர்கள் மக்கள் மனங்களிலிருந்து வேகமாக மறைந்தும் போய்விடுகிறார்கள் என்பதும் சத்தியம். எத்தனை ஹீரோக்களைத்தான் ஞாபகம் வைத்துக் கொள்வது- நம் சிறிய மூளையில்- நம் கையளவு மனசில்? அப்பிராணியான அது எத்தனை வீரச்செயல்களைத்தான் நினைவில் நிறுத்திக் கொள்ளும், பாவம்!

மக்கள் மனதில் நீங்கா இடம் பிடிப்பது என்ற அரிதினும் அரிதான நிகழ்வில் இடம் பெறுவது, பெரும்பாலும் இந்தியாவின் போர்வீரர்கள்தான்! (உ-ம்) கார்கிலின் கேப்டன் விக்ரம் சிங் பத்ரா; 1971-ல் நடந்த லொங்கேவாலா போரின் மேஜர் குல்தீப் சிங் சந்த்பூரி; 1962-ல் மேஜர் சைதன் சிங் எடுத்த இறுதி முடிவு; மக்களில் எத்தனை பேருக்கு, 1971ன் செகண்ட் லெப்டிணன்ட் அருண் கெதார்பால், 1987-ன் சுபேதார் பாணா சிங் அல்லது விக்ரம் பத்ராவைப் போலவே பரம்வீர் சக்ரா விருது பெற்ற நைப் சுபேதார் சஞ்ஜய் குமார் பற்றித் தெரியும்? இவர்கள் கதைகளெல்லாம் எங்கோ இடுக்கில் நழுவிப்

போயின! அவர்கள் பற்றித் தெரிந்ததெல்லாம், அவர்கள் பற்றித் தெரிய வேண்டியவற்றில் மிகச் சிறிய சதவீதமே! ஒரு சில போர்வீரர்களின் கதைகளே மக்கள் மனதில் நீங்கா இடம் பெறுகின்றன. கேப்டன் விக்ரம் பத்ராவின் கார்கில் போர் அறைகூவலான ‘யெ தில் மாங்கே மோர்’ தான் அவரை மக்கள் மனதில் நீங்கா இடம் பெற வைத்தது.

உண்மை என்னவெனில், இந்தியா தொடர்ந்து போரிட்டுக் கொண்டே இருக்க வேண்டிய சூழ்நிலையில்தான் இருக்கிறது. தொடர்ந்து, இடைவிடாமல் ஜம்மு காஷ்மீரிலும், வட கிழக்கிலும், நாம் தீவிரவாதிகளை எதிர்கொள்ள வேண்டி இருக்கிறது. இதன் பொருள் நம் இராணுவத்தின் பல அணிகளையும், பாரா எஸ் எஃப் உட்பட, தொடர்ந்து போரில் ஈடுபடுத்த வேண்டியிருக்கிறது. இந்தப் புத்தகத்தில் பாரா எஸ் எஃப் பற்றி நீங்கள் நிறையக் கதைகளில் படிப்பீர்கள். நாங்கள் இந்தப் புத்தகத்தில் பதினான்கு கதைகளைச் சொல்லியிருக்கிறோம். இவை, சமீபத்தில் நிகழ்ந்த அசாத்தியமான நிகழ்வுகள்-மக்கள் இன்னும் மறக்காமல் இருப்பவை! இவற்றைத் தேர்ந்தெடுக்க, இதுவே காரணம். இது ஒரு விரிவான பட்டியலென்றோ, இறுதியான பட்டியலென்றோ, இதில் குறிப்பிடப்பட்டுள்ள வீரர்கள் தவிர சாகஸம் புரிந்த வீரர்கள் நம்மிடையே இல்லை என்றோ நீங்கள் நினைத்துக் கொள்ள வேண்டாம். மாறாக, பரணி பாடப்படாத வீரர்கள் இன்னும் நிறையப்பேர் இருக்கிறார்கள்!

எண்ணற்ற நம் வீரர்கள் போர் முனைகளில் அன்றாடம் சாகஸங்களை நிகழ்த்திக்கொண்டுதானிருக்கிறார்கள் என்பதை வாசகர்களுக்கு சுட்டிக்காட்டுவதற்கு இந்தப் புத்தகம் ஒரு சிறிய எடுத்துக்காட்டு!

இந்தப் புத்தகத்தின் தலைப்பை நாங்கள் தேர்ந்தெடுத்த போது, நாங்கள் சரியான தலைப்பைத்தான் சூட்டியிருக்கிறோம் என்பதில் எங்களுக்கு எந்தச் சந்தேகமும் இல்லை! மனித

உணர்ச்சிகளில், அச்சத்திற்குத்தானே முதலிடம்! இருப்பினும், இந்த வீரர்களுக்கு அச்சத்தைப் பற்றித் துளியும் அச்சமில்லை என்பதை நாம் நம்பத்தான் வேண்டியிருக்கிறது!

இந்தக் கதைகள் எங்களுக்கு எவ்வளவு முக்கியம் என்று நாங்கள் உணர்கிறோமோ, அதே அளவு, நீங்களும் உணர்வீர்கள் என்று நாங்கள் மனதார நம்புகிறோம். இந்த நம்பிக்கையில்தான் இந்தப் புத்தகத்தை உங்கள் கைகளில் தவழ வைத்திருக்கிறோம். அதே சமயம், இதில் குறிப்பிடப்பட்டுள்ளவர்கள், வியக்க வைக்கும் பெருந்தன்மை மிக்கவர்கள் என்பதையும் நாங்கள் இங்கே பதிவு செய்ய விரும்புகிறோம். எது அவர்களுக்கு தைரியத்தை அளித்தது என்று நாங்கள் கேட்ட போது, ஒரு வீரர் சொன்னார்: "அதற்குக் காரணம் எனக்குக் கிடைத்த சந்தர்ப்பம் என்றுதான் சொல்ல வேண்டும் -அதாவது அந்தச் சமயத்தில் நான் அங்கே இருந்தேன். நானிருந்த இடத்தில் எந்த ஒரு வீரரும் நான் செய்ததைத்தான் செய்திருப்பார்!" ஏறக்குறைய எல்லோருமே இதே பதிலைத்தான் சொன்னார்கள்!

ஒரு நிதர்சன உண்மை: ஹீரோக்கள் நம்மிடையே உலாவத்தான் செய்கிறார்கள்!

முன்னுரை

ஆபத்துகளிலிருந்து என்னைக் காப்பாற்றுமாறு ஆண்டவனிடம் வேண்ட மாட்டேன். அதற்குப் பதிலாக அவற்றை எதிர்கொள்ள எனக்குத் தைரியத்தைத் தருமாறு அவனிடம் வேண்டுவேன். என் வலியைக் குறைத்திடுமாறு அவனிடம் இறைஞ்ச மாட்டேன். அதற்குப் பதிலாக அதை வெல்லும் மன உறுதியை எனக்கு அருளுமாறு அவனிடம் கேட்பேன்.

– ரபீந்திரநாத் தாகூர்

அச்சமின்மை, வீரம், தியாகம் இவற்றின் மாசுமறுவற்ற வடிவம் இந்திய இராணுவ வீரர்கள். தொடர்ந்து அளிக்கப்பட்டுவரும் போர் பயிற்சி மற்றும் ஓயாத கலவரங்கள், என்றிருக்கும் நமது நாட்டில் 'அமைதிக்காலம்' என்ற சொல்லுக்கே இடமில்லை!

நமது காலாட்படை, கடற்படை மற்றும் விமானப்படை வீரர்கள் விழிப்புணர்வுடனே இயங்குகிறார்கள். இந்திய இராணுவத்தின் சிறப்புப் படை கலவரங்கள் நிறைந்த ஜம்மு காஷ்மீரிலும், வட கிழக்குப் பகுதியிலும், நிரந்தர கண்காணிப்புப் பணியில் தொடர்ந்து இயங்கி வருகிறது.

இது உலகில் வேறெங்கும் நடக்காத 'அதிசயம்'! ஈடு இணையற்ற நம் வீரர்கள் எதிர்கொள்ளும் சவால்களைப் பற்றியும், அவர்கள் இயங்கும் சூழ்நிலைகளையும், எதையும், எங்கேயும், எப்போதும் எதிர்கொள்ளத் தயாராக இருக்கும் அவர்களின் மன உறுதியையும் மக்களில் ஒவ்வொருவரும் அறிந்து கொள்ள வேண்டும்; புரிந்து கொள்ள வேண்டும் என்று நான் விரும்புகிறேன்.

உலகின் மிகச் சிறந்த இராணுவங்களில் ஒன்றான இந்திய இராணுவத்தில் பல வருடங்களாகப் பணிபுரிந்து, பல போர்களைக் கண்டவன் என்ற முறையில் சொல்லுகிறேன்: வீரமும், அச்சமின்மையும் ஒளிரும் செயல்களைப் புரிந்து கொள்ளுதல் மிகக் கடினம். ஒரு வீரர் தன் சொந்த வாழ்க்கையில் எதையெல்லாம் அடைய வேண்டுமென்று அரும்பாடுபட்டு உழைத்தாரோ அதையெல்லாம் தீவிரவாதிகளுக்கெதிரான தாக்குதலில் பணயம் வைக்க எது அவரைத் தூண்டுகிறது? தரையில் இருப்பவர்களின் உயிர்களைக் காப்பாற்றுவதற்காக, ஒரு விமானியைத் தன் விமானத்திலிருந்து குதிப்பதைத் தாமதிக்கச் செய்தது எந்த சக்தி, அப்படித் தாமதிப்பதால் தன் உயிரையே இழக்க நேரிடும் என்று அவருக்குத் தெரிந்த போதிலும்?

ஆபத்தற்றது கடல்தான் என்று தெரிந்திருந்த போதிலும், எது ஒரு கப்பற்படை வீரரை ஆபத்தை நோக்கி அழைத்துச் செல்கிறது? மஹாத்மா காந்தியின் அதிகம் அறியப்படாத ஒரு மேற்கோள், இராணுவத்திலிருக்கும் நாங்கள் வீரம் என்பதை எப்படிப் பார்க்கிறோம் என்று அழகாகச் சொல்கிறது.

"அச்சமின்மைதான் ஆன்மிகத்தின் முதல்படி! கோழைகளால் ஒருபோதும் நெறி பிறழாமல் இருக்க முடியாது!"

மனித வாழ்வின் மதிப்பீடுகள் இன்று நம்மிடையே மிகவும் குலைந்து போய் விட்டன. இப்படிப்பட்ட சூழ்நிலையிலும் நான் உங்களுக்குச் சொல்லிக்கொள்வேன்: இன்றும், தங்கள்

உயிரைத் துச்சமாக எண்ணி, தியாகம் செய்பவர்கள் நம்மிடையே இருக்கத்தான் செய்கிறார்கள் இதனாலேயே, இந்த அசாதாரண வீரக்கதைகளை நீங்கள் படிக்க நான் பரிந்துரைக்கிறேன். இந்தியா, அச்சமென்றால் என்னவென்றே அறியாத தன் வீரர்களை ஒருபோதும் மறக்காதிருக்கட்டும்!

ஜெய் ஹிந்த்.

ஜெனரல் பிபின் ராவத்
UYSM, AVSM, YSM, SM, VSM
இராணுவ தலைமைத் தளபதி
புது தில்லி

1

பயமென்றால் என்னவென்று உண்மையில் எங்களுக்குத் தெரியாது!

2016 செப்டம்பர் பா.ஆ. காஷ்மீரில் நடத்தப்பட்ட ‘சர்ஜிகல் ஸ்ட்ரைக்’

யூரி, ஜம்மு, காஷ்மீர்

18 செப்டம்பர். 2016

ஏகே-47 துப்பாக்கிகள் கடைசியாக ஒருமுறை சோதிக்கப்பட்டு, சரிபார்க்கப்பட்டுவிட்டன. வெடிபொருள்கள், வெடிமருந்துகள் பற்றிய குறிப்புகள், கையெறிகுண்டுகள், ஆகியவற்றை அடர் பச்சை தோள்பைகளில் திணித்தாகிவிட்டன. அந்த நான்கு பேரும் தங்கள் கைநிறைய பாதாம் பருப்புகளை அள்ளி வாயில் போட்டுக் கொண்டனர். வேகமாக மென்று விழுங்கியபடி அந்தக் கும்மிருட்டில் கரைந்தனர். மலைகளில் விளையும் பாதாம் சிறியவை. ஆனால் அவற்றின் சக்தி அபாரமானவை. பயங்கரவாத ஊடுருவல்காரர்களுக்கு ஆயுதங்கள் எவ்வளவு அவசியமானவையோ, அதே அளவுக்கு பாதாம் அவசியமானவை. அந்த நான்கு ஆசாமிகளுக்கும் புரதச்சத்து நிறைந்த இந்தப் பாதாம் பருப்புகள் அடுத்த எட்டு மணி நேரத்திற்குத் தேவையான சக்தியைக் கொடுக்கும்!

குறைந்தபட்சம் எட்டு மணி நேரத்திற்கு!

விரிந்திருந்த எல்லைப் பகுதியின் முகடு. வெளியிலிருந்து பார்த்தால் தெரியாத ஒரு மறைவிடத்திலிருந்து, எதிரியை

எளிதாக ஏமாற்றும் விதமாக இந்திய இராணுவத்தின் 'தாக்குதல்' சீருடை அணிந்து, வழவழவென்று 'ஷேவ்' செய்யப்பட்ட முகத்துடன் அந்த நால்வரும் மெதுவாக வெளியே வந்தனர். கும்மிருட்டில் அவர்கள் 1 கி.மீ நீளமுள்ள மலைப்பாதையில் கீழிறங்கினர். ஜம்மு காஷ்மீர் எல்ஓசியின் யூரி செக்டாரில், மிகுந்த கவனத்துடன் பாதுகாக்கப்பட்ட இந்திய இராணுவத்தின் படைப்பிரிவு வளாகம்தான், அவர்கள் இலக்கு.

இதற்கு முன் இந்திய இராணுவத் தளங்கள் பலமுறை பாகிஸ்தான் தீவிரவாதிகளின் தாக்குதல்களுக்கு உள்ளாகியிருக்கின்றன. உண்மையைச் சொல்லப்போனால், எட்டு மாதங்களுக்கு முன்பு கூட, ஜனவரி 2016-ல் இதேபோல் நான்கு தீவிரவாதிகள், பதான்கோட்டிலிருந்த இந்திய விமானத் தளத்தைத் தாக்கி அங்கே பாதுகாப்புக்காக நிறுத்தப்பட்டிருந்த 7 வீரர்களைக் கொன்றனர். வீரர்களை இழந்த பின்பே இந்தியப் படையால் அவர்களைப் பழிவாங்க முடிந்தது.

ஆனால், இந்த நான்கு பேருக்கும் ஒரு விஷயம் தெரியாது. ஆம். அவர்கள் செய்யப்போகும் வேலை இந்தியாவின் பார்வையைக் கடந்த கால் நூற்றாண்டில், இதுவரை உலகம் கண்டிராத வகையில் மாற்றப் போகிறது என்பது. இதுவரை போரைப் பற்றிய தன் பார்வையை இந்தியா ஒருபோதும் பின் வாங்க முடியாத இலக்கை நோக்கித் திருப்பியதே இல்லை. இதுவரை அப்படி ஒரு நடவடிக்கையை தவிர்த்தே வந்தது, மிகக் கவனமாக.

எல்லாவற்றிற்கும் மேலாக, தன்னுடைய இந்தச் செயல் மூலம், 'ஒருபோதும் தன் ஆழ்ந்த உறக்கத்திலிருந்து எழவே மாட்டான்' என்று பாகிஸ்தான் இறுமாப்புடன் நம்பிக்கொண்டிருந்த ஓர் அரக்கனைத் தட்டி எழுப்பிவிடப் போகிறோம் என்பதை, பாவம் அது அறியவில்லை!

சூரிய உதயத்திற்குச் சற்று முன்பாக, அந்த நால்வரும் யூரி முகாமிற்குள் ஊடுருவினர். தாங்கள் செல்ல வேண்டிய

பாதையைப் பற்றி அவர்களுக்குத் தேர்ந்த ஞானமிருந்தது. வரைபடங்களையும், மாடல்களையும் வைத்துக் கொண்டு பாகிஸ்தானிய சகோதரர்கள் அவர்களின் போர்- விளையாட்டில் மிக நன்றாகக் களத்தில் 'இறங்கி' விளையாடுவதற்குப் பயிற்றுவித்திருந்தனர். முகாமில், என்னென்ன எங்கே இருக்கிறது என்பதை அறிந்துகொள்ள தங்கள் நேரத்தை வீணடிக்காமல் -அதெல்லாம்தான் அவர்களுக்கு ஏற்கனவே தெரியுமே- அவர்கள் குவியலாக இருந்த கூடாரங்களை நோக்கிச் சென்றனர். வரும் அபாயத்தை உணராமல், கூடாரங்களின் உள்ளே வீரர்கள் உறங்கிக் கொண்டிருந்தனர்.

இதற்குள், கதிரவன் தன் செங்கதிர்களை ஒளிரவிட்டுவிட்டான். சிறப்புப் படை கமாண்டோக்கள் யூரிக்குத் திருப்பி அனுப்பப்பட்டு விட்டனர் பலப்படுத்தும் பொருட்டு. அந்தத் தாக்குதலில் 17 இந்திய வீரர்களும், இன்னும் இருவர் மருத்துவமனையிலும் உயிரிழந்தனர்.

யூரி பள்ளத்தாக்கு தொடர்ந்து இடைவிடாமல் இரத்தம் கொட்டிக் கொண்டேயிருக்கும் இடமாக, இந்தியா செய்வதறியாது திகைக்குமிடமாகவே இருந்து பெரும் தலைவலியைத் தந்து கொண்டிருந்தது. அப்படிப்பட்ட இடத்தில் நடத்தப்பட்ட ஊடுருவல் தாக்குதல் மிக வித்தியாசமான விளைவுகளை ஏற்படுத்தியது. அந்த நான்கு தீவிரவாதிகளால் மிக அதிக எண்ணிக்கையில் கொல்லப்பட்ட இந்திய வீரர்களை விட, அந்தத் தாக்குதலில் வெளிப்பட்ட பாகிஸ்தானின் 'திமிர்', வரலாறு காணாத அணையா பெரு நெருப்பை-ஊழித் தீயை- பற்ற வைத்தது. அதன் கங்குகள் இன்னும் நெருப்பை உமிழ்ந்து கொண்டிருக்கின்றன. எட்டு மாதங்களுக்கு முன்பு பதான்கோட் விமானப் படைத்தள தாக்குதலில் இறந்துபோன வீரர்களின் உற்றார் உறவினர்களின் கண்களில் பனித்த கண்ணீரின் ஈரம் கூட இன்னும் காயாத நிலையில், யூரி தாக்குதல் நடத்தப்பட்டது.

அந்த 4 தீவிரவாதிகளைப் போலவே பாகிஸ்தானும், இந்தியா

தனக்கே உரித்தான வழக்கமான, 'வழவழா, கொழகொழா' பாணியில் எதிர்வினை ஆற்றிவிட்டு ஓய்ந்துவிடும் என்று எதிர்பார்த்தது. பொதுவெளியில் தன் கோபத்தின் வெளிப்பாடு, தூதரக அளவில் கண்டனம்... இதுதான் இந்தியாவின் கைதேர்ந்த பாணி இதுவரை.

இங்கேதான் பாகிஸ்தான் ஒரு பெரும் தவறு செய்தது. இதுவரை கையாலாகாத்தனத்தில் தனக்கிருந்த உலகப் புகழை இந்தியாவைப் பழிவாங்குதலில் காட்ட முடிவு செய்தது. யூரி தாக்குதலின் செய்தித் தொலைக்காட்சியிலும், இணையத்திலும் செப். 18-ல் வெளிவரத் துவங்கியபோது, டெல்லியின் ரெய்ஸினா பகுதியில் இந்த அதிர்ச்சி தந்த நடுக்கம் ஊடுருவிப் பரவியது. இந்தியப் பாதுகாப்பு அமைப்பின் போர் சம்பந்தப்பட்ட ரகசிய அறைகளில் அவசரக் கூட்டங்கள் நடத்தப்பட்டன. இந்தக் கூட்டங்களில் ஒன்றிற்கு இந்தியப் பிரதமர் நரேந்திர மோடி தலைமை தாங்கினார்.

அவருடன் இந்தியாவின் பாதுகாப்பு ஆலோசகர் அஜித் டோவலும் இருந்தார். இந்தக் கூட்டத்தில்தான் இந்தியத் தலைமை ரகசியமாக இரண்டு முக்கிய முடிவுகளை எடுத்தது.

ஒன்று, யூரி தாக்குதலுக்குப் பழிவாங்கும் விதமாக எதிரிக்கு மிருகத்தனமாக மரண அடி கொடுப்பது. இந்த மரண அடி தாக்குதல் நடைபெறும்வரை, இந்தியப் பிரதமர் மோடி உட்பட அனைத்து அமைச்சர்களும் இந்தியாவின் புகழ்பெற்ற வழக்கமான செயலற்ற தன்மைக்கான போலித்தனத்தின் பாணியிலேயே கதைத்துக் கொண்டிருப்பது. இப்படியாக, அடுத்த நாள் காலையில் மிகக் கவனமாகவும், மிக விரிவாகவும் செதுக்கப்பட்ட ஓர் அரசியல் தோற்றம் உருவாக்கப்பட்டிருந்தது.

அந்த நேரத்தில் இந்திய இராணுவத்தின் ஒரு இளம் சிறப்புப் படை அதிகாரி 800 கி.மீ. தூரத்தில், இமயமலையில், தன் குடியிருப்பில், தொலைக்காட்சியைப் பார்த்துக் கொண்டிருந்தார். யூரி அவர் பொறுப்பிலிருந்தது. அதுதான் அவர் வேட்டைக்

களம். தன் அணியின் சில வீரர்களுடன் அப்போது ஒரு இரண்டு மாத சிறப்புப் பணிக்காக சியாசென் பனிப்பள்ளத்தாக்குப் பகுதிக்கு அனுப்பப்பட்டிருந்தார் மேஜர் மைக் டாங்கோ. உள்ளே கனன்று கொண்டிருந்த எரிமலையின் வெப்பம் அவர் முகத்தில் சற்றும் பிரதிபலிக்கவில்லை. தன் முன்னால் திரையில் ஓடிக்கொண்டிருந்த யூரி இராணுவ முகாமின், தனக்கு மிகவும் பரிட்சயமான காட்சிகளை, அவர் கண்கள் பார்த்துக் கொண்டிருந்தன. இந்திய அரசு ஒரு அசாதாரணமான பதில் நடவடிக்கையைப் பற்றி யோசித்துக் கொண்டிருந்த போது, மேஜரின் மனதில் ஓர் எச்சரிக்கை மணி ஒலித்தது:

'பலூன் மேலே சென்றுவிட்டது. இது ஒரு சாதாரணமான விஷயம் அல்ல. இன்னும் அமைதியாக வேடிக்கை பார்த்துக் கொண்டிருக்க முடியாது. விஷயம் பொறுத்துக்கொள்ள முடியாத தூரம் சென்றுவிட்டது.'- அவர் மனக்குரல் அது.

ஜம்மு காஷ்மீர் பகுதியில் ஒரு எலைட் பாராசூட் ரெஜிமெண்டின் (சிறப்புப் படை) செகண்ட்-இன்- கமாண்டாக அதாவது, 21சி-யாக (வழக்கமாக இது பாரா சிறப்புப் படை என்றழைக்கப்படும்) தன் மொத்தப் பணிக் காலமான 13 வருடங்களில், பத்தாண்டு காலம் பணியாற்றிய அனுபவம் மேஜர் டாங்கோவிற்கு இருந்தது. சுமார் 20 பயங்கரவாத தாக்குதல்களை அவர் முறியடித்திருந்தார். இருந்த போதிலும் 18 செப். அதிகாலை நிகழ்வுகளைப் பற்றி அறிந்தபோது, தன் இதயத்தில் யாரோ ஆழமாக ஒரு கத்தியைப் பாய்ச்சி விட்டதைப் போல அவர் உணர்ந்தார். பயங்கரவாதிகளால் தாக்கப்பட்ட பகுதிகளுக்கு உடனே சென்று தன் தோழர்களைப் பார்க்க அவர் மனம் துடியாய்த் துடித்தது.

மேஜர் டாங்கோ உதாம்பூரிலிருந்த தன் யூனிட் கமாண்டிங் ஆபீஸரிடமிருந்து உத்தரவை எதிர்பார்த்துக் கொண்டிருந்தார். அது கிடைத்ததும், அவர் தன் அணியைத் திரட்டிக் கொண்டு பள்ளத்தாக்கிற்கு விரைய ஆயத்தம் செய்தார். 18 செப். இரவே

அந்த அணி டிராஸை அடைந்தது -அந்த நாளை அவர்கள் ஒருபோதும் மறக்க மாட்டார்கள்!

அடுத்த நாள் காலை அவர்கள் ஸ்ரீநகர் நோக்கி நகர ஆரம்பித்தபோதே தில்லியில் நடவடிக்கைகள் ஆரம்பித்துவிட்டன. முதன்முதலில் இந்திய இராணுவத் தலைவர் ஜெனரல் வி.கே சிங். 'ஆட்டத்தை' ஆரம்பித்து வைத்தார். வழக்கமான கண்டித்தலுக்குப் பின், இந்தியா உணர்ச்சி வசப்பட்டு எந்த முடிவும் எடுத்துவிடக் கூடாது என்று அவர் வேண்டுகோள் விடுத்தார். அந்தச் சூழ்நிலையில் அது ஒரு மிகப் பெருந்தன்மையான வேண்டுகோள். இந்தியா விட்ட சரடில் அது ஒரு முக்கியமான கண்ணி. 'சரடை'த் தொடர்ந்து பின்னியவர் இந்தியாவின் பாதுகாப்புத் துறை அமைச்சரான மனோகர் பாரிக்கர். யூரி வீரர்களின் தியாகம் வீண் போகாது என்று அவர் சொன்னார். ஸ்ரீநகரில் இராணுவ வீரர்களிடம் பேசும்போது, இந்திய இராணுவம் தக்க பதிலடி கொடுக்க வேண்டும் என்று சொன்னார். ஆனால், அவர் அது என்னவென்று சொல்லவில்லை. ஒரு பயங்கரவாதத் தாக்குதலுக்குப் பின், இந்திய அரசு இப்படிப் பேசுவதுதான் வழக்கம்!

அதே சமயம், இந்திய அரசாங்கத்தின் நடவடிக்கைகள் மீது எந்தச் சந்தேகமும் எழாதவாறு அவற்றின் மீது கொஞ்சம் 'கரம் மசாலா'வும் தூவப்பட்டது. இந்த 'வேலை'யைச் செய்யும் பொறுப்பு, இளைய அமைச்சர்களிடம் ஒப்படைக்கப்பட்டது. இதை மிகக் கச்சிதமாகச் செய்தவர் மனோஹர் பாரிக்கரின் இணை அமைச்சர், சுபாஷ் பாம்ரே! அவர் உக்கிரமாகத் திருப்பியடிக்க வேண்டிய நேரம் வந்துவிட்டது என்று உரத்த குரலில் முழங்கினார்.

19 செப்டம்பரில் இரண்டு உயர்மட்டக் கூட்டங்கள் நடந்தன. ஒன்றிற்குத் தலைமை தாங்கியவர் உள்துறை அமைச்சர் இராஜ்நாத் சிங். இதற்காக அவர் தன் ரஷ்யப் பயணத்தை ரத்து

செய்திருந்தார். இன்னொரு கூட்டம் பிரதமர் அலுவலகத்தில், அவர் தலைமையில் நடைபெற்றது. முதல் நாள் நடைபெற்ற தாக்குதலுக்குப் பின் ஒரு சில மணி நேர இடைவேளையில் இந்திய இராணுவத்தின் தலைவர் ஜெனரல் தல்பீர் சிங் காஷ்மீருக்கு விரைந்திருந்தார். அவருக்கு இந்திய அரசின் அரசியல் நோக்கம் தெள்ளத் தெளிவாகத் தெரிவிக்கப்பட்டது. இந்திய அரசின் அனுமதியுடன் அவர் தன் கால்களை ஸ்ரீநகரில் பதித்தார். அதைப்பற்றி இதுவரை சிறப்புப் படை கனவு மட்டுமே கண்டு வந்தது. அரசின் முழு சம்மதத்துடன், துணையுடன் திருப்பித் தாக்கும் நடவடிக்கையே அது!

அடுத்த இருபத்து நான்கு மணி நேரத்தில் மிகக் கொடூரமான பழிவாங்கும் நடவடிக்கை திட்டமிடப்பட்டது. அது மட்டுமன்றி, அரசு தேர்ந்தெடுப்பதற்கு வசதியாக ஒன்றிற்கு மேற்பட்ட திட்டங்கள் முன்வைக்கப்பட்டன.

எதிரியின் பகுதியில் எதிரியைச் சீண்டுவதற்கும், அவர்களின் தயார் நிலையை அறிந்துகொள்வதற்கும் அவ்வப்போது போலியான தாக்குதல்கள் நடத்தப்படுவது வழக்கமானதுதான். இருப்பினும் இரண்டு சிறப்புப் படை அணிகளின் தலைமை அதிகாரிகள் தங்கள் முன் இருக்கும் வாய்ப்புகளையும், வழி வகைகளையும் ஆராயத் துவங்கினர். மேஜர் டாங்கோவின் தலைமையில் இயங்கிய அணி இதில் ஒன்று. அவர்களுக்குத் தெரியும் அப்போதே, அங்கே ஒரு புதிய சரித்திரத்தின் வரிகள் செதுக்கப்பட்டுக் கொண்டிருக்கிறதென்று!

செப்.20-ல் மேஜர் டாங்கோ தன் அணியுடன் ஸ்ரீநகரில் இறங்கியபோது, லெப். ஜெனரல். தீபேந்திர சிங் ஹீடா அரசிடம் சமர்ப்பிப்பதற்காகத் தன் கையில் இறுதித் திட்டங்களைச் தயாராக வைத்திருந்தார். அனைத்து விவரங்களுடனும் அவை மிகத் தெளிவாக இருந்தன. ஹீடாதான் உதாம்பூரைத் தலைநகராகக் கொண்ட இந்திய இராணுவத்தின் வடக்குப் பிரிவின் தலைவர் *(GOC- in - C)* ஆவார்.

“புறப்படுங்கள் என்ற இறுதி உத்தரவுக்காக மட்டுமே நாங்கள் காத்திருந்தோம். சிறப்புப் படையில் நாங்கள் எப்போதுமே போருக்குத் தயாரான நிலையிலேயே இருப்போம். போரில்லாத போது அதற்குத் தயார் செய்யும் வேலைகளில் நாங்கள் ஈடுபட்டிருப்போம். நாங்கள் செய்யும் ஒவ்வொரு வேலைக்கும் ஏதாவது காரணமிருக்கும்- காரணமின்றி ஓர் அடியைக்கூட நாங்கள் எடுத்து வைப்பதில்லை!” மேஜர் டாங்கோ சொல்கிறார்.

டெல்லியின் இராணுவத் தலைமையகம் எதிர்பார்த்தபடி, ‘ஸீரியஸா’க இருந்தது. செய்யப்பட வேண்டியது என்ன என்பதில் அது மிகத் தெளிவாக இருந்தது. இந்திய இராணுவத்தின் வைஸ் சீப் (இவர் பின்னாளில் சீப்- ஆக பொறுப்பேற்றுக் கொண்டார்) லெப். ஜெனரல். பிபின் ராவத், தாக்குதலால் பெரும் கோபத்தில் கொந்தளித்துக் கொண்டிருந்த ஓர் அணியின் உதவியுடன், தனது பல வருட அனுபவத்தையெல்லாம் சாறாகப் பிழிந்து, தன் மேற்பார்வையில் நடைபெற்ற தாக்குதல்களிலேயே மிக உக்கிரமான ஒரு தாக்குதலுக்குத் திட்டம் தீட்டிக் கொண்டிருந்தார். செப். 18- தாக்குதல் லெப். ஜெனரல் ராவத்திற்கு மிகவும் ‘நெருக்கமான’ ஒன்று. ஓர் இளம் கேப்டனாக, யூரியில் கோர்கா ரைஃபிள்ஸ் அணிக்கு, 1980-களில் அவர் தலைமையேற்றார். பின்பு, எப்போதும் உலைக்களமாகவே இருக்கும் காஷ்மீர் பகுதியில் ஒரு பகுதிக்குத் தலைமைப் பொறுப்பேற்றார். பல வருடங்களுக்குப் பிறகு, பாராமுல்லாவில் இருப்பிடமாகக் கொண்ட 19 -வது டிவிஷனுக்கு அவர் மேஜர் ஜெனரலாகத் தலைமையேற்றார். அவர் தன் முன் மேஜையில் விரித்து வைக்கப்பட்டிருந்த திட்டங்களை நுணுக்கமாக ஆராய்ந்து கொண்டிருந்தார். அப்போது அவருக்குத் தெரியாது இன்னும் சில மாதங்களில், ஜம்மு, காஷ்மீரில் அவருக்கிருந்த அனுபவமும், யூரி தாக்குதலுக்கு இந்தியா திருப்பியடித்தலில் அவருக்கிருந்த முக்கியப் பங்கும் இந்திய அரசின் மனதில் நீங்கா இடம் பிடித்து, உலகிலேயே மிகப் பெரிய இராணுவம் ஒன்றிற்குத் தலைமை தாங்கும் பொறுப்பை வாங்கித் தரப்போகிறது என்பது!

அவருக்கிருந்த வாய்ப்புகள் தெளிவாகப் பட்டியலிடப்பட்டிருந்தன. தாக்கப்பட வேண்டிய இடத்தின் பெயர் முதல் வரிசையில் குறிப்பிடப்பட்டிருந்தது. அடுத்தது, கட்டுப்பாட்டுக் கோட்டிற்கும், பா.ஆ. காஷ்மீருக்கும் இடையிலிருந்த தூரத்தை சுட்டிக் காட்டியது. மூன்றாவது தாக்கப்பட வேண்டிய இடத்தின் அனைத்து விவரங்களும்- அங்கேயிருந்த பயங்கரவாதிகளின் எண்ணிக்கை உட்பட- தெரிவித்தது. நான்காவது, தாக்குதலுக்குத் தேவைப்படும் அனைத்து விஷயங்கள்- வீரர்கள், கருவிகள், போக்குவரத்துத் தேவைகள் போன்றவற்றைப் பற்றிய விவரங்களையும் தெரிவித்தன. கடைசி வரிசை ஒவ்வொரு இலக்கையும் தாக்கும்போது இந்தியா சந்திக்கக்கூடிய இழப்புகள். சில இலக்குகளில், போதுமான அளவில் ஆட்களும், கருவிகளும் இருந்தால் இந்தியாவிற்கு இழப்பு பூஜ்யமே என்று குறிப்பிடப்பட்டிருந்தது. மற்ற இலக்குகளில், இழப்புகள் ஏற்படலாம் என்றும், சில இழப்புகள் இரட்டை இலக்கத்திலிருக்குமென்றும் குறிப்பிடப்பட்டிருந்தது.

“வாய்ப்புகள் பற்றிய அனைத்து விவரங்களும் தெளிவாகக் குறிப்பிடப்பட்டிருந்தன. இவற்றை அலசி ஆராய்ந்து அரசு ஒரு தெளிவான முடிவை எடுக்க வேண்டும். தரப்பட்டிருந்த விவரங்களில் மனித இழப்பும் குறிப்பிடப்பட்டிருந்தது. எந்த ஒரு விவரத்தையும் நாங்கள் விட்டுவிடவில்லை!” பின்னாளில் மேஜர் டாங்கோ நினைவு கூர்ந்தார்.

இலக்குகளின் பட்டியல் ஒரு உயர்மட்டக் குழுவால் பரிசீலிக்கப்பட்டது. இதில் மிகச் சிலரே இடம் பெற்றிருந்தனர். இதில் ‘அவசியம் தெரிந்துகொள்ள வேண்டியது’ என்ற விதி எல்லா நிலைகளிலும் பின்பற்றப்பட்டது. அரசுக்கு இறுதித் திட்டச் சுருக்கம் சமர்ப்பிக்கப்படும் முன்பு, இந்திய உளவுத் துறை அதிகாரிகளும், ‘ரா’ அமைப்பைச் சேர்ந்த அதிகாரிகளும் அதை அக்குவேறு ஆணிவேறாக அலசினர்.

இதற்கிடையில், மேஜர் டாங்கோ செப். 20, காலையில் ஸ்ரீநகர் வந்திறங்கினார். தன் மேலதிகாரியைச் சந்திக்க,

முன்பே தீர்மானிக்கப்பட்ட ரகசிய அறை ஒன்றிற்கு நேராகச் சென்றார். முதல் நாளை, யூரியில், தன் அணியுடன் அவர் செலவழித்திருந்தார்.

கர்னல், டாங்கோவிடம் சொன்னார், “விஷயம் ரொம்ப சீரியஸ்”. இவர்கள் இருவரும் பலே கில்லாடிகள். எப்போதும், ‘வெட்டு ஒன்று துண்டு ரெண்டு’ என்றே பேசிப் பழக்கப்பட்டவர்கள். பத்து வருடங்களுக்கு முன்பு, டாங்கோவின் உயர் அதிகாரி, அப்போதுதான் ட்ரூப் கமாண்டராகப் பணியில் சேர்ந்திருந்த மைக் டாங்கோ என்ற இளைஞனின் அணியில் தலைவராக இருந்தார். இப்போது, 21 சி யாக, மேஜர் டாங்கோவை, “பாழும் கிணற்றில் குதி” என்று அவர் கட்டளையிட்டாலும், மறு சொல் பேசாமல் மைக் டாங்கோ குதிக்கத் தயாராக இருந்தார். மைக்கிடம் பேசுவதில் அவருடைய உயர் அதிகாரிக்கு எப்போதும், எந்தத் தயக்கமும் இருந்தில்லை. ஆனால் அந்த அதிகாலைப் பொழுதில், அவர் கொஞ்சம் தயங்கினார். அதற்குக் காரணமும் இருந்தது.

மேஜர் டாங்கோவை காஷ்மீர் பள்ளத்தாக்குப் பணியிலிருந்து விடுவித்து, நாட்டின் இன்னொரு பகுதியில் பணியில் அமர்த்தும் ஆணை அப்போதுதான் வந்திருந்தது. அவர் பணியில் சேர ஒரு மாத கால அவகாசம் கொடுக்கப்பட்டிருந்தது. இராணுவத்தில் இந்த மாதிரி நிலைமையை, ‘விருப்பமில்லாமல் விடுவிக்கப்பட்டவர்’ என்று அழைப்பது வழக்கம். இதற்கு, ஆற்றிக்கொண்டிருக்கும் பணியிலிருந்து ஓர் அதிகாரி விடுவிக்கப்பட்டால், அவர் தன் பழைய பணியை ‘ஏனோ தானோ’ வென்றே தொடர்வார் என்று பொருள்.

ஆனால் ஸ்ரீநகரில் மேஜர் டாங்கோவிற்கு அந்தக் காலைப் பொழுதில் அப்படிப்பட்ட மனநிலை ஏதும் இல்லை.

மேஜர் டாங்கோ நினைவுகூருகிறார்: “எனக்கு இரண்டே இரண்டு வாய்ப்புகள்தான் இருந்தன. ஒன்று, பின்புறம் இருந்து அணியின் செயல்பாடுகளைக் கண்காணிப்பது. இரண்டாவது,

களத்தில் நேரடியாக இறங்கி, அணியின் நடவடிக்கைகளில் பங்கு கொள்வது. நான் தேர்ந்தெடுக்க ஒரு நிமிடம் கூட யோசிக்கவில்லை!"

மேஜர் டாங்கோவிற்குத் தெரியும், கிடைத்திருக்கும் வாய்ப்பு எல்லா சிறப்புப் படை வீரர்களின் கனவு என்று. உண்மையில் தேர்ந்தெடுக்க ஏதுமில்லை என்பதும், அவருடைய மேலதிகாரி இந்த நடவடிக்கையைத் தலைமையேற்று வழிநடத்த மிகச்சிறந்த திறமைசாலியே வேண்டும் என்று விரும்பினார் என்பதும் அவருக்குத் தெரியும். இரண்டு பேரும் புகை பிடிக்க ஆரம்பித்த போது, டாங்கோ தன் மனம் திறந்தார்:

"ஸார்! நீங்கள் மிகவும் கவலைப்படுவதாக எனக்குத் தோன்றுகிறது. ஏன் தயங்குகிறீர்கள்? ஆணையிடுங்கள். காத்திருக்கிறேன். எந்தத் தயக்கமும் வேண்டாம்!" அவருடைய குரலில் தயக்கமின்மையும், தன்னம்பிக்கையும் நிரம்பி வழிந்தன.

"எதற்காக சிறப்புப் படையில் சேர்ந்தேனோ, அந்த வாய்ப்பு இப்போது என்னைத் தேடி வந்திருக்கிறது. இப்போது போய் என் விருப்பத்தைக் கேட்கிறீர்களே..." மேஜர் டாங்கோவின் முகத்தில் ஒரு புன்முறுவல்.

20 நிமிடங்கள் கழித்து, மேஜர் டாங்கோவும் அவர் அணியினரும் 70 கிலாமீட்டர் தூரத்திலிருந்த பாராமுல்லாவை நோக்கி தங்கள் பயணத்தைத் துவக்கினர். யூரி செக்டாரின் கட்டுப்பாட்டுக் கோட்டிலிருந்த ஓர் இடத்தை அன்று நள்ளிரவு, மேஜர் டாங்கோவும், அவர் அணியினரும் அடைந்தனர். தேதி செப்டம்பர் 20.

அணியிலிருப்பவருக்கும்கூட என்ன செய்யப் போகிறோம் என்ற விவரம் தெரியாது. அந்த அளவிற்குத் திட்டம் மிக ரகசியமாக வைக்கப்பட்டிருந்தது. இரண்டு பாரா மிலிடரி அணியின் தலைவர்களும் தங்கள் அணியினருக்கு, யூரி, குப்வரா, ரஜோரி செக்டார்களின் கட்டுப்பாட்டுக் கோட்டிலுள்ள சில

பகுதிகளை நோக்கிச் செல்லுமாறு பணிக்கப்பட்டிருந்தனர். அவர்களின் வேலை பற்றி பின்னர் தெரிவிக்கப்படும் என்றும் சொல்லப்பட்டிருந்தது. 12 மணி நேர அவகாசத்தில் அவர்கள் செயல்பட தயாராக இருக்க வேண்டும் என்றும் அறிவுறுத்தப்பட்டிருந்தனர்.

மேஜர் டாங்கோவும், அவரின் வீரர்களும் தங்கள் பயணத்தைத் துவங்கிவிட்டனர். அது ஒரு நடைப்பயணம். ஏனெனில், கட்டுப்பாட்டுக் கோட்டில் அவர்கள் செல்ல வேண்டிய இடத்திற்கு அவர்களை ஹெலிகாப்டர் மூலம் அழைத்துச் செல்லலாம் என்ற பேச்சுக்கே இடமில்லை. பாகிஸ்தானின் இராணுவத்தின் அருகேயுள்ள அந்த இடங்களுக்கு வான்வழிப் பயணம் என்பது ஒரு தற்கொலைப் பயணத்துக்குச் சமமானதாகும். அது மட்டுமல்ல; ஹெலிகாப்டர் இறக்கைகள் சுழலும் ஓசை, மலைப்பிரதேசத்தில் பயங்கரமாக எதிரொலிக்கும்.

எல்லைக் கட்டுப்பாட்டுக் கோட்டை நெருங்க நெருங்க அணியினருக்கு உற்சாகம் பீறிட்டுப் பொங்கியது. அவர்களின் ரகசிய வருகை ‘முன் சென்று தாக்கும் முறையை’ உறுதிப்படுத்தியது. சிறப்புப் படை வீரர்களை ஒருபோதும் தற்காப்பு நடவடிக்கைகளுக்காகப் பயன்படுத்துவதில்லை. அவர்களுடைய முக்கிய வேலையே எதிரியை முன் தாக்கி அழிப்பதுதான். ஆனால், எதிரிகளின் கண்களில் படாமல் இருப்பதுதான் இப்போது அவர்கள் முன்னிருந்த மிகப்பெரிய சவால்.

“சிறப்புப் படை அணியினர் கட்டுப்பாட்டுக் கோட்டை நெருங்கும்போது, எதிரியின் அணியில் எச்சரிக்கை மணி அலறும். எப்படித்தான், எவ்வளவுதான் மூடி மறைத்தாலும் எதிராளியின் மூக்கில் வேர்த்துவிடும்” என்று மேஜர் டாங்கோ சொல்வது வழக்கம்.

யூரியில் இருந்த மேஜர் டாங்கோவின் அணியைப் போலவே இன்னும் இரண்டு பாரா சிறப்புப் படை அணிகள் களத்தில்

இறக்கிவிடப்பட்டிருந்தன. ஒன்று, ஜம்முவின் வடக்கில் பூன்ஞ்ச் பகுதியிலும், இன்னொன்று வடக்கு காஷ்மீரின் குப்வாரா கட்டுப்பாட்டுக் கோட்டில் ஒரு இடத்திலும் இறக்கிவிடப்பட்டிருந்தன. கட்டுப்பாட்டுக் கோட்டைக் கடந்து பாகிஸ்தான் பகுதியின் உள்ளே ஊடுருவி தாக்குவதற்காக, ஒவ்வொரு அணிக்கும் ஒரு 'லாஞ்ச் பேட்' கொடுக்கப்பட்டிருந்தது. இந்த மூன்று பகுதிகளிலுமே வீரர்கள் தரையோடு தரையாகப் படுத்து ஊர்ந்து செல்லும் ஆணைக்காகக் காத்திருந்தனர்.

கட்டுப்பாட்டுக் கோட்டுப் பகுதியில், செப்டம்பரில் சீதோஷ்ண நிலை இதமாகவும், மிதமாகவும் இருக்கும்-அதிக வெயிலோ, குளிரோ இருக்காது. வானிலையில் மாற்றம் ஏற்பட இன்னும் சில வாரங்கள் இருந்தன. ஆனால், கீழே நிலத்தில் விஷயம் அப்படியல்ல. நெளிந்து நெளிந்து செல்லும் மலைப்பகுதி ஒருபோதும் மனிதனுக்கு நண்பனாக இருந்ததில்லை. இவை, கண்ணோடு கண் பேசிக்கொள்ளும் இந்தியா மற்றும் பாகிஸ்தான் எல்லைப் பகுதிகளில் இருந்த இராணுவ காவற்கோபுரங்களை *(PERCHES)* நோக்கி எப்போதும் அபாயத்தை அள்ளி வீசிக்கொண்டிருந்தன.

வீரர்களுக்குச் சாதகமாயிருந்த ஒரே விஷயம் பருவநிலை மட்டுமே. இராணுவ வீரர்களின் மனதிலிருந்த கோபத்தை, அவர்களை வலுப்படுத்துவதற்கென்று அனுப்பப்பட்ட அணிகள் சற்றும் தணிக்கவில்லை. அவர்கள் மனதில் எந்த மாற்றமும் இல்லை. யூரி தாக்குதலுக்குப் பின் அவர்கள் கோபத்தால் கொந்தளித்துக் கொண்டிருந்தனர். சொல்லப்போனால், யூரி தாக்குதலால் இழப்பைச் சந்தித்த அணிகளைக் கொண்டே இந்த விரிவான பழிவாங்கும் நடவடிக்கையை நடத்தலாம் என்றும் முடிவு செய்யப்பட்டிருந்தது. ஒரு 'கட்டாக் படைப்பிரிவு' உருவாக்கப்பட்டது. தங்கள் நண்பர்களை இழந்த இரண்டு அணிகளிருந்து வீரர்கள் எல்லையைக் காப்பதற்குத் தெரிவு செய்யப்பட்டனர். நடக்கவிருக்கும் தாக்குதலில் ஈடுபடும் வீரர்களுக்கு, நிலப்பரப்பில் நிகழும் மாற்றங்களைப் பற்றித்

தகவல்கள் தந்து உதவுவதே அவர்கள் வேலை. இது ஒரு புத்திசாலித்தனமான அதே சமயம் தந்திரமான ஏற்பாடும் ஆகும். ஏனெனில், இந்த அணியைத் தவிர, தாக்குதல் நடத்தப் போகும் பகுதியை நன்கு அறிந்தவர் வேறு எவருமில்லை. இது மட்டுமின்றி, இன்னொரு 'ஆன்மிக'க் காரணமும் இருந்தது. அவர்களை இந்தப் போரில் ஈடுபடுத்தினால் யூரி தாக்குதலில் உயிரைவிட்ட வீரர்களின் ஆத்மாக்கள் சாந்தியடையும் என்பதே அது!

ஆனால் பழிவாங்குதலில் இந்திய வீரர்களுக்கு, அவ்வளவாக விருப்பமில்லையென்று பாகிஸ்தான் நினைத்திருந்ததால் அதன் அடுத்த நாள் நடவடிக்கை இந்திய வீரர்களின் மனதில் கனன்றுகொண்டிருந்த நெருப்பை கொழுந்துவிட்டு எரியச் செய்தது. இந்தக் கைங்கரியத்தைச் செய்தவர் வேறு யாருமல்ல. பாகிஸ்தானின் பிரதம மந்திரியேதான்.

செப்.21, 2016-ல் நவாஸ் ஷெரீப் ஐக்கிய நாடுகள் சபையின் பொதுக்குழுவில் உரையாற்றினார். ஆனால், அந்தோ பரிதாபம் பின்னாளில் அவர் பேச்சு ஒரு 'ஐரனி'யாக மாறிப்போயிற்று!. யூரி தாக்குதலுக்குப் பின் இன்னும் முழுமையாக, நான்கு நாட்கள்கூட ஆகவில்லை. அதற்குள், அந்த மாலைப் பொழுதில், நியூயார்க் நகரில், தான் புகுந்து விளையாட, எப்போதும் காஷ்மீர் பிரச்சனைகளை விவாதிக்கும், தனது வழக்கமான களத்தை, அண்ணன் நவாஸ் ஷெரீப் பயன்படுத்திக் கொண்டார்.

> 'காஷ்மீர் பிரச்சனையைத் தீர்க்காமல், பாகிஸ்தான் இந்தியா இடையே நல்லுறவு, சமாதானம், சகஜ நிலை என்ற பேச்சுக்கே இடமில்லை. நாங்கள் இதுவரை சொல்லி வந்ததெல்லாம் நடைபெற்ற செயல்களால் நிரூபிக்கப்பட்டு வந்திருக்கின்றன. சட்டத்திற்குப் புறம்பான இந்தியாவின் ஆக்கிரமிப்பிற்கெதிராக காஷ்மீரில் இப்போது ஒரு புதிய இளைய தலைமுறை தானாகவே

> உருவெடுத்துள்ளது. காஷ்மீரில் புதியதாக அவதாரம் எடுத்திருக்கும் 'காஷ்மீர் இன்டிஃபாடா' என்ற அமைப்பு இந்திய இராணுவம், அநியாயமாகக் கொன்ற இளம் தலைவர் புர்ஹான் வானியின் இரத்தத்திலிருந்து தோன்றியதாகும். இது காஷ்மீரில் மிகப் பிரபலமாகிக் கொண்டுவரும் ஓர் அமைதியான போராட்ட அமைப்பு. இதில் வயது வித்தியாசமின்றி ஆண், பெண் அனைவரும் உறுப்பினராக உள்ளனர். அவர்களின் ஒரே ஆயுதம் அவர்கள் சட்டப்படி தங்களுக்குக் கிடைக்க வேண்டிய உரிமையிலிருக்கும் நம்பிக்கை, மற்றும் அவர்கள் இதயங்களில் இடைவிடாது எரிந்து கொண்டிருக்கும் சுதந்திர நெருப்பு."[1]

ஷெரீப்பின் செய்தி எந்தவித ஐயத்திற்கும் இடமின்றி, மிகத் தெளிவாக இருந்தது. யூரி தாக்குதல் சம்பந்தமாக ஷெரீப் எந்த வித நாகரீகமான இருதரப்பு பேச்சுவார்த்தைக்கும் தயாராக இல்லை என்பதையே சுட்டிக்காட்டியது. அதுமட்டுமல்லாமல், இந்திய அரசாங்கம் தீவிரவாதி என்று அறிவித்திருந்த ஒருவரை ஏதோ ஒரு சுதந்திரப் போராளி போலவும், தியாகச் செம்மல் போலவும் சித்தரிக்க இந்தச் சந்தர்ப்பத்தை ஷெரீப் பயன்படுத்திக் கொண்டார்.

ஒன்றுமறியாத அப்பாவி காஷ்மீரிகளை நூற்றுக்கணக்கில் வானியின் தலைமையிலான பயங்கரவாதப் படைதான் கொன்று குவித்தது என்பதையும் அவர் வசதியாக மறந்து விட்டார். இந்தியாவும் பாகிஸ்தானும் தீவிரவாதிகளால் ஒரே மாதிரிதான் பாதிக்கப்பட்டிருக்கிறது என்று வழக்கமாக பாகிஸ்தான் தலைவர்கள் சொல்வதைவிட ஒன்றும் அதிகமாக ஷெரீப்பிடமிருந்து யாரும் எதிர்பார்க்கவில்லை. என்றாலும்

1 Hindustan Times, 'Full text of Nawaz Sharif's Speech at UN General Assembly', 21 September 2016, retrieved from http://bit.ly/2oBoRu9

இந்தியாவால் தீவிரவாதி என்று அறிவிக்கப்பட்ட ஒருவரை இந்த அளவிற்குப் போற்றிப் புகழ் பாடுவார் என்று யாரும் எதிர்பார்க்கவில்லை. இந்தியாவில், போர் மூலம் பாகிஸ்தானுக்குச் சரியான பாடம் கற்பிக்க வேண்டும் என்ற குரல் நாளுக்கு நாள் வலுத்த வந்த நிலையில், ஷெரீப்பின் வெறி மிகுந்த பேச்சு, இந்தியத் தலைவர்களுக்கு விருந்தாக அமைந்தது. அரசியல் வானில் தாங்கள் விட்ட 'ராக்கெட்' சரியான திசையில் சென்று கொண்டிருப்பதை அறிந்து அவர்கள் அகமகிழ்ந்தனர். ஆனால் இந்த பிரம்மாண்ட திரையரங்கின் ஒளி இன்னும் வெளிச்சமாகவில்லை. அதற்கு இன்னும் மூன்று நாட்கள் உலகம் காத்திருக்க வேண்டியிருந்தது. அந்த வேலையை அற்புதமாகச் செய்தவர் வேறு யாருமல்ல- நமது பிரதமர் மோடியேதான்!

செப். 24. மணி பிற்பகல் 3.55. கேரளாவிலிருந்த கோழிக்கோட்டில் ஆயிரக்கணக்கான மக்கள் கூடியிருந்தனர், பிரதமர் மோடியின் பேச்சைக் கேட்பதற்காக. யூரி தாக்குதலைப் பற்றி அதுவரை மோடி வாயே திறக்கவில்லை, அவ்வப்போது அவர் செய்த ட்வீட்களைத் தவிர. மோடியின் மனதில் ஓடிய எண்ணங்களைத் தெரிந்துகொள்ள ஊடகங்களின் வெளிச்சம் முழுவதும் அவர் மீது விழுந்திருந்தது. யூரி தாக்குதல் பற்றி அவர் என்ன சொல்லப்போகிறார்? ஒரு வருடத்திற்கு முன்புதான், தன் ஹெலிகாப்டரை திருப்பச் சொல்லி, தானே விரும்பி லாகூர் சென்று புன்முறுவலுடன் தான் சந்தித்த நவாப் ஷெரீப் என்ற மனிதருக்கு அவர் என்ன பதில் சொல்லப்போகிறார்? பாகிஸ்தானுக்கு சரியான பாடம் கற்பிக்க வேண்டும் என்று துடித்துக் கொண்டிருந்த ஒவ்வொரு இந்தியனின் பசிக்கும் அவர் தீனி போடப் போகிறாரா? அதுவரை மிகச் சாமர்த்தியமாக நடத்தப்பட்டு வந்த, எல்லோரும் இந்தியாவால், 'இவ்வளவுதான் முடியும்' என்று உலகமே இதுவரை திடமாக நம்பி வந்த ஒரு நாடகத்தில் மிக முக்கியப் பங்கை அவர் ஆற்ற வேண்டிய நேரமது!

> *"ஒரு தலைவர் (நவாஸ் ஷெரீப்) தீவிரவாதி ஒருவரின் சொற்பொழிவு போன்ற ஒன்றை வாசிக்கிறார். நான் பேச விரும்புவது பாகிஸ்தானின் ஒவ்வொரு குடிமகனிடமும். 1947-க்கு முன், உங்கள் முன்னோர்கள் இந்தியாவை மிக நேசித்து வந்தார்கள். இந்தியா போருக்கு எப்போதும் தயார். அது வறுமைக்கு எதிரான போர். வாருங்கள், நாம் இருவரும் - பாகிஸ்தானும், இந்தியாவும் சேர்ந்து வறுமையை, சமூக அவலங்களை, கல்வியறிவின்மை, வேலை இல்லாத் திண்டாட்டத்தை ஒழிக்கப் போரிடுவோம். ஜெயிக்கப்போவது யாரென்று பார்த்துவிடுவோம்!"*[2]

ஊடகங்களுக்கும், மக்களுக்கும் பேரதிர்ச்சி! இது மோடியின் வழக்கமான பாணிக்கு, எப்போதும் இடிபோன்று முழங்கும் அவர் பேச்சுக்கு முற்றிலும் எதிரானது. பிரதம மந்திரி சீறியெழுவார் என்று எதிர்பார்த்து ஆவலுடன் காத்திருந்த கூட்டத்திற்கு இது பெரும் ஏமாற்றம். ஆனால் உலகின் கண்களில் மண்ணைத் தூவும் வேலையில், மோடியின் பேச்சு ஒரு பெருந்துகள் என்ற சந்தேகம் யாருக்கும் வரவில்லை. இந்தியா, அரசியல் அரங்குகளில் ஜம்பமடித்துக் கொள்வதில் மட்டுமே கில்லாடி, இந்தியர்கள் வெறும் வாய்ச்சொல் வீரர்கள், இந்தியாவால் தீர்க்கமான அரசியல் முடிவுகளை ஒருபோதும் எடுக்க முடியாது என்பதை உலகுக்கு உரத்துச் சொல்லும் வகையில் பிரதமர் பேச்சின் ஒவ்வொரு சொல்லும் செதுக்கப்பட்டிருந்தது.

யூரியிலிருந்த கட்டுப்பாட்டுக் கோட்டில் மேஜர் டாங்கோவும் அவர் அணியினரும் நான்காவது நாளாகக் காத்திருந்தனர்.

---

2 Transcribed from a video of the speech: AsianetTV News, 'Narendra Modi in Kozhikode Full Speech:BJP National Conference',24 September 2016, retreived from https://youtu.be/dopFyUeUnlg

இப்படி 'சும்மா' இருந்து பழக்கமில்லாததால், (எப்போதும், 'செய் அல்லது செத்துமடி' என்ற மனோபாவம் உள்ளவர்கள் அவர்கள்), ஏதாவது ஆணை- அது எதுவாக இருந்தாலும் வந்து தொலைக்கக் கூடாதா என்று அவர்கள் ஏங்கித் தவித்தனர்.

"நாங்கள் மிகவும் பொறுமையாகக் காத்திருந்தோம். பாகிஸ்தான் எல்லைக்கு மிக அருகில் இருந்ததால் எங்களின் அசைவுகள் மிகக் குறைவாகவே இருந்தன. அவர்கள் எங்கள் சிறப்புப் படை அணி, கட்டுப்பாட்டுக் கோட்டிலிருக்கலாம் என்று சந்தேகப்பட்டிருக்கலாம்; ஆனால், நாங்கள் எக்காரணம் கொண்டும் எங்களை வெளிப்படுத்திக்கொள்ள முடியாத நிலையில் இருந்தோம்," மேஜர் டாங்கோ சொன்னார்.

அணியின் தலைவராக மேஜர் டாங்கோ, அதன் ஒவ்வொரு உறுப்பினரையும், அதிகாரியையும், தாக்குதலின் போது உதவி செய்பவரையும், அவரே நேரடியாகத் தேர்வு செய்திருந்தார். தன் சகாக்கள் 19 பேரின் உயிர்களுக்கும் தான் மட்டுமே பொறுப்பு என்பதையும் டாங்கோ நன்கு உணர்ந்திருந்தார்.

உளவு பார்க்க அவ்வப்போது ரோந்து போய்க்கொண்டு, அதேசமயம் யூரிலிருந்து வெகு தூரம் சென்றுவிடாமல், 'அந்த நாளும் வந்திடாதோ' என்று அவர்கள் காத்துக்கிடந்தனர். இந்தக் காத்திருத்தல் மிகுந்த மன உளைச்சலைத் தருவதாக இருந்தது. அமைதிக்குப் பின் வீசக் காத்திருக்கும் புயல் பற்றி அவர்கள் நன்கு அறிவார்கள். ஒரு வகையில் இந்த அமைதி போரைவிடக் கொடூரமானது. முதல் துப்பாக்கி குண்டு விழுந்து, போர் ஆரம்பித்த பின்னாலேயே உண்மையான 'அமைதி' நிலவும். என்ன ஒரு முரண்!

தாக்கப்பட வேண்டிய இலக்கு எது என்று இன்னும் மேஜர் டாங்கோவின் அணியினருக்கு குறிப்பிட்டுச் சொல்லப்படவில்லை. ஆனால், தாக்குதல் எப்படி இருக்குமென்று அவர் அணியினருக்கு ஓரளவு தெரியும். தாக்குதலுக்கு அணியிலிருந்த ஒவ்வொருவரும் தயாராகவே

இருந்தனர். தன் வேலை என்னவென்பது ஒவ்வொருவருக்கும் தெளிவாகவே தெரியும். எப்படியெப்படித் தாக்கினால் என்னென்ன மாதிரியான விளைவுகள் ஏற்படும் என்று 'அக்குவேறு ஆணிவேறாக' ஏற்கனவே அலசப்பட்டிருந்தன. கட்டுப்பாட்டுக் கோட்டில் இன்னும் இரண்டு இடங்களிலிருந்த அணிகளுடன் கலந்துகொண்ட பின்பே தாக்குதலுக்கான இறுதி நேரத்தை முடிவு செய்ய முடியும். தெற்கிலும், வடக்கிலும் உள்ள நிலத்தின் வேறுபட்ட அமைப்புகள், தாக்குதலுக்கான சரியான நேரத்தை முடிவு செய்வதில் பெரும் சவாலாக நின்றன.

தங்கள் 'முகாம்'களிலிருந்து, மேஜர் டாங்கோவும், அவர் சகாக்களும், கோழிக்கோட்டில் பிரதமர் ஆற்றிய உரையைக் கேட்டனர். மேஜர் டாங்கோவிற்குத் தெரியும் இன்னும் நாற்பத்து எட்டு மணி நேரம் கழித்து, இந்திய வெளியுறவுத் துறை அமைச்சர் திருமதி சுஷ்மா சுவராஜ் ஐக்கிய நாடுகள் சபையின் பொதுச் சபையில் உரையாற்றப் போகிறார் என்று. யூரி தாக்குதல் நடந்து மறுநாள் அரங்கேற்றப்பட்டு, கடந்த எட்டு நாட்களாக 'ஊரை ஏமாற்ற' நடத்தப்பட்டு வந்த நாடகத்தின் கடைசிக் காட்சி அதுதான்!

சுஷ்மா சுவராஜ், அவருக்கே உரித்தான அறச்சீற்றத்துடன் தன் உரையைத் துவக்கினார். ஏதோ நேரடியாகவே பாகிஸ்தான் பிரதமருடன் பேசுவது போலவே அவர் உரையாற்றினார். ஆனால், அவருடைய பேச்சின் ஒவ்வொரு எழுத்தும் கோபத்தை வெளிப்படுத்துகிற மாதிரி இல்லாமல், துரோகத்தையும், அதனால் ஏற்பட்ட வலியையும் வெளிப்படுத்துகிற மாதிரி மிக ஜாக்கிரதையுடன் செதுக்கப்பட்டிருந்தது.

> "நாங்கள், எங்கள் பிரதமர் மோடி காபூலிலிருந்து, லாகூர் சென்றபோது, ஏதாவது முன் நிபந்தனை விதித்தோமா? ஏன்? நாங்கள் பிரச்சனைகளை, நிபந்தனைகளின் அடிப்படையில் தீர்க்க விரும்பவில்லை. அவற்றை நாங்கள் நட்புறவின்

அடிப்படையிலேயே தீர்க்க விரும்பினோம். அதற்கான முயற்சிகளையே முன்னெடுத்தோம். உண்மையில், முன்னெப்போதும் இல்லாத அளவில், நாங்கள் நட்புறவின் அடிப்படையிலேயே செயல்பட விரும்பினோம். நாங்கள் பாகிஸ்தான் பிரதமருக்கு ஈகைத் திருநாள் வாழ்த்துகளைச் சொன்னோம். அவர் நாட்டு கிரிக்கெட் அணி வெற்றிபெற வாழ்த்தினோம். அவர் நலமாக இருக்கவும், நீண்ட நாள் வாழவும் எங்கள் வாழ்த்துகளைச் சொன்னோம். இப்படியெல்லாம் சரித்திரத்தில் முன்னெப்போதும் நடந்ததில்லை. இவையெல்லாம் எந்த முன் நிபந்தனைகளுடன் சொல்லப்பட்டன? இதற்கெல்லாம் பதிலாக எங்களுக்குக் கிடைத்ததென்ன? பதான்கோட், பஹாதுர் அலி மற்றும் யூரிதான்!"[3]

மேஜர் டாங்கோ, 26 செப். மாலையில் இந்த உரையை நேரலையில் கேட்டுக்கொண்டிருந்தார். அந்த உரையில், எச்சரிக்கை செய்யும் உணர்வோ, ஆக்கிரமிப்பு உணர்வோ வெளிப்படவில்லை. அதில் வெளிப்பட்ட முக்கிய உணர்ச்சி: ஏமாற்றம். சுஷ்மா சுவராஜின் உரையின் உண்மையான பொருள் பின்னாளில்தான் விளங்கியது. பாகிஸ்தானைப் போலவே மேஜர் டாங்கோவும் அதை அப்போது புரிந்துகொள்ளவில்லை.

மேஜர் டாங்கோவின் உள்ளுணர்வு, ஆணைகள் விரைவில் பிறப்பிக்கப்பட்டுவிடும் என்று சொல்லியது. ஏன் அப்படித் தோன்றியது என்று அவருக்குப் புரியவில்லை. ஆனால் அவர் உள்ளுணர்வு உணர்த்தியதில் பாதி மட்டுமே பலித்தது. நள்ளிரவில் வீரர்கள் தயாராக இருக்கும்படி ஆணை வந்தது. அத்துடன் தாக்கப்பட வேண்டிய இலக்குகளின் விவரங்களும்

---

3 Indian Express, Sushma Swaraj's UNGA Specch', 27 September 2016,retrieved from http:bit.ly/ 2oVO1XT

தெரிவிக்கப்பட்டிருந்தன: அவர் அணியின் இலக்கு இரண்டு அபாயமான ஏவுதளங்கள் யூரி பகுதியிலிருந்தன. மற்ற இரண்டு அணிகளுக்கும், தலா ஒவ்வொரு ஏவுதளம்.

மொத்தம் நான்கு ஏவுதளங்கள். இவற்றை இயக்கியது பாகிஸ்தானின் 'இன்டர் ஸர்வீஸஸ் இன்டெலிஜென்ஸ்' *(ISI)* இவற்றை பாகிஸ்தான் இராணுவம் பாதுகாத்து வந்தது. இவையே, தாக்கி அழிப்பதற்காகத் தேர்ந்தெடுக்கப்பட்ட இலக்குகள். இலக்குகள் பற்றிய அனைத்துத் தகவல்களையும்-உண்மைக் கள நிலவரங்களையும்- இந்திய வீரர்கள் தெரிந்துகொள்ள வேண்டிய நேரமது. தாக்குதலுக்குத் தயாராக இருங்கள் என்றால், செயலில் இறங்க இறுதி ஆணை தரப்பட்டால், அவர்களுக்கு அதைச் செயல்படுத்த ஒரு சில மணி நேர அவகாசமே தரப்படும் என்று பொருள். மேலும், அந்த ஆணை எப்போது வேண்டுமானாலும் வரலாம் என்பதும் அவர்களுக்குத் தெரியும்.

அடுத்த சில மணி நேரத்தில், மேஜர் டாங்கோவின் அணியினரால் இரகசியமாக நடத்தப்பட்ட கண்காணிப்பு வேலைகளால், யூரி பகுதியைப் பார்க்கும்படி அமைக்கப்பட்டிருந்த பாகிஸ்தான் காவல் நிலையங்களின் நிலைமை புரிந்துபோனது. தாக்குதலை முன்னின்று நடத்தவோ, எந்தத் தாக்குதலையும் சமாளித்து, பாதுகாத்துக் கொள்ளும் முன்னெச்சரிக்கை நடவடிக்கைகளுக்கோ அவர்கள் தயாராக இல்லை என்பது தெரிய வந்தது. அவர்கள் காவல் மிகக் கீழ்மட்டத்திலிருந்தது. தளர்ந்திருந்தது; எந்தவிதமான தாக்குதலையும்- தங்களுக்காக என்ன காத்திருக்கிறது என்பதையும் எதிர்பார்த்திருக்கவில்லை என்பதும் புரிந்தது.

எந்தவிதமான உளவுத் தகவல்களும், அவை எவ்வளவு விரிவாகவும், உண்மையானவையாகவும் இருந்த போதிலும், எதிரியின் பகுதியிலிருக்கும் மனிதர்களிடமிருந்து, பெறப்படும் தகவல்களுக்கு ஈடாகாது என்பது நம் அணியினருக்குத் தெரியும். திரைமறைவில் மேற்கொள்ளப்பட்ட தகவல் பரிமாற்றங்கள்

வழியாக நமது 'ஆட்கள்' (நான்கு எட்டப்பர்கள்) தொடர்பு கொள்ளப்பட்டனர். இவர்களில் இருவர் பா.ஆ. காஷ்மீர் கிராமங்களைச் சேர்ந்தவர்கள்; இருவர் பாகிஸ்தானியர்கள். இவர்கள் உலகைப் பெரிதும் அச்சுறுத்தி வந்த ஜெய்ஷ்-இ-மொஹமத் தீவிரவாதக் குழுவைச் சேர்ந்த 'கறுப்பு ஆடுகள்'. இவர்கள் சில வருடங்களுக்கு முன்பு, இதற்கென்றே உள்ள இந்தியக் குழுக்களால் விலைக்கு வாங்கப்பட்டவர்கள். இவர்கள் நால்வருமே தந்த 'ரிப்போர்ட்டுகள்' ஒத்துப்போயின. கட்டுப்பாட்டுக் கோட்டின் இந்தப் பக்கம், இனி மேற்கொண்டு உளவறிய ஏதுமில்லை!

ஒற்றறியும் நடவடிக்கைகள், இறுதிக்கட்ட தயார்நிலை ஏற்பாடுகள் தவிர, நம் அணியினர் தங்கள் ஆயுதங்களையும், தளவாடங்களையும் சரிபார்த்துக் கொண்டனர். மேஜர் டாங்கோவிடம், ஒரு *M4A1 5.56 MM* கார்பைனும், மற்றவர்களிடம் *M4A1* மற்றும் இஸ்ரேல் டவோர் *TAR-21* அஸால்ட் ரைஃபிள்களும், இன்ஸ்டாலாஸா *C90* (ஒரு முறை பயன்படுத்தப்பட்ட பின் தூக்கி எறிந்து விடக்கூடிய கையெறிகுண்டு லாஞ்சர்களும்), 'காலில்' ஸ்னைபர் ரைஃபிள்களும் இருந்தன. இரவுப் பார்வை கருவிகளில் இருந்த மின்கலங்கள் பரிசோதிக்கப்பட்டன. மற்ற கருவிகளும் 'சார்ஜ்' செய்யப்பட்டன. காலம் நகர நகர, இறுதி ஆணை எப்போது வேண்டுமானாலும் வந்துவிடும் என்பது எல்லோருக்கும் தெரிந்திருந்தது; மேஜர் டாங்கோவிடம் கவலையின் ரேகைகள் வெளிப்படையாகத் தெரிய ஆரம்பித்துவிட்டன!

"ஒரு அணியின் தலைவராக என் வீரர்கள் அனைவரையும் தாக்குதல் முடிந்த பின் பத்திரமாக உயிரோடு திரும்ப அழைத்து வருவதுதான் என் தலையாய கடமை. இந்தத் தாக்குதலுக்காக என்னிடமிருந்தவர்களிலேயே மிகச் சிறந்தவர்களைத்தான் நான் தேர்ந்தெடுத்திருந்தேன். அப்படியிருந்த போதும், எனக்கு மிகவும் கவலையளித்த ஒரு விஷயம், அவர்களைப் பத்திரமாக எப்படி அழைத்து வருவது என்பதுதான். அதில்தான்

உயிர்ச்சேதம் ஏற்பட வாய்ப்பிருந்தது" என்று மேஜர் டாங்கோ நினைவுகூருகிறார்.

மேஜரின் கவலைக்குக் காரணமில்லாமல் இல்லை. பா. ஆ. காஷ்மீர் பகுதியில், செங்குத்தான முகட்டை ஒட்டி இறங்கி, தாக்குதல் நடத்துவது என்பது அப்படி ஒன்றும் பெரிய விஷயமே இல்லை. சொல்லப்போனால் தாக்குதலின் மிகச் சுலபமான விஷயம் இதுதான். தாக்குதல் கூட கமாண்டோக்களுக்கு ஒரு பெரிய விஷயமே இல்லை. தாக்குதலுக்குப் பின் மலைப்பகுதியில் மேலேறி கட்டுப்பாட்டுக் கோட்டை வந்தடைவதுதான் மிகவும், சவாலான அச்சம் தரும் விஷயம். அப்படி வரும்போது, நமது வீரர்களின் முதுகுகள் பாகிஸ்தான் இராணுவத்தின் கடும் தாக்குதலைச் சந்திக்க நேரிடும். சற்றுத் தாமதமாகவே நடந்தது என்னவென்று புரிய ஆரம்பிக்கும். இதனால் பாகிஸ்தான் வீரர்களின் கோபாக்கினி கொழுந்துவிட்டெரியும்- அவர்கள் வெறித்தனமாக நமது வீரர்களின் முதுகுகளைப் பார்த்துச் சுடுவார்கள். மேலும், அவர்கள் இருந்த இடம் அவர்கள் தாக்க மிகவும் வசதியானது- நமது வீரர்களை எளிதாக அடையாளம் கண்டு, அவர்களால் சுட்டுத்தள்ள முடியும்.

மேஜர் டாங்கோவிற்குத் தெரியும். இது மிகவும் யோசிக்க வேண்டிய விஷயம் என்று. ஆகையால், அவர் சிறப்புப் படை பயிற்சியில் தான் கற்றுக்கொண்ட எல்லா விஷயங்களையும் ஒன்றுதிரட்டி, எப்படி தன் அணியிலுள்ள ஒவ்வொருவரையும் பாதுகாப்புடன் திரும்பக் கொண்டுவந்து சேர்ப்பது என்பது பற்றி மிக ஆழமாகச் சிந்தித்தார். முடிந்தவரை யாருக்கும் பெரிய அளவில் காயம் ஏற்பட்டுவிடக் கூடாது என்பதிலும் அவர் உறுதியாக இருந்தார். கும்மிருட்டில், அந்த மலைப்பகுதியில் அவர்களை எதிர்நோக்கிக் காத்திருந்த பிரச்சனைகளில் மிகப் பயங்கரமானது தப்பித்து வருவதுதான்!

மேஜர் டாங்கோவின் அணியின் தாக்குதலுக்கு ஒதுக்கப்பட்ட 2 ஏவுதளங்கள் பா. ஆ. காஷ்மீரின் மிக உள்ளே இருந்தன.

அவற்றுக்கு இடையே இருந்த தூரம் சுமார் 500 அடி. ஒவ்வொரு ஏவுதளமும் தீவிரவாதிகள் தற்காலிகமாகத் தங்கிப் போகும் இடமாக இருந்தது. அங்கிருந்துதான் அவர்கள் எல்லைக் கோட்டிலிருக்கும் இலக்குகளைத் தாக்க அனுப்பப்படுவது வழக்கம். பாகிஸ்தானின் இராணுவம் நிர்வகிக்கவும், தளவாடப் போக்குவரத்துக்கு வசதியாகவும் அவை பாகிஸ்தான் இராணுவ நிலைகளுக்கு அருகாமையிலேயே அமைந்திருந்தன. ஊடுருவல் தாக்குதல்கள் நடத்தப்படுவதற்கு முன், ISI ஆட்கள் இவற்றிற்கு வருகை தந்து வீரர்களுக்கு 'ஆசி' வழங்குவது வழக்கம்.

தன் சகாக்களின் ரேடியோ கருவிகளை அணைத்துவிடுமாறு சொல்வதற்கு முன்பு, இறுதியாக ஒருமுறை டாங்கோ ஸ்ரீநகரிலிருந்த தன் மேலதிகாரியைத் தொடர்பு கொண்டார். தாக்குதல் நடத்திவிட்டுத் திரும்பும்வரை அணியினரின் ரேடியோக்கள் அணைத்தே வைக்கப்பட்டிருக்கும். அவர்கள் கைகளிலிருக்கும் செயற்கைக்கோள் வழி தொடர்புகொள்ளும் சாதனங்கள் மட்டுமே இயங்கும். அவற்றின் வழியாகவும் மிகக் குறைந்த அளவு தகவல்கள் மட்டுமே பரிமாறிக்கொள்ளப்படும்.

செப்.27 பிற்பகலுக்குச் சற்று முன்பு, 4 ஏவுதளங்களையும் தாக்குவதற்கான இறுதி ஆணை மூன்று அணியினருக்கும் வழங்கப்பட்டது. கட்டுப்பாட்டுக் கோட்டில் முகாமிட்ட ஏழு நாட்களுக்குப் பின் அவர்களுக்கு பா.ஆ. காஷ்மீர் பகுதிக்குள் சென்று தாக்க ஆணை கிடைத்தது. ஆணை சுருக்கமாகவும், மிகத் தெளிவாகவும் இருந்தது. அதில் எந்தவிதக் குழப்பத்திற்கும் இடமில்லை. வீரர்கள் தங்கள் இலக்குகளை அடைய வேண்டும்; செயற்கைக்கோள் தொடர்பு கருவிகள் மூலமாகக் கிடைக்கக்கூடிய தகவல்களை வைத்துக்கொண்டு முன்னேறி, அவர்கள் கண்ணில் சிக்கும் ஒவ்வொரு எதிரியையும் அழிக்க வேண்டும்.

அரசாங்கத்திற்கோ, இராணுவத்திற்கோ இந்தத் தாக்குதல் பற்றி எதுவும் தெரியாது- அந்தச் சிறிய சங்கிலியின் ஒரு

முனையில் பிரதமரும், இன்னொரு முனையில் 3 சிறப்புப் படை கமாண்டோக்களின் தலைவர்களும் இருந்தனர். காஷ்மீரிலிருக்கும் பாகிஸ்தானின் ஒற்றறியும் திறமை உலகப் பிரசித்தம் என்பதால் இந்த அளவிற்கு இரகசியம் காக்கப்பட வேண்டியது அவசியமாயிற்று. பாகிஸ்தானுடன் ஒப்பிடும்போது இந்திய உளவாளிகளின் எண்ணிக்கை மிகக் குறைவே!

27 செப். பின்மாலைப் பொழுது- எல்லைப் பகுதியில் இருளின் ஆட்சி துவங்கிவிட்டது. இறுதியாக, எல்லாக் கருவிகளையும் சரிபார்த்தாகிவிட்டது. சரியாக இரவு 8.30 மணி. பாரா சிறப்புப் படை அணியைச் சேர்ந்த மேஜர் டாங்கோவும், அவர் அணியினரும் தங்கள் இருப்பிடத்தை விட்டு நகரத் தொடங்கினர். எல்லைக் கட்டுப்பாட்டுக் கோட்டை விட்டு கிளம்பிய 25 நிமிடங்களுக்குப் பின், அவர்கள் பா.ஆ. காஷ்மீர் பகுதியை நெருங்க முடிந்தது. சிறிது நேரத்தில் இந்தியத் துணைக்கண்டத்தின் மிக அபாயகரமான பகுதியில், மலையின் கீழ்ப்பகுதியை நோக்கி அவர்கள் இறங்கினர்.

‘இது முற்றிலும், எதிரி எதிர்பாராத தாக்குலாக இருக்க வேண்டும் என்று முடிவு செய்யப்பட்டிருந்தது. கடைசியில் அப்படித்தான் அது நடந்தது. ஆனால், நாங்கள் இலக்குகளை நெருங்கும்போது வெளிச்சத்திற்காக பாகிஸ்தான் பக்கமிருந்து பல ரவுண்டுகள் சுடப்பட்டன. இது வழக்கமான நடைமுறைதான். ஆனால், அப்போதுதான் உள்ளே நுழைய ஆரம்பித்திருந்த எங்களுக்கு இது மிக அபாயகரமான விஷயம். அவர்கள் எங்கள் நுழைவை சிறிதளவு மோப்பம் பிடித்திருந்தாலும்கூட, பயங்கரமான சண்டை வெடித்திருக்கும். மேலும், அவர்களின் இருப்பிடம் அவர்களுக்கு மிகவும் வசதியானது.’

வெளிச்சம் ஏற்படுத்துவதற்காக திடீரென்று சுடப்பட்ட ரவுண்டுகள், திடீரென்று நின்றும் போயின. ஆனால், மேஜர் டாங்கோ எந்தவித ‘ரிஸ்க்’ எடுக்கவும் தயாராக இல்லை. எனவே, அவர் தன் ஆட்களை இருபது நிமிடம் தரையோடு தரையாகக் கிடக்கச் சொன்னார். இலக்குகளிலிருந்து ஒரு

கி.மீ. தொலைவிலிருக்கும்போது, மேஜர் டாங்கோ இலக்குக்கு ஒன்றாகத் தன் அணியை இரண்டாகப் பிரித்தார். இருளில், மேஜர் டாங்கோவின் தலைமையில் ஒன்பது பேர் கொண்ட ஓர் அணி தங்கள் இலக்கை நோக்கி நகர்ந்தது.

இலக்கிலிருந்து சுமார் 200 அடி இருக்கும்போது, மேஜர் டாங்கோவின் அணி திடீரென்று நின்றுவிட்டது. அவரின் வீரர்கள் தரையோடு தரையாகப் படுத்துக் கொண்டனர். ஏனெனில், அந்தச் சமயத்தில் அவர்கள் சற்றும் விரும்பாத ஓசை அவர்கள் தலைக்கு மேலே கேட்டது. அது துப்பாக்கிகளிலிருந்து குண்டுகள் புறப்படும் ஓசை.

டாங்கோ தன்னிடமிருந்த, இரவை ஊடுருவிப் பார்க்கும் கண்ணாடி வழியாகப் பார்த்தார். துப்பாக்கிகள் இலக்கின்றி, சும்மா சுடப்படும் ஓசை என்று கண்டறிந்தார். சிறிது சிறிது இடைவெளி விட்டு, திடீர் திடீரென்று துப்பாக்கிகள் முழங்கும் ஓசை கேட்டது. குறிப்பிட்ட இலக்கை நோக்கிப் பொழியப்படும் குண்டு மழையைப் போல அவை இல்லை. இது நல்ல சேதிதான். ஏனெனில், பாகிஸ்தான் வீரர்கள், இந்திய வீரர்களின் நடமாற்றம் பற்றி இன்னும் ஏதும் அறியவில்லை என்பதையே இது காட்டிற்று. ஆனால், அதில் ஒரு பாதகமான விஷயமும்கூட இருக்கலாம். பாகிஸ்தானிய வீரர்கள் திடீரென்று தங்கள் காவலை அதிகப்படுத்தியிருக்கலாம். அவர்களுக்கு ஏதோ விபரீதம் நிகழப் போகிறது என்ற செய்தி கூட கிடைத்திருக்கலாம். ஏனெனில், ஜம்மு, காஷ்மீரிலும், பா.ஆ. காஷ்மீர் பகுதியிலும் பாகிஸ்தானின் உளவுப் படையின் பலம் அற்பசொற்பமானதல்ல. தாமதமாகவாவது, பாகிஸ்தானுக்கு இந்திய இராணுவத்தின் நடவடிக்கைகள் பற்றித் தெரிந்திருக்கவே வாய்ப்புகள் அதிகம்.

இந்த விஷயம்தான் மேஜர் டாங்கோவின் தயக்கத்திற்குக் காரணம். மிக முக்கியத்துவமும், அதே சமயம் மிகச் சிக்கலான ஒரு முடிவை விரைந்து எடுக்க வேண்டிய தருணமது என்பது அவருக்குத் தெரியும். அதாவது, தாக்குதலை அப்போதே

தொடங்குவதா அல்லது இன்னும் கொஞ்சம் நேரம் காத்திருப்பதா...? மிக விரைவில் முடிவெடுக்க வேண்டும்.

மேஜர் டாங்கோ தன் கழுத்தை மெதுவாக உயர்த்தியும் நீட்டியும் தன் பின்னால் இருக்கும் வீரர்களைப் பார்த்தார். அவர்கள் ஒவ்வொருவருடைய உயிரும் இருப்பது அவர் கையில்தான் என்பதைத் தனக்கு நினைவூட்டிக்கொள்ள வேண்டிய அவசியமிருக்கவில்லை. இருளை ஊடுருவி வீரர்களின் கண்கள் அவரின் ஆணைக்காகப் பார்த்தன. தன் முழங்கைகளை மெதுவாக ஊன்றி ஊன்றி, அவர் தன் சகாக்களை நோக்கி சில மீட்டர்கள் பின்னால் நகர்ந்தார். அவர்களிடம், தன் முடிவை மிக மெதுவான குரலில் சொன்னார்:

அவரும் அவர் அணியினரும் இன்னும் பாதுகாப்பான இடத்தைக் கண்டுபிடித்து, அங்கேயே பதுங்கியிருக்க வேண்டும். அன்றைய இரவையும் அடுத்த நாள் பகலையும் அப்படியே கழிக்க வேண்டும். சூரியோதயத்திற்குப் பின், எதிரியின் பகுதியில் ஒரு பகல் முழுவதும் பதுங்கியிருப்பது எவ்வளவு அபாயகரமானது என்பது மேஜர் டாங்கோவிற்குத் தெரியும். ஆனால் அதே சமயம் பகல் வெளிச்சத்தில் எதிராளியின் பலம் பற்றி தெள்ளத் தெளிவாக அறிந்து கொள்ளும் அற்புத வாய்ப்பையும் அவர் நழுவவிடத் தயாராக இல்லை.

தூக்கத்தைப் பற்றிய பேச்சுக்கே இடமில்லை. இருளில், மேஜர் டாங்கோவும் அவர் அணியினரும் 200 மீட்டர்கள் தங்கள் முழங்கைகளை ஊன்றிக் கொண்டே பின்னோக்கி நகர்ந்தனர். கடைசியில் அவர்கள் அடர்த்தியான மரங்கள் மூடியிருந்த ஒரு பனிப்பாறைப் பிளவைக் கண்டுபிடித்தனர். அதில் மறைந்து கொண்டு, விடியலுக்காகக் காத்திருந்தனர். எதிரியின் அபாயமான ஏவுதளங்களை இரண்டு வீரர்கள் தங்கள் இரவுக் கண்ணாடிகள் வழியாகக் கண்காணித்துக் கொண்டிருந்தனர்.

அடுத்த 24 மணி நேரம் மிக ஆபத்தானது. இரவு தந்த

சுதந்திரத்தில் ஒரு சிறு துளியைக்கூட இந்தப் பகல் பொழுது மேஜர் டாங்கோவின் அணியினருக்குத் தராது. தன் செயற்கைக்கோள் வழி தொடர்புச் சாதனத்தை எடுத்து, மேஜர் டாங்கோ மேலதிகாரிக்குத் தன் முடிவு பற்றித் தகவல் தெரிவிக்க அதன் தொடுதிரையைத் தொட்டார். மேலதிகாரி ஸ்ரீநகரில் இருந்தார். மேஜர் டாங்கோ இரண்டு முக்கியத் தகவல்களையும் பதிவிறக்க வேண்டியிருந்தது 1. சங்கேத மொழியில் அனுப்பப்பட்ட எதிரியின் நடவடிகைகள் பற்றிய மிகச் சமீபத்திய தகவல்கள். 2. கட்டுப்பாட்டுக் கோட்டுக்கு அருகில் பறந்து கொண்டிருந்த 'ட்ரோன்' இந்திய விமானப் படையைச் சேர்ந்த 'ஹிரான்; ட்ரோன்' எடுத்த புகைப்படங்கள்.

இரண்டு தகவல்களுமே கள நிலவரத்தில் எந்தப் பெரிய மாற்றமும் இல்லை என்பதை உறுதிப்படுத்தின. எனவே, மேஜர் டாங்கோ ஏற்கனவே போட்டிருந்த திட்டத்தில் எந்த மாற்றமும் செய்ய வேண்டிய அவசியமிருக்கவில்லை. அவர் அணியின் நடவடிக்கைகளை, ஒருவேளை பாகிஸ்தான் இராணுவம் கண்டுபிடித்திருந்தால், செயற்கைக்கோள் தகவல்கள் வேறு மாதிரி இருந்திருக்கும்.

கிடைத்த தகவல்கள் மிகவும் பயனுள்ளவையாக இருந்தன. அவை தாக்குதலை அன்றிரவு திட்டமிட்டபடி நடத்தலாம் என்பதை உறுதிசெய்தன. ஆனால் பகலில் எதிரியின் இலக்குகளைத் துல்லியமாகப் பார்க்க முடியவில்லை. வேவு பார்க்க ஆட்களை அனுப்புவது என்பது பகல் நேரத்தில் மிகவும் ஆபத்தான விஷயம். தன் செயற்கைக்கோள் வழித் தொடர்புக் கருவியை அணைக்கும் முன்பு மேஜர் டாங்கோ தன் மேலதிகாரிக்குக் கடைசித் தகவலை அனுப்பினார்: தாக்குதல் அன்று பின்னிரவில் நடத்தப்படும்!

டெல்லி. 28 செப். இந்தியக் கடலோரக் காவற்படையின் தலைமையதிகாரிகள் கூட்டத்தில் வருடாந்திர விருந்திற்குத் தேவையான ஏற்பாடுகள் செய்யப்பட்டுக் கொண்டிருந்தன. ஆனால், தங்களுக்கு வேறு முக்கிய வேலை இருப்பதாகவும்,

விருந்தில் கலந்து கொள்வதற்கில்லை எனவும் விருந்தினர்களான, இந்தியப் பாதுகாப்பு அமைச்சர் மனோகர் பாரிக்கர் மற்றும் இந்திய அரசின் பாதுகாப்பு ஆலோசகர் அஜித் தோவல், இந்திய இராணுவத் தலைவர் ஜெனரல். தல்பீர் சிங் ஆகியோர் தெரிவித்து விட்டனர். விருந்தில் கலந்துகொள்வதற்குப் பதிலாக 'சௌத் பிளாக்'கின் முதல் தளத்திலிருந்த இந்திய இராணுவத் தலைமையகத்தில் அவர்கள் ஆலோசனையில் ஈடுபட்டிருந்தனர். வரலாற்றில் இடம்பெறக் கூடிய ஒரு முக்கிய இராணுவ நடவடிக்கையை இறுதியாக ஒருமுறை சரிபார்ப்பதற்காக அவர்கள் அங்கு கூடியிருந்தனர்.

இந்த நடவடிக்கையை ஊடகங்கள் மோப்பம் பிடித்துவிடாமல் கவனமாகப் பார்த்துக் கொண்டன. அவற்றின் கவனம் முழுவதும் யூரி தாக்குதல் பற்றி இந்திய அரசு தூதரக அளவில் ஆற்றும் எதிர்வினை மேலேயே இருக்குமாறு பார்த்துக் கொள்ளப்பட்டது. 'சார்க்' உச்சி மாநாட்டில் தன்னை ஆதரிக்குமாறு இந்தியா வெளிப்படையாகக் கேட்டுக் கொண்டது. அமெரிக்க வெளியுறவுத் துறை செயலாளர் ஜான் கெர்ரி, தொலைபேசி வழியாக இருமுறை இந்திய வெளியுறவுத் துறை அமைச்சர் சுஷ்மா சுவராஜைத் தொடர்புகொண்டு, நிலைமை கைமீறி விடாமல் இருக்குமாறு கேட்டுக் கொண்டதாகச் செய்திகள் வந்தன. டெல்லியில் உயர்குடிகள் வசிக்கும் பகுதியான குர்கான் புறநகர்ப் பகுதியில் நடக்கவிருந்த, பாகிஸ்தான் பாடகர் அடிஃப் அஸ்லாம் அவர்களின் இன்னிசை நிகழ்ச்சியை எல்லையில் பணியாற்றும் இந்திய இராணுவ வீரர்களின் உணர்வுகளைக் கருத்தில் கொண்டு ரத்து செய்து விடுமாறு அறிவுறுத்தப்பட்டது. இராஜதந்திர, பொதுவெளி, மற்றும் அரசியல் அரங்குகளில் மிகச் சாமர்த்தியமாக நிகழ்த்தப்பட்ட ஒரு நாடகம் அரங்கேறிக் கொண்டிருந்தது.

நடுநிசியில், இந்தியத் தலைநகரிலிருந்து ஏறத்தாழ 1,000 கி.மீ தொலைவில் மேஜர் டாங்கோவும், அவர் அணியினரும் தங்களின் தற்காலிக, இருள்மிக்க மறைவிடத்திலிருந்து, மெதுவாக

வெளியேறினர். முதல் நாளிரவு தாங்கள் மறைந்திருந்த-தாங்கள் இறுதியாக இருக்க வேண்டிய நிலைகளுக்குத் திரும்பினர். மேஜர் டாங்கோ தான் சொல்லும் வரை தன் சகாக்கள் தரையோடு ஒட்டியே கிடக்க வேண்டும் என்றும், அசையக் கூடாது என்றும் கட்டளையிட்டார்.

தான் மூச்சுவிடும் ஒலி கூட வெளியே கேட்காதவாறு மேஜர் டாங்கோ தன் இரவுக் கண்ணாடி வழியாக அபாய ஏவுதளங்களைப் பார்த்தார். அவை கல்லெறி தூரத்திலேயே இருந்தன. டாங்கோ அணியினரின் துப்பாக்கிகள் தாக்குதலுக்குத் தயாராக இருந்தன. இலக்கின்றிச் சுடுதல், பல நிமிடங்களுக்கு எதிரி முகாமில் தொடர்ந்துகொண்டிருந்தது. பள்ளத்தாக்கு முழுவதும் அது எதிரொலித்தது. கடைசியில், அந்தச் சத்தமும் நின்று போனது.

“அசையாதே!” என்று மேஜர் டாங்கோ தன் அணியினருக்கு மீண்டும் கட்டளை இட்டார். எதிரிகள் ஒளிந்திருந்து திடீர் தாக்குதல் நடத்த மாட்டார்கள் என்பதை 100 சதவீதம் உறுதி செய்துகொள்ள அவர் விரும்பினார். அப்படி ஒரு தாக்குதல் நடக்கும் பட்சத்தில், இந்தியத் தாக்குதல், ‘பிரசவத்திற்கு முன்பே இறந்துவிட்ட குழந்தையின்’ நிலைக்கு ஒப்பாகும். மேஜர் டாங்கோவின் அணியிலிருந்தவர்கள் அனைவரும் மிகச்சிறந்த சிறப்புப் படை கமாண்டோக்கள்! ஆனால், அவர்களால் கூட எதிரிக்குச் சாதகமான இடத்திலிருந்து, இடைவிடாமல் பொழியும் குண்டு மழையைத் தாக்குப்பிடிக்க முடியாது. இலக்கின்றிச் சுடப்படும் குண்டுகளின் சப்தம் நின்று, சில நிமிடங்கள் கழிந்த பின், டாங்கோ தன் அணியினரை இரண்டாகப் பிரித்து, தன்னைப் பின்தொடருமாறு ஆணையிட்டார்.

ஏவுதளத்திலிருந்து 50 மீட்டர் தொலைவிலிருக்கும்போது தன்னை நோக்கித் தவழ்ந்து வருமாறு மேஜர் டாங்கோ தன் தோழர்களுக்குக் கட்டளையிட்டார். தன் முன்னாலிருந்த அடர்ந்த காட்டுச் செடிகளைச் சுட்டிக் காட்டினார், ஏவுதளங்கள் அவற்றைக் கொண்டுதான் அமைக்கப்பட்டிருந்தன. அவற்றின்

முன்னே ஒரு சிறிய திறந்தவெளி இருந்தது. ஏவுதளங்களின் நிழல், இரவுக் கண்ணாடியில் நன்றாகத் தெரிந்தது. அதைக் காவல் காத்துக் கொண்டிருந்த இரண்டு வீரர்களும் தெரிந்தனர்.

இதுதான்- சண்டையின் ஆரம்பம்தான்- சிறப்புப் படை வீரர்கள் காத்திருந்த தருணம். சண்டை ஆரம்பித்த பின், 'டென்சன்' குறைந்துவிடும்; குண்டு மழை பொழிய ஆரம்பித்த பின் 'அமைதி' திரும்பிவிடும். புயலினூடே அமைதி!

50 மீட்டர் தொலைவிலிருந்து, மேஜர் டாங்கோ இரண்டு தீவிரவாதிகளை நோக்கிச் சுட்டார். உடனே அவர்கள் செத்து விழுந்தார்கள். மேஜர், தன் அணியினரை நோக்கிப் புதர்களாலான ஏவுதளத்தை நோக்கி நகர்ந்து சென்று, அங்கேயிருந்த மற்ற தீவிரவாதிகளையும் சுடுமாறு சொன்னார். புதர்கள் நிறைந்த பகுதியில் நுழையுமுன், தங்கள் மறைவிடத்திலிருந்து இரண்டு கமாண்டோக்கள் நேராக ஏவுதளங்களை நோக்கிச் சுட்டனர். தாக்கும் அணி எந்தவித எதிர்ப்பையும் எதிர்கொள்ளாமல் இருக்க இது உதவியது. வீரர்கள் குனிந்தவாறே தங்கள் இலக்கை நோக்கி ஓடினர். ஓடும்பொழுதே அவர்கள் துப்பாக்கிகள் ஓயாமல் குண்டு மழை பொழிந்தன. அனேகமாக, ஒவ்வொரு குண்டும் ஒவ்வொரு உயிரைக் குடித்தது.

தன் தாக்குதலால் திறந்தவெளி 'சுத்தமா'னதையடுத்து, புதர்களை நோக்கி மேஜர் டாங்கோ ஓடினார், தன் சகாக்களுடன் சேர்ந்து கொள்ள! அங்கே சென்றவுடனேயே இரண்டு தீவிரவாதிகள் தம் வீரர்களைப் பின்னாலிருந்து தாக்க முயல்வதைப் பார்த்தார். அவர்கள் காட்டுப்பகுதியை ஊடுருவி வந்து கொண்டிருந்தனர். இவர்கள் கமாண்டோ பயிற்சி பெற்ற தீவிரவாதிகள். இவர்கள் நடவடிக்கைகள்- நகரும் விதம்- இராணுவ வீரர்களைப் போன்றதாகவே இருக்கும். இந்த அதிர்ச்சியளிக்கும் விஷயம் 26/11 தாக்குதலின் போதுதான் தெரிய வந்தது. அன்று முதல் ஊடுருவல்காரர்களின் தந்திரமாகவே இந்த நடவடிக்கைகள் இருந்து வந்திருக்கின்றன. ஏவுதளத்திலிருந்த தீவிரவாதிகள்

இராணுவப் பயிற்சி பெற்றவர்கள்.

அந்த இரண்டு தீவிரவாதிகளும் தன் வீரர்களை நொடியில் சுட்டுவிட முடியும் என்று உணர்ந்த மேஜர் டாங்கோ புதர்களை ஊடுருவிக்கொண்டு அவர்களை நோக்கி வேகமாக ஓடினார். அருகே வந்ததும், அவர்கள் அவரைக் கண்டு கொண்டார்கள். உடனே ஒரு மரத்தின் பின்னால் ஒளிந்துகொண்டனர். தங்கள் குண்டுகளால் அவரை வரவேற்கத் தயாரானார்கள். ஆனால், அவர்கள் தங்கள் ஏ.கே 47 துப்பாக்கிகளை எடுக்கும்முன்பே டாங்கோ அவர்கள் மேலே பாய்ந்துவிட்டார். விரைந்து ஓடி வந்ததால் தன் M4 A1 துப்பாக்கியை எடுத்து அவர்களைக் குறிபார்க்கத் தேவையான சில வினாடிகள் அவகாசத்தை அவர் இழந்து விட்டிருந்தார். எதிரிகள் குறிபார்க்கும் முன்பு, தனக்குக் கிடைத்த ஒரு சில நொடிகளை தன் 'பரேட்டா செமி ஆடோமோடிக்' கைத்துப்பாக்கியை அவர்களைத் தாக்க பயன்படுத்திக் கொண்டார். அவர்களிடமிருந்து ஐந்தே ஐந்து அடி தொலைவில் நின்று கொண்டு அந்த இருவரையும் அவர் சுட்டு வீழ்த்தினார்.

துப்பாக்கிச் சண்டை ஆரம்பித்து ஒரே ஒரு மணி நேரத்தில் அனைத்தும் முடிந்து விட்டன. அவசரமாக அந்த இடத்திலிருந்து தப்பிக்க வேண்டி இருந்ததால் நம் வீரர்களுக்கு எதிரிகள் எத்தனை பேர் செத்து விழுந்தார்கள் என்று கணக்கெடுக்க அவகாசமில்லை. அனேகமாக 20 பேர் இறந்திருக்கலாம். இந்தக் கணக்கு, பின்பு இந்திய உளவுத்துறை அளிக்கும் தகவல்களுடன் ஒப்பிட்டுச் சரிபார்க்கப்படும்.

நான்கு இலக்குகளிலும் சேர்ந்து 38-40 தீவிரவாதிகளும், பாகிஸ்தான் இராணுவ வீரர்கள் இரண்டு பேரும் கொல்லப்பட்டனர். எல்லைக் கட்டுப்பாட்டுக் கோட்டை ஒட்டியிருந்த நான்கு ஏவுதளங்களும் ஒரே சமயத்தில் மூன்று வெவ்வேறு அணிகளால் தாக்கப்பட்டன. பா.ஆ காஷ்மீர் பகுதிக்குள் அவர்கள் நுழைய வேண்டிய நேரம் மிகத்

துல்லியமாகக் கணிக்கப்பட்டிருந்தது. முழு தாக்குதலும் துல்லியமான நிசப்தத்தில் நடத்தப்பட்டதால், ஒவ்வொரு அணியும் தன் சொந்தப் பொறுப்பிலேயே தங்கள் தாக்குதலை நடத்த வேண்டியிருந்தது. வெளியிலிருந்து அவர்களை வழி நடத்துவார் யாருமில்லை. இரண்டு ஏவுதளங்களின் மீதான தாக்குதலை வெற்றிகரமாக நடத்திவிட்டுத் திரும்பி, கிழக்கில் கட்டுப்பாட்டுக் கோட்டிலிருந்த நம் பகுதியை நோக்கி வீரர்கள் நகரத் துவங்கினர்.

அதிகாரியின் பயம் பலித்துவிட்டது, மிகப் பயங்கரமாக!

தப்பித்து வருதலை மிக மிக ஜாக்கிரதையாகச் செய்ய வேண்டியிருந்தது. தப்பித்து வரும் வழி வீரர்களுக்குத் தெரிந்ததுதான். அந்த வழியாகத்தான் அவர்கள் தாக்குதல் நடத்த வந்தனர். எனவே அவர்கள் திரும்பிச்செல்ல அதிக நேரம் பிடிக்காது. ஆனால் பாகிஸ்தான் வீரர்கள் இப்போது அடிபட்ட புலிகள். அவர்கள் இருப்பிடத்திலிருந்து நம் வீரர்கள் அவர்கள் கண்களில் எளிதாகப் பட்டுவிடக்கூடிய அபாயம் இருந்தது. இந்திய வீரர்கள் தப்பித்துச் செல்வதைத் தடுக்க அவர்கள் சகல வழிகளிலும் முயல்வார்கள்.

தப்பித்துச் செல்வதற்கு மேஜர் டாங்கோவின் முன் இரண்டு பாதைகள் இருந்தன. நீளம் குறைந்த ஒரு பாதை-ஆனால் பாகிஸ்தான் வீரர்கள் கண்களில் எளிதில் பட்டுவிடக்கூடிய அபாயம் இதில் இருந்தது. இன்னொரு பாதை சற்றே நீளமானது-சுற்று வழி- இதில் எதிரியின் கண்களில் பட்டுவிடக்கூடிய அபாயம் குறைவு. ஒரு சில நொடிகளிலேயே தான் ஒரு முடிவிற்கு வந்தாக வேண்டும் என்பது மேஜர் டாங்கோவிற்கு நன்கு தெரியும். சுற்றுவழிகூட எதிரியை முழுமையாகக் குழப்பிவிடாது-அவர்கள் பழிவாங்கத் துடித்துக்கொண்டிருக்கிறார்கள் என்பதை அவர் நன்கு அறிந்திருந்தார். இதற்குள் கட்டுப்பாட்டுக்கோடு நெடுகிலும் வீரர்கள் உஷார்படுத்தப்பட்டிருப்பார்கள். பாகிஸ்தான் இராணுவக் கட்டமைப்பிலிருந்த ஒவ்வொரு

அபாய எச்சரிக்கை மணியும் இதற்குள் கதற ஆரம்பித்திருக்கும். பாகிஸ்தானின் 'விரைந்து திருப்பியடி'க்கும் அணிகள் உடனே செயல்பட ஆரம்பித்திருக்கும் என்பது மேஜருக்கும் அவர் தம் வீரர்களுக்கும் நன்றாகத் தெரியும். எனவே அவர்கள் சுற்றுப் பாதையைத் தேர்ந்தெடுப்பது என்று முடிவு செய்தார்கள்.

தப்பித்து வருதல் சீராகவும், விரைவாகவும் செய்யப்பட வேண்டிய வேலை. மேஜர் டாங்கோவின் ஓர் அணி, முதல் 'ஃபைர் சப்போர்ட்' அணியாகச் செயல்படுவது என முடிவாயிற்று. தங்கள் சகாக்கள் நகர்ந்துகொண்டிருக்கும் போது, அவ்வப்போது எதிரணியை நோக்கிச் சுட்டு அதன் கவனத்தைத் திசை திருப்புவதுதான் இதன் முக்கியப் பணி. இது மிக அபாயகரமான வேலை. பாகிஸ்தான் பக்கம் வீரர்களின் எண்ணிக்கையும் அதிகம்; அவர்கள் முகாமிட்டிருந்த இடமும் எதிரியைத் தாக்க மிக வசதியானது. கட்டுப்பாட்டுக் கோட்டை ஒட்டி மீண்டும் பறக்கத் துவங்கியிருந்த 'ட்ரோன்' தொடர்ச்சியாகத் தந்து கொண்டிருந்த தகவல்கள் மட்டுமே இந்திய வீரர்களுக்குக் கிடைத்த ஒரே உதவி. தப்பித்து வரும்போது, எதிரியின் கண்களில் முடிந்தவரை மண்ணைத் தூவ இவை உதவின.

திரும்பிவர எந்த வழியைத் தேர்ந்தெடுத்தாலும், ஆபத்திலிருந்து முழுமையாகத் தப்ப முடியாது என்பது மேஜருக்குத் தெரியும். எல்லை தாண்டி வந்து தாக்குதல் நடத்தப்பட்டதால் பாகிஸ்தானிய வீரர்கள் வெறிபிடித்தவர் போலாயினர். அவர்கள் தங்களிடமிருந்த அனைத்துத் தாக்குதல் கருவிகளையும் பயன்படுத்தி வெறியாட்டமாடினர். மீடியம் இயந்திரத் துப்பாக்கிகள், ராக்கெட் கொண்டு சுடப்படும் கிரனேடுகள் எல்லாவற்றையும் பயன்படுத்தி, தப்பிச் செல்லும் வீரர்கள் மீது குண்டுமாரி பொழிந்தனர்.

"ஒரு கட்டத்தில் குண்டுகள் எங்களுக்கு மிக அருகே வந்தன; சில எங்கள் காதுகளையும் 'விர்'ரென்று உரசிச் சென்றன. உங்கள்

தலைக்கு மிக அருகாமையில் குண்டுகள் சீறிப் பாயும்போது, உங்களுக்கு மிகப் பரிச்சயமான, 'பட்-பட்' ஒலி கேட்கும். நான் இன்னும் ஒரேயொரு அடி மட்டும் உயரமாக இருந்திருந்தால் என்னை அவர்கள் பலமுறை சுட்டிருப்பார்கள்!" டாங்கோ நினைத்துப் பார்த்தார்.

சுற்று வழியில் திரும்பி வரும்போது, நம் வீரர்கள் பலமுறை தரையோடு படுத்து ஊர்ந்துதான் நகர வேண்டி வந்தது. காரணம், இடைவிடாது பொழிந்த குண்டுமழை பல மரங்களை துளைத்துச் சாய்த்திருந்தது. குறிப்பிட்ட 60 மீட்டர் பாதையைக் கடப்பது பெரும் சவாலாக இருந்தது. காப்பாற்ற இயற்கை அரண் ஏதுமின்றி, நம் வீரர்கள் தரையில் ஊர்ந்து மெதுவாகச் சறுக்கித்தான் இந்தப் பகுதியைக் கடந்தார்கள். குண்டு மழைக்கிடையே, இருவர் இருவராய் அணி கொண்ட மேஜர் டாங்கோவின் சகாக்கள் சூரியன் உதயமாகுமுன்பு, அதிகாலை 04.30 மணிக்கு, கட்டுப்பாட்டுக் கோட்டைக் கடந்தார்கள். நம் எல்லைக்கு உள்ளே சிறிது தொலைவு வரும் வரை தங்கள் உயிர்களுக்கு எந்தவித உத்தரவாதமும் இல்லை என்ற உண்மையை அவர்கள் நன்றாக உணர்ந்தவர்களே. அதற்கு இன்னும் அவர்கள் சிறிது தூரத்தைக் கடந்திட வேண்டும். ஆனால் இப்போது அவர்களுக்கு இந்திய எல்லையில் இருந்த நம் இராணுவம் ஒரு நெருப்பு அரணாக இருந்தது. எனவே 36 மணி நேரத்திற்கு முன்பு அவர்கள் விட்டுவந்த இடத்தை அவர்களால் வேகமாக அடைய முடிந்தது.

அவர்களுக்கு சிறிது தூரத்தில் பாகிஸ்தானின் 'ஸ்நைப்பர்' குண்டுகள் இன்னும் விழுந்துகொண்டுதானிருந்தன. எப்படியோ ஒருவழியாக அவர்கள் யூரியில் தங்களுடைய காவற் வீடுகளை அடைந்தனர். சங்கேத மொழியில் டாங்கோ தன் முதல் செய்தியை மேலதிகாரிக்கு அனுப்பினார். சில நிமிடங்கள் கழித்து, லெப். ஜெனரல் சதீஷ் துவா (காஷ்மீரை தலைமையிடமாகக் கொண்ட 15-வது இராணுவப் பிரிவின் தலைவர்) மேஜர் டாங்கோவை அழைத்தார். காஷ்மீர் பள்ளத்தாக்கில் நடக்கும்

அனைத்து இராணுவ நடவடிக்கைகளுக்கும் இவரே பொறுப்பு. துவா தீவிரவாத எதிர்ப்பு நடவடிக்கைகளில் நிபுணர். அவர் சேதி ரத்தினச் சுருக்கமாக இருந்தது: ‘உங்களை அழைத்துவர ஒரு இராணுவ ஹெலிகாப்டர் விரைவில் அனுப்பி வைக்கப்படும்!’

யூரி தாக்குதல் லெப். ஜெனரல் துவாவை நிலைகுலையச் செய்த ஒன்றாகும். தன் பொறுப்பிலிருந்த பகுதியில் நடந்த தாக்குதல் மனதளவில் அவரை மிகவும் பாதித்திருந்தது. எவ்வளவு விரைந்து பதிலடி கொடுக்க வேண்டுமோ அவ்வளவு விரைந்து பதிலடி கொடுக்க வேண்டும் என்று நினைத்தார் லெப். ஜெனரல் துவா.

டெல்லியில், பிரதமருக்கும், தேசத்தின் பாதுகாப்புக்குத் தலைமை வகிப்பவருக்கும் தாக்குதலின் வெற்றி பற்றி தகவல் சொல்லப்பட்டது. அதற்குப் பின் குறுகிய இடைவெளியிலேயே, சரித்திரம் படைக்கும் இன்னொரு நிகழ்வும் நிகழ்த்திக் காட்டப்பட்டது.

இதற்கிடையில், யூரியில் மேஜர் டாங்கோ காத்திருந்த போது, மற்ற இரண்டு தாக்குதல்கள் பற்றிய விவரங்களை ஆராய்ந்தார். மற்ற இரண்டு அணிகளில், ஒன்றைச் சேர்ந்த ஒரு வீரருக்குத் தப்பித்து வரும்போது கண்ணிவெடியினால் காயம் ஏற்பட்டது. உயிர் இழப்பு ஏதுமில்லை. செப்.28-29 நடத்தப்பட்ட ‘சர்ஜிகல் ஸ்ட்ரைக்’, அமைதிக்காலத்தில் நடத்தப்பட்ட இந்தியத் தாக்குதல்களிலேயே ஆபத்துகள் மிக்கதும், மிகத் துடுக்கானதும் ஆகும். அதுமட்டுமல்ல, அது மிகவும் கச்சிதமாக நடத்தப்பட்டது. தாக்குதலுக்கு முன்பு, இராணுவத்திலிருந்து அரசின் தலைமைக்கு அளிக்கப்பட்ட இறுதி அறிக்கையில், ஒவ்வொரு அணியிலும் ஒன்று அல்லது இரண்டு உயிரிழப்புகள் ஏற்படலாம் என்று குறிப்பிடப்பட்டிருந்தது. அதன் அடிப்படையில் பார்த்தால் 4 முதல் 8 கமாண்டோக்கள் உயிரிழந்திருந்தால் கூட இது ஒரு வெற்றிகரமான தாக்குதல்தான். ஒரு உயிரைக்கூட இழக்காமல், அல்லது ஒருவர் கூட எதிரியின் கைகளில் சிக்கிக் கொள்ளாமல் நடத்தப்பட்ட இந்தத் தாக்குதல் அரசை திக்பிரமை அடையச்

செய்துவிட்டது. அரசு அதிகாரத்திலிருப்பவர்களால் ஒரு தாக்குதலை இவ்வளவு ‘சுத்த’மாக நடத்த முடியும் என்பதை நம்பவே முடியவில்லை.

பாரா சிறப்புப் படை அணியின் திறமை ஏற்கனவே மிகப் பிரசித்தம்! 29 செப் 2016-ல் நடத்தப்பட்ட இந்தத் தாக்குதல் அதன் புகழை எட்டாச் சிகரத்தில் ஏற்றி வைத்தது.

சில மணி நேரம் கழித்து, இந்திய இராணுவத்திற்குச் சொந்தமான ஒரு ‘சீட்டா’ ஹெலிகாப்டர், யூரியில் தரையிறங்கியது. ஹெலிகாப்டர் தரையிறங்கும் தளம் மலையின் நிழல் படியும் பகுதியில் இருந்தது. இன்னும் நின்றுவிடாத பாகிஸ்தானின் குண்டு மழை தாக்கும் இடத்திலிருந்து தொலைவில் அது அமைந்திருந்தது. தன் இடத்திலிருந்து ஹெலிகாப்டரை நோக்கி மேஜர் டாங்கோ நடக்கும்போது ‘ஸ்நைப்பர்’ குண்டுகள் அவர் முன்னால் விழுந்தன. ஒரு நாய் செத்து விழுந்தது.

“அந்த நாய் எனக்குச் சில அடிகள் முன்னால் சென்று கொண்டிருந்தது. பரிதாபத்திற்குரிய அந்த ஜீவனை ஒரு ‘ஸ்நைப்பர்’ குண்டு சிதறச் செய்தது. நாய் என்னைக் காப்பாற்றி விட்டது!” மேஜர் டாங்கோ இன்றும் நன்றியுடன் நினைவு கூர்கிறார்.

இடைவிடாமல் பொழிந்த ‘ஸ்நைப்பர்’ குண்டு மழையில் நனையாமல் டாங்கோ ஹெலிபேடை நோக்கி வேகமாக ஓடினார். அவரை ஏற்றிக்கொண்டு ஹெலிகாப்டர் கிளம்பியது. அதன் ‘பறக்கும் பாதை’ மலையை ஒட்டியே அமைக்கப்பட்டிருந்தது. ஹெலிகாப்டர், காஷ்மீர் பள்ளத்தாக்கிற்கே உரித்தான, பசுமை கொஞ்சும் அடர்த்தியான இலையுதிர் காட்டின் ஊடே பறந்து, டாங்கோவைப் பத்திரமாக இராணுவத்தில் ‘சினார்’ அணி என்றழைக்கப்படும் 15-வது அணியின் தலைமையிடத்திற்குக் கொண்டு சேர்த்தது.

மேஜர் டாங்கோவை எதிர்கொண்டு வரவேற்க வேண்டும் என்பதற்காகவே லெப். ஜெனரல் துவா அன்று தன் பகல்

உணவைத் தவிர்த்துவிட்டார். 15.30 மணிக்கு ஹெலிகாப்டர் தன் 15-வது அணியின் தளத்தில் தரையிறங்கியது. இறங்கியதுமே டாங்கோ நேராக ரகசிய அறைக்கு அழைத்துச் செல்லப்பட்டார். கதவருகே காத்திருந்தார் அணியின் இளைய தலைவர்.

“டேய், பொடியா!”

“ஸார்!”

இருவரும் ஒருவரை ஒருவர் கட்டிப்பிடித்து முதுகில் தட்டிக் கொடுத்துக் கொண்டனர். பேச்சற்ற ஆனந்த நிலையில் திளைத்தனர் சில வினாடிகள். வாய்ச்சொற்கள் என்ன பயனுமிலை என்ற நிலையல்லவா அது!

அறையின் உள்ளேயிருந்து அணித்தலைவரான லெப். ஜெனரல் துவா வெளியில் வந்தார். துவா மிக மிகத் தெளிவான மனிதர். குழப்பம் என்ற சொல்லுக்கே அவர் சிந்தனை அகராதியில் இடமில்லை. எப்போதும் ‘வெட்டு ஒன்று, துண்டு இரண்டு’ தான். ஒரு விரிந்த புன்னகையை வீசியவாறு அவர் இருவரையும் நோக்கி வந்தார். டாங்கோ உடனே விறைப்பு நிலைக்கு வந்து, ‘சல்யூட்’ அடித்து தன் மேலதிகாரிக்கு மரியாதை செலுத்தினார்.

மேஜரும் லெப்டினன்ட் ஜெனரலும் கைகுலுக்கிக் கொண்டிருந்தபோது ஒரு வெயிட்டர், தம்ளர்களில் பாதியளவு நிரம்பிய, மிகச் சுவையான, இளம் பழுப்பு நிறத்தில் இருந்த ‘பிளாக் லேபிள்’ விஸ்கியை ஒரு ட்ரேயில் கொண்டு வந்தார்.

“பாட்டிலைக் கொண்டு வா! இவர்கள் மொடாக் குடியர்கள், தம்ளர்களெல்லாம் இவர்களின் தாகத்திற்குப் போதாது.”

வெயிட்டர் திரும்பிப் போய், ஒரு முழு பாட்டிலுடன் விரைவாகத் திரும்பி வந்தார். துவா, பாட்டிலை அவரிடமிருந்து பறித்துக்கொண்டு மேஜர் டாங்கோவின் வாயைத் திறக்கச் சொல்லி, அவரே விஸ்கியை வாயில் கொட்டினார். மூன்று நட்சத்திர அந்தஸ்து கொண்ட துவாவைவிட, பதவியில் ஐந்து நிலை கீழே இருந்த டாங்கோ தன் மேலதிகாரிக்கு,

தனக்களிக்கப்பட்ட மரியாதையை 'திருப்பி' செலுத்தினார். வயிறு முட்டக் குடித்து, மகிழ்ச்சிக் கடலில் மூழ்கித் திளைத்துக் கரையேறிய பிறகே, தாக்குதல் பற்றி முழு விவரங்களும் விவரிக்கப்பட்டன.

நவீன இந்திய இராணுவத்தின் வரலாற்றில் இப்போது, மேஜர் டாங்கோ ஒரு ரகசிய அத்தியாயம். சில மணி நேரங்கழித்து, இந்திய இராணுவத்தின் 'துருவ்' ஹெலிகாப்டர் ஸ்ரீநகரிலிருந்த அணியின் தலைமையகத்தில் இறங்கியது. அங்கிருந்து, இந்திய இராணுவத்தின் வடக்குப் பகுதியின் தலைமையிடமான உதாம்பூருக்கு டாங்கோவை அது நேரே அழைத்துச் சென்றது. அங்கே அவர் லெப். ஜெனரல் தீபேந்திர சிங் ஹூடாவைச் சந்திக்க ஏற்பாடு செய்யப்பட்டிருந்தது. இவர்தான் இராணுவத் தலைமைக்கும், இந்திய அரசுக்கும் இறுதித் திட்டம் சமர்ப்பிக்கப்படும் முன்பு, அதை அலசி ஆராய்ந்தவர்.

இன்னும் விஸ்கி பாட்டில்கள் வந்தவண்ணமிருந்தன. மேஜர் டாங்கோவும் அவர் அணியினரும் அன்று முழுவதும் சாப்பிடவேயில்லை. தன் மனதில் ஓடிய எண்ண ஓட்டத்தை அவர் நினைவு கூர்ந்தார். "எங்கள் வயிறுகள் உணவுக்காக ஏங்கின; ஆனால், எல்லோரும் எங்களுக்கு மது பானங்களையே கொடுத்தனர்!"

ஜனவரி 2017-ல் மூன்று அணியைச் சேர்ந்த 5 வீரர்களுக்கு 'சௌரிய சக்ரா' விருதுகளும், 13 பேருக்கு 'சேனா' பதக்கங்களும் அவர்களுடைய வீர தீரச் செயல்களுக்காக வழங்கப்பட்டன. இரண்டு பாரா அணித்தலைவர்களுக்கும் 'யூத் சேவா' பதக்கங்களும் கிடைத்தன. தாக்குதலைத் திட்டமிட்டதற்காகவும், தலைமையேற்றதற்காகவும் அவர்களுக்கு இவை வழங்கப்பட்டன.

மேஜர் டாங்கோவிற்கு மிக உயரிய விருதான 'கீர்த்தி சக்ரா' விருது வழங்கப்பட்டது. அவருக்கு வழங்கப்பட்ட சான்றிதழில் இவ்வாறு குறிப்பிடப்பட்டிருந்தது:

"தன்னுடைய துல்லியமான முடிவெடுக்கும் ஆற்றலாலும்,

சிறந்த நிபுணத்துவத்தாலும், அப்பழுக்கற்ற வீரத்தாலும், முன்மாதிரியான, கடமைக்கு மீறிய துணிச்சலாலும், தாக்குதலை அப்பழுக்கின்றி, சரியாக ஓடும் கடிகாரம் போல மிகத் துல்லியமாக வெற்றிகரமாக நடத்தி 4 தீவிரவாதிகளை மிக நெருங்கிச் சென்று அழித்திருக்கிறார் மேஜர் டாங்கோ."

தாக்குதலுக்குப் பின் மேஜர் டாங்கோவின் வாழ்க்கை அடியோடு மாறிப்போய்விட்டது.

"என் வாழ்க்கை முற்றிலுமாக மாறிப்போய்விட்டது. அது மிகவும் குறுகிவிட்டது. ஆனால் நான் ஒரு சிறப்புப் படை வீரன் என்பதை என்னால் ஒருபோதும் மறக்க முடியவில்லை."

'கவனிக்கப்பட வேண்டியவர்' என்று பாகிஸ்தானாலும், செப். 28-29 களில் தான் தாக்கி அழித்த தீவிரவாதி கும்பலாலும் முத்திரை குத்தப்பட்டதையே அவர் இவ்வாறு குறிப்பிடுகிறார்.

2017-ல் இந்தப் புத்தகம் எழுதப்பட்டபோது டாங்கோவிற்கு வயது 35. தன் 6 வயதிலிருந்து இராணுவத்தில் சேர வேண்டும் என்பது அவர் கனவு. 1980-களில் வெளிவந்து, மிகவும் புகழ்பெற்ற 'விஜிதா' திரைப்படத்தை தன் பெற்றோர்களின் படுக்கை ஓரத்தில் அமர்ந்து கண்கள் அகல விரிய, ஆடாமல் அசையாமல், பார்த்ததை அவர் இன்னும் அடிக்கடி நினைவு கூருகிறார். "அந்தப் படத்தைப் பல மாதங்கள் தினமும் பார்த்தேன். படத்திலிருந்து என்னால் வெளியே வரவே முடியவில்லை. இராணுவம்தான் எனக்கான இடம் என்பதில் எனக்கு எந்தச் சந்தேகமும் இல்லை. படம் பார்ப்பதில் எனக்கிருந்த வெறியைப் பார்த்து, என் பெற்றோர்கள் அந்த காஸட்டையே டேப் போட்டு இறுக்கமாகச் சுற்றி சீல் செய்து விட்டார்கள்."

அடுத்த பனிரெண்டு வருடங்களில் இராணுவத்தில் சேர வேண்டும் என்ற மைக் டாங்கோவின் ஆசை வெறியாகவே மாறிவிட்டது! 2000-ல் புனேவிலிருந்த தேசியப் பாதுகாப்பு அகாடெமியில் (NDA) அவர் சேர்ந்தார். இரண்டு முறை தேர்வில் தோற்ற பிறகே அதில் சேர முடிந்தது. இந்திய விமானப்

படைதான் இளம் மைக்கின் முதல் விருப்பமாக இருந்தது. அதற்குக் காரணம் ‘விஜிதா’ திரைப்படம் அவருக்குத் தந்த உந்துதல்தான். ஆனால் அவரால் இராணுவத்தில்தான் சேர முடிந்தது. ஆனாலும், அவருக்கு எந்தவித ஏமாற்றமும் இல்லை. அவர் இராணுவத்தில் இணைய தன் முதல் அடியை எடுத்து வைத்திருந்தார். அதுவே அவருக்குத் திருப்தியாக இருந்தது.

இன்னொரு பாரா சிறப்புப் படை அணியைச் சேர்ந்த அதிகாரி ஒருவர் டாங்கோவிற்கு காஷ்மீர் பற்றி கதை கதையாகச் சொன்னார். அதைக் கேட்டுக் கேட்டு, டாங்கோ தன்னையே இழந்தார். காலாட்படையில்தான் சேர வேண்டும் என ஏற்கனவே முடிவு செய்திருந்தார். மற்ற எந்தப் படைப்பிரிவும் தனக்குச் சரிபட்டு வராது என்பதில் தெளிவாக இருந்தார். தேசியப் பாதுகாப்பு அகாடெமியில் தன் படிப்பு முடிந்ததும், சிறப்புப் படையில்தான் சேர்வது என்று முடிவு செய்தார். டேராடூனிலிருந்த இந்திய மிலிடரி அகாடெமியில் *(IMA)* சேர்ந்ததும், அவர் முடிவு உறுதியானது. இந்திய மிலிடரி அகாடெமியில் அவருடைய பிளாட்டூன் காமாண்டர், பிற்காலத்தில் அவர் பணிபுரிந்த பாரா சிறப்புப் படை அணியைச் சேர்ந்தவர். அகாடெமியில் சேர்ந்த பிறகு திரும்பிப் பார்ப்பது என்ற பேச்சுக்கே டாங்கோவின் வாழ்க்கையில் இடமில்லை!

2004-ல் மைக் டாங்கோ இராணுவத்தின் பாரா சிறப்புப் படை அணியில் லெப்டினென்டாகச் சேர்ந்தார். ஆறுமாத காலம் அங்கே பயிற்சிக் காலம். இந்தப் பயிற்சி மிக நுணுக்கமாக வடிவமைக்கப்பட்ட ஒன்று. சிறப்புப் படை அணியில் களப்பணிக்கு வீரர்களைத் தயார் செய்வதே இதன் நோக்கம். அடுத்த மூன்று மாத காலத்தில், மைக் மற்றும் அவர் சகாக்களின், மன உறுதி, விசுவாசம், நேர்மை, கடினமான சோதனைகளுக்கு உட்படுத்தப்பட்டன.

பயிற்சிக்காலத்தில் ஒவ்வொருவரின் செயல்பாடுகளும் கண்கொத்திப் பாம்பாகக் கண்காணிக்கப்படும். ஒருவரால் ஒரு அணிக்குத் தலைமை தாங்க முடியுமா, ஒரு விளையாட்டு

வீரராக அவரால் சோபிக்க முடியுமா? என்றெல்லாம் சோதிக்கப்படுவார்கள். சிறப்புப் படையில் சேருபவர் ஒவ்வொருவரும் உடல் ரீதியாக பலமானவர்தான். ஆகவே, பயிற்சியின் போது ஒருவரின் மனநிலை பல்வேறு சோதனைகளுக்கு உட்படுத்தப்பட்டு, அவரின் மன உறுதியை உடைக்க சகல முயற்சிகளும் மேற்கொள்ளப்படும். ஆனால் இந்த மன உறுதி சோதனைகளெல்லாம் பின்னால் நடத்தப்படும் உண்மையான சோதனைகளுக்கு உறைபோடக் காணாது. சிறப்புப் படை-பயிற்சிக் காலத்தில் அவை பன்மடங்கு கடினமாகிவிடும்.

"உண்மையென்னவெனில், நீங்கள் எந்தப் புள்ளியில் 'உடைந்து' போகிறீர்கள், எப்போது 'போதுமடா சாமி' சொல்லப்போகிறீர்கள் என்று கண்டுபிடிப்பதுதான். எனவே, உடைந்து போகாமல் இருப்பது மிக முக்கியம். ஆனாலும், ஒவ்வொருவருக்கும் உடைந்து போகும் புள்ளி ஒன்று இருக்கத்தானே செய்கிறது!" டாங்கோ சொல்கிறார்.

தான் அவ்வப்போது விலகிவிடலாமா என்று எண்ணிப் பார்த்ததை டாங்கோ இப்போது நினைத்துப் பார்க்கிறார். 'ஸ்ட்ரெஸ்'/ மன உளைச்சல் சோதனைகளும், போதிய தூக்கமின்மையும் அவரின் அன்றாட வாழ்க்கையை நரகமாக்கின. சாக்கடையில் ஒரு முறை தான் தூக்கி வீசப்பட்டதையோ, மிருகங்களின் அழுகிய உடல்களை அறுக்குமாறு தனக்குக் கட்டளையிடப்பட்டதையோ இன்றும் டாங்கோ மறக்கவில்லை! இத்தகைய கடினமான சோதனைகள்தான் சிறப்புப் படை அணியின் சிறப்பம்சங்கள் என்பதே பல நாட்கள் கழித்துதான் அவருக்குப் புரிந்தது.

"ஒரு சிக்கலான கட்டத்தில் சிக்கிக்கொண்டால் நீங்கள் அதிலிருந்து ஒருபோதும் தப்பி ஓடமுடியாது! அதை அச்சமின்றி எதிர்கொள்வதைத் தவிர உங்களுக்கு வேறு வழியில்லை. பயிற்சிக் காலத்தில் எங்களுக்கு இதைத்தான் முக்கியப் பாடமாகச் சொல்லிக் கொடுத்தார்கள்."

ஒரு குறிப்பிட்ட சம்பவத்தை அவர் இன்னும் மறக்கவில்லை. ஒரு நாள் அதிகாலை 2 மணிக்கு அவரை எழுப்பி, பாகிஸ்தானின் ஒரு முக்கியப் பெண்மணியின் மாதவிடாய் சுழற்சி எவ்வாறு மேற்கு வங்கத்தின் பருவ நிலையைப் பாதிக்கிறது என்பதைப் பற்றி 1000 சொற்களில் ஒரு கட்டுரை எழுதுமாறு பணிக்கப்பட்டார்.

உங்கள் மீது 'எதையாவது' வீசியெறிந்து அதற்கு நீங்கள் எவ்வாறு எதிர் வினையாற்றுகிறீர்கள் என்று பார்ப்பதுதான் இதன் நோக்கம். உங்களுக்கு எந்த வாய்ப்பும் இல்லை, சூழ்நிலையை எதிர்கொள்வதைத் தவிர. தவறினால், நீங்கள் வெளியேற்றப்படுவீர்கள்.

மைக் டாங்கோ தன் ஆறுமாதப் பயிற்சியை நான்கே மாதத்தில் முடித்துவிட்டார். அவர் காஷ்மீர் பள்ளத்தாக்குப் பகுதிக்கு விரைந்து அனுப்பப்பட்டார். அந்த மாநிலத்தில் அது 'சுறுசுறுப்பான' செயல்பாடுகள் நிறைந்த ஒரு பத்தாண்டு காலம். அக்டோபர் 2004. இளம் அதிகாரியான டாங்கோ பணியில் சேர்ந்து சில மாதங்களே ஆன நிலையில், தன்னால் ஒரு வெற்றிகரமான சிறப்புப் படை வீரனாக ஒளிர முடியும் என்பதை சந்தேகத்திற்கிடமில்லாமல் நிரூபித்தார். ஆனால், அவர் இன்னும் கொஞ்சம் பக்குவப்பட வேண்டும் என்று அவருடைய அணி நினைத்து, அதற்கேற்றவாறு ஒரு விரிவான திட்டத்தைத் தயாரித்தது. அவர் 2004 தசரா சமயத்தில் வடக்குக் காஷ்மீரிலுள்ள லோலா பள்ளத்தாக்கிற்குச் செல்லுமாறு பணிக்கப்பட்டார். இம்மியளவு கூட வெற்றியே கிட்டாதவாறு வடிவமைக்கப்பட்ட ஒரு திட்டம் அவர் முன் வைக்கப்பட்டு, அதைச் செயல்படுத்துமாறு ஆணையிடப்பட்டது. அன்று மாலை தலைமையகத்திற்குத் திரும்பியபோது, அவர் 'லெஃப்ட் அண்ட் ரைட்' வாங்கப்பட்டார்.

"என் மேலதிகாரிகள் என்னைக் கண்டபடி ஏசினர். நான் சிறப்புப் படை அணிக்கு லாயக்கில்லை என்ற முத்திரை என் மேல் குத்தப்பட்டது. அடுத்த நாள், ஸ்ரீநகரிலிருந்த என் அணித்தலைவரிடமிருந்து இன்னும் மோசமான திட்டுகள்

கிடைத்தன. எனக்கு ஆர்வமே இல்லை என்று அவர்கள் சொன்னார்கள். அதைக் கேட்டு எனக்குப் பேரதிர்ச்சியாக இருந்தது. கோபம் என்னுள்ளே கொந்தளித்தது. இதுதான், இந்தப் புள்ளியை நோக்கி என்னை நகர்த்துவதுதான், இத்தனை நாளும் எனக்கு அளிக்கப்பட்ட பயிற்சியின் நோக்கம்."

அந்த நாடகம் மிகக் கச்சிதமாக வடிவமைக்கப்பட்டு அரங்கேற்றப்பட்டது. மைக்கின் அதிகாரிகள் அவரைச் சிறப்புப் படை பணியிலிருந்து விடுவித்து, ஒரு சாதாரண காலாட்படை அணிக்கு மாற்றும் ஆணையைக்கூட தயாராக வைத்திருந்தனர்.

"18 மஹர் ரெஜிமென்ட் அணிக்கு என்னை மாற்றும் ஆணை தரப்பட்டு, ஒரு தற்காலிக முகாமிற்கு நான் செல்ல கட்டளையிடப்பட்டது. என்னுடைய மூட்டை முடிச்சுகளைக் கட்டிக் கொண்டு நான் வெளியேறத் தயாரானேன். என் கண்களில் கண்ணீர் முட்டிக்கொண்டு நின்றது. இவ்வளவு மனம் சோர்ந்து நான் எப்போதும் இருந்ததில்லை."

மைக் வெளியேறிக் கொண்டிருக்கும் போது, ஆபீஸர்ஸ் மெஸ்ஸிலிருந்து ஒரு வெயிட்டர் அவரை நோக்கி ஓடி வந்தார். கடைசியாக ஒரு முறை மைக்கை சந்தித்துப் பேச அவர் மேலதிகாரி விரும்புவதாகச் சொன்னார். தன் மேலதிகாரிகளைச் சந்திக்கும் மனநிலையில் மைக் அப்போது இல்லை. எவ்வளவு விரைவாக அந்த இடத்தைவிட்டுச் சென்றுவிட முடியுமோ அவ்வளவு விரைவாக அந்த இடத்தை விட்டுச் சென்றுவிடவே அவர் விரும்பினார். இயலாமை தன்னை இமயமென அழுத்த, தளர்ந்த நடையுடன் அவர் தன் மேலதிகாரிகளைச் சந்திக்க உணவருந்தும் இடத்திற்குச் சென்றார்.

அங்கே, அவருடைய மேலதிகாரி கடுகடுப்பான முகத்துடன் இவரை அமைதியாக உற்றுப்பார்த்தவாறே நின்று கொண்டிருந்தார். குழப்பத்திலிருந்த மைக்கைப் பார்த்து அவர், 50 தண்டால்களை அங்கேயே எடுக்குமாறு சொன்னார். அவர் சொன்னதை நம்ப முடியாமல் (கடுங்கோபத்திலிருந்த மைக்கிற்குத் தெரியும் ஒரு நேரடி ஆணைக்குக் கீழ்ப்படிவதைத்

தவிர தனக்கு வேறு வழியில்லையென்று) ஆணையை நிறைவேற்ற அவர் தரையை நோக்கிக் குனிந்தார். ஆனால் தரையை விட்டு எழுந்ததும் மைக், தன் மேலதிகாரி கைகளில் ஒரு அடர் செந்நிற 'பெரெ' தொப்பியை வைத்துக் கொண்டிருப்பதைப் பார்த்தார். சிறப்புப் படைப்பிரிவின் மிகவும் போற்றத்தக்கச் சின்னம் தனக்கு அளிக்கப்பட்டிருப்பதை அப்போதுதான் இளம் அதிகாரி மைக் உணர்ந்தார்.

"நான் உற்சாகத்தின் உச்சியில் இருப்பதாக உணர்ந்தேன். அதற்கு அப்புறம் நிகழ்ந்தது சிறப்புப் படையின் வழக்கமான குடி திருவிழா! ஒரு ஜக்கில் எங்களுடைய பேட்ஜுகளுடன் எல்லாவித மது வகைகளும் கலக்கப்பட்டன. ஒரே மொடக்கில் எல்லாவற்றையும் குடித்துத் தீர்த்தோம்- மீதமிருந்தவை எட்டிப்பார்த்த பேட்ஜுகள் மட்டுமே! அவற்றை நாங்கள் கிழித்தெறிந்தோம். வழக்கம் போல் இரண்டு நாட்கள் கழித்துத்தான் நான் கண்விழித்தேன்!"

ஜூன் 2005-ல் பணியில் சேர்ந்த ஒரு வருட காலத்திற்குள்ளாகவே மைக்கிற்கு முதல் கள அனுபவம் கிடைத்தது. பண்டிப்போரா பகுதியில் சந்தேகத்திற்கு இடமளிக்கும் வகையில் எதிரியின் நடமாட்டம் இருப்பதாகத் தகவல்கள் கிடைத்தன. களத்தருகே சென்றபோது, லெப். மைக் டாங்கோவின் அணியினர் மூன்று எதிரிகள் இருப்பதைப் பார்த்தனர். அவர்கள், முஸ்லிம் பெண்கள் தங்கள் உடலை முழுவதும் மறைக்க அணிந்துகொள்ளும் 'பர்தா'க்களை அணிந்திருந்தனர். ஆனால் அவர்களுடைய ஆண் குரல் காட்டிக்கொடுத்துவிட்டது, மேலும், அவர்கள் ஏகே-47 துப்பாக்கிகளை வைத்துக்கொண்டிருப்பதையும் மைக்கின் அணியினர் தற்செயலாகக் கண்டுபிடித்து விட்டனர். மைக்கும், அவர் அணியினரும் அவர்களைச் சூழ்ந்து கொண்டனர். எதிரிகளைத் தாக்க வியூகம் வகுத்துக் கொண்டனர்.

"என் கரங்கள் முதல் முறையாக நடுங்கியது அப்போதுதான். அதுவே கடைசி முறையுங்கூட! முதல் முறை மட்டுமே நடுக்கம் வரும். அதற்குப்பின் நடுக்கம் என்ற பேச்சிற்கே இடமில்லை!" மைக் நினைவுகூருகிறார்.

பாரா சிறப்புப் படைக்காக ஒரு போலியான 'செயல்படும்' அணியை உருவாக்கத் திட்டமிட்டார் மைக். பொதுமக்களுடன் இரண்டறக் கலந்து, அவர்களிடமிருந்து தகவல்களைச் சேகரிப்பதுதான் இதன் தலையாய பணி! பாகிஸ்தான் எவ்வளவு தூரம் காஷ்மீர் பள்ளத்தாக்கில் ஊடுருவியிருக்கிறது என்பதைத் தெரிந்து கொள்ளவும், அங்கே சிறப்புப் படை தாக்குதல் நடத்துவது எந்த அளவிற்குச் சாத்தியம் என்பதையும் உணர இது உதவியாக இருந்தது. ரகசியத் தாக்குதல்களுக்குப் பொறுப்பு வகித்த ஏழு ஆண்டு காலத்தில் கட்டுப்பாட்டுக் கோட்டைத் தாண்டி தான் ஒரு தாக்குதல் நடத்த வேண்டி வரும் என்பதை ஒரு முறைகூட அவர் எண்ணிப் பார்த்தில்லை!

செப். 2016-ல் இந்தியா நடத்திய 'ஸர்ஜிகல் ஸ்ட்ரைக்' உலகளவில் பெரும் அதிர்வலைகளை ஏற்படுத்தியது. வரலாற்றின் அடுத்த அடியாக, தொடர்ந்து வந்த மோடியின் அதிகாரபூர்வ அறிவிப்பு அமைந்தது. மேஜர் டாங்கோவும் அவரின் இரண்டு அணியினரும் கட்டுப்பாட்டுக் கோட்டை கடந்து, இந்தியப் பகுதிக்கு வந்து சில மணி நேரம் கழித்து, இராணுவத்திற்கு ஒரு பத்திரிகையாளர் சந்திப்பை ஏற்பாடு செய்யவும், அதில் தாக்குதல் பற்றி அறிவிக்கவும் அனுமதி வழங்கப்பட்டது. இந்திய இராணுவத்தின் சரித்திரத்தில் பாகிஸ்தானைத் தாக்கியது பற்றி முன்னெப்போதும் இப்படிச் செய்யப்பட்டதில்லை.

பத்திரிகையாளர் சந்திப்பில், அதிகாரபூர்வ அறிவிப்பை வெளியிடும் பெருமை இராணுவச் செயல்பாடுகளுக்குப் பொறுப்பான டைரக்டர் ஜெனரல் லெப்.ஜென். ரண்பீர் சிங்குக்குக் கிடைத்தது. அவருடன், இந்திய வெளியுறவு விவகாரங்களுக்குப் பொறுப்பு வகிக்கும் அரசுப் பிரதிநிதியும் அந்தக் கூட்டத்தில் கலந்துகொண்டார். அந்தக் கூட்டம் டெல்லியிலிருக்கும் ஜவஹர்லால் நேரு பவனில் நடந்தது. முகங்களில் அதிர்ச்சி நிரம்பி வழியும் ஊடகவியலாளரின் முன்பு வெற்றிகரமாக நடத்தப்பட்ட அதிரடி நாடகத்தின் காட்சிகள் விவரமாக எடுத்துரைக்கப்பட்டன.

> "கட்டுப்பாட்டுக் கோட்டை ஒட்டியிருக்கும் ஏவுதளங்களில் சில பயங்கரவாதிகள் பதுங்கியிருக்கின்றனர் என்றும், இவர்கள் எல்லையை ஊடுருவி ஜம்மு, காஷ்மீரிலும், மற்ற மாநிலங்களின் பெருநகரங்களிலும் தாக்குதல் நடத்தத் தயாராகி வருகிறார்கள் என்றும் தகவல்கள் கிடைத்தன. அவர்கள் திட்டத்தை முறியடிக்க, பல ஏவுதளங்கள் மீது ஒரு 'சர்ஜிகல் ஸ்ட்ரைக்' நடத்தப்பட்டது. அவர்கள் திட்டத்தை முறியடித்து, நமது அப்பாவி மக்களின் உயிர்களைப் பறிப்பதைத் தடுப்பதற்காகவே இந்தத் தாக்குதல் நடத்தப்பட்டது. பயங்கரவாதிகளுக்கு எதிரான இந்தத் தாக்குதலில் பயங்கரவாதிகள் மற்றும் அவர்களுக்கு உதவியாக இருந்தவர்கள் கணிசமாகக் கொல்லப்பட்டனர். இந்தத் தாக்குதல் இப்போது முடிவுக்கு வந்துள்ளது. தாக்குதலைத் தொடரும் உத்தேசம் எதுவும் இல்லை. இருப்பினும், எதிரியிடமிருந்து வரும், எதிர்பாராத எந்தத் தாக்குதலையும் சமாளிக்க இந்திய இராணுவம் தயாராகவே உள்ளது!"[4]

பாகிஸ்தானின் நான்கு அபாய ஏவுதளங்கள் அழிக்கப்பட்டன. இந்தத் தாக்குதல் பாகிஸ்தானைக் கோபப்படுத்தியிருக்கலாம். ஆனால் அரசியல் அரங்கில் எதிர்வினையாற்ற இஸ்லாமாபாத்திற்கு எந்தக் கட்டாயமும் இல்லை. இந்தியா அரங்கேற்றிய துணிச்சலான பத்திரிகையாளர் சந்திப்பு பாகிஸ்தான் இராணுவத்தைத் சீண்டிவிட்டது. அந்தச் சமயத்தில் அதன் இராணுவத் தலைவர் ஜென். ரஹீல் ஷாரிஃப் ஒரு

4 Indian Express, 'Surjical Strikes: Full Text of Indian Army DGMO Lt Gen Ranbir Singh's Press Conference', updated 29 September 2016, retrieved from http:// indianexpress.com/article/india/india-news-india/pakistan-infiltration-attempts-indian-army-surgical-strikes-line-of-control -jammu-and-kashmir-uri-poonch-pok-3055874/

இக்கட்டான சூழ்நிலைக்குத் தள்ளப்பட்டார். அங்கிருந்து, பாகிஸ்தானுக்கே உரித்தான, தெளிவற்ற நடவடிக்கைகள் தொடர்ந்தன. பாகிஸ்தானின் பாதுகாப்பு அமைச்சர் கவாஜா ஆஸிஃப், இந்தியா சொல்வது அப்பட்டமான பொய் என்றார். ஆனால், அதே சமயம், அந்நாட்டின் இராணுவம், தங்கள் வீரர்கள் இருவர் மட்டுமே- லான்ஸ் ஹவில்தார் ஜூம்மா கான் மற்றும் நாயக் இம்தியாஸ் கொல்லப்பட்டனர் என்றது. இந்திய இராணுவம் அமைதிக் கட்டுப்பாட்டை மீறியதால் நடத்தப்பட்ட எதிர்த்தாக்குதலில்தான் இது நடந்தது என்றது. இப்படியாக முழுப்பூசணிக்காயும் சோற்றில் மறைக்கப்பட்டது!

மார்ச் 20, 2017-ல், ஸர்ஜிகல் ஸ்ட்ரைக் நடந்து ஆறு மாதங்கள் கழித்து, இராஷ்டிரபதி பவனில் குடியரசுத் தலைவரின் கரங்களிலிருந்து மேஜர் டாங்கோ ‘கீர்த்தி சக்ரா’ விருதைப் பெற்றுக் கொண்டார். செப்டம்பரில் கட்டுப்பாட்டுக் கோட்டுப் பகுதியில் அவர் ஆற்றிய பணி பற்றி இராணுவம் வேண்டுமென்றே பெரிதாகப் பேசவில்லை.

“இப்போது அவர்களுக்குத் தெரிந்திருக்கும் நான் யாரென்றும், எங்கேயிருக்கிறேன் என்றும். ஆனால், சிறப்புப் படையில் அச்சம் என்றால் என்னவென்றே எங்களுக்கு உண்மையில் தெரியாது!” என்று டாங்கோ சொல்கிறார்.

பி.கு: இந்தக் கட்டுரையில் சில விவரங்கள் ’திரை’யிடப்பட்டுள்ளன, பாதுகாப்புக் காரணங்களுக்காக! தாக்குதலின் அதிமுக்கியமான விவரங்கள் எதுவும் வெளியிடப்படவில்லை. எதிரியின் பகுதியில் பணியாற்றும் எஸ். எஃபைச் சேர்ந்த சில வீரர்களின் பெயர்களும் அவர்களின் பாதுகாப்புக் கருதி மாற்றப்பட்டுள்ளன!

2

நாங்கள் அங்கேதான் இருக்கிறோம் என்று அவர்களுக்குத் தெரியாது!

சர்ஜிகல் ஸ்ட்ரைக், மியான்மார், ஜூன், 2015

இம்பால், மணிப்பூர்

5 ஜூன் 2015

அந்தக் காலைப் பொழுதில் 18 இராணுவ வீரர்களின் கருகிய உடல்களிலிருந்து எழுந்த 'மணத்தை' மென் தென்றல் காற்று அங்கங்கே பரப்பிக்கொண்டிருந்தது! எரிந்து, சிதைந்த அந்த உடல்கள் அவர்கள் அணியின் மிச்சம், மீதி! அந்த வீரர்கள் டோக்ரா ரெஜிமென்டைச் சேர்ந்தவர்கள். ஒரு தாக்குதலை நடத்திவிட்டு தங்கள் நிலைக்குத் திரும்பிக்கொண்டிருந்தபோது, மணிப்பூரின் தலைநகரான இம்பாலிலிருந்து சுமார் 100 கிலோமீட்டர் தொலைவில் அவர்கள் வாகனங்கள் சேதமாக்கப்பட்டன. அது ஒரு எதிர்பாராத் தாக்குதல். அப்போது நேரம் காலை 8.30 மணி. அந்தத் தாக்குதல் மிக வேகமாக நிகழ்த்தப்பட்ட, மன்னிக்கவே முடியாத ஒன்று. சிறிது நேரத்தில் உயிர்தப்பிய 11 வீரர்களுக்கு வலி நிவாரண மருந்து செலுத்தப்பட்டது. அவர்கள் ஒரு ஹெலிகாப்டர் மூலம் அந்த இடத்திலிருந்து கொண்டு செல்லப்பட்டார்கள். கடந்த பல பத்தாண்டுகளில், எப்போதும் அமைதியற்ற வடகிழக்குப் பகுதியில், நடத்தப்பட்ட கிளர்ச்சிக்காரர்களின் தாக்குதல்களிலேயே அதுதான் மிக அதிகமான இழப்புகளை ஏற்படுத்திய தாக்குதலென்பது அவர்களுக்குத் தெரியும். பழி வாங்குதலும் அவ்வளவு சுலபமில்லையென்பதும் தெரியும். ஆனால் ஒரே வாரத்தில் அவர்கள் இரண்டாவது விஷயத்தில் போட்ட கணக்குதான் இதுவரை அவர்கள் போட்ட கணக்குகளிலேயே மிகத் தவறானது என்று நிரூபிக்கப்பட்டது.

பலத்த காயம்பட்ட வீரர்களைச் சுமந்து கொண்டு இராணுவ ஹெலிகாப்டர்கள் மணிப்பூர் மருத்துவமனை நோக்கிப் பறந்து கொண்டிருந்தபோது, இந்தியத் தலைநகரில் இந்தியப் படைகளின் வீரம் மிக்க மிக முரட்டுத்தனமான அணியொன்று, உள் நாட்டுச் சண்டைகளால் சின்னாபின்னப்பட்டுக்கொண்டிருந்த காங்கோ ஜனநாயகக் குடியரசுக்குப் பயணமாக ஆயத்தம் செய்துகொண்டிருந்தது. இராணுவத்தின் இரகசிய பாரா சிறப்புப் படை அணியைச் சேர்ந்த கமாண்டோக்களுக்கு மிக பயங்கரமானவர்கள் என்ற பெயர் உண்டு. தினமும் நடக்கும் மிக உக்கிரமான உள்நாட்டுச் சண்டையால் சீரழிந்த காங்கோ நாட்டிற்குச் செல்ல ஐ. நா. அமைதிப்படையின் ஆணைக்காகக் காத்திருந்தது. காங்கோவில் நடந்துகொண்டிருந்த உள்நாட்டுப் போர்தான் நவீன காலங்களில் ஆப்பிரிக்காவில் நடந்த மிக மோசமான போராகும்.

காங்கோ ஜனநாயகக் குடியரசை அடைந்ததும் அவர்கள் தாங்கள் மிகவும் நேசித்த கௌரவமான பாராசூட் அணியின் அடையாளமான இளம் பழுப்பு நிற 'பெரே' தொப்பிகளைக் கழற்றி வைத்துவிட்டு, ஐ. நா. அமைதிப்படையின் அடையாளமான, தங்களை மற்றவரிடமிருந்து வேறுபடுத்திக் காட்டும் நீலநிற தலைக் கவசங்களை அணிந்து கொள்வார்கள்.

காங்கோ ஜனநாயகக் குடியரசில் நிலைகொண்டிருந்த ஐ.நா.-வின் 'ஸ்டெபிலிஸேசன் மிஷன்' தான் (இதன் ஃப்ரென்ஞ்ச் உச்சரிப்பு 'மொனுஸ்கொ' என்று அறியப்படுகிறது.) வெளிநாட்டில் இருந்த இந்தியப் படைகளில் மிகப் பெரியது. மொனுஸ்கொவின் 19,000/- க்கும் அதிகமான வீரர்களில் இந்திய அணியினர் கால் பங்காவர்.

'மொனுஸ்கோ' தான் ஐ. நா. வின் மிக அதிகமான பட்ஜெட்டில் (வருடத்திற்கு சுமார் 1.25 பிலியன்) பராமரிக்கப்பட்டு வந்த அணியாகும். ஜூன் 2015-ல் ஒரு பாரா சிறப்புப் படை அணியைச் சேர்ந்த 100 வீரர்கள் வடக்குக் கிவுவுக்குச் சென்று கொண்டிருந்த பட்டாலியனின் 500 வீரர்களுடன் சேர்ந்து

கொண்டார்கள். வடக்கு கிவு மிக அதிக கனிம வளம் கொண்ட பகுதியாகும். ஆனால் அங்கே இப்போது போர் காரணமாக இரத்த ஆறு ஓடிக்கொண்டிருந்தது.

இந்திய வீரர்கள் ஆப்பிரிக்கா புறப்படத் தயாராக இருந்தார்கள். வடக்குக் கிவுவின் தலைநகரான கோமாவில் ஏற்கனவே முகாமிட்டிருந்த இந்திய அணியுடன் அவர்கள் சேர்ந்துகொள்ள வேண்டும் என்பதுதான் திட்டம். அங்கு இருந்த அணி 62,400 ச.கி.மீட்டரைத் தன் கட்டுப்பாட்டில் வைத்திருந்தது. அந்தப் பகுதி ஏரிகளும், எரிமலைகளும், மலைகளும், மிகப் பெரிய புல்வெளிகளும், ஆறுகளும் கொண்ட இயற்கை அழகு கொஞ்சும் அற்புத இடமாகும். இராணுவ வீரர்கள் எப்போதும் ஐ.நா. அமைதிப்படையில் பணியாற்ற அதிக ஆர்வம் காட்டுவார்கள். அமைதிப் படையில் சேர்க்கப்படும் முன்பு வீரர்களுக்கு அதி தீவிரப் பயிற்சி அளிக்கப்பட்டு வடிகட்டப்படுவார்கள். எலைட் பாரா சிறப்புப் படை அணியைச் சேர்ந்த எந்த ஒரு வீரரும் அமைதிப்படையில் சேர்வதற்குத் தகுதி பெறமாட்டார் என்ற பேச்சுக்கே இடமில்லை. சொல்லப்போனால், ஒவ்வொரு வீரரும் காங்கோ ஜனநாயகக் குடியரசின் வடபகுதியில், தினசரி வாழ்க்கையையே தலைகீழாகப் புரட்டிப் போட்ட காட்டுமிராண்டித்தனத்தை எதிர்கொண்டு சமாளிப்பதற்கான தகுதி உள்ளவரா என்று தனித்தனியாக சோதிக்கப்பட்டு அணியில் சேர்க்கப்பட்டவர்கள்.

அவர்கள் டெல்லியிலிருந்த பாலம் விமானப் படை தளத்திலிருந்து புறப்படத் தயாராகிக் கொண்டிருந்த போது, அசாமிலிருந்த அவர்களின் தாய் முகாமான ஜோர்ஹட்டிலிருந்து ஒரு ஆணை வந்தது. இராணுவத்திற்கே உரித்தான மிகச் சுருக்கமான மொழியில் அது இருந்தது. அருகே இருக்கும் மணிப்பூரில் எதிரிகள் பதுங்குத் தாக்குதலை நடத்தியிருக்கிறார்கள் என்பதே அது. அடுத்த ஐந்து நிமிடங்களில் அவர்களுக்கு முழுக்கதையும் தெரிந்தது. அவர்களுக்கு ஒரு புதிய ஆணையும் அளிக்கப்பட்டது!

ஆம். அவர்கள் அன்று ஒரு விமானப் பயணத்தை மேற்கொண்டார்கள். அவர்களை ஏற்றிச் சென்ற விமானம் *C-130 J* சூப்பர் ஹெர்குலிஸ், இந்திய விமானப் படையின் 77 'வெயில்ட் வைப்பர்ஸ்' அணியைச் சேர்ந்தது. அந்த விமானம் அவர்களை 2,350 கி.மீ தொலைவிலுள்ள மணிப்பூருக்கு மிக வேகமாகக் கொண்டு சேர்த்தது. எல்லாமே மாறிப் போய்விட்டது. காங்கோ ஜனநாயகக் குடியரசுப் பயணம் உடனடியாக நிறுத்தி வைக்கப்பட்டது.

கமாண்டோ வீரர்களால் என்ன நடந்திருக்குமென்று ஒருவாறு ஊகிக்க முடிந்தது. ஆனாலும் அவர்களுக்கு மறு நாள்தான் அவர்களுடைய புதிய வேலையைப் பற்றி சுருக்கமாகத் தகவல் தரப்பட்டது. இந்திய இராணுவத்திற்கு ஆழமாகக் காயம் பட்டிருந்தது. போரில் மரணத்தை எதிர்கொள்வது புதிதல்ல. ஆனால் அந்தத் தாக்குதல் நடத்தப்பட்ட விதம் பெரும் கோபத்தைக் கிளறிவிட்டது. தாக்குதலுக்கான டோக்ரா ரெஜிமென்ட் மட்டும் கோபத்தில் கொந்தளிக்கவில்லை- இந்திய இராணுவமே ஏன், இந்திய அரசாங்கமே, கோபத்தில் பொங்கிக் கொண்டிருந்தது.

இந்திய இராணுவம் அனலைக் கக்கிக் கொண்டிருந்தது.

விரைவில் தெரிந்தது, இந்த மோசமான தாக்குதலுக்குக் காரணம் மூன்று குழுக்கள்தானென்று. அவை: நாகாலேண்ட்-கால்பாங் நேஷனல் சோசியலிஸ்ட் கவுன்சில் *(NSCN-K)*, காங்லெய்பாக் கம்யூனிஸ்ட் கட்சி மற்றும் காங்லெய் யாவால் கன்னா லுப். டோக்ரா அணி மூன்று ஆண்டுகள் மணிப்பூரில் பணியாற்றிவிட்டு, இந்தியாவின் வடக்கேயுள்ள மிகப் பெரிய இராணுவத் தளம் ஒன்றில் தங்கள் பணியைத் துவக்க தங்களை ஆயத்தப்படுத்திக் கொண்டிருந்தனர். அப்போதுதான் வடக்கில் அந்தத் தாக்குதல் நடந்தது.

தாக்குதல் நடத்திவிட்டு கலகக்காரர்கள் இரு நாடுகளுக்குமிடையில் அடர்த்தியற்ற எல்லைப் பகுதியினூடே

இருந்த காட்டில் தங்கள் பாதுகாப்பான இடங்களுக்குத் தப்பிச் சென்றிருந்தார்கள். இந்தக் காடுகள் எல்லையை ஒட்டியே அமைந்திருந்தன. இப்படி எதிர்பாராத தாக்குதல்களை நடத்திவிட்டு கலகக்காரர்கள் காடுகளுக்குள்ளே தப்பித்து ஓடுவது ஒன்றும் புதிதல்ல. வழக்கமான சமாச்சாரம்தான். ஆனால், அவர்களுக்குத் தெரியாது, ஜூன் 5-ல் நெடுஞ்சாலையில் அந்தத் தாக்குதலை நடத்திவிட்டு அவர்கள் தப்பியோடியபோது, இராணுவத்தின் கோபத்தைத் தூண்டிவிட்டு, அது இதுவரை தவிர்த்து வந்த ஒரு செயலில் அதை இறங்குமாறு செய்துவிடும் என்பது.

சொல்லப்போனால், அது இந்திய இராணுவம் எடுத்த திரும்பப் பெற முடியாத ஒரு முடிவு.

நெடுஞ்சாலை இரத்தக்களரி பற்றிய தகவல் கிடைத்தபோது 35 வயதே ஆன லெப். கர்னல். ஆஸ்கார் டெல்டா அப்போது லெய்மகோங்கில் இருந்தார். அதுதான் இந்திய இராணுவத்தின் மணிப்பூர் மலையேறும் அணியின் தலைமையகம். தன் பொறுப்பிலிருந்த பகுதியில் வீரர்களும், ஒன்றும் அறியா அப்பாவிகளும் கொல்லப்பட்டதை அறிந்து அவர் கோபம் தலைக்கேறியது. மிதமிஞ்சிய கோபத்துடன் அவர் தன் கண்களை மூடியபடி தன் எண்ணங்களை/ சிந்தனையை ஒருமுகப்படுத்தினார். அவர் மனதில் மூன்றே மூன்று வார்த்தைகள் மீண்டும் மீண்டும் ஓடின!

பதினெட்டு வீரர்கள் கொல்லப்பட்டனர்.

லெப். கர்னலுக்குத் தெரிந்து, இப்படி ஒரு காட்டுமிராண்டித்தனமான தாக்குதல் அவரின் இராணுவ வாழ்க்கையில் நடந்ததே இல்லை. ஏன், தன் வாழ்நாளிலேயே இப்படி ஒரு தாக்குதலைப் பற்றி அவர் கேள்விப்பட்டதில்லை. 21-C அணியின் தலைவராக லெப்.கர்னல். டெல்டா பற்றி, தாக்குதல் நடத்திவிட்டுச் சென்ற கிளர்ச்சிக்காரர்களுக்கு நன்றாகத் தெரியும்! அவர் எப்படி இருப்பார் என்றும் அவரால் என்ன செய்ய முடியும் என்பதும் அவர்களுக்குத் தெரியும்.

அப்படி இருந்தும் கர்னல் டெல்டாவின் கொல்லைப்புரம் போன்ற சொந்தமான இடத்தை இரத்த சகதியாக்கியிருந்தனர்.

'அது ஒரு பெரும் அடி' என்று சொன்னால் அதன் ஆழத்தை உணர முடியாது. இப்போது கர்னலாக பதவி உயர்வு பெற்றிருக்கும் டெல்டா நினைவுகூருகிறார். "இந்த மாதிரி 18 வீரர்களை நீங்கள் இழக்கும்போது நீங்கள் எப்படி திருப்பித் தாக்குவது என்றும், அதற்கு உங்கள் முன் உள்ள வாய்ப்புகள் என்னென்ன என்பதையும் நீங்கள் யோசிக்க வேண்டும். உடனே திருப்பி அடித்து, இந்தக் காட்டுமிராண்டி தாக்குதலுக்குச் சரியான பதிலடி கொடுத்து, வேட்டையாடியவர்களின் மூளைகளைச் சிதறடிக்க வேண்டும் என்றுதான் நான் உடனே நினைத்தேன்.

எந்தச் சூழ்நிலையிலும் தங்கள் உணர்ச்சிகளை எப்படி கட்டுக்குள் வைத்திருப்பது என்பது, கமாண்டோக்களுக்கு அளிக்கப்படும் பயிற்சியின் ஒரு பகுதி. உணர்ச்சிவசப்பட்டால் காரியம் கெட்டுப்போகும். சிறப்பான, வெற்றிகரமான தாக்குதலில் உணர்ச்சிகளுக்கே- அது முழங்கால்களையே இற்றுப்போகச் செய்யும் கோபமாகவோ, சோகமாகவோ இருக்கலாம்-இடமில்லை. இந்தத் தாக்குதலைக் கேள்விப்பட்டு, தனக்குள் கொந்தளித்த உணர்ச்சிகளை அடக்கிக் கொள்ள லெப்.கர்னல். டெல்டா படாதபாடு பட வேண்டியிருந்தது. அது, அவருடைய வாழ்நாளிலேயே அவருக்கு ஏற்பட்ட மிகப் பெரிய சவாலாக மாறிப்போயிற்று.

அப்போது டெல்டா இராணுவத்தில் சேர்ந்து 14 வருடங்கள் ஆகியிருந்தன. தன் பதவிக்காலத்தின் கணிசமான பகுதியை வட கிழக்கிலுள்ள மலைகள் சூழ்ந்த காடுகளில் கலகக்காரர்களை விரட்டியடிப்பதிலும், கொல்வதிலும் செலவழித்திருந்தார். அவர் மார்பை பல பதக்கங்கள் அணி செய்தன. அவற்றுள் முக்கியமானது 'சௌரிய சக்ரா' பதக்கம். 2004-ல் அவர் காட்டிய வீர தீரச் செயலுக்காக அது வழங்கப்பட்டது. இது நடந்தது மணிப்பூர் தாக்குதலுக்கு 10 வருடங்களுக்கு முன்பு.

அந்த வருடம் அவர் அணியில் பணிபுரிந்த ஒரு இளம் வீரர், கிளர்ச்சிக்காரர்கள் நடத்திய ஓர் அதிரடித் தாக்குதலில் கொல்லப்பட்டார். அப்போது ஒரு இளம் கேப்டனாக இருந்த டெல்டா ஒழுங்கீனமான ஒரு கமாண்டோ அணிக்குத் தலைமையேற்றுச் சென்று கிளர்ச்சிக்காரர்களை வேட்டையாடி அவர்களில் எட்டுப் பேரைக் கொன்றார்.

“அந்தத் தாக்குதல் நடத்திய அணியில் 11 பேர் இருந்தனர். பதுங்கி நின்று தாக்கி அவர்களில் 8 பேரை நாங்கள் கொன்றோம். அந்த நேரத்து அவர்களின் மகிழ்ச்சி நீண்ட நேரம் நீடிக்கவில்லை. ஏனெனில், அவர்களை விட நாங்கள் வேகமாக இயங்கினோம்.” இந்த வேகம் எதிரியின் மனதை எப்படி பாதித்தது என்பதை டெல்டா இன்னும் நினைவு வைத்திருக்கிறார். அந்தத் தாக்குதலில் கிளர்ச்சிக்காரர்கள் கற்றுக்கொண்ட பாடம் நீண்ட காலம் அவர்கள் மனதைவிட்டு அகலவில்லை.

இப்போது 2015. பத்தாண்டுகள் ஓடிவிட்டன. வடகிழக்குப் பகுதியில் நடத்தப்பட்ட தாக்குதல் அந்தப் பகுதியில் நடத்தப்பட்டு வந்த தாக்குதல்களில் ஒரு திருப்புமுனையை ஏற்படுத்தப் போகிறது என்பதை டெல்டா விரைவில் புரிந்து கொண்டார். காட்டுப்போரில் நிபுணத்துவம் பெற்ற தன் அணிதான் பழிவாங்கும் நடவடிக்கைக்கு அழைக்கப்படும் என்பதையும் அவர் அறிந்திருந்தார். அடுத்த 36 மணி நேரத்தில், லெப். கர்னல். டெல்டாவின் அணி சினம் கொண்ட அரசுத் தலைமை, சீற்றம் கொண்ட இராணுவத்தின் ஆசியுடன், பழிவாங்க ஒரு அற்புதமான திட்டத்தை தீட்டியது.

வட கிழக்குப் பகுதியை இந்தப் பாரா சிறப்புப் படை அணியைவிட ஆழமாக அறிந்தவர் யாருமில்லை. அதுமட்டுமல்ல; அவர்களைப் போல் உக்கிரமாகப் போர் புரிபவரும் எவருமில்லை. இந்த அணியின் வேட்டைக்களமாக வட கிழக்குப் பகுதி இருபதாண்டுகளுக்கும் மேலாக இருந்தது. அஸ்ஸாம் தலைமையகத்திலிருந்து கமாண்டோ அணிகள்

பல இடங்களில் விரவியிருந்தனர். அவர்கள் சண்டைக்கு எப்போதும் தயார் நிலையிலேயே இருந்தனர்.

டெல்டாவிற்குத் தெரியும், தான் ஒரு 'குறி வைக்கப்பட்ட' ஆளென்று. 5 அடி 10 அங்குல உயரமும், நல்ல கட்டுமஸ்தான உடலும் கொண்ட அவரின் புகழ் ஏற்கனவே நன்கு பரவியிருந்தது. கலகக்காரர்களைப் பொறுத்தவரையில், அவர் ஒழித்துக்கட்டப்பட வேண்டியவர். மணிப்பூரைத் தலைமையிடமாகக் கொண்டு இயங்கும் 'ப்யூபிள்ஸ் லிபெரஷன் ஆர்மி', 'யுனைடெட் நேஷனல் லிபரேஷன் ஃப்ரண்ட்' இவற்றின் 'மிகவும் வேண்டப்பட்டவர்கள் பட்டியலில்' அவர் பெயர் இடம் பெற்றிருந்தது. ஆனால் இந்த உண்மை அவர் மனதையோ வேலையையோ சிறிதளவும் பாதிக்கவில்லை.

"போர்க்குணமும் பயமும் ஒன்றோடொன்று நெருங்கிய தொடர்புடையவை. அவர்கள் பத்தாண்டுகளுக்கும் மேலாக என்னைக் கவனித்து வந்திருக்கிறார்கள். என்னைக் கண்டு அவர்கள் பயந்திருக்க வேண்டும் என்று நினைக்கிறேன். ஒரு தானியங்கி துப்பாக்கியுடன் தன்னிச்சையாக தெருக்களில் நடமாட எனக்கு மட்டுமே அனுமதி வழங்கப்பட்டிருக்கிறது; அவர்களுக்கு அல்ல." அவர் சொல்கிறார்.

பாரா ட்ரூப் அணியைச் சேர்ந்த இவர் தன் குடும்பத்தினரை தன்னுடன் வைத்துக் கொள்ளவில்லை. பல வருடங்களாக பாதுகாப்புக் காரணங்களுக்காக அவர்கள் ஒரு ரகசிய இடத்தில் தங்க வைக்கப்பட்டிருக்கிறார்கள். வட கிழக்கில் இருக்கும் அவர்களின் பூர்விக வீடு இன்றும் பூட்டியேதான் கிடக்கிறது.

போரில் இறங்குமாறு ஆணை கிடைத்தவுடனே, டெல்டாவிற்குத் தன் ஆட்களைத் தயார்படுத்த வேண்டிய அவசியமே இருக்கவில்லை. மணிப்பூர் தாக்குதலுக்கு முன்பே டெல்டாவின் அணி, NSCN-K முகாம்களை அழிக்கத் தயார் செய்து கொண்டிருந்தது. இவை மியான்மார் எல்லை நெடுகிலும் வியாபித்திருந்தன. நாக புரட்சிக்காரர்கள், அந்த மாநிலத்தின்

மன் மாவட்டத்தில் 2015, மே 4-ம் தேதி ஒரு தாக்குதல் நடத்தி 8 இராணுவ வீரர்களைக் கொன்றிருந்தனர். இது நடந்தது மணிப்பூர் தாக்குதலுக்குச் சரியாக ஒரு மாதம் முன்பு.

ஒரு வேளை ஜூன் 5- தாக்குதல் நடந்திருக்காவிட்டால், இராணுவம் தன் 'ஒரிஜினல்' திட்டத்தைச் செயல் படுத்தியிருக்கும். பாரா சிறப்புப் படை கமாண்டோக்களின் ஒரு அணி, மியான்மாருக்குள் ஜூன் 5-ல் ஊடுருவி, NSCN-K முகாமை துவம்சம் செய்திருக்கும். இந்த முகாம் அவர்கள் மனதை சில காலமாகவே உறுத்தி வந்திருக்கிறது.

மியான்மாரில் தன் தலைமையிடத்தை வைத்துக்கொண்டிருந்த, SS காப்லாங் தலைமையிலான கிளர்ச்சிக்காரர்கள் குழு, இந்தியாவுடன் செய்து கொண்ட 14 வருட போர் நிறுத்த ஒப்பந்தத்தை முறித்துக்கொண்டது. இது அந்த வருடம் மார்ச் 27-ல் நடந்தது. காப்லாங் அமைதியை விரும்பவில்லை என்பது தெளிவாகத் தெரிந்தது. போர் நிறுத்தம் நின்று போனவுடன், கிளர்ச்சிக்காரர்கள் பாதுகாப்புப் படையின் மீது தொடர்ந்து தாக்குதல் நடத்திக் கொண்டேயிருந்தனர். பழிவாங்கும் பேச்சு ஆரம்பித்து, வலம் வரத் துவங்கியிருந்தது. பழிவாங்கும் நடவடிக்கைக்கு அணிதான் பொறுப்பு; அரசு எந்தப் பொறுப்பும் ஏற்கத் தயாராக இல்லை. இப்படிப்பட்ட நடவடிக்கைகள் பெரும்பாலும் இரகசியமாக நடைபெறுவதுதான் வழக்கம்.

ஆனால், 2015, ஜூன் 5-ல் நடந்த மணிப்பூர் படுகொலையினால், நாகாலாந்தைப் பொறுத்தவரை அரசின் இந்த மனோபாவம் மாறிவிட்டது. "இராணுவத்தின் தலைவர் 5-ம் தேதி இம்பாலுக்கு வருகிறார் என்று எங்களுக்குத் தெரிவிக்கப்பட்டது. ஏதோ பெரிதாக நடக்கப் போகிறது என்று நாங்கள் எதிர்பார்த்தோம்!" லெப். கர்னல் நினைவு கூருகிறார்.

மிகத் துணிச்சலான, ஆழமான விளைவுகளை ஏற்படுத்தக்கூடிய ஒரு செயலுக்குத் திட்டம் தீட்டப்பட்டது. மத்திய அரசு, மணிப்பூர் படுகொலைக்குத் தக்க பதிலடி கொடுக்க வேண்டும்

என்பதில் தெளிவாகவும், உறுதியாகவும் இருந்தது. ஆனால் அந்த பதிலடி எப்படியிருக்க வேண்டும் என்பது இன்னும் முடிவு செய்யப்படவில்லை.

கடுமையான ஒரு பழிவாங்கும் நடவடிக்கைக்குத் திட்டமிடப்படுகிறது என்ற தகவல் உலாவியது. டெல்லியில் செயல்கள் வேகமாக நடக்கத் துவங்கின. பிரதமரின் பங்களாதேஷ் பயணத்திலிருந்து, தேசியப் பாதுகாப்பு ஆலோசகர் அஜீத் தோவல் கழற்றிவிடப்பட்டார். அதுமட்டுமல்ல; அப்போது இராணுவத் தலைவராக இருந்த ஜெனரல். தல்பீர் சிங் தன் இங்கிலாந்து பயணத்தையும் ஒத்திப்போட்டார். இந்த இரண்டு நடவடிக்கைகளுமே அசாதாரணமானவை.

இம்பால் தாக்குதலுக்குப் பின் அடுத்த நாள் ஜென். தல்பீர் சிங் இம்பாலுக்குப் பறந்தார். அங்கே அவருக்கு லெப். ஜென. பிபின் ராவத் (இவர் அடுத்த வருடம் இந்திய இராணுவத்தின் தலைவராகப் பொறுப்பேற்றார்) சுருக்கமாக நடந்தவற்றை எடுத்துக் கூறினார். அப்போது நாகாலாந்தை தலைமையிடமாகக் கொண்ட 3-வது அணியின் தலைவராக இருந்தார் அவர். நடந்த சந்திப்பில் லெப். கர்னல் டெல்டாவும், செயலில் இறக்கப்படும் பாரா சிறப்புப் படை அணியின் தலைவரும் இருந்தனர். ஜென. ராவத் மணிப்பூர் தாக்குதல்காரர்கள் இராணுவத்தால் சென்றடைய முடியாத தூரத்தில் இல்லை என்று சொன்னார். அந்த அறையில் இருந்த எல்லோருக்குமே தெரியும், தாக்குதல்காரர்கள் தாக்குதலை நடத்திவிட்டு மியான்மாருக்குள் தப்பிச் சென்றுவிட்டனர் என்று. இந்திய இராணுவத்தில் திறமை பற்றி யாரும் இதைவிடத் தெளிவாகச் சொல்லியிருக்க முடியாது.

ஹாலஜென் விளக்குகளின் மஞ்சள் வெளிச்சத்தில், வரைபடத்தில் கலகக்காரர்களின் முகாம்கள் இருந்த இடங்களில் சிவப்புப் ஊசிகள் சொருகப்பட்டன. அந்த வரைபடத்தில் மணிப்பூர், நாகலாந்து, மியான்மார் எல்லைகள் தெளிவாக வரையப்பட்டிருந்தன.

“செயல்திட்டத்திற்கு அரசின் மிக உயர்ந்த மட்டத்தில் அனுமதி பெறப்பட்டிருக்கிறது என்றும், பாதுகாப்பு அமைச்சர் அதைக் கண்காணிப்பார் என்றும், அரசின் முழு ஒத்துழைப்பு இருக்கிறதென்றும் ஜென.தல்பீர் சிங் எங்களிடம் சொன்னார். இதுதான் நாங்கள் எதிர்பார்த்துக் கொண்டிருந்த தருணம்...” லெப். கர்னல் டெல்டா பின்னால் சொன்னார்.

திட்டத்தின் பெரும் பகுதி இன்னும் தெளிவாகவில்லை. கூட்டத்தின் முடிவில் ஒரு விஷயம் மட்டும் தெளிவாகியிருந்தது.

அது இந்திய இராணுவம் இன்னும் 72 மணி நேரத்திற்குள் தன் பழிவாங்கும் நடவடிக்கையை எடுத்துவிட வேண்டும் என்பதுதான். எல்லை தாண்டி மியான்மாருக்குள் புகுந்து தாக்குதல் நடத்த வேண்டும். இந்த ‘சர்ஜிகல் ஸ்ட்ரைக்’ நடந்ததை டெல்லி ஒருபோதும் மறக்காது.

ஜூன் 7 -தான் தாக்குதலுக்கான நாள்!

மூத்த ஜெனரல்கள், லெப். கர்னல். டெல்டாவை அறையிலேயே இருக்குமாறு பணித்துவிட்டு, மற்றவர்களை வெளியே அனுப்பிவிட்டனர். அதற்குப்பின் நடந்த விவாதத்தில் தாக்குதலின் ‘அவுட்லைன்’ ஒருவாறு தெளிவாயிற்று.

அதி பயங்கரமான பாரா சிறப்புப் படை அணியின் இரண்டு குழுக்கள் ஒரு இருமுனை தாக்குதல் நடத்த வேண்டும். ஒரே சமயத்தில், மணிப்பூர், நாகலாந்திலிருந்து இரண்டு அணிகள் களத்திலிறங்கி, காட்டிலிருந்த கிளர்ச்சிக்காரர்களின் 6 புகலிடங்களைத் தாக்கி அழிக்க வேண்டும். இவைதான் அவர்களின் பயிற்சிக்களம்!

ஆணைகள், கட்டாயத் தொனியில் எந்தக் குழப்பமும் இல்லாமல் இருந்தன. லெப். கர்னல் டெல்டாவும், அவர் அணியினரும் மிக அதிக நபர்கள் கொண்டிருந்த முகாம்களைத் தாக்கி அழிக்க வேண்டும்; கமாண்டோக்கள் முடிந்த அளவு சேதம் ஏற்படுத்த வேண்டும் என்பதற்காகவே இந்த முடிவு.

களத்தில் இறங்கும் முன்பு, மிகக் கவனத்துடன் தெரிவு செய்யப்பட்டிருந்தனர். ஏனெனில் ஆட்களே இல்லாத அல்லது ஆட்கள் மிகவும் குறைவாக உள்ள 'வீட்டின்' கதவுகளைத் தட்டுவதில் எந்தப் பயனும் இல்லை. ஏனெனில், இதில் பணயம் வைக்கப்பட்டிருந்த விஷயம் மிகப் பெரியது. இந்திய அரசாங்கம் மட்டுல்ல; சோகத்தில் மூழ்கியிருந்த அதே சமயம் உறுதியான இராணுவமும் மிகுந்த எதிர்பார்ப்புடன் இருந்த தாக்குதல் அது.

"எங்களின் முதல் சில மணி நேரங்கள், கிளர்ச்சிக்காரர்கள் அதிகமாகத் தங்கியிருந்த முகாம்களை, தாக்குதலை சற்றும் எதிர்பார்க்காத, தங்களுக்கு மிகவும் பாதுகாப்பானது என்று அவர்கள் கருதியிருந்த முகாம்களைத் தேர்வு செய்வதிலேயே கழிந்தது. அது சும்மா ஒரு ஒப்புக்குச் சப்பையான தாக்குதலாக இருக்கக் கூடாது என்று நாங்கள் முடிவு செய்திருந்தோம்" டெல்டா சொன்னார். வழக்கமான இராணுவ நடவடிக்கைகளுக்கு, பல்நோக்குத் திட்டமிடல் தேவை. ஆனால், அந்நிய மண்ணில் மேற்கொள்ளப்படும் தாக்குதல்கள் முற்றிலும் வித்தியாசமானவை. அதற்காக மேற்கொள்ளப்படும் திட்டமிடல் மற்றும் நடவடிக்கைகளுடன் ஒப்பிடும்போது, வழக்கமான தாக்குதல்கள் குழந்தைகள் விளையாட்டே. இத்தகைய தாக்குதல்களில் வெற்றி என்பது பல விஷயங்களைப் பொறுத்தது. அதில் முக்கியமானவை: பலமான வியூகம், துல்லியமான ஒற்றுத் தகவல்கள், அனைத்து விஷயங்களையும் கவனத்தில் கொண்டு தயாரிக்கப்பட்ட, ஓட்டைகள் ஒன்றே ஒன்றுகூட இல்லாத திட்டம்!

மியான்மார் எல்லை நெடுகிலும் தாக்கப்பட வேண்டிய இலக்குகளுக்குப் பஞ்சமே இல்லை. எல்லையோரத்தில் வியாபித்திருந்த காடுகளில் கிளர்ச்சிக்காரர்கள் புகலிடம் தேடிக்கொண்டிருந்தனர். மணிப்பூர் தாக்குதல் நடந்த சில மணி நேரத்திலேயே, இந்திய இராணுவம் தன் திறமைமிக்க கமாண்டோக்கள் தாக்க வேண்டிய இலக்குகளைத் தேர்ந்தெடுத்துவிட்டது. அவை: லெப். கர்னல் டெல்டாவின்

தலைமையிலான அணி தாக்க வேண்டிய 3 கிளர்ச்சிக்காரர்கள் முகாம்கள். இதேபோல் இன்னொரு அணி நாகாலாந்து பகுதியிலிருந்து தாக்குதல் நடத்தும்.

ஆனால் ஒரு சிக்கல் இருந்தது. அது அற்பசொற்பமானதல்ல!

'தூரம்'- இதுதான் சிக்கல்!

கிளர்ச்சிக்காரர்கள் முகாம்கள் மணிப்பூர் எல்லையின் உள்ளே வெகு தொலைவில் இருந்தன. ஜூன் 7-ம் தேதி, அதாவது அவர்கள் தாக்குதல் நடத்திய இரண்டு நாட்கள் கழித்து அவர்களைத் திருப்பித் தாக்குவது சற்றுக் கடினமான செயல். இருந்த ஒரே வழி, தாக்குதல் நாளை ஒத்திப் போடுவதுதான். வெற்றி வாய்ப்பை அதிகரிக்க அது ஒன்றுதான் வழி என்பதை டெல்டா அறிவார். அன்று மாலை அவர் ஜெனரல்களிடம் தன் எண்ணங்களைப் பகிர்ந்து கொண்டார். செய்யப்பட வேண்டிய வேலைகள் இன்னும் நிறைய இருப்பதால் கால அவகாசம் தேவைப்படும் என்று அவர் எடுத்துரைத்தார்.

"தூரம் மிக அதிகம். எங்களுக்கு இன்னும் அதிக நேரம் தேவைப்பட்டது. ஜூன் 7-ம் தேதி நாகாலாந்திலிருந்து தாக்குவதில் எந்தப் பிரச்சனையும் இல்லை. அந்த முனையில் எல்லாம் சரியாக இருந்தன. ஆனால் இரண்டு முனையிலிருந்தும் ஒரே நேரத்தில் தாக்குவதுதான் திட்டம். கொடுக்கப்பட்ட கால அவகாசத்தில் மணிப்பூர் பகுதியிலிருந்து அதே சமயத்தில் தாக்குதல் நடத்துவது சாத்தியமில்லை." டெல்டா நினைவு கூறுகிறார். ஒரு தேர்ந்த அறுவைசிகிச்சை நிபுணரைப் போன்று அவர் கணிப்பு மிகச் சரியாக இருந்தது.

தொலைவு மட்டுமே பிரச்சனை அல்ல. மணிப்பூரிலிருந்த பாரா சிறப்புப் படை அணியின் படைபலமும் போதாது. அந்த ஜூன் 5-அன்று டெல்டாவிடமிருந்தது நாற்பது வீரர்கள் மட்டுமே. அதனால்தான் காங்கோவிற்குச் செல்ல வேண்டிய 100 பாரா சிறப்புப் படை வீரர்களைக் கொண்ட படை நிறுத்தி வைக்கப்பட்டு மணிப்பூர் கிளர்ச்சிக்காரர்களைத் தாக்க அனுப்பி

வைக்கப்பட்டது. இரவு உணவு சமயத்தில் இவர்கள் இம்பாலில் இருந்தனர்.

தாக்குதலை வழிநடத்தும் பொருட்டு கார்ப்ஸ் கமாண்டர் லெப். ஜெனரல் ராவத், நாகாலாந்தின் திமாப்பூரிலிருந்து இம்பாலுக்கு, தன் முகாமை மாற்றியிருந்தார்.

ஒரு பிரிகேடியராக, லெப். ஜெனரல் ராவத் 2008-09ல் காங்கோ ஜனநாயகக் குடியரசிலிருந்த இந்திய பிரிகேடிற்கு தலைமை ஏற்றிருந்தார். அவரின் திறமை உணர்ந்து ஐ. நா., கிளர்ச்சிக்காரர்கள் நிறைந்த ஒரு முக்கியப் பகுதியை, அவர் கட்டுப்பாட்டில் ஒப்படைத்திருந்தது. காங்கோவில் ஐ. நா. அமைதிப்படையின் தலைவராகயிருந்த லெப். ஜெனரல். பாபாகர் கயே நம் பிரிகேடியரைப் பாராட்டி ஒரு கடிதம் எழுதினார்- அதில் பிரிகேடியர் (இப்போது ஜெனரல்) ராவத்தின் தலைமைப் பண்புகளாலும், துணிச்சலினாலும், அனுபவத்தினாலும் தான் வட கிவுவின் தலைநகரமான கோமா, கிளர்ச்சிக்காரர்கள் கையில் சிக்காமல் இருந்தது என்று குறிப்பிட்டிருந்தார். நாட்டின் கிழக்குப் பகுதியில் ஸ்திரத்தன்மை ஏற்படவும், முக்கியக் கிளர்ச்சி அணி, சமாதான பேச்சு வார்த்தைக்கு ஒத்துக்கொள்ளவும் ராவத்து தான் காரணமென்றும் கயே தன் கடிதத்தில் வெகுவாகப் பாராட்டியிருந்தார்.

யுத்த தந்திரங்களில் கூர்ந்த அறிவு மிக்கவர் என்றும் எந்தக் கணத்திலும் போரிடத் தயாராக இருப்பவர் என்று புகழ் பெற்றவர், தங்கள் அணித்தலைவராக இருந்தது மியான்மாரில் மரணத்திற்கே கடுக்காய் கொடுக்க நம் வீரர்களுக்கு உதவியது அவர்களுக்குத் தெரியும். அவர்கள் இருப்பது ‘காக்கும் கரங்க’ளிலென்று!

அதிகாரத்தில் உயர் மட்டத்திலிருப்பவர்களுக்கு விவரம் தெரியும். எனவே, காங்கோவிற்குச் செல்லவிருந்த அணியை, மணிப்பூருக்கு மாற்றி அனுப்ப உடனடியாக ஒரு விமானத்தை ஏற்பாடு செய்வதில் எந்தச் சிக்கலோ, தாமதமோ ஏற்படவில்லை.

லெப். ஜெனரல். ராவத் தளவாடங்கள் எல்லாம் சரியாக இருக்குமாறு பார்த்துக் கொண்டார், வீரர்கள் தங்கள் முழு கவனத்தையும் தாக்குவதில் மட்டுமே செலவிட வேண்டும் என்பதற்காக!

சரியான நேரத்தில் கமாண்டோக்கள் வந்து சேர்வது தாக்குதலின் வெற்றிக்கு மிக முக்கியமானதாக இருந்தது. கிளர்ச்சிக்காரர்களின் அந்த மூன்று முகாம்களும் அடுத்தடுத்து இருந்தன. உளவுத்தகவல்கள் அவற்றில் 120-க்கும் அதிகமான கிளர்ச்சிக்காரர்கள் இருக்கிறார்கள் என்று சொல்லின. நாற்பது வீரர்களைக் கொண்ட ஒரு அணியை வைத்துக் கொண்டு 120-க்கும் அதிகமான வீரர்களைத் தாக்க முடியும்தான்; ஆனால் அதில் ஆபத்துகள் அதிகம். அப்படிச் செய்வது, மிகச் சிறந்த வீரர்களைப் பொறுக்கியெடுப்பதில் டெல்டாவிற்குள்ள வாய்ப்புகளையும் கணிசமாகக் குறைத்துவிடும். ஏனெனில், இந்தத் தாக்குதலுக்கு சிறந்த வீரர்கள் அல்ல, மிகச் சிறந்த வீரர்களே தேவை- தாக்குதலின் தன்மை அப்படி!

ஜூன் 5, நடுநிசியில் தாக்குதல் திட்டம் திருத்தப்பட்டு, வரையறுக்கப்பட்டது. ஜூன் 7-ல் நடத்தவிருந்த தாக்குதல் திட்டம் கைவிடப்பட்டது. தாக்குதல் நாள், இரண்டு நாட்கள் தள்ளி வைக்கப்பட்டு, ஜூன் 9 என்று மாற்றி அமைக்கப்பட்டது. இந்த இரண்டு நாள் அவகாசம் இலக்குகளைச் சென்றடைய நம் வீரர்களுக்குப் போதுமானதாக இருந்தது. திட்டம் இவ்வாறு மாற்றியமைக்கப்பட்ட பின்பே, லெப்.கர்னல். டெல்டா நிம்மதிப் பெருமூச்சு விட்டார். நம் வீரர்களும் தங்கள் படைவீடுகளுக்குத் திரும்பினர் ஒரு குட்டித் தூக்கம் போட!

திட்டம் முடிந்தவரை ஆழமாக அலசி ஆராயப்பட்டது. ஜூன் 8-ம் தேதி, நடு நிசியில் வீரர்கள் மரங்கள் அடர்ந்த உச்சிப்பகுதியைச் சென்றடைய வேண்டும் என்று டெல்டா சொன்னார். இங்கிருந்து இலக்குகளைத் தெளிவாகப் பார்க்கலாம். ஜூன் 9-ம் தேதி அதிகாலைப் பொழுதில் தாக்குதல் நடத்த வேண்டும் என்பதே திட்டம். சொல்வதற்கு இது எளிது; ஆனால்

டெல்டா சொன்னதைக் கேட்டுக் கொண்டிருந்தவர்களுக்கு மூச்சே நின்று போனது!

அந்நிய மண்ணில் ஒரு கடினமான வேலையைச் செய்ய வேண்டியிருக்கும் என்பது அவர்களுக்குத் தெரியும். அவர்கள் அடர்காடுகள் மிக்க மிசோராம் போன்ற பகுதிகளில் பல வருடங்கள் பயிற்சி பெற்றவர்கள்தான், இம்மாதிரி தாக்குதலுக்காகவே. அவர்கள் ஓய்வெடுக்கச் செல்வதை டெல்டா பார்த்துக் கொண்டிருந்தார். அவர்கள் இந்தியாவின் சிறப்புப் படையின் திறமையைத் தங்கள் நாட்டிற்கு உணர்த்தத் தயாராகவே இருந்தனர்.

தனியாகத் தன் அறையில் இருந்த டெல்டா தன் முன்னால் இருந்த வரைபடத்தை உற்றுப் பார்த்துக் கொண்டிருந்தார். அவருக்கு வரைபடங்களை ஆராய்வது அல்வா சாப்பிடுகிற மாதிரி. அதில் அவர் திறமை அபாரமானது. வரைபடத்தில் ஒரு இடத்தைப் பார்த்தால் போதும், அது பசுமரத்தாணிபோல் அவர் மனதில் படிந்துவிடும். அதே மாதிரி பல்வேறு இடங்களுக்கு இடையேயான தூரத்தையும் மிக வேகமாகக் கணிக்க முடியும். ஒரு தாளில் வரையப்பட்டிருக்கும் படத்தின் உதவியால் மட்டுமே அதன் நிலப்பரப்பை முற்றிலுமாகப் புரிந்து கொள்ளும் அவரின் திறமை அவர் அணிக்கு ஒரு வரப்பிரசாதமாகவே இருந்தது.

டெல்டா விளக்குகளை அணைத்துவிட்டு, தன் இருப்பிடம் நோக்கி நடந்தார். பழி வாங்குதலுக்கு முன்பாக அன்றிரவு தூக்கம்தான் தன் கடைசி முழுமையான தூக்கமாக இருக்கப் போகிறது என்பதை அவர் அறிந்தே இருந்தார்.

பாரா சிறப்புப் படை வீரர்கள் முதலில் எல்லையில் ஏற்கனவே திட்டமிடப்பட்டிருந்த ஒரு இடத்திற்குச் சென்றுவிட வேண்டும். அங்கிருந்து அவர்கள் மியான்மாருக்குள் நுழைய வேண்டும். கமாண்டோக்களின் 'நகர்வு' கச்சிதமாக இருக்க வேண்டும். கிளர்ச்சிக்காரர்கள் இதைப் பற்றி அறிந்திருக்க வாய்ப்பே

இல்லை. அப்படியே ஏதாவது இருந்தால், இந்தத் தாக்குதலே குப்பைத்தொட்டிக்குத்தான் போகவேண்டியிருக்கும். அப்படி ஒரு நிலையில், மீண்டும் ஒரு பழிவாங்கும் நடவடிக்கை எளிதானதல்ல; அதுமட்டுமின்றி, பல வீரர்களையும் இழந்திருப்போம்.

"நாங்கள் அனைவரும் ஒன்று சேர்ந்து எங்கள் மூளைகளைக் கசக்கி, எதிரியை ஏமாற்றும் ஒரு திட்டத்தைத் தயாரித்தோம். வீரர்கள் லாரிகளில் அழைத்துச் செல்லப்படுவார்கள். சாதாரண லாரிகளில், காலாட்படை வீரர்களை இவ்வாறு அழைத்துச் செல்லப்படுவது வட கிழக்குப் பகுதியில் சகஜமான ஒன்றுதான். எனவே, எதிரிக்கு இது எந்தவித சந்தேகத்தையும் ஏற்படுத்தாது. படைகளை ஹெலிகாப்டரில் கொண்டு செல்லும் பேச்சுக்கே இடமில்லை. அது எதிரியின் கவனத்தைக் கவர்ந்துவிடும். ஒவ்வொரு விஷயமும் மிக ரகசியமாக வைக்கப்பட்டிருந்தது. தாக்குதல் நடத்தும் தேதி, போக்குவரத்து, மணிப்பூர் நாகலாந்தில் இருந்த இரு அணிகள், இவை பற்றி, திட்டமிடலில் பங்கெடுத்துக்கொண்ட கமாண்டோக்கள் தவிர வேறு எந்த ஜீவனுக்கும் எதுவும் தெரியாது. ஜூன் 6-ல் நடைபெற்ற தொடர் உரையாடல்களுக்குப் பிறகு கமாண்டோக்கள் கிளம்பினர்."

அவர்களில் ஒவ்வொருவரும் பெரும் சுமையைச் சுமந்து சென்றனர். மற்றபடி எந்தவித 'ரிஸ்க்' கையும் எடுத்துக்கொள்ள அவர்கள் தயாராக இல்லை. பொறுக்கியெடுக்கப்பட்ட அந்த 64 வீரர்கள் கார்ல் குஷ்டாவ் 84 MM ராக்கெட் லாஞ்சர்கள், புலிமொட் கலனிஷ்கோவ் இயந்திரத் துப்பாக்கிகள், இஸ்ரேலில் தயாரிக்கப்பட்ட Tavor TAR -21 தாக்குதல் ரைஃபிள்கள், கோல்ட் M4 கார்பைன்கள், ஏகே 47 துப்பாக்கிகள் மற்றும் 'அண்டர் பேரல் கிரேனேடு லாஞ்சர்கள்' ஆகியவற்றை எடுத்துச் சென்றனர்.

கர்னல் டெல்டாவிடம் அவருடைய M4A1 தாக்குதல் துப்பாக்கி இருந்தது. இது அவருக்கு மிகவும் பிடித்தமான 'கருவி'. சக்திவாய்ந்த M16 தாக்குதல் துப்பாக்கியின் அடுத்த வாரிசான

M4A1 கார்பைன், தாக்குதலை மிகத் துல்லியமாக நடத்துவதற்கு ஏற்றவாறு வடிவமைக்கப்பட்டிருந்தது. எடை குறைவாகவும், தன்னுள் பெரும் அழிவுச் சக்தியையும் கொண்டிருந்த இந்தத் துப்பாக்கிதான் உலகெங்கும் உள்ள சிறந்த வீரர்களின் 'செல்லம்'. அமெரிக்காவில், அது பரவலாகக் காலாட்படை ஆயுதமாகப் பயன்படுத்தப்பட்டு வந்தது. எதிரி எதிர்பாராத சமயத்தில், விரைந்து தாக்க அது மிகச்சிறந்த ஆயுதமென்று டெல்டா கணித்திருந்தார்.

கிளர்ச்சிக்காரர்களைச் சுட்டுத்தள்ள, நம் தாக்குதல் அணி வீரர்களிடம் சத்தமின்றி இயங்கும் இஸ்ரேல் *UZi* சப் மெஷின் கன்கள், மற்றும் காலில் *7.62 MM* ஸ்நைப்பர் ரைஃபிள்களும் இருந்தன. சிறப்புப் படை அணியிடம் மிகச் சிறந்த ஆயுதங்கள் இருந்தன என்பது அன்று தெரிந்தது. அவர்கள், தங்களுடன் எதிரிக்குப் பெரும் சேதத்தை விளைவிக்கத் தேவையான ஆயுதங்கள், வெடிபொருட்களை எடுத்துச் சென்றனர். தங்கள் துப்பாக்கிகளைத் தோள்களில் தொங்கவிட்டுக் கொண்டு செல்லவில்லை. கமாண்டோக்கள் அப்படிச் செய்வதில்லை, வழக்கமாக. கைகளில் இருக்கும் ஆயுதத்தை தோளில் தொங்கிக்கொண்டிருக்கும் ஆயுதத்தைவிட வேகமாக இயக்க முடியும்.

வேகம்தான் போரின் வெற்றி, தோல்வியைத் தீர்மானிக்கிறது. ஆயுதங்கள் தவிர, தங்கள் முதுகுப்பைகளில் வெடிபொருட்கள், போரின்போது தேவைப்படும் உணவு, மருந்துகள், உபகரணங்கள் தண்ணீர் ஆகியவை இருந்தன. அவர்கள் மிகுந்த பளுவைச் சுமந்து சென்றனர்- அவர்கள் ஒவ்வொருவரும் ஆயுதங்கள் தவிர 40 கிலோ எடையுள்ள பொருட்களையும் சுமந்து கொண்டிருந்தனர். இந்தப் பெரும் பளுவைச் சுமந்தபடி மெதுவாகத் தங்களை ஏற்றிச் செல்லும் டிரக்குகளை நோக்கி நடந்து சென்றனர். அவை தங்கள் இன்ஜின்களை ஆன் செய்து மியான்மார் எல்லைக்கு நம் வீரர்களை அழைத்துச் செல்லக் காத்திருந்தன.

அவர்கள் வண்டியில் ஏறும் முன்பு, டெல்டா தன் M4 துப்பாக்கியை ஒரு வீரரிடம் தந்தார். வீரருக்கு உடனே தெரிந்துபோயிற்று, லெப். கர்னல் அடுத்து என்ன செய்யப்போகிறார் என்று. டெல்டா, தரையில் மண்டியிட்டு, தாய்மண்ணை முத்தமிட்டார். இது ஒவ்வொரு தாக்குதலுக்கு முன்பும் அன்னை பூமிக்குச் செய்யப்படும் பிரார்த்தனை. அவள் ஒரு சினேகிதியாகவும், வழிகாட்டியாகவும் இருந்து காத்து, எடுத்த காரியத்தில் வெற்றிபெறச் செய்ய வேண்டும் என்பதற்காக!

ஜூன் 7-ம் தேதி இராணுவ டிரக்குகள் அதிகாலை 3 மணியளவில் வீரர்களை 'அரங்க'த்தில் இறக்கிவிட்டன. இலக்குகள் எல்லை முழுவதும் விரவிக்கிடந்தன. அவற்றை அடைய இன்னும் வெகு தூரம் செல்ல வேண்டியிருந்தது. குறிப்பிட்ட மலை உச்சியை அடைய அவர்கள் இன்னும் 40 கி.மீ. தூரம் நடக்க வேண்டியிருந்தது. தாக்குதலை ஆரம்பிக்கும் முன்பு, அங்கிருந்துதான் அவர்கள் இலக்குகளை நோட்டமிட முடியும்.

ஒரு இராணுவ வீரராக, டெல்டா பலமுறை தன் திறமையை நிரூபித்திருக்கிறார். ஆனால் ஒரு அணியின் தலைவராக அவர் தன் திறமையை அடுத்த 48 மணி நேரத்தில் நிரூபித்தாக வேண்டும். தாக்குதலின் தலைவிதி முழுமையாக அவர் தோள்களில் சுமத்தப்பட்டிருந்தது. அதுமட்டுமல்ல; அவர் வீரர்களின் உயிரும் அவர் கைகளில்தான்! எல்லா இராணுவ வீரர்களுக்கும் இருந்த பெரும் கடமையும் அவருக்கிருந்தது- அதுதான் நாட்டின் மானத்தைக் காப்பது!

ஜூன் 7- காலையில், கமாண்டோக்கள் எல்லையை நோக்கி மலை ஏறத் தொடங்கினார்கள். லெப்.கர்னல். அவர்களுக்குத் தலைமை தாங்கி முன்னே சென்றார். ஏறும்போது எந்தத் தொய்வும் இல்லாமல் அவர் பார்த்துக் கொண்டார். அவருக்கு இதைத் தவிர வேறெந்தச் சிந்தனையும் இல்லை.

எப்போதாவது ஒரு முறைதான் அவர் தன் தாயை நினைத்துக் கொண்டார். இங்கே மகன் எதிரியுடன் யுத்தத்திற்குச் செல்லும்போது அந்தத் தாய் இடுப்பு புற்றுநோயுடன் யுத்தம் நடத்திக் கொண்டிருந்தார் ஒரு மருத்துவமனையில்! டெல்டாவின் சொந்த ஊருக்கு அருகே இருந்த ஒரு மருத்துவமனையில் அவருக்கு இன்னும் இரண்டு நாட்களில் அறுவைசிகிச்சை நடைபெற இருந்தது. இந்த இக்கட்டான சமயத்தில் தன் குடும்பத்தினருடன் இருக்க விடுமுறை கேட்க வேண்டும் என்ற சிந்தனையே அவருக்கு எழவில்லை. அவர் அணியிலிருந்த எவருக்கும் இந்த விஷயம் தெரியாது. நடைபெற இருந்த தாக்குதல் மட்டுமே அவர் மனதை முழுமையாக ஆக்கிரமித்துக் கொண்டிருந்தது.

எல்லையை, பாரா சிறப்புப் படை அணி அடைந்தபோது, இருள் கவிய ஆரம்பித்துவிட்டது. வெப்ப நிலை 25 டிகிரி 'சி' யாக இருந்தது. வீரர்களை மியான்மாரிலிருந்து வந்த தென்றல் வரவேற்றது. இன்னும் 36 மணி நேரத்தில் தாக்குதல் முடிந்துவிடும். எல்லாமே திட்டமிட்டபடி நடந்து கொண்டிருந்தது. எல்லையின் இந்தியப் பகுதியில் அன்றிரவைக் கழித்துவிட்டு, ஜூன் 8-ம் தேதி அதிகாலையில் அவர்கள் மியான்மாருக்குள் நுழைந்தனர்.

பின் வாங்கும் பேச்சுக்கே இனி இடமில்லை!

அந்நிய மண்ணில் லெப். கர்னல் டெல்டாவும் அவர் வீரர்களும் 6 கி.மீ காட்டிலும், மலையிலும் நடந்தனர். அவர்கள் தேவையான அனைத்து முன் ஏற்பாடுகளையும் பயிற்சிகளையும் செய்திருந்தனர். திட்டத்தின் ஒரு பகுதியாக, அவர்கள் இரண்டு வழிகாட்டிகளையும் வாடகைக்கு அமர்த்தியிருந்தனர். அவர்கள் மணிப்பூரிலிருந்த இந்திய எல்லைப் பகுதியில் அமைந்திருந்த ஒரு கிராமத்தைச் சேர்ந்தவர்கள். மிக நன்றாக பர்மிய மொழியைப் பேசத் தெரிந்தவர்கள். அந்த அடர்ந்த காட்டில் நம் வீரர்களை வரவேற்ற ஒவ்வொரு வளைவையும் நன்கு அறிந்தவர்கள்.

அந்தப் பகுதியைப் பற்றிய ஆழ்ந்த அறிவும், லெப். கர்னலின் நினைவில் புகைப்படம் போன்று உறைந்த வரைபடமும் அணி சரியான பாதையில் செல்ல பெரும் உதவியாக இருந்தது.

நம் வீரர்கள் எல்லாவற்றிற்கும் தயாராகவே இருந்தனர். இதுவரை எந்தப் பிரச்சனையும் இல்லை. ஆனால், பிரச்சனை சீக்கிரமாகவே வந்தது. மியான்மாருக்கும், இந்தியாவிற்கும் இடையேயான எல்லையின் அடையாளமாக ஒரு சிற்றோடை இருந்தது. இதைக் கடந்த சிறிது நேரத்திலேயே நம் அணி தன் பிரயாணத்தை நிறுத்த வேண்டி வந்தது. அவர்களின் பாதை ஆள் நடமாட்டமற்ற பாதை; அதில் குடியிருப்புகளே இருக்காது என்று நம்பப்பட்ட பகுதி. ஆனால் உண்மைநிலை வேறு விதமாக இருந்தது.

நம் அணியினரை நோக்கி ஒரு கும்பல் உடும்புகளுடன் வந்தது. விசாரணையில், பர்மாவைச் சேர்ந்த வேட்டைக்காரர்கள் என்று தெரியவந்தது. அவர்களே உடும்புகளை வேட்டையாடியவர்கள். இவை ஆண்மையை வளர்க்கும் என்று உலகின் சில பகுதிகளில் நம்பப்பட்டு வந்தது. "வந்தவர்கள் 5 ஆட்கள். நாங்கள் அவர்களை எதிர்பார்க்கவில்லை. ஆனால் கண்ணில் பட்டுவிட்டார்கள்; அவர்களை எதாவது செய்தாக வேண்டிய கட்டாயத்தில் நாங்கள் இருந்தோம்!" டெல்டா சொன்னார்.

அவர்களைக் கண்டுகொள்ளாமல் போவதுதான் எளிய வழி. ஆனால் டெல்டா எந்த 'ரிஸ்க்'கும் எடுத்துக்கொள்ள விரும்பவில்லை. பல நாட்கள் மிகுந்த கவனத்துடன் திட்டமிடப்பட்டு செயல்படுத்தப்படும் தாக்குதல்களை, சின்னச் சின்ன அலட்சியங்கள் சின்னாபின்னப்படுத்திவிடும். அவர்கள் கிளர்ச்சிக்காரர்களின் கண்களாகவோ, காதுகளாகவோ இருக்கலாம். அவர்களின் ஒரு சொல் போதும், தாக்குதலைச் சிதைக்க.

"எங்களுக்கிருந்த இன்னொரு வழி அவர்களைக் கொன்றுவிடுவது. அவர்கள் கிளர்ச்சிக்காரர்களின் ஆட்களே

என்று திட்டவட்டமாகத் தெரியாமல் டெல்டாவும் அவர் அணியினரும் இந்தக் காரியத்தைச் செய்யவே மாட்டார்கள். அவர்கள் உண்மையிலேயே வேட்டைக்காரர்களாக இருக்கலாம். தப்பான சமயத்தில் தப்பான இடத்திற்கு வந்தவர்களாகவும் இருக்கலாம். யார் கண்டது, அந்த தவற்றைச் செய்தவர்கள் நாங்களாகவும் இருக்கலாம். அவர்கள் பிரதேசத்தில் அத்துமீறிப் பிரவேசித்தவர்கள் நாங்களாகவும் இருக்கலாம்!" டெல்டா புன்னகைக்கிறார்.

டெல்டா சட்டென்று ஒரு முடிவுக்கு வந்தார். 'விருந்தாளிகளை'த் தங்களிடமிருந்த கயிறுகளால் கட்டுமாறு தன் வீரர்களிடம் சொன்னார். நம் அணியின் உளவுப்படையைச் சேர்ந்தவர்களைச் சந்தித்து உறுதிப்படுத்திக் கொள்ளும் வரை அவர்களைத் தன்னுடனேயே வைத்திருக்கவும் அவர் முடிவு செய்தார். இந்தச் சமயத்தில் எந்த 'ரிஸ்க்கும்' எடுக்க அவர் தயாராக இல்லை.

டெல்டா தான் கையில் கட்டியிருந்த, மலை ஏறும்போது வழக்கமாக அவர் கட்டிக்கொள்ளும் கடிகாரத்தைப் பார்த்தார். மலையேற்றத்தின் போது மட்டுமே இந்த சிறப்புக் கடிகாரத்தை அவர் கட்டிக்கொள்வார். பணியில் இல்லாதபோது அவர் கைகளை அலங்கரிப்பது, கண்காணிப்பு வாட்ச் தான்! டெல்டா, தம் அணியினர் காலத்தை சற்றும் இழக்கவில்லை என்று உணர்ந்திருந்தார். சாப்பிடுவதற்காக சிறிது இடைவெளி எடுத்துக்கொள்ளலாம் என்று டெல்டா தன் அணியினரிடம் சொன்னார். அவர் அணியினர் தங்கள் வேகத்தைக் குறைத்துக் கொள்ளவே இல்லை. இலக்குகளை நெருங்க நெருங்க வீரர்களின் வேகம் அதிகரித்தது. 'இலக்ஷ்யா' படத்தில் வரும் ஒரு இராணுவப் பாடலின் இசைகூட அவர்கள் மனதில் ஓடிக்கொண்டிருந்திருக்கலாம். இந்தப் பாடலை படைவீட்டில், இம்பாலிலிருந்து புறப்படும் முன், டெல்டா ஒலிக்கவிட்டதை அவர்கள் கேட்டிருந்தார்கள்.

“நாம் தோளோடு தோள் சேர்த்து, சகோதரர்களாக நடக்கும்போது, நம் எதிரிகள் நடுங்குவார்கள் பயத்தில்!”

இராணுவ வீரர்களுக்கு இது மிகவும் பிடித்தமான பாடல். கமாண்டோக்களுக்கும் அப்படியே. அவர்கள் ஒவ்வொரு வருக்கும் இந்தப் பாடல் மனப்பாடம்.

ஜூன் 8 நண்பகல் அவர்கள் நோக்கிச் சென்ற செங்குத்தான மலை கண் முன்னே விரிந்தது. அதன் தட்டையான உச்சியிலிருந்து, அடுத்த நாள் தாங்கள் தாக்கி அழிக்கப் போகும் முகாம்களை கமாண்டோக்கள் முதன்முறையாகக் காண முடியும்.

சூடான சாப்பாடு சாப்பிட இதுதான் நல்ல சமயம். கமாண்டோக்கள் தங்கள் முதுகுகளில் சுமந்து சென்ற பைகளில் ‘ஹெக்சாமைன்’ என்ற எரிபொருள் மாத்திரைகளும் அடுப்புகளும் இருந்தன. வாசனையில்லாமல், புகையாமல் நின்று எரியக்கூடிய இந்த மாத்திரைகளைக் கொண்டு வேகமாக பகல் உணவு தயாரிக்கப்பட்டது. பாக்கெட்டுகளில் ‘இன்ஸ்டன்ட்’ ரஜ்மா புலவு இருந்தது. வீரர்கள் குழுக்களாகப் பிரிந்து பசியாறினர். ‘பந்தி’ நடந்து கொண்டிருந்தபோது, ஒரு குழு பாதுகாப்பாக அவர்களைச் சூழ்ந்து நின்றது. ‘டெஸர்’ட்டாக அவர்கள் ஷக்கார்பாரா சாப்பிட்டனர். அது அனைவருக்குமாக, மொத்தமாக ஒரு பாலிதீன் பையில் வைக்கப்பட்டிருந்தது. இது ஒரு வகை இனிப்பு- இது அவர்கள் பத்திரமாகத் திரும்பி தங்கள் படைவீடுகளுக்கு வந்து தங்கள் வெற்றியைக் குறிப்பதாகும்.

செங்குத்தான மலையின் அடிவாரத்தில், இலைகள் நிறைந்த மரங்களினூடே புகுந்து செல்லும்போது, வீரர்கள் அணிந்திருந்த போர் சீருடை, காடுகளின் இலைச்சூழலோடு இரண்டற கலந்து போனது. அவர்கள் மலையேற ஆரம்பித்த சிறிது நேரத்திலேயே வீரர்களுக்குத் தெரிந்து போயிற்று தங்களிடம் போதிய நீர் இல்லை என்று. ஒவ்வொரு வீரரிடமும் அவர்களின் முதுகுப் பைகளில் 7 லிட்டர் குடிநீர் இருந்தது. அது கோடை காலத்தின்

உச்சக்கட்டம். வீரர்கள் தாகத்தால் தவித்துப் போயினர். இப்படிப்பட்ட சூழ்நிலைக்கு வீரர்கள் பழக்கப்பட்டவர்கள்தான். இருப்பினும் ஒரு பெரும் தாக்குதலுக்கு முதல் நாள் இப்படிப்பட்ட சூழ்நிலை நிலவுவது எந்த விதத்திலும் சாதகமானதல்ல. தாக்குதல் எவ்வளவு சீக்கிரமாக நடக்கிறதோ, அவ்வளவு சீக்கிரம் அழிக்கப்பட்ட முகாம்களிலிருந்து, வீரர்களுக்குத் தண்ணீர் கிடைக்கும். டெல்டா, தன் வீரர்களிடம் தமாஷாகச் சொன்னார். அவரின் கண்கள் தன் வீரர்கள் ஒவ்வொருவர் மீதும் படிந்தன. அவர்களின் உயிர்களுக்கு அவரே பொறுப்பு. வீரர்கள் தாக்குவதைப் பற்றியே நினைத்துக் கொண்டிருந்தபோது டெல்டாவின் மனதில் அவர்களின் பாதுகாப்பு பற்றிய உணர்வே நிரம்பி வழிந்தது. தன் வீரர்களில் ஒருவர்கூட அடிபடக் கூடாது என்பதில் அவர் தீவிரமாக இருந்தார்.

ஆம்! கண்டிப்பாக ஒருவர்கூட உயிர் இழக்கக் கூடாது.

வேகமான ஒரு தாக்குதலின்போது, எது வேண்டுமானாலும் நடக்கலாம். உயிரிழப்புடன் பின்வாங்குவது என்பது நினைப்பதற்கே பயங்கரமானது. அதுமட்டுமல்ல; அது தாக்குதலுக்குத் தேவையான வீரர்களின் எண்ணிக்கையையும் கணிசமாகக் குறைத்துவிடும். இப்படிப்பட்ட ஒரு நிலையை எண்ணிக்கூட பார்க்க முடியாது. இது மட்டுமல்ல; போரில் ஈடுபட்டிருப்போர் மட்டுமே உணரக்கூடிய வேறு ஒரு விஷயமும் இருந்தது.

“ஏதாவது அசம்பாவிதம் ஏற்பட்டுவிட்டால், அணியின் கௌரவம் கேள்விக்குறியாகும். மக்கள் சிறப்புப் படை அணி எதற்கும் லாயக்கில்லை என்று முத்திரை குத்தி விடுவார்கள். அப்படி ஒரு நிலை ஏற்படுவதை எங்களால் எப்படி அனுமதிக்க முடியும்? அது ஒருபோதும் நிகழாது!”

அணியின் தலைவராக, டெல்டா எப்போதும் இம்பாலிலிருந்த தலைமையுடன் தொடர்பில் இருந்தார். அவரிடம் ஓர் அலைபேசி இருந்தது. அதன் ‘சிக்னல்’ அளவு மூன்று கோடுகளாக இருந்தன.

இந்திய இராணுவத்திலிருப்பவர்களுக்குத் தெரியும், இந்திய அலைபேசிகள் எல்லையோரம் ஒரு குறிப்பிட்ட தொலைவு வரை வேலை செய்யும் என்பது.

தாக்குதல்களின்போது, 'மிஸ்டுகால்கள்', ஏற்கனவே குறிப்பிட்ட ஒரு சங்கேத மொழி வாயிலாகத் தொடர்பு ஏற்படுத்தும். மிஸ்டுகால்கள் மற்றும் செயற்கைக் கோள் தொடர்பு வழியாக, டெல்டா இராணுவத் தலைமையுடன் தொடர்ந்து தொடர்பில் இருந்தார்.

இராணுவத்திற்கு முழுமையாகத் தன் ஆதரவை அளித்த இந்திய அரசு, மியான்மார் தலைநகரான *Nay Pyi Taw*-வுடன் தொடர்பிலிருந்து, தாக்குதல் பற்றிய தகவல்களைத் தெரிவித்து வந்தது. பாதுகாப்புக் காரணங்களுக்காக, டெல்டா வேறென்ன தொடர்பு கொள்ளும் வழிகளை வைத்திருந்தார் என்று வெளியிடம் சொல்லவில்லை. அணிக்குத் தொடர்ந்து உளவுத் தகவல்கள் கிடைத்து வந்தன.

அவற்றுள் சில கிளர்ச்சிக்காரர்கள் தங்கள் முகாம்களைக் காலி செய்துவிட்டு ஓடிப் போயிருக்கலாம் என்றும் தெரிவித்தன. ஒருமுறை இன்னொரு முனையிலிருந்து ஒரு குரல் கேட்டது... "டெல்டா! அவர்கள் இன்னும் அங்கேதான் இருக்கிறார்கள் என்று நீங்கள் நம்புகிறீர்களா? உங்களால் அவர்களைப் பார்க்க முடிந்ததா? சூழ்நிலை மாறிப்போயிருக்கலாம், ஜாக்கிரதை!"

லெப்.கர்னல் வடகிழக்குப் பகுதியில் பத்தாண்டு காலத்திற்கும் மேலே செலவழித்திருந்தார். அவர் ஒரு மிகச்சிறந்த உளவாளிகள் பின்னலை உருவாக்கியிருந்தார். கிளர்ச்சிக்காரர்கள் அதிக அளவில் இன்னும் அங்கேதான் இருக்கிறார்கள் என்பதில் அவருக்கு எள்ளளவும் சந்தேகமில்லை. அவர் தன்னிடம் பேசிய குரலிடம் சொன்னார்... "கவலைப்படாதீர்கள்; நானும் என் அணியினரும் வெற்று கூடாரங்களைத் தாக்க இவ்வளவு தூரம் வரவில்லை!"

மலையில் ஏறிக் கொண்டிருக்கும்போதே *TAR-21* அஸ்ஸால்ட் ரைஃபிள்களைச் சுமந்து சென்றவர்கள் அவற்றின் ஸ்லிங்குகளை வெளியே எடுத்தனர். இந்த இஸ்ரேல் துப்பாக்கிகளின் வால் கனமாக இருக்கும்படியும், வாய்ப்பகுதி 'லைட்'டாக இருக்கும்படியும் அமைக்கப்பட்டிருந்தன. மேலும், அவற்றின் வெடிமருந்து மற்றும் சுடும் பொறி-'டிரிக்க'ருக்குப் பின்னால் அமைக்கப்பட்டிருந்தன. "சிறப்புப் படை வீரர்கள் கவண்களைப் பயன்படுத்துவதில்லை. உடனடியாகச் செயல்பட துப்பாக்கிகளைக் கைகளில்தான் சுமக்க வேண்டும் என்பது எங்கள் நம்பிக்கை. ஆனால் *TAR-21* துப்பாக்கிகளைக் கைகளில் ஏந்தியவாறு மலையேறுவது சிரமம். அதன் அமைப்பு அப்படி" லெப். கர்னல் விளக்குகிறார்.

சிறிது நேரம் கழித்து, அந்திமாலைப் பொழுதில், பாரா சிறப்புப் படை அணி, மலை உச்சியை அடைந்தது. டெல்டாவும் அவர் அணியினரும் மிக கவனமாகத் தேர்ந்தெடுக்கப்பட்ட இடங்களில் தங்களை நிலைநிறுத்திக்கொண்டனர். அந்த இடங்களிலிருந்து இலக்குகள் தெளிவாகத் தெரிந்தன. செயலைத் தூண்டும் 'அட்ரினல்' அவர்கள் நரம்புகளில் முதன்முறையாகப் பாய்ந்தோடியது. முகாம்கள் 400 அடி தொலைவிலேயே இருந்தன. அணியின் உளவுப் பிரிவு, அவற்றைக் கண்காணிக்க ஏதுவாகச் சற்று அதிக உயரத்திலிருந்தது. அணியின் மற்ற வீரர்கள், அவர்களுக்குச் சற்றே கீழிருந்தனர். மலையுச்சியில் இருந்த வீரர்கள் அனைவரிடமும் இரவை ஊடுருவிப் பார்க்கும் கண்ணாடிகள் இருந்தன.

அந்த முகாம்கள் மணிப்பூரைத் தலைமையிடமாகக் கொண்ட 'பீப்பிள்ஸ் லிபரேஷன் ஆர்மி'க்குச் சொந்தமானவை. ஆனால் அவற்றை அதிக அளவில் பயன்படுத்தி வந்தது, *NSCN -K* அணி ஆட்கள்தான்.

நிலா வெளிச்சம் மலை உச்சியைக் குளிப்பாட்டிக் கொண்டிருந்த அந்த ஜூன் இரவில், டெல்டா விடிகாலைப் பொழுதில்

நடத்தவிருந்த தாக்குதலுக்கு ஒரு முறை ஒத்திகை பார்த்து, எல்லா விஷயங்களையும் இன்னும் மேலதிக அளவில் சீர் செய்துகொண்டார். தன் கீழ் இயங்கும் அணித்தலைவர்களுடன் விவாதித்து, தன் வீரர்களை நான்கு அணிகளாகப் பிரித்துக் கொண்டார். முதல் அணி, முதல் நேரடித் தாக்குதலை நடத்தும். அடுத்த இரண்டு அணிகள் தப்பியோடுபவர்களை ஒரு கை பார்க்கும். நான்காவது அணி முக்கியப் பணியான பாதுகாப்பாக வெளியேறுவதை உறுதி செய்யும்.

ஆணை தெளிவாக இருந்தது. அடுத்த நாளான 9-ம் தேதி, அதிகாலை, சூரிய உதயத்திற்கு முன்பு, தீவிரச் சுடுதலுடன் தாக்குதல் தொடங்கப்பட வேண்டும். அதே சமயத்தில் 100 கி.மீ தொலைவில் இருந்த ஒரு பாரா சிறப்புப் படை அணி நாகாலாந்திலிருந்து NSCN -K முகாமைத் தாக்கும். தனக்கு ஆலோசனைகளை வழங்கி வந்த 'புகழ்பெற்ற' இராணுவ ஆலோசகரான நிகி சுமி என்பவரை NSCN -K தான் அங்கு தங்க வைத்துப் பாதுகாத்து வந்தது.

தாக்குதல் பற்றி விவரங்கள் இறுதியாக ஒருமுறை சரிபார்க்கப்பட்டன. அப்போது இரவு 9 மணியிருக்கும். இரவின் நிசப்தத்தைக் கிழித்துக் கொண்டு தானியங்கித் துப்பாக்கிகள் வெடிக்கும் சத்தம் கேட்டது. கமாண்டோ வீரர்கள் செயலில் இறங்கத் தயாராயினர். அவர்கள் துப்பாக்கிகள், சுட்டுத்தள்ள தயார். தாங்கள் பதுங்கியிருப்பது எதிரிக்குத் தெரிந்துவிட்டதோ என்று நம் வீரர்களுக்கு சந்தேகம் வந்துவிட்டது. டெல்டா அப்படி இருக்காது என்று நம்பினார்.

கமாண்டோக்கள் இருப்பதை எதிரிகள் கண்டுபிடித்து விட்டார்களா? அவர்கள் வருகையை எதிரிகள் எதிர்பார்த்திருப்பார்களோ, டெல்டாவின் மனதின் ஓர் ஓரத்தில் சந்தேக அலைகள் தோன்ற ஆரம்பித்தன.

"திட்டம் அதோ கதிதான். நாங்கள் ஒழிந்தோம்!" டெல்டா நினைவு கூர்ந்தார். அவர் ஒரு முறை ஆழ்ந்து மூச்சுவிட்டார். தன்

வீரர்களிடம் தாங்கள் இருக்கும் இடத்தைவிட்டு அசையாமல் கற்சிலை போல் நிற்க வேண்டும் என்று கிசுகிசுத்தார். மரங்களை ஊடுருவிய மென் தென்றலின் ஓசையைவிட வேறு சப்தமே இல்லை.

ஒரு வேளை எதிரிக்கு மூக்கில் வேர்த்திருந்தால், உடனடியாக என்ன செய்வது என்று டெல்டா முடிவெடுக்க வேண்டும். எல்லாம் தலைகீழாக மாறிவிடும். தாக்குதலை முன் எடுத்துச் செல்லும் அணி, அந்த வேலையை விடுத்து, தன்னைத் தற்காத்துக் கொள்ளும் வேலையைச் செய்தாக வேண்டும். அப்படிப்பட்ட ஒரு நிலை வருமானால், கௌரவம் என்ற பேச்சுக்கே இடமில்லை; உயிர் பிழைப்பது மட்டுமே முக்கியமாகிப் போகும்.

சற்று நேரத்தில் ஒரு விஷயம் தெளிவாகியது- கிளர்ச்சிக்காரர்கள் தங்கள் எல்லைகளைப் பாதுகாத்துக் கொள்ள, ரோந்து சுற்றி வருகிறார்கள். அவர்கள் துணிவுடன் மலையேறி, நமது கமாண்டோக்கள் இருந்த இடத்திலிருந்து 150 மீட்டர் தூரம்வரை வந்துவிட்டார்கள். அவர்கள் உச்சஸ்தாயியில் பாடிக்கொண்டும், தங்கள் 'டார்ச்' விளக்குகளை ஒளிபாய்ச்ச செய்துகொண்டும் ரோந்து சென்று கொண்டிருந்தனர். அவர்களுடைய உரத்த குரல் போதையில் இருக்கிறார்களோ என்ற சந்தேகத்தை எழுப்பியது. இப்படி ரோந்து செல்வது வழக்கமான ஒன்றுதான் என்றும் அது உணர்த்தியது. மரணம் மலை உச்சியில் தங்கள் தலைகளின் மேல் உட்கார்ந்து கொண்டிருக்கிறது என்பதை அவர்கள் உணர்ந்ததாகத் தெரியவில்லை.

"அவர்கள் வானத்தை நோக்கிச் சுட்டார்கள். அது இலக்கின்றி சுடுகின்ற ஒரு நிகழ்வு, எதிரிகள் யாராவது ஒளிந்திருந்தால் அவர்களை வெளியே 'இழுப்பதற்காக' சுடப்படுவது என்றும் தெரிந்து போயிற்று. நாங்கள் அங்கே இருப்பது அவர்களுக்குத் தெரியாது." விஷயம் தெளிவானதும் நம் வீரர்கள் நிம்மதிப் பெருமூச்சுவிட்டனர். இன்னும் தாக்குதல் திட்டம்

உறுதியாகத்தான் இருந்தது.

தொடர்ந்து மூன்றாவது இரவும் விழித்திருக்க வேண்டிய சூழலில் சில வீரர்கள் தங்கள் இரவு உணவாக பூரியும், சட்னியும் எடுத்துக் கொண்டனர். சில கமாண்டோக்கள் சற்று நேரமாவது உறங்க மாட்டோமா என்று ஏங்கியபோது, அவர்களுக்கு நடு நிசியில் ஆச்சரியம் ஒன்று காத்திருந்தது.

நடு நிசி கழிந்து, சற்று நேரத்தில் கிளர்ச்சிக்காரர்களில் சிலர் வானத்தை நோக்கிச் சுட்டனர். டெல்டா திகைத்துப் போனார். மீண்டும் அதே சந்தேகம் அவர் மனதில் வெடித்தது. ஒரு வேளை நாம் இங்கேயிருப்பது எதிரிக்குத் தெரிந்திருக்குமோ? அவர் மனதில் ஒரு குரல் கேட்டது: மாற்றுத் திட்டத்தைச் செயல்படுத்த வேண்டி வரலாம். தன் மனதிலிருப்பதை அவர் தன் அணிக்குச் சொல்ல வேண்டிய அவசியம் ஏற்படவில்லை. வீரர்கள் இருந்த இடத்தில் அப்படியே ஆணி அடித்தது போல் அசையாது, அமைதியாக இருந்தனர். ஒவ்வொருவரும் எந்தக் கணம் வேண்டுமானால் பெரிய சண்டை வெடிக்கலாம் என்று எதிர்பார்த்துக் காத்திருந்தனர்.

பத்து நிமிடம் குண்டு வெடித்தல் நடந்தது. அப்புறம் திடீரென்று ஆரம்பித்தது போலவே நின்றும் போனது. கிளர்ச்சிக்காரர்கள் தூங்கி வழிந்து கொண்டே, தங்கள் இருப்பிடங்களுக்குத் திரும்பிப் போயினர். அவர்கள் மூன்று மணி நேரம் கழித்து மீண்டும் திரும்பி வந்தனர், இன்னொரு ரவுண்டு சுடுவதற்காக.

அப்போது அதிகாலை மணி 3. இது எரிச்சல் தரும் பெரும் சவாலாக இருந்தது. பாரா சிறப்புப் படை அணியினர் அங்கே திருட்டுத்தனமாகப் பதுங்கி இருப்பதைப் பற்றி அவர்களுக்கு ஏதாவது தகவல் தெரிந்திருக்குமா? டெல்டாவிற்குத் திட்டத்தை மாற்றியே ஆக வேண்டும் என்பது நிச்சயமாகத் தெரிந்து போயிற்று. உச்சியிலிருந்தபடி உளவு பார்த்துக்கொண்டிருந்த அணியின் ஒரு பிரிவு இன்னும் அங்கேயேதான் இருந்தது. மற்ற வீரர்கள் கீழே மலைச்சரிவில் அவரவர் இடத்திலிருந்தனர்.

அணியிலிருந்த ஒரு கமாண்டோ அதிகாரி டெல்டா இருந்த இடத்திற்கு தவழ்ந்து வந்தார். அவரை நோக்கிக் குனிந்தவாறு சொன்னார்: "கிளர்ச்சிக்காரர்களுடன் மோதாமல், அவர்களின் குண்டு மழையைத் தவிர்க்க வேண்டுமானால், என்ன வந்தாலும் சரியென்று திட்டமிட்டபடி நாம் தாக்குவதை ஆரம்பித்துவிட வேண்டியதுதான்!" முடிவெடுக்க அணியின் தலைவருக்கு இருந்த அவகாசம், 2 மணி நேரம்தான்!

தாக்குதல் நடத்தப்பட வேண்டிய இறுதியான நிலைகளிலிருந்து எதிரியின் ஆச்சரியத்தைக் குலைக்காமல் தாக்குதலை நடத்த வேண்டுமானால் திட்டத்தில் சிறு சிறு மாற்றங்கள் தேவை என்பது புரிந்தது. இந்தச் சின்னச் சின்ன மாற்றங்கள் மிக முக்கியமானவை. அணியை நான்காகப் பிரிப்பதற்குப் பதிலாக, மூன்றாகப் பிரிப்பது என்று முடிவானது.

இரண்டு பிரிவுகள் நேரடித் தாக்குதலில் இறங்குவது என்று முடிவாயிற்று. மூன்றாவது பிரிவு, இந்த அணிகளின் பின்புறம் இயங்கும், கிளர்ச்சிக்காரர்கள் கமாண்டோக்களைச் சூழ்வதைத் தவிர்ப்பதே இந்தப் பின் அணியின் முக்கிய வேலை. தாக்குதல் அணியினர் பாதுகாப்பாகத் தப்பிச்செல்வதை உறுதி செய்வதும். மாறிவிட்ட சூழ்நிலைகளால், இரண்டு அணிகளாகப் பிரிந்து எதிரி முகாமின் இன்னொரு பக்கம் செல்வது என்று முடிவு செய்யப்பட்ட திட்டம் கைவிடப்பட்டது.

அதிகாலை 4 மணிக்கு, தங்களை வெளிப்படுத்திக் கொள்ளாமல், கமாண்டோக்கள் மலை உச்சியிலிருந்து தாங்கள் இறுதியாகத் தாக்கும் நிலைகளுக்குச் சென்றனர். மலையின் அடிவாரத்திலிருந்த கிளர்ச்சிக்காரர்களின் முகாம்களை டெல்டா தன் இரவுக்கண்ணாடிகள் வழியாகப் பார்த்தார். ஒரு மணி நேரத்திற்கு முன் ரவுண்டுகள் சுட ஆரம்பித்த கிளர்ச்சிக்காரர்கள் இன்னும் தங்கள் முகாம்களுக்குத் திரும்பவில்லை என்று தெரிந்தது. அவர்கள் இன்னும் வெளியேதான் சுற்றிக் கொண்டிருந்தார்கள்.

“அவர்கள் எங்களிடமிருந்து வெகு தூரத்தில் இல்லை. பத்தே நிமிடங்களில் நாங்கள் அவர்களைத் தாக்கிவிட முடியும். அவர்கள் முகாம்களை நோக்கி நடக்க ஆரம்பித்திருந்தனர்” டெல்டா நினைவு கூருகிறார்.

கமாண்டோக்கள் தங்கள் ‘வேலை’யின் மிக முக்கியக் கட்டத்தை அடைந்துவிட்டனர். இலக்குகளை நோக்கி அவர்கள் சர்வ ஜாக்கிரதையாக நகர ஆரம்பித்தனர். லெப். கர்னல் தன் வீரர்களிடம் கிளர்ச்சிக்காரர்களின் முதல் முகாம்வரை அவர்களைப் பின்தொடரவேண்டும் என்று சொன்னார். அவர் யுக்தி பிரமாதமாகப் பலித்தது.

தாங்கள், பலத்த ஆயுதங்களைத் தாங்கியிருக்கும் 40 கமாண்டோக்களால் அரைவட்டமாக வளைக்கப்படுவோம் என்பதைச் சற்றும் அறியாமலேயே, கிளர்ச்சிக்காரர்கள் தங்கள் முகாமிற்குள் நுழைந்தனர். படை வீரர்கள் ஒவ்வொருவரும் தங்கள் எதிரியை நோக்கி நேராகச் சுடுவதற்கேற்றவாறு நின்றுகொண்டனர். மற்ற 24 கமாண்டோக்கள் அவர்கள் பின்புறம் இருந்தனர். தங்கள் இரவுக் கண்ணாடிகள் வழியாக எதிரி முகாம்களை அவர்கள் தொடர்ந்து கண்காணித்துக் கொண்டிருந்தனர். தேவைப்பட்டால் அவர்கள் எந்நேரமும் தாக்குதலில் குதிக்கத் தயாராக இருந்தனர். முகாம்களில் கிளர்ச்சிக்காரர்கள் அன்றைய பொழுதிற்கான முதல் உணவைத் தயாரிப்பதில் மும்முரமாக இருந்தனர். அதுதான் அவர்களின் கடைசி உணவு என்பது பாவம் அவர்களுக்குத் தெரியாது. அவர்கள் கண்காணிப்பு மிகவும் குறைவாக இருந்தது.

“இவர்கள் தினமும் இரண்டு வேளை உணவு சாப்பிடுபவர்கள். ஒன்று, அதிகாலை 5 மணிக்கு, இன்னொன்று பிற்பகல் 3 மணிக்கு. அவர்கள் அன்றைய பொழுதின் முதல் உணவை எடுத்துக்கொள்ளும் போது தாக்குதல் நடத்தத் தீர்மானிக்கப்பட்டிருந்தது. அவர்கள் சாப்பிடும் அறையில் கூடுவார்கள் எனபது எங்களுக்குத் தெரியும். அப்போது அவர்கள்

மிகவும் பலவீனமாக இருப்பார்களென்றும் எங்களுக்குத் தெரியும்" டெல்டா நினைத்துப் பார்க்கிறார்.

தாக்கும் அணி இலக்குகளை இறுதியாக ஒரு முறை எடை போட்டது. எதிரியின் முகாமில் முதல் காவல் இடம் காலியாக இருந்தது. அதற்குப் பின் இரண்டு காவல் இடங்கள் இருந்தன. ஒன்றில் நான்கு பேரும், இன்னொன்றில் இரண்டு பேரும் காவல் காத்துக் கொண்டிருந்தனர் டெல்டா அந்த இரண்டு இடங்களில், *Carl Gustavs* என்ற ஆயுதங்களை வைத்துக் கொண்டிருந்தவர்களை தங்கள் முதல் ராக்கெட்களால் தாக்கி ஒழித்துவிடுமாறு ஆணையிட்டார். காவல் காத்துக் கொண்டிருந்த 6 வீரர்களில் ஒருவர்கூட மிஞ்சவில்லை.

ராக்கெட்டுகள் வெடித்துச் சிதறியபோது, நிலத்தில் அதிர்வுகள் ஏற்பட்டன. அப்போதுதான் முகாம்களின் உள்ளேயிருந்த கிளர்ச்சிக்காரர்கள் தாங்கள் தாக்கப்படுவதை உணர்ந்தனர். அதுமட்டுமல்ல, தாங்கள் ஓடித் தப்பிக்க வழியே இல்லை என்பதையும் அவர்கள் உணர்ந்தனர். இதன் பின்பு, கமாண்டோக்கள் தங்களிடமிருந்த கருவிகளைக் கொண்டு தாக்கத் தொடங்கினர். ஒரு தட்டொலி *(tap)*, அதைத் தொடர்ந்து இரண்டு தட்டொலி இப்படி தொடர்ந்து அவர்கள் தங்கள் வெடிமருந்து காலியாகும் வரை சுட்டனர். அவை காலியானதும், உடனே புதியவை மாற்றப்பட்டன. இப்படி நம் வீரர்கள் கிளர்ச்சிக்காரர்கள் மீது தொடர்ந்து குண்டுமாரி பொழிந்தனர்.

கமாண்டோக்கள், தொடர்ந்து சுடுவதற்கு தங்கள் துப்பாக்கிகளிலிருந்த தானியங்கி விசையைப் பயன்படுத்தவே இல்லை. அப்படிச் செய்தால் குண்டுகள் இலக்கின்றி சிதறிப்போய் வீணாகும். எனவே, மேலே சொன்ன முறைதான் சிறந்தது. இதில் குண்டுகள் அதிகமாக வீணாகாது. இரண்டு தட்டொலி என்பது, ஒரே இலக்கைத் தொடர்ந்து, வேகமாக இருமுறை சுட பயன்படுத்தப்படும் ஒரு 'டெக்னிக்'.

கிளர்ச்சிக்காரர்கள் என்ன நடந்தது என்று தெரியாமல், குழம்பி,

சிதறிப் போயினர். முதல் முகாமை எளிதாக காலி செய்ய முடிந்தது. சற்றும் எதிர்பாராது நடந்த பலமான, வீரியமான தாக்குதலால் கிளர்ச்சிக்காரர்கள், முதல் 25 நிமிடங்களுக்கு செய்வதறியாது திகைத்துப் போயினர். இரண்டாவது முகாமை அழிக்கும் வேலையில் நம் வீரர்கள் இறங்கியபோது, எதிரிகள் தானியங்கித் துப்பாக்கிகளால் திருப்பிச் சுட்டனர். முகாம்கள் அமைக்கப்பட்டிருந்த விதம் ஆச்சரியத்தில் ஆழ்த்தும் விதமாக இருந்தது. நம் வீரர்கள் அங்கே பதுங்கு குழிகள் இருக்காது என்று நம்பிக் கொண்டிருந்தனர். ஆனால் அது உண்மையல்ல. கிளர்ச்சிக்காரர்கள் இராணுவ பதுங்கு குழிகளைப் போலவே தங்கள் பதுங்கு குழிகளை ஆழமாக அமைத்திருந்தனர். அவற்றிலிருந்துகொண்டு கமாண்டோக்களை நோக்கித் திருப்பிச் சுட்டனர்.

சண்டை ஆரம்பித்து இருபது நிமிடங்கள் கடந்தன. மூன்றாவது முகாமிலிருந்து, பின்பக்கமிருந்த நம் கமாண்டோக்களைத் தாக்க ஆரம்பித்தனர். அவர்கள் சுட்ட குண்டுகள் அலை அலையாக நம் வீரர்கள் தலைகள் மீது பறந்து சென்றன, 'விர்'ரென்ற ஒலியுடன். இப்படி ஒரு தாக்குதலை எதிர்பார்த்துக் காத்துக் கொண்டிருந்த நமது கமாண்டோக்கள் சரியான பதிலடி திருப்பிக் கொடுத்தனர். அவர்கள் தங்கள் தானியங்கித் துப்பாக்கிகளால் சுட ஆரம்பித்தனர்; அண்டர்-பேரல் கையெறி குண்டு லாஞ்சர்களைக் கொண்டு குண்டுகளைத் தெறிக்கவிட்டனர். மிகப் பெரிய பரப்பில் சேதத்தை ஏற்படுத்தக்கூடிய, வானத்தில் வெடித்துச் சிதறக்கூடிய இரண்டு ராக்கெட்டுகளையும் அவர்கள் செலுத்தினர். நிலம் எரிய ஆரம்பித்தது. அது இன்னொரு முக்கியமான முடிவை எடுக்க வேண்டிய காலம்.

தங்கள் இலட்சியமான இரண்டு முகாம்கள் முழுவதுமாக அழிக்கப்பட்டதுடன் 'மிஷன்' கமாண்டோக்கள் தங்கள் வேலை முடிந்துவிட்டதாக மிஷன் கமாண்டர் உணர்ந்தார். இது தப்பிச்செல்வதற்கான நேரம். பின்புறம் இருந்த அணி மீது தாக்குதல் நடத்தப்பட்டவுடன், தப்பிச்செல்வதற்கான

நேரம் வந்து விட்டதை அணித்தலைவர் உணர்ந்தார். "திருப்பிச் செல்லும் அணியினர் மூன்றாம் முகாம் மீதும் தாக்குதல் நடத்தினர். ஆனால் நாங்கள் அந்த முகாமிற்குள் நுழையவில்லை." டெல்டா நினைவு கூர்கிறார்.

களத்திலிருக்கும்போது, கணக்கெல்லாம் போட்டுக் கொண்டிருக்க முடியாது. கிளர்ச்சிக்காரர்களுக்குப் பெரும் சேதம் ஏற்பட்டிருந்தது பின்னால் தெரிய வந்தது. 45 நிமிடங்கள் நடந்த தாக்குதலில் கமாண்டோக்கள் சுமார் 15,000 ரவுண்டுகள் சுட்டிருப்பார்கள். 150 கையெறி குண்டுகள் மற்றும் ஒரு டஜன் ராக்கெட்டுகளையும் அவர்கள் வெடித்திருந்தனர். களத்தில் தங்கி, தலைகளை எண்ணிக்கொண்டிருக்க வேண்டாம் என்று கமாண்டோக்களுக்குத் தெளிவான ஆணை இடப்பட்டிருந்தது. அவர்கள் அதை அப்படியே பின்பற்றினர்.

ஆச்சரியகரமாக, டெல்டாவின் ஆட்களில் ஒருவருக்குக்கூட சிறிய காயம் கூட ஏற்படவில்லை; ஆம் ஒரு சின்னக் கீறல் கூட! தப்பிச்செல்லும் பாதை ஏற்கனவே தீர்மானிக்கப்பட்டதுதான். இந்திய எல்லையை நெருங்கியவுடன் இராணுவம் மிகவும் ஆவலுடன் எதிர்பார்த்துக் கொண்டிருந்த அழைப்பை டெல்டா அனுப்பினார். அந்த மந்திரச் சொற்களை அவர் உதடுகள் உச்சரித்தன: "தாக்குதல் வெற்றி!"

லெய்மகோங்கில் தன் அறையிலிருந்த ஜென். ராவத்தின் முகத்தில் புன்னைகை விரிந்தது. அவருடன் அறையிலிருந்த அனைவரின் முகத்திலும் சிரிப்பலைகள். சங்கிலியின் முதல் கண்ணியை உடனே சென்றடைந்தது செய்தி. சில மணி நேரம் கழித்து, இந்தியா அதுவரை செய்யாத ஒரு காரியத்தைச் செய்தது, அது உலகத்திற்கு உரத்துச் சொன்னது: "நாங்கள் மணிப்பூர் பதுங்கு தாக்குதலுக்கு தக்க பதிலடி கொடுத்திருக்கிறோம்!"

ஜூன் 9, மதியம் டெல்டாவும், அவர் அணியினரும் மணிப்பூருக்கு திரும்பினர். அப்போது பிற்பகல் 3 மணி. இந்தியப் பகுதியின் முதல் கிராமத்தை அடைய, அவர்கள் அடர்ந்த

காடுகளினூடே சில மணி நேரம் நடக்க வேண்டியிருந்தது. சூரிய வெப்பம் தகித்தது; வீரர்கள் தாகத்தால் தவித்துப் போயினர். ஆனாலும் பெற்றிருந்த வெற்றியால், அவர்கள் முகத்தில் ஒளிர்ந்த புன்னகை மட்டும் மாறவே இல்லை. வழியிலிருந்த ஒரு சிறு கடையில் சில்லென்றிருந்த பீர் பாட்டில்களை வாங்கி, மடக் மடக்கென்று குடித்தனர். டெல்டா பீர் பாட்டிலை திருப்பிப் பார்த்தார்- அது மியான்மாரில் தயாரிக்கப்பட்டது. டெல்டா இதைச் சொன்னதும், பல நாட்களுக்குப் பிறகு, வீரர்கள் வாய்விட்டுச் சிரித்தனர்.

அன்று, பிற்பகல், இந்திய இராணுவத்தில் வான் படையைச் சேர்ந்த இரண்டு 'துருவ்' ஹெலிகாப்டர்கள் அருகே இருந்த ஒரு கிராமத்தில் தரையிறங்கியது. அவை, ஒரு மணி நேரத்திற்கு முன்பு, லெய்மகோங்கிலிருந்து புறப்பட்டிருந்தன நம் வெற்றி வீரர்களை திருப்பி அழைத்துச்செல்ல! பல நாட்கள் நடந்து நடந்து களைத்துப்போன வீரர்கள், தங்கள் இருப்பிடங்களையடைய 30 கி.மீ திரும்பவும் நடக்க வேண்டியதில்லை. ஹெலிகாப்டரில் பயணம் செய்யலாம் என்று களிப்பில் மிதந்தனர். அடுத்த நாள் காலையில், லெப், கர்னல் அணியின் 64 வீரர்களும் லெய்மகோங்கில் இருந்தனர்.

ஆனால் நாகாலாந்து எல்லையிலிருந்து, NSCN -K முகாமைத் தாக்கும் பொறுப்பிலிருந்த இன்னொரு அணி டெல்டா அணியினரினைப் போல அவ்வளவு அதிர்ஷ்டம் செய்திருக்கவில்லை. தாக்குதலுக்கு பல மணி நேரத்திற்கு முன்பே அந்த முகாம் காலி! நம் வீரர்களால் செய்ய முடிந்தது, காலி முகாமைத் தீக்கிரையாக்குவது மட்டுமே!

லெய்மகோங்கில் இறங்கிய பதினந்து நிமிடங்கள் கழித்து, டெல்டாவின் தொலைபேசி ஒலித்தது. எதிர் முனையிலிருந்து பேசிய குரலை அவர் எதிர்பார்க்கவே இல்லை. அது இந்தியப் பாதுகாப்பு அமைச்சர் மனோகர் பாரிகரின் குரல்.

"எங்களுக்கு வாழ்த்துச் சொல்ல என்னை இந்தியப் பாதுகாப்பு

அமைச்சர் பாரிகர் என்னை அழைத்தபோது, நான் இன்னும் என் ஷூ லேஸ்களைக் கூட கழற்றியிருக்கவில்லை. அவர் அவ்வளவு சீக்கிரம் அழைத்தது, எனக்கு ஆச்சரியமாகவும், ஆனந்தமாகவும் இருந்தது. என்னால் நம்பவே முடியவில்லை. பாதுகாப்பு அமைச்சர் அழைப்பது என்பது அன்றாடம் நடக்கக்கூடிய செயல் அல்ல." மணிப்பூரில் ஓர் அணியைத் தலைமையேற்று நடத்திச் சென்ற டெல்டா நினைத்துப் பார்க்கிறார்.

ஆனால் அவர் வேலை இன்னும் முடியவில்லை. அடுத்த நாள், அவர் இராணுவத் தலைமையிடம் என்ன நடந்தது என்று விவரமாக விளக்க வேண்டியிருந்தது. பாரா சிறப்புப் படை அணியால் ஒரு புதிய சரித்திரம் எழுதப்பட்டதை அரசின் மேல் மட்டத்திலிருந்து கீழ் மட்டம் வரை அனைவரும் அறிந்தனர்.

இராணுவத் தலைவரிடம் எல்லாம் விளக்கியபின்தான் டெல்டாவிற்குத் தன் குடும்பம் பற்றிய நினைவே வந்தது. அன்று காலை அறுவைசிகிச்சை செய்து கொண்ட அவரின் தாயாரை மருத்துவமனைக்குச் சென்று உடனே அவர் பார்க்க விரும்பினார். சில மணி நேரத்திற்கு முன்பே டெல்டாவின் தாயாருக்கு புற்று நோய் அறுவைசிகிச்சை நடந்து முடிந்திருப்பதை அறிந்து ஜெனரல் ராவத்தும் மற்றவர்களும் திகைத்துப் போயினர்.

தன் மாருதி 800-ல் தனியாக மருத்துவமனைக்குச் செல்லும் டெல்டாவின் திட்டம் பற்றிக் கேள்விப்பட்ட யாருக்கும் திருப்தியில்லை. பழி வாங்கத் துடித்துக் கொண்டிருப்பவர்களால் அவருக்கு ஆபத்து வரலாம் என்று அவர்கள் அச்சப்பட்டனர். ஆனால் தன் ஒருவனின் பாதுகாப்புக்காக கமாண்டோ அணியினரைப் பயன்படுத்த அவர் விரும்பவில்லை. எனவே, பணிவுடன் அந்தத் திட்டத்தை அவர் மறுத்தார். தன் அம்மாவுடன் 4 மணி நேரம் செலவழித்தபின், அடுத்த நாள் காலை அவர் தன் முகாமிற்குத் திரும்பி வந்து விட்டார்.

அடுத்த நாள், டெல்லியில் நடந்த பத்திரிகையாளர் சந்திப்பில், நம்பத் தகுந்த தகவல்களின் அடிப்படையில், கிளர்ச்சிக்காரர்கள் மீது தாக்குதல் நடத்தப்பட்டு, கணிசமான அளவில் சேதம் விளைவிக்கப்பட்டது என்று தகவல் சொல்லப்பட்டது. இராணுவம் அப்போது எத்தனை கிளர்ச்சிக்காரர்கள் உயிரிழந்தார்கள் என்று திட்டவட்டமாகச் சொல்ல முடியவில்லை; ஆனால் பின்னாளில் கிடைத்த உளவுத் தகவல்கள், அனேகமாக, 40-50 ஆட்கள் இறந்திருக்கலாம் என்று சொல்லின. சீக்கிரமே புதைத்துவிட வேண்டும் என்பதற்காக, பர்மிய இராணுவம் அந்தப் பிணங்களை இரண்டு டிரக்குகளில அருகே உள்ள இடத்திற்கு எடுத்துச் சென்றுவிட்டது என்ற தகவல் கிடைத்தது.

கமாண்டோக்கள் தாக்குதல் நடத்திய இடத்திற்கு தெற்கில் இருந்த ஒரு மருத்துவமனைக்குப் பயங்கரமான காயங்களுடன் பல ஆட்களை எடுத்துச் செல்லப்பட்டதாகவும் தெரிந்தது. இன்னொரு புறம் இருந்தும், திட்டமிட்டபடி தாக்குதல் நடத்தப்பட்டிருந்தால் உயிர்ச் சேதம் இன்னும் அதிகமாக இருந்திருக்கும்.

தாக்குதல் நடந்த இரண்டு மாதங்களுக்குப் பிறகு, சுதந்திர தினத்தன்று, லெப்.கர்னல். ஆஸ்கார் டெல்டாவிற்கு கீர்த்தி சக்ரா விருதும், அவர் அணியைச் சேர்ந்த ஒரு ஹவில்தாருக்கு சௌரிய சக்ரா விருதும், மற்றும் ஐந்து வீரர்களுக்கு வீர தீரச் செயலுக்கான சேனா விருதும், அரசால் அறிவிக்கப்பட்டன. ஏற்கனவே ஹீரோக்களால் நிரம்பி வழிந்த ஒரு படைப் பிரிவில் இப்போது, டெல்டா இன்னொரு ஹீரோவானார். ஆனால் நேரில் சந்தித்தால் அவர் இவ்வளவு பெரிய ஆள் என்று கணிக்கவே முடியாது.

“அங்கே நீங்கள் ஒரு ‘ராம்போ’ அல்ல. எனக்குக் கிடைத்த கீர்த்தி சக்ரா விருது (இதுதான் அமைதிக் காலத்தில் வழங்கப்படும் விருதுகளிலேயே இரண்டாவது பெரிய விருது)

உண்மையில் தாக்குதலில் பங்கெடுத்துக் கொண்ட என் வீரர்கள் ஒவ்வொருவருக்கும் உரியதாகும். நாங்கள் எங்கள் கடமையைத்தான் செய்தோம்; ஆனால் அதற்கு அங்கீகாரம் கிடைக்கும்போது, அது ஒரு விவரிக்க முடியாத மகிழ்ச்சியாகும். ஆனாலும் விருதுகள் ஒரு பெரிய விஷயமே அல்ல."

ஆனால், இந்தத் தாக்குதலில் டெல்டாவிற்கு ஒரேயொரு வருத்தமும் இருந்தது. நடந்த போரில் 'போரின் வெற்றிக் கோப்பை'யாக கிளர்ச்சிக்காரர்களின் முகாமிலிருந்து ஒரு கொடியையோ அல்லது வேறு எதையுமோ கொண்டுவர முடியவில்லை. தாக்குதல் நடத்தச் செல்லும் முன்பு, அவர் தன் மேலதிகாரிகளிடம் திரும்பிவர எந்தக் காலக்கெடுவும் குறிக்க வேண்டாம்; ஏனெனில் தாங்கள் வெற்றிக் கோப்பையாக எதிரியின் கொடியைக் கொண்டுவர விரும்புகிறோம் என்று கேட்டுக் கொண்டிருந்தார். "ஆனால் அதற்கு வாய்ப்பே கிட்டவில்லை; அனேகமாக இன்னொரு சந்தர்ப்பத்தில் அது நடக்கலாம்!"

அது சரி, கமாண்டோக்களால் சிறைபிடிக்கப்பட்ட அந்த பர்மிய வேட்டைக்காரர்களின் கதி என்ன? கீழே இறங்க சில நிமிடங்கள் இருக்கும்போது அவர்களை விடுதலை செய்துவிடுமாறு டெல்டா ஆணையிட்டார். அவர்கள் பட்ட சிரமத்திற்காக, அவர்கள் ஒவ்வொருவருக்கும் ரூ. 5000/= வழங்கப்பட்டது. தங்கள் நன்றியைக் காட்டுவதற்காக, அவர்கள் கிளம்புமுன், நம் வீரர்களுக்கு உடும்பு விருந்து வைத்தனர். அதன் மணம் இன்னும் டெல்டாவின் நாக்கில் ஊறிக்கொண்டிருக்கிறது.

டெல்டாவிற்கு மிகவும் பிடித்த சுவையில் அது அவருக்குக் கிடைத்தது, பச்சையாக!

3

அவர் கண் விழித்ததும் மரணம் புன்னகைத்தது!

லான்ஸ் நாயக் மோஹன் நாத் கோஸ்வாமி

உதாம்பூர், ஜம்மு, காஷ்மீர்

1 செப்டம்பர் 2015

அவர் ஒவ்வொரு நாளும் கண் விழிக்கும்போது மரணம் அவரைப் பார்த்துப் புன்னகைத்தது. தன் கைகளை அகல விரித்துக்கொண்டு, அது அவர் காதில் ரகசியம் பேசியது. பலரும் கேள்விப்பட்டேயிராத பனிப்புயல் வீசும் சிகரங்களில் குவிந்து கிடக்கும் பைன் மர முள் படுக்கைகளின் மேல், இராணுவக் காலணிகள் அணிந்த அவர் கால்கள் நடந்தன. அவர் எடுத்துவைத்த ஒவ்வொரு அடியின் போதும் மரணம் ஒரு திருடனைப் போல அவரைப் பின்தொடர்ந்தது.

தயக்கம் சற்றுமின்றி, அடர்ந்த காடுகளில் அவர் கால்கள் ஆர்வத்துடன் முன்னேறிச் சென்றபோது, மரணம் அவர் தோள்களைத் தட்டிப்பார்த்து, தன்னைத் திரும்பிப் பார்க்கச் சொன்னது. கடந்த நூற்றுக்கணக்கான முறை செய்ததைப் போல், அவர் அதைக் கண்டுகொள்ளாமல் தட்டிவிட்டு மேலேறிச் சென்றார். போர்க்காலச் சீருடையின் மேல் ஒட்டிக் கொண்டிருக்கும் தூசியைத் தட்டுவதைப் போல, அதை அவர் தட்டிவிட்டு மேலேறிச் சென்றார்.

லான்ஸ் நாயக் கோஸ்வாமிக்கு மரணத்தைப் பற்றிச் சிந்திக்க நேரமில்லை. அவர் தன் வாழ்நாளின் கடைசி 11 நாட்களில் மரணத்தை முகத்திற்கு எதிரே, நேருக்கு நேர் பார்த்துப் புன்னகைத்தார். கடைசியில், இறுதியில் முடிந்துவிடுகிற ஒரு நடனத்தைப் போல மரணம் தன் கையைப் பிடித்துக் கொள்ள அனுமதித்தார். அவர் முழு மனதுடன், தன்னுடைய நிபந்தனைகளின் பேரிலேயே, சற்றும் தயங்காமல், அது தன்னைத் தொடர அனுமதித்தார்.

இந்திய இராணுவத்தில், வார்த்தைகளில் விவரிக்க முடியாத எண்ணிலடங்கா வீரக்கதைகள் உண்டு. ஆனால் பாரா சிறப்புப் படை லான்ஸ் நாயக் மோஹன்நாத் கோஸ்வாமியின் கதை ஒரு புராண நாயகன் கதையைப் போன்றது. அவர் கதையை, இராணுவ வீரர்கள் ஒவ்வொருவரும் பெருமிதத்துடன் மட்டுமின்றி, பயம் கலந்த மரியாதையுடன், 'இப்படியும் ஒரு மனிதனால் இருக்க முடியுமா?' என்று வியப்புடன் இன்றும் நினைவு கூருகிறார்கள். 2015-ம் வருடம், 3 தொடர் தாக்குதல்களில் பத்தே நாட்களில் அவர் 11 பயங்கரவாதிகளைக் கொன்றார்.

செப்.1, 2015-ம் வருடம் கோஸ்வாமி, ஜம்மு காஷ்மீரின் உதாம்பூரிலிருந்த தன் பாரா அணியின் தலைமையகத்துக்கு வெளியே கால்களை நீட்டிப் படுத்து ஓய்வு எடுத்துக் கொண்டிருந்தார். அவர் அணியின் மீது மற்ற சிறப்புப் படை அணியினர் மிகுந்த மரியாதை வைத்திருந்தனர்; எல்லைக் கோட்டைத் தாண்டி வந்த தீவிரவாதிகளுக்கு அந்த அணி மேல் அளவு கடந்த பயம்- அவர்கள் வேலை அப்படியொன்றும் பிறர் பொறாமைப்படும் விஷயம் அல்ல!

போருக்கான டிரவுசர்கள், கனமான போர்க்காலணிகள், மேல் கோட்டு இவற்றை அணிந்து கொண்டு அபாயங்களும், வேலைப் பளுவும் மிகுந்திருந்த அந்த வாரத்தில், தனக்குக் கிடைத்த ஒரு சில மணி ஓய்வை அவர் முழுமையாகப் பயன்படுத்திக்

கொண்டிருந்தார். நான்கு நாட்களுக்கு முன்புதான், பாராமுல்லாவிலிருந்து அதிக தொலைவில் இல்லாத ரஃபியபாத் மலைப்பகுதியில் அவர் அணி, 3 லஷ்கர்-இ-தொய்பா பயங்கரவாதிகளை அழித்திருந்தது. அந்தச் சண்டை இரண்டு நாட்கள் நீடித்த, ஒரு பயங்கரமான சண்டை. கோஸ்வாமியின் அணி, உயிருடன் ஒரு பயங்கரவாதியையும் (இவர் ஒரு பாகிஸ்தானி) பிடித்து வந்திருந்தது. நான்கு நாட்கள் கழித்து, அந்த காலைப் பொழுதில்தான், எப்போதும் பரபரவென்றிருக்கும் கோஸ்வாமி கொஞ்சம் தன்னை ஆசுவாசப்படுத்திக் கொள்ள தன் முகாமில் குறுநடை நடந்து கொண்டிருந்தார். அப்போது அவர் தீவிரவாதிகளை வெல்வதைவிட தனக்குப் பிடித்தமான காரியம் ஒன்றைச் செய்தார்.

அவர் தன் அன்பு மனவியை செல்போனில் அழைத்தார். அவர் உத்தர்காண்டின் பிரபலமான நைனிடாலிலிருந்து 30 கி.மீ. தொலைவிலுள்ள லால்கன் என்ற கிராமத்தில் வசித்துக் கொண்டிருந்தார். சமயம் கிடைக்கும் போதெல்லாம் அவர்கள் ஒரு நாளில் சில மணித்துளிகள் பேசிக் கொள்வார்கள். அவ்வாறு பேசிக்கொள்ள முடியாதபோது அவர் மனைவி பாவனா தன் கணவர் லான்ஸ் நாயக் களத்திலிருப்பார் என்று புரிந்துகொள்வார். அன்றைய காலைப் பொழுதில் செல்போன் இரண்டாவது தடவை ஒலிக்கும் முன்பே பாவனா போனை ஆன் செய்தார்.

“செப்டம்பர் 1-ம் தேதி எங்களுக்குள் நடந்த அந்த உரையாடல் மிகவும் அந்தரங்கமானது” பாவனா நினைவு கூருகிறார்.

“மோஹன் எங்கள் எதிர்காலத்தைப் பற்றியும், வாழ்க்கையைப் பற்றியும் எதிர்காலத்தை நாங்கள் எப்படி திட்டமிட வேண்டும் என்றும் பேசினார். ஒரு காமாண்டோவின் வாழ்க்கை எவ்வளவு நிலையற்றது என்பதைப் பற்றி அவர் அடிக்கடி எனக்கு நினைவூட்டிக்கொண்டே இருப்பார். தனக்கு எதுவும் எப்போதும் ஏற்படலாம், அப்படி ஏதாவது ஏற்பட்டுவிட்டால் அதை எப்படி

நான் எதிர்கொள்ள வேண்டும் என்பதைப் பற்றியும் அவர் எனக்கு எடுத்துச் சொல்லிக்கொண்டே இருப்பார். ஆனால் அவர் கடைசியில் பேசியபோது இந்த விஷயங்களைப் பற்றி அவர் ஒன்றுமே பேசவில்லை. அவர் பேச்சு எப்போதும் வழவழ கொழகொழ என்றே இருக்காது. எப்போதும் வெட்டொன்று துண்டு இரண்டுதான். நாங்கள் இப்போது வசிக்கும் வீட்டிற்கு வரும் வழியிலேயே அவர் ஒரு புதிய வீட்டைக் கட்டிக் கொண்டிருந்தார். நான் தெரிந்துகொள்ள விரும்பியதெல்லாம் அவர் எப்படி இருக்கிறார் என்பதே. ஆனால் நான் எப்போது அவர் நலம் பற்றி விசாரித்தாலும், மார்ச் மாதம் அடுத்த முறை ஊருக்கு வரும்போது வீட்டைக் கட்டி முடித்துவிட வேண்டும் என்பதைப் பற்றியே பேசுவார்."

கோஸ்வாமி போன மாதம்தான் உத்தர்காண்ட் மலைப் பகுதியிலுள்ள தன் வீட்டிற்கு வந்திருந்தார்- தன் மகள் பூமிகாவின் ஏழாவது பிறந்த நாளைக் கொண்டாட! உதாம்பூருக்கு இரண்டு வாரம் கழித்து அவர் ரயில் ஏறும்வரை தனக்குக் கிடைத்த விடுமுறையின் ஒவ்வொரு நிமிடத்தையும் அவர் தன் குடும்பத்தினருடன் செலவழித்தார். காஷ்மீர் திரும்பிய ஒரு வாரத்திற்குள்ளேயே கோஸ்வாமி தன்னுடைய இறுதி மூன்று போர் நடவடிக்கைகளில், முதலாவதில் பங்கேற்க வேண்டி வந்தது.

தன் குடும்பத்தினருடன் பதினைந்து நாட்கள் முழுமையாக ஓய்வில் இருந்து திரும்பிய போதும், ஒரு சில மணி நேர உடற்பயிற்சியே தீவிர செயலில் இறங்க அவர் தன் உடலைத் தயார் செய்துகொள்ளப் போதுமானதாக இருந்தது. புகைவண்டியிலிருந்து இறங்கி உதாம்பூர் ரயில் நிலைய பிளாட்பாரத்தில் முதல் அடி வைத்த உடனேயே அவர் செயலில் இறங்கத் தயாராக இருந்தார். அன்று இந்தியாவின் சுதந்திரத் திருநாள்-வருடம் 2015.

2015 ஆகஸ்டு 21-ம் தேதி கேப்டன் திபேஷ் மெஹ்ரா

தலைமையில் ஒரு அணி, வடக்குக் காஷ்மீரின், ஹந்த்வாரா, குர்மர் கிராமத்தில் பதுங்கியிருந்த பயங்கரவாதிகளைத் தாக்க அனுப்பப்பட்டது.

அவர்களுக்குக் கிடைத்த உளவுத்தகவல்கள் நம்பகமானவை. 3 தீவிரவாதிகள், ஒரு குறிப்பிட்ட இடத்தில், புதிதாக வந்து சேர்ந்த 6 தீவிரவாதிகளை வரவேற்க வருவார்கள். புதியவர்கள் அப்போதுதான் எல்லைக் கட்டுப்பாட்டுக் கோட்டை கடந்திருந்தார்கள். நம் வீரர்கள் காத்திருந்தனர். ஆகஸ்டு 22-ம் தேதி இரவு குர்மர் கிராமத்தின் மலையிலிருந்து கீழே இறங்கத் துவங்கியபோது, நம் அணியினர் இருட்டில் 3 பயங்கரவாதிகளின் நிழல்களை நேராகவே தங்கள் முன்னால் கண்டனர். ஒரு ஆள், போருக்கு ஆயத்தமாக, ஒரு கமாண்டோ ஸ்கவுட்டைப் போல முன்னால் செல்ல, அவர் பின்னால் மற்ற இருவரும் சென்றனர். அவர்கள் மூவரின் கைகளிலும் ஏ.கே 47 ரைபிள்கள் இருந்தன. இருவரிடம் கனமான பயணிகள் பயன்படுத்தும் முரட்டுப்பைகள் இருந்தன. அவற்றில் வெடிபொருட்களும், உணவும் நிரம்பி இருந்தன.

இருட்டில், 10 மீட்டர் தொலைவில் அவர்கள் இருப்பதைக் கண்ட நம் வீரர்களிடம் இரவுக்கண்ணாடிகள் இருந்தன. ஆனால் அங்கே மரங்கள் மிக அடர்ந்திருந்தன. அந்த அடர்ந்த இருட்டில், நம் வீரர்கள், தங்கள் எதிரே நடமாடுபவர்கள் உண்மையிலேயே எதிரிகள்தானா, அல்லது சாதாரண குடிமக்களா, மரம்வெட்ட வந்தவர்களா என்று சந்தேகத்துக்கிடமின்றித் தெரிந்துகொள்ள விரும்பினர். அல்லது அவர்கள் நம்முடைய இன்னொரு இராணுவ அணியைச் சேர்ந்தவர்களாகவும் இருக்கலாம். அவர்கள் பாதை தவறி, நம் பாரா அணியினர் இருக்கும் இடத்திற்கு வந்திருக்கலாம். எதிரியை வலிந்து சவாலுக்கு அழைக்கும் முறையைக் கடைப்பிடிக்க வேண்டியது இப்போது கட்டாயமாயிற்று. இது மிகவும் ஆபத்தானதும்கூட (அதாவது, ‘எங்கப்பன் குதிருக்குள் இல்லை!’ என்று கூரை மீது ஏறி கூவுவதற்கு ஒப்பாகும்!)

“இது எதிரியின் தாடையைப் பிடித்து ‘என்ன சேதி?’ என்று கேட்பதற்கு ஒப்பாகும்!” தாக்குதலில் பங்கெடுத்துக் கொண்ட ஒரு வீரர் இப்படிச் சொன்னார். “அவர்களைச் சுட ஆரம்பித்ததும், அவர்கள் எங்கள் திசையில் திருப்பிச் சுட்டார்கள். நாங்களும் சரியான பதிலடி கொடுத்தோம். திசைமாறிப்போன ஒரு துப்பாக்கி குண்டால் கேப். மெஹராவிற்குக் காயம் ஏற்பட்டது. இருட்டில் அது எவ்வளவு ஆழமான காயம் என்பது தெரியவில்லை!”

ஹந்த்வாராவில் சண்டை உக்கிரமடைய ஆரம்பித்தது. எனவே, உதாம்பூர் தலைமையகத்தில் கோஸ்வாமியும் மேஜர். அனுராக் குமாரும், இரண்டு பாரா கமாண்டோக்களுடன் ஒரு வண்டியில் கிளம்பத் தங்களைத் தயார்படுத்திக் கொண்டிருந்தனர். கோஸ்வாமி போர்க்களத்திற்குச் செல்ல துடித்துக் கொண்டிருந்தார். அன்றிரவு தன் சகாக்களைச் சந்தித்த அறையில், கையில் ஒரு தாளுடன் கோஸ்வாமி வேகமாக அங்கும் இங்கும் உற்சாகத்துடன் நடந்து கொண்டிருந்தார். அவர் வாய் விடாமல் முணுமுணுத்தது: “இது உறுதியான நம்பத்தகுந்த தகவல். கண்டிப்பாக ஏதோ நிச்சயம் நடக்கப் போகிறது!” அவர் உடனே புறப்பட வேண்டும் என்று நச்சரித்துக் கொண்டேயிருந்தார்.

களத்தில் இல்லாதபோது கோஸ்வாமி தன் அணியின் ‘நங்கூரத்தின்’ அருகிலேயே காலை முதல் இரவு வரை உட்கார்ந்திருப்பார், ஆணி அடித்ததைப்போல! அந்தப் பொருள் ஒரு தொலைத்தொடர்புக் கருவி. இந்த விஷயம் அணியிலிருக்கும் அனைவருக்கும் தெரியும். இந்தக் கருவிதான் தீவிரவாதிகளைப் பற்றிய தகவல்களை அணியினருக்குச் சொல்லவும், நம் வீரர்களுக்கு ‘வேட்டை’க்குச் செல்ல ஆணை அளிப்பதற்கும் பயன்படுத்தப்பட்டது. அவர் சகாக்களுக்குக் கூட தங்கள் நண்பர் கோஸ்வாமி சொல்வது பல சமயம் புரியாது: “வாழ்தல் என்பது என்னைப் பொறுத்தவரை, இரண்டு போர்களுக்கிடையே கிடைக்கும் ஓய்வு!”

அணிக்குச் சொந்தமான ஒரு வண்டியில் அந்த நால்வரும் இரவு வெகு நேரம் கழித்துக் கிளம்பினர். வழியில் இன்னும் அதிக வீரர்களைச் சேர்த்துக்கொண்டு, 10 தீவிரவாதிகள் ஒளிந்திருக்கின்றனர் என்று உளவுத்தகவல் சொன்ன இடத்தைச் சென்றடைவதுதான் அவர்கள் திட்டம்.

அவர்கள் அந்த இடத்திலிருந்து, 20 நிமிட தூரத்திலிருந்தபோது, அவர்களின் கையடக்கத் தொலைத்தொடர்புக் கருவியில் கீழ்க்கண்ட செய்தி வந்தது.

“மெஹ்ரா சார் சுடப்பட்டார்!” குர்மரிலிருந்து செய்தி வந்தது. உடனே கோஸ்வாமி தன் சகாக்களிடம் சொன்னார்: “மெஹ்ரா சார் சுடப்பட்டிருக்கிறார். நாம் உடனே அங்கே செல்ல வேண்டும்.”

ஆனால் அந்த அணியிலிருந்த ஒரே அதிகாரியான மேஜர் குமாருக்கு, இது புத்திசாலித்தனமான முடிவுதானா என்ற சந்தேகம் எழுந்தது. போரின் நடுவே வலிந்து, ஊடுருவிச் செல்வது மிக அபாயகரமானது என்று அவர் நினைத்தார். ஆனால் கோஸ்வாமி கேட்டார்: “சார்! ஆபத்தில் சிக்கித் தவித்துக் கொண்டிருக்கும் நம் சகாக்களை மீட்பதைத் தவிர நமக்கு வேறென்ன முக்கியமான வேலை இருக்க முடியும்?”

“அணித்தலைவராக நான் முழு அணியின் நன்மையையும் சிந்திக்க வேண்டும். என் வீரர்களின் உயிர்களுக்கு நானே பொறுப்பு! ஆனால் கோஸ்வாமி எவரையும் தன் பக்கம் வளைப்பதில் வல்லவர். உணர்ச்சிகளால் உந்தித் தள்ளப்பட்ட அவர் யார் சொல்வதையும் ஏற்றுக்கொள்ளக்கூடிய நிலையில் இல்லை.” மேஜர் குமார் நினைவு கூருகிறார்.

அவரை அமைதியாக உணர்ச்சிவசப்படாமல் சிந்திக்கச் சொன்னார். கேப்டன். திபேஷ் மிஸ்ராவின் அணி தாக்கப்பட்டதைப் பற்றி முரண்பாடான செய்திகளே வந்து கொண்டிருந்தன. அந்தப் பத்து தீவிரவாதிகளைத் தாக்குவதை

விட்டுவிட்டு விலகிப்போவது அவசியம்தானா? ஆனால் கோஸ்வாமி தன் மேலதிகாரியிடம் கெஞ்ச ஆரம்பித்துவிட்டார்.

“ஐயா... நாம் போயே ஆக வேண்டும். நாம் இப்போது போகாவிட்டால், தக்க சமயத்தில் நாம் இடையில் புகுந்திருந்தால் மெஹ்ரா சாஹிப்பைக் காப்பாற்றியிருக்க முடியுமே என்று பின்னால் வருந்த நேரிடும். உண்மையில், இதில் இரண்டாவது பேச்சுக்கே இடமில்லை.”

இதற்குள், தீவிரவாதிகளிடம், பயங்கரமான *Pulemyot Kalashnikov* இயந்திரத் துப்பாக்கியும் இருக்கலாம் என்ற நம்பகமான தகவல் கிடைத்தது. அவர்கள் அதை வைத்திருந்தால், அவர்களை முன்பு எண்ணியதுபோல் அருகே சென்று தாக்குவது இயலாத காரியம். நிலையை மேலும் சிக்கலாக்கும் விதமாக குர்மாரிலிருந்து வந்த தொடர்பும் நின்று போனது. இத்துடன் எல்லாம் முடிந்து போனதா என்ற கேள்வியும் எழுந்தது. இறுதி முடிவு எடுக்க வேண்டிய தருணம்!

மேஜர் குமார் வாகனத்தைத் திருப்பி, குர்மரை நோக்கி முழு வேகத்தில் ஓட்டச் சொன்னார். வாகனம் இருளைக் கிழித்துக் கொண்டு மணிக்கு 125 கி. மீ வேகத்தில் பறந்தது. கோஸ்வாமி, எந்த வினாடியிலும் போரில் சீறிப் பாய்வதற்குத் தயாரான மனநிலையில் வாகனத்தில் நிமிர்ந்து உட்கார்ந்திருந்தார்.

குர்மரிலிருந்த களத்திலிருந்து 200 மீட்டர்கள் இருக்கும்போது, கோஸ்வாமி தங்கள் நடமாட்டம் எதிரிக்குத் தெரிந்து போயிருக்குமோ என்ற சந்தேகத்தால், வாகன ஓட்டுநனரை வாகனத்தின் விளக்குகளை அணைத்துவிடச் சொன்னார். சிறிது நேரத்திலேயே அவர் சந்தேகப்பட்டது சரியென்று தெரிந்துவிட்டது. விளக்கு அணைத்தவுடனே, வாகனத்தைச் சுற்றி குண்டுமாரி பொழிந்தது. வாகனம் மயிரிழையில் தப்பியது. தீவிரவாதிகள் தங்களை நோக்கி வரும் வாகனத்தைக் கண்டதும், வானத்தை நோக்கிச் சுட்டனர். வாகனத்திலிருந்த நான்கு பாரா வீரர்கள் உடனே கீழே குதித்து, இருளில் தீவிரவாதிகள்

இருக்கிற திசையை யூகித்து, அதனை நோக்கி நடந்தனர். எதிரிகளின் நிலையை அறிய 'ஸ்கவுட்'டாக முன்னால் சென்றவர் கோஸ்வாமி.

"மோஹன் நாத் அபாயகரமான தாக்குதல் நடக்கும்போது, எப்போதும் 'ஸ்கவுட்'டாக முன்னால் செல்வார்." மேஜர். குமார் நினைவு கூருகிறார். அவர் இப்போது 'ஸீனியர்', இளம் வீரர்களுக்கு வழிவிட வேண்டும் அவர்கள் அனுபவம் பெறுவதற்காக, என்று குமார் பலமுறை மோஹனிடம் சொல்லியிருக்கிறார். எப்போதும் அவர் ஒரே பதிலைத்தான் சொல்வார். அவர் குரலில் ஒருபோதும் ஆணவம் தொனிக்காது; மாறாக அதில் பணிவே நிரம்பியிருக்கும். "ஐயா! இந்தக் காரியத்தை என்னைவிட யார் சிறப்பாகச் செய்ய முடியும்? ஒரு 'ஸ்கவுட்'டாக என்னைவிட சிறப்பாகச் செயல்பட ஒருவர் வரும் நாளில் நானே அவரை இருகரம் கூப்பி வரவேற்பேன்."

தன்னைவிடச் சிறப்பாகச் செயல்படும் ஒருவர் கிடைக்கும் வரை, தன் அணியில் இருப்பவர்கள் யாருடைய உயிரையும் பணயம் வைக்க கோஸ்வாமி தயாராக இல்லை. இந்த ஒரு விஷயத்தில் அவர் மிகத் தெளிவாகவும், உறுதியாகவும் இருந்தார்.

எதிரியின் குண்டுமழையை எதிர்கொண்ட போதும், அவர்கள் இருப்பிடத்தை சரியாகக் கணக்கிட முடியவில்லை. இருளில், அந்த நால்வரும் தங்கள் வேட்டைக் களமான 100 ச. மீட்டர் பகுதியை நோக்கி மெதுவாகத் தவழ்ந்து சென்றனர். குர்மர் கிராமத்தின் எல்லையை ஒட்டி நிலம் மேலேறி ஹந்த்வாரா மலைப்பகுதியாக உயர்ந்தது. அந்தப் பகுதியில் குப்புறப்படுத்தபடி மெதுவாக அவர்கள் ஊர்ந்து முன்னேறினர். அவர்களிடமிருந்து, 20 மீட்டர் தொலைவில், அதே மலைப்பகுதியில் தீவிரவாதிகள் பதுங்கியிருந்தனர், தங்கள் ஆயுதங்களுடன்!

அவர்களிடமிருந்து 10 மீட்டர் தொலைவில் பலத்த காயங்களுடன் கேப்டன். திபேஷ் மெஹ்ராவும் அவர் அணியினரும் கிடந்தனர். தீவிரவாதிகளை நெருங்க நெருங்க, விட்டுவிட்டு அவர்கள்

துப்பாக்கிச் சுடும் சத்தம் கேட்டது. கோஸ்வாமியும், அவர் சகாக்கள் மூன்று பேரும் சண்டையின் மையத்தை நோக்கி முன்னேறிச் சென்றனர். அவர்கள் ஒரு பெரிய மரத்தின் அடியில் படுத்துக் கொண்டு தங்களை நிலைப்படுத்திக் கொண்டனர்.

பெரும் ஆபத்து காத்துக் கொண்டிருந்தது. எந்த அணிக்கும் தங்கள் எதிரணி எங்கேயிருக்கிறது என்று துல்லியமாகத் தெரியாது. இப்படிப்பட்ட சூழ்நிலையில் தோராயமாகச் சுடுவது தவிர்க்க முடியாதது. கோஸ்வாமி, மேஜர். குமாரை நோக்கி வேகமாகச் சறுக்கிச் சென்று, அவரிடம் சொன்னார். மூன்று முறை 'ஃபிளாஷ் லைட்'டை கண் சிமிட்டச் செய்வதின் மூலம்தான், தன் இருப்பிடத்தை இன்னொரு அணிக்குத் தெரிவிப்பதாக தொலைத்தொடர்புக் கருவி வழியாகத் தொடர்பு கொண்டு சொல்லச் சொன்னார். இது குலைநடுங்க வைக்கும் செயல். ஆனால் இதைத் தவிர வேறு வழியில்லை அந்தச் சூழ்நிலையில், அடுத்த அடி எடுத்து வைக்க! மேஜர் குமார் ஆபத்தை முற்றிலும் உணர்ந்தவராக கோஸ்வாமியிடம் சொன்னார்: "விளக்கு வெளிச்சம் நம்மை வெளிச்சம் போட்டுக் காட்டிவிடும். தீவிரவாதிகள் நம்மை எளிதாகத் தீர்த்துக் கட்டிவிடுவார்கள்." ஆனால் கோஸ்வாமி தன் திட்டத்தை மாற்றிக் கொள்ளத் தயாராக இல்லை. அவர் சொன்னார்; "இந்த மரம் நம்மைப் பாதுகாக்கும், கவலைப்படாதீர்கள்."

கடைசியில் மேஜர் குமார் சொன்னது சரியாகப் போயிற்று. ஃப்ளாஷ் லைட்டை ஆன் செய்ததுமே மரத்தடியிலிருந்த அந்த நால்வரை நோக்கி குண்டு மழை பொழிய ஆரம்பித்தது. அதே சமயம், கோஸ்வாமி சொன்னதைப் போலவே மரத்தின் பெருங்கிளைகள் குண்டுகளைத் தாங்கிக் கொண்டன. தங்களின் மறைவிடம் எதிரிக்குத் தெரிந்து போனதால், நம் வீரர்கள் எதிரியுடன் நேருக்கு நேர் மோத ஆரம்பித்தனர். கோஸ்வாமி ஒரு எதிரியைச் சுட்டுக் கொன்றார். கேப். மெஹ்ராவின் அணி, மலையடிவாரத்திலிருந்த 4 வீரர்களுடன் சேர்ந்து கொண்டது. சண்டை உச்சத்திலிருந்தபோது, கோஸ்வாமி கைத்தாங்கலாக,

காயம்பட்ட கேப்டனை அந்த இடத்தைவிட்டு அழைத்துச் சென்றார். வழி நெடுகவும் அவர் ஒரு அரணாக, எதிரேயிருந்து சுடும் வீரர்களுக்கும், கேப்டனுக்கும் இடையே நின்றார். இருட்டில் குண்டு எதுவும் அவர்களைத் தாக்காமல் இருக்கவே அவர் இவ்வாறு செய்தார். பொழுது புலர்ந்த போது, இன்னும் இரண்டு எதிரிகள் தங்கள் உயிர்களை இழந்திருந்தனர்.

பின்னாளில் 'ஆபரேஷன் குர்மர்' என்றழைக்கப்பட்ட இந்த வெற்றித் தாக்குதல், பா.ஆ. காஷ்மீர் பகுதியிலிருந்த முகாம்களுக்கு ஒரு பலமான எச்சரிக்கையாக அமைந்தது. ஆகஸ்டு மாதம் கோடைகாலம், கடைசியாக 'குட்பை' செல்லும் சமயம். அந்தப் பகுதியிலிருந்த ஒவ்வொரு வீரருக்கும் இதன் பொருள் என்னவென்று தெரியும். தீவிரவாதிகள், கட்டுப்பாட்டுக் கோட்டிற்கு இந்தப் பக்கம், இந்தியப் பகுதியில், ரகசியமாக அமைக்கப்பட்டிருந்த தங்கள் முகாம்களை மீண்டும் கட்டமைத்துக் கொள்ளப் பயன்படுத்திக் கொள்வார்கள். தொடரும் எலும்பை நடுங்க வைக்கும் குளிர்காலத்தை எல்லை தாண்டும் இதுபோன்ற செயல்களுக்குப் பயன்படுத்திக் கொள்ள முடியாது. அடுத்த இரண்டு மாதங்களும் மீள் கட்டமைப்பு நடவடிக்கைகள் அவற்றின் உச்சத்திலிருக்கும். இதுபோன்ற சமயங்களில், கோஸ்வாமியின் அணி போன்றவற்றின் மீது தாக்குதல் நடத்தப் பயன்படுத்திக் கொள்வார்கள். இதுபோன்ற அணிகள்தான் அவற்றின் இலக்கு!

இந்தத் தாக்குதல் நடந்த பின் இரண்டே இரண்டு நாட்கள்தான் நமது வீரர்கள் ஓய்விலிருந்தார்கள், அடுத்த நாளே, அதாவது ஆகஸ்டு 26-ம் தேதி ஒரு புதிய உளவுத் தகவல் வந்து சேர்ந்தது. எப்படியிருப்பினும், நமது வீரர்கள் நீண்ட ஓய்வை எதிர்பார்த்தவர்கள் அல்லர். பாரா வீரர்கள் நீண்ட ஓய்வை எப்போதும் எதிர்பார்ப்பதில்லை!

யூரி செக்டாரிலிருந்த கட்டுப்பாட்டுக் கோட்டைத் தாண்டி, நமது பகுதிக்குள் ஐந்து பாகிஸ்தான் தீவிரவாதிகள்

ஊடுருவியிருந்தனர். அது ஒரு சிக்கல்கள் மிகுந்த பிரதேசம். மேலும் அது காஷ்மீரின் சற்றும் சினேகிதமற்ற நிலப்பரப்பு ஆகும். ஆனால் அதுதான் பதுங்கிக்கொள்வதற்கு மிக பாதுகாப்பான பகுதி. தீவிரவாதிகள் ஐந்து பேரும் ஷம்ஷாபரி மலைத்தொடரைக் கடந்து, அபாயங்கள் நிறைந்த கலாபஹர் மலைமீது ஏறி, 4,000 மீட்டர் உயரமுள்ள காழி நாக் தாரைக் கடந்து, காஷ்மீரின் சற்றே நட்பான சீதோஷ்ண நிலை கொண்ட பள்ளத்தாக்கின் கீழ்ப் பகுதியை அடைந்திருந்தனர். ஷம்ஷாபரியிலிருந்த இந்திய இராணுவத்தின் 35-வது ராஷ்டிரிய ரைஃபிள்கள் அணியுடன் நடந்த ஒரு சிறிய சண்டையில் ஒரு தீவிரவாதி கொல்லப்பட்டான். மற்ற 4 தீவிரவாதிகளும் அவர்களுக்கெனவே சிறப்பாக அளிக்கப்படும் பயிற்சியின் ஒரு பகுதியாக தப்பிக்கும் தந்திரத்தைப் பயன்படுத்தி, ஓடியே போய்விட்டனர்.

ஒரு தீவிரவாதி கொல்லப்பட்ட உடனேயே, 35-வது ராஷ்டிரீய ரைஃபிள்களின் அணித்தலைவர் தப்பியோடிவிட்ட மற்ற 4 தீவிரவாதிகளையும் கண்டுபிடிக்க, 'ட்ரோனின்' உதவியை நாடினார். காஷ்மீர் பள்ளத்தாக்கிலிருந்த விமானத்தளத்திலிருந்து, 'சர்ச்சர் மார்க் II ட்ரோன்' அனுப்பி வைக்கப்பட்டது. அது ஷம்ஷாபரியின் மீது பறந்தது. அதனுடைய காமிராக்களும், தெர்மல் இமேஜர்களும் ஆன் செய்யப்பட்டிருந்தன. ஊடுருவும் தீவிரவாதிகள் பகல் பொழுதுகளில் தங்கள் நடமாட்டத்தைக் குறைத்துக் கொள்வார்கள். இருள் போர்வையை தங்கள் மீது போர்த்திக் கொண்டுதான் அவர்கள் பெரும்பாலும் நடமாடுவார்கள். ஆனால் 26 ஆகஸ்ட்டில் ஷம்ஷாபரியின் மரங்களற்ற முகடுகள், இருட்டிலும் நான்கு தீவிரவாதிகளையும் 'ட்ரோனு'க்குக் காட்டிக் கொடுத்து விட்டது. அவர்கள் உருவங்கள் மரங்களற்ற மலைப்பகுதியில் நான்கு வெப்பப் புள்ளிகளாகத் தெரிந்தன. அவர்கள் தங்கள் இருப்பிடமான பாரமுல்லாவை அடையும் வரை 'ட்ரோன்' அவர்களின் ஒவ்வொரு அசைவையும் கண்காணித்துக் கொண்டு ஆகாயத்திலேயே வட்டமடித்துக் கொண்டிருக்கும்.

பெரும் பாறைகள் நிறைந்த ஒரு பகுதியில் அவர்கள் கீழ் இறங்கிக் கொண்டிருப்பது தெரிந்தது. அது குகைகளும், பாறைப்பிளவும் நிறைந்த ஒரு சிக்கலான பெரும் பின்னல். அதிகாலை 5.45 மணிக்கு சூரிய வெளிச்சத்தில், தீவிரவாதிகள் தங்கள் பதுங்குமிடங்களில் மறைவது ‘ட்ரோனி’ல் நன்றாகத் தெரிந்தது. இதுதான் அவர்கள் கடைசியாக, வெளிப்படையாகத் தெரியுமிடம்.

ஒரு மணி நேரத்திற்கு முன்பு, பாரா சிறப்புப் படை அணியின் தலைமையகத்தில், 12 வீரர்களிடம் எப்போதும் செயலுக்குத் தயார்நிலையிலிருக்கும்படி அறிவுரை வழங்கப்பட்டது. அதில் கோஸ்வாமியும் ஒருவர். பாறைகள் நிறைந்த முகட்டில் தீவிரவாதிகளை அழிக்க அவர்கள் ஹெலிகாப்டரில் அழைத்துச் செல்லப்பட்டு இறக்கிவிடப்படுவார்கள் என்று அவர்களுக்குத் தகவல் சொல்லப்பட்டது. காலை 7 மணிக்கு, ஒரு துருவ் ஹெலிகாப்டர் 12 வீரர்களுடன் உதாம்பூரிலிருந்து கிளம்பியது. அதில் கோஸ்வாமியும், மேஜர் குமாரும் இருந்தனர் என்று சொல்லவும் வேண்டுமா? அது வேண்டுமென்றே சுற்று வழியில் சென்றது. சற்று நேரம் கழித்து, அது சரியான இறங்குமிடத்தை மலைமுகட்டில் தேர்ந்தெடுத்தது. காலை 9.30 மணிக்கு வீரர்களை அது கீழே இறக்கியது. வீரர்கள் தாக்குதலுக்கேற்றவாறு, தங்களை நிலைப்படுத்திக் கொண்டனர். இந்தத் தாக்குதலுக்கு பின்பு, ‘ஆபரேஷன் லீடர் பான்சால்’ என்ற சங்கேதப் பெயர் கொடுக்கப்பட்டது. சர்ச்செர் மார்க் II ட்ரோன், கடைசியாகத் தீவிரவாதிகள் ஒளிந்து கொண்டிருக்கும் இடம் என்று அடையாளம் காட்டப்பட்ட இடத்திலிருந்து, நம் வீரர்கள் இறக்கிவிடப்பட்ட இடம் 4 கி.மீ. தொலைவிலிருந்தது. ட்ரோன் இன்னும் வானத்திலேயே வட்டமிட்டுக் கொண்டிருந்தது.

4 தீவிரவாதிகளை ஒழித்துக்கட்ட, இந்தியாவின் தலை சிறந்த வீரர்களில் 12 பேர் களமிறக்கப்பட்டனர். ஆனால் அவர்களுக்கும்கூட தெரிந்திருந்தது, 4,000 அடி உயரம் என்பது

தங்களின் ஆற்றலைக் கணிசமாகக் குறைத்துவிடும் என்று! அங்கே வீசும் அடர்த்தி குறைந்த காற்று அவர்களை விரைவில் சோர்வடையச் செய்து விடும். மேலும் அவர்கள் வான்வழியில் கூட்டிச் செல்லப்பட்டதால், அவர்கள் ஒவ்வொருவரும் 40 கிலோ எடையைச் சுமந்து கொண்டிருந்தனர். இறக்கிவிடப்பட்டவுடன் அவர்கள் மலையின் முகட்டைப் பார்த்தனர். தாக்குதல் எவ்வளவு நேரத்திற்கு நீடிக்கப் போகிறது என்று அவர்களுக்கு அப்போது தெரியாது.

நமது வீரர்கள் முகட்டை ஒட்டிய, ஒரு சிக்கலான வலையைப் போலிருந்த பாறைக்கூட்டத்தின் நடுவே, ஜாக்கிரதையாக நகர்ந்தபோது, ட்ரோனின் பார்வையிலேயே அவர்கள் இருந்தனர். அதன் 'பைலட்' தூரத்தில் ஒரு ரகசியமான இடத்திலிருந்தார். தீவிரவாதிகள் ஓய்வு எடுத்துக் கொண்டிருக்கிறார்கள் என்று நம்பப்பட்ட இடத்தைப் பற்றிய தகவல்களை நம் பாரா கமாண்டோக்களுக்கு அவர் தந்து கொண்டிருந்தார். நமது வீரர்கள் தங்கள் எதிரிகளை நெருங்கிக் கொண்டிருந்தனர். வழியில் அவர்கள், பனிப்பாறைகள் நிறைந்த ஒரு ஏரியையும், மலைப்பகுதி ஒன்றையும் கடக்க வேண்டியிருந்தது. நண்பகலில் அவர்கள் தங்கள் எதிரிகளை நெருங்கிவிட்டனர்.

வழக்கம் போலவே, கோஸ்வாமி அணிக்கு முன்னால் ஒரு ஸ்க்வுட்டாகச் சென்றார். தங்கள் தலைகளுக்கு மேல் வட்டமிட்டபடியிருந்த ட்ரோனின் பார்வையிலிருந்து ஒரு அடி முன்னதாகவே கோஸ்வாமி தன் வீரர்களை அழைத்துச் சென்றார். மலைப்பிரதேசங்களில் அவருக்கிருந்த அனுபவத்தின் காரணமாக, அவர் எதிரிகள் விட்டுச் சென்ற தடயங்களை எளிதாகக் கண்டறிந்தார். இவற்றை எந்த ட்ரோனாலும் கண்டுபிடிக்க முடியாது. அந்த உயரத்தில், கற்களுக்கு இடையேயிருந்த புற்கள் மேல் இருந்த பனித்துளிகளின் மீது பதிந்திருந்த காலணித் தடங்கள்தான் அந்தத் தடயங்கள். இவற்றை கோஸ்வாமி, மலைப்பிரதேசங்கள் பற்றிய தன்

ஆழமான அறிவாற்றலால் எளிதாகக் கண்டுபிடித்து விட்டார். குமார் நினைவுகூருகிறார்.

“நம் வீரர்கள் சிலருக்கு கோஸ்வாமியின் மேல் நம்பிக்கை இல்லை. அவர்களுக்கு, புற்களின் மேலிருக்கும் பனித்துளிகள் உண்மையிலேயே தடயங்கள்தானா, கோஸ்வாமி ஒன்றுமில்லாததை ஊதிப் பெரிதாக்குகிறாரா என்ற சந்தேகம் வந்துவிட்டது. ஆனால் கோஸ்வாமிக்கு எந்தச் சந்தேகமும் இல்லை!”

“அவர்கள் கண்டிப்பாக இந்த இடத்தைக் கடந்து போயிருக்க வேண்டும் என்பதில் எனக்குச் சந்தேகமே இல்லை; அவர்களை நாம் கண்டுபிடித்து விடுவோம், நிச்சயமாக!” கோஸ்வாமி சொன்னார். கோஸ்வாமி ஒரு தடயத்தை ஆராய கீழே குனிந்து பார்த்தார். மற்ற யார் கண்ணுக்கும் அது தெரியவில்லை!

கோஸ்வாமியின் உள்ளுணர்வு சொல்வதைக் கேட்டே ஆக வேண்டும் என்று மேஜர் குமார் முடிவு செய்தார். அவர் இவ்வாறு முடிவெடுப்பது இது முதல் முறையல்ல. ஒரு அணியை அவர், கோஸ்வாமி கண்டுபிடித்த தடயங்களைப் பின்பற்றிப் போகச் சொன்னார். இன்னொரு அணியை மலைமுகட்டிற்கு அனுப்பினார். ஒருவேளை, தீவிரவாதிகள் அங்கே பதுங்கியிருந்தால், அவர்களை எதிர்கொள்ளவே இந்த ஏற்பாடு.

“மோஹனைப் போல் மலைப்பிரதேசங்களைப் பற்றி ஆழ்ந்த அறிவு கொண்ட ஒருவரை நான் பார்த்ததே இல்லை. அவர் மட்டும் அந்த உறைபனித் துளிகள் தடயங்களைக் கண்டிருக்காவிட்டால், பதுங்கியிருந்த எதிரிகளிடம் சிக்கி நாங்கள் சின்னாபின்னப்பட்டிருப்போம்!” குமார் நினைத்துப் பார்த்தார்.

இதற்குள் ‘ட்ரோன்’ பைலட்டிடமிருந்து, 4 தீவிரவாதிகளும், தாக்குதல் நடத்துவதற்கென்று குறிக்கப்பட்ட இடத்திலிருக்கும்

ஒரு குகைக்குள் பதுங்கியிருப்பதாக பாரா அணியினருக்குத் தகவல் வந்தது. நம் வீரர்கள் இரண்டு அணிகளாகப் பிரிந்து பாறைகளுக்கிடையே சென்றனர். ஒரே சமயத்தில் இரண்டு அணியினரும் குகையின் வாயிலை அடைய வேண்டும் என்று முடிவு எடுக்கப்பட்டது. இது ஒரு மிக எளிமையான யுத்த தந்திரம். எதிரெதிர் திசைகளிலிருந்து தாக்கும்போது, எதிரிகளின் கவனம் சிதறிப் போகும். இதனால் எதிரியின் பலம் பாதியாகக் குறைந்து போகும்.

ஒருமணி நேரம் கழித்து, முகட்டிலிருந்த அணியிடமிருந்து அவர்களுக்குக் கீழே இருந்த அணிக்கு, 30 அடி உயரமான ஒரு பெரிய பாறையின் நிழலில் ஏதோ சந்தேகத்திற்குரியதாக இருக்கிறது என்ற செய்தி வந்தது. அது ஒரு பழுப்பு நிற ஃபெரான்-காஷ்மீரிகள் வழக்கமாக அணியும், கம்பளியினால் ஆன உடை. அணித்தலைவர் தான் இன்னும் சற்று நேரத்தில் பாறையை நோக்கி இரண்டு கையெறி குண்டுகளை வீசியெறியப் போவதாகச் சொன்னார். ஆனால் அவருக்குச் சற்று நேரம் பொறுத்திருக்குமாறு அறிவுறுத்தப்பட்டது. ஏனெனில், இதற்குள்ளாக, கோஸ்வாமி தனி ஒருவராகவே குகையின் வாயிலுக்குச் சென்றிருப்பார் என்று கருதப்பட்டது.

உடனே உக்கிரமான சண்டை துவங்கியது. கோஸ்வாமி குகையின் வாயிலருகே அதிக உயரமில்லாத பாறையின் பின்புறம் ஒளிந்து கொண்டு, தன் *TAR-21* ரைஃபிளை இயக்கினார். சண்டையின் உக்கிரம் சற்றுத் தணிந்ததும், கோஸ்வாமி குதித்தோடி வந்து தன் அணியிருடன் சேர்ந்து கொண்டார். என்ன நடந்தது என்று தன் அணியினரிடம் சுருக்கமாகச் சொன்னார். அப்போது கோஸ்வாமியின் முகத்தில் வீசிய ஒளியை குமார் இன்னும் மறக்கவில்லை.

“அப்போது பார்த்ததைப்போல் ஓர் அமைதியை அவர் முகத்தில் நான் எப்போதும் பார்த்ததில்லை. நான்கு தீவிரவாதிகளுடன் மிக அருகே சண்டையிட்டு, அப்போதுதான் அவர் திரும்பியிருந்தார்.

ஆனாலும் அவர் கொஞ்சம் கூட உணர்ச்சி வசப்படவில்லை."

"ஸார்! நான் அவர்களைப் பார்த்தேன். அவர்களில் ஒருவரைச் சுட்டுவிட்டேன்!" இதுதான் கோஸ்வாமி சொன்னது!

மேஜர் உடனே குகையைச் சுற்றி வளைத்தார். அது பாறைகள் கன்னாபின்னாவென்று நிரம்பிய 50x30 அளவுள்ள நிலப்பரப்பு. குகையின் வாயிலில் 12 வீரர்கள் நிறுத்தப்பட்டனர். தீவிரவாதிகள் தப்பிக்க வழியே இல்லை!

"குகையின் மீது குண்டு வீசி, அதை சின்னாபின்னமாக்குவது அவ்வளவு புத்திசாலித்தனமான செயல் அல்ல! எங்களிடம் போதுமான உணவும், வெடிபொருட்களும் இருந்தன, எனவே அன்றிரவு தீவிரவாதிகள் குகையை விட்டு வெளியே வரும்வரை காத்திருக்க நாங்கள் முடிவு செய்தோம்."

கோஸ்வாமி குகையின் வாயிலிலிருந்து, 15 மீட்டர் தொலைவில் அதன் வலப்பக்கம் உட்கார்ந்து கொண்டார். தீவிரவாதிகள் குகையை விட்டு வெளியே வந்தால் அவர்கள் ஒரு லாட வடிவிலான வியூகத்தால் சூழ்ந்துகொள்ளப்படுவார்கள். களைத்துப் போயிருந்த அந்தப் பன்னிரண்டு வீரர்களின் மேல் படியத் துவங்கியது இரவு. எந்தப் பனித்துளிகளைக் கொண்டு எதிரியின் நடமாட்டத்தை கோஸ்வாமி கண்டுபிடித்தாரோ அதே பனித்துளிகள் வீரர்களை ஊசிபோல் குத்த ஆரம்பித்தன. ஓய்வே அற்ற நிலையில் அவர்கள் மிகவும் களைத்துப் போயிருந்தனர். அணி இருவர், மூவராகப் பிரிந்து, இரவு உணவான பூரிகளை ஊறுகாயைத் தொட்டுக் கொண்டு சாப்பிட்டது.

தப்பிக்க வழியே இல்லை என்று தீவிரவாதிகளுக்கு உணர்த்த இரவில், குகையின் வாயிலை நோக்கி இரண்டு ராக்கெட் வகை கையெறி குண்டுகளை ஏவுமாறு ஒரு வீரருக்குக் கட்டளை இடப்பட்டது. இந்த அதிரடித் தாக்குதலுக்குப் பிறகு இரண்டு தீவிரவாதிகள் குகையின் உள்ளேயிருந்து அதிர்ச்சியுடன் அதன் வாயிலுக்கு வந்து தப்பியோட முயன்றனர். அவர்கள் அங்கே

வந்தவுடனேயே, இரண்டு குண்டுகள் வெடிக்கும் சத்தம் கேட்டது. கோஸ்வாமி தனக்கு மிகவும் பிடித்த ஆயுதமான *TAR-21*-ஐ இயக்கி, வேகமாக இரண்டு ரவுண்டுகள் சுட்டார். தீவிரவாதிகளின் தப்பியோடும் முயற்சி முறியடிக்கப்பட்டது.

“இப்படிப்பட்ட சூழ்நிலையில் அடுத்தடுத்து குண்டுகளைப் பொழிவதுதான் எல்லோரும் வழக்கமாகச் செய்யக்கூடிய ஒன்று. எதிரி ஒழிந்தான் என்று சந்தேகத்திற்கிடமில்லாமல் தெரிந்து கொள்ளவே இப்படிச் செய்வது வழக்கம். ஆனால் மோஹன் இரண்டு முறை மட்டுமே சுட்டார்” என்று மேஜர் குமார் நினைவுகூருகிறார், இது நிகழ்ந்தபோது, மேஜர் குமார், கோஸ்வாமியிடமிருந்து ஒரு சில அடி தூரத்திலேயே இருந்தார். கோஸ்வாமி இரண்டே இரண்டு ரவுண்டுகள்தான் சுட்டார். தன் திறமையின் மீது அவருக்கு அவ்வளவு நம்பிக்கை!

சுடுதல் நின்றபின் மலைமுகட்டில் மயான அமைதி ஒரு போர்வையாகப் படர்ந்தது. பாரா அணியினரிடம் வெடி பொருட்களின் அளவும் கணிசமாகக் குறைந்து போயிருந்தது. ஆகவே, அவர்கள் தீவிரவாதிகள் குகையை விட்டு வெளியே வரும்வரை காத்திருக்க முடிவு செய்தனர். அந்த இரவு, தூக்கமற்ற ஒரு நெடிய இரவாக அமைந்தது.

அடுத்த நாள், ஆகஸ்டு 27 நண்பகல் வரை எந்தச் சலனமும் இல்லை, குகையின் வாயிலில்! கோஸ்வாமி, மேஜர் குமார் மற்றும் அணியிலிருந்த இருவர், குகையைச் சுற்றிச்சுற்றி வந்து, தீவிரவாதிகளைப் பற்றிய தடயம் ஏதாவது கிடைக்கிறதா என்று தேடினர். தீவிரவாதிகள் இருட்டில் குகையைவிட்டு வெளியேறி வேறெங்கும் ஒளிந்திருக்கவில்லை என்று உறுதிப்படுத்திக் கொள்ளவே இந்த நடவடிக்கை.

மீண்டும் கோஸ்வாமி ‘ஸ்கவுட்’டாக முன்னால் செல்ல, அவரைத் தொடர்ந்து, அவரைப் பின்பற்றி தங்கள் துப்பாக்கிகளை சுடத் தயாராக வைத்துக் கொண்டு, மற்றவர்கள் பாறை இடுக்குகளில்

நுழைந்து நுழைந்து முன்னேறினர். முதல் சண்டை ஆரம்பித்ததும் தங்கள் முன்னால் கோஸ்வாமியின் துப்பாக்கி வெடிக்கும் சத்தத்தைக் கேட்டனர். எந்தச் சப்தமும் எழுப்பாமல் ஒரு பாறை இடுக்கில் சென்ற கோஸ்வாமியின் கண்களுக்கு இன்னொரு பாறை இடுக்கில் ஒளிந்து கொண்டிருந்த தீவிரவாதி ஒருவனின் கால் பகுதி தெரிந்தது. அந்தக் காலை நோக்கிச் சுட்டார். உடனே எதிர்ப்பக்கம் இருந்து, குண்டு மாரி பொழிந்தது. கோஸ்வாமி திரும்பி வந்து, தன் சகாக்களுடன் சேர்ந்து கொண்டார். நம் நால்வர் அணி தங்களை நிலைநிறுத்திக்கொண்டு, தங்கள் ஆயுதங்களைப் பாறையைவிட்டு தீவிரவாதிகள் வரும் பாதையில் குறிவைத்துக் காத்திருந்தனர்.

சற்று நேரம் கழித்து, கரகரத்த குரலில் ஒரு 'ஸ்லோகனை' முழங்கியவாறு காயம்பட்ட ஒரு தீவிரவாதி தன் துப்பாக்கியால் சுட்டவாறே பாறை இடுக்கிலிருந்து வெளியே வந்தான்.

அவனை உடனே நம் நான்கு வீரர்கள் சுட்டுத் தள்ளினார்கள்.

இப்போது மீதமிருந்தது, ஒரேயொரு தீவிரவாதிதான். நம் அணியினருக்குத் தெரியும் அவன் வகையாக மாட்டிக் கொண்டான் என்று. அவன் அனேகமாக, பாறையிடுக்கின் அந்தப் பக்கமிருந்த குகையில் இருக்க வேண்டும் என்று வீரர்கள் நினைத்தனர். தன் அணியினரிடம் மீதமிருந்த ஒரேயொரு ராக்கெட் உந்து கையெறி குண்டுகளைப் பயன்படுத்தலாமா என்று தான் யோசித்துப் பார்த்ததை இப்போதும் குமார் நினைவுகூருகிறார்.

நாங்கள் விரைந்து காரியத்தை முடித்துவிட்டு, திரும்ப வேண்டும் என்று நினைத்தோம். எங்கள் உணவும் தீர்ந்து போய்விட்டது. ஆனால் அமைதியைக் கிழித்துக் கொண்டு கோஸ்வாமியின் குரல் ஒலித்தது. குகை நோக்கி நடந்தவாறே தன் உதடுகளைக் குவித்துக் கொண்டு அவர் ஓர் அழைப்பை விடுத்தார்.

“சகோதரனே! இன்னும் உனக்கு வாய்ப்பு இருக்கிறது. குகையை

விட்டு வெளியே வந்து சரணடை. அல்லது குகையிலேயே கிடந்து சாகப்போகிறாயா?" குகையின் வாயிலை நோக்கி அவர் குரல் கொடுத்தபோது, கோஸ்வாமியின் குரலில் ஒரு தீவிரத்தன்மை இருந்தது. ஆனாலும் அவர் குரல் மிருதுவாகவே இருந்தது.

காஷ்மீரின் மிகச் சவாலான அந்த மலைப்பகுதியில் ஐந்து நாட்கள் வெகு சிரமப்பட்டு, அந்த இடத்தை வந்தடைந்திருந்தனர் தீவிரவாதிகள். கோஸ்வாமிக்குத் தெரியும் அவர்கள் உணவும், வெடிபொருட்களும் தீர்ந்துபோய், விரக்தியின் எல்லைக்கே சென்றிருப்பார்கள் என்று.

"அதுதான் கோஸ்வாமியின் சமயோஜிதம். அவருக்குத் தெரியும், அந்தத் தீவிரவாதிக்குத் தொடர்ந்து போரிடத் தெம்பிருக்காது என்று. அவனை உயிரோடு பிடிக்க அதுதான் நல்ல சமயம். அதைத்தான் மோஹன் செய்தார்.

பல நிமிடங்கள் கழித்து அந்தத் தீவிரவாதி குகையை விட்டு வெளியே வந்தான். தன் கைகளைத் தலைக்கு மேலே தூக்கிக்கொண்டு மிகவும் பலகீனமானவனாக, தாளாத தாகத்துடன், செக்கச் சிவந்த கண்களுடன் அவன் வெளியே வந்து நின்றான் எதுவும் பேசாமல். கோஸ்வாமி, மேஜர் குமாரைப் பார்த்தார். அவர்கள் இருவருக்கும் தெரியும் அவர்களால் அந்தத் தீவிரவாதியைக் கொல்ல முடியாதென்று.

நம் வீரர்கள் அவனைக் கட்டிப்போட்டுவிட்டு, அவனுக்குத் தங்களிடம் மீதமிருந்த கடைசி உணவையும், தண்ணீரையும், தந்தனர்! அவன் பெயர் சஜ்ஜாத் அஹமத். அவனுடைய இன்னொரு பெயர் அபு உபைதுல்லா. பாகிஸ்தானின் முஜாபர்கரிலிருந்து வந்தவன். அவன் லஷ்கர்-இ-தொய்பாவில் சேர்க்கப்பட்டு, காமாண்டோ பயிற்சியளிக்கப்பட்டவன். இந்தியாவிற்குள் ஊடுருவி மக்கள்தொகை மிக்க நகரங்களில் அப்பாவி மக்களைக் கொல்வது. "அவன் சொன்ன தகவல்கள், இந்தியாவைத் தாக்க பாகிஸ்தான் தீவிரவாதிகளுக்குப்

பயிற்சியளித்துக் கொண்டிருப்பது பற்றி மூட்டை மூட்டையாகக் குவிந்த கிடந்த உண்மைத் தகவல்களுக்கு மேலும் வலு சேர்த்தது. நம் அணி, ஒரு ஹெலிகாப்டரைத் தன் முகாமிற்கு அனுப்புமாறு கேட்டுக்கொண்டது, தன் மதிப்புமிக்க சொத்தை பத்திரமாகக் கொண்டு சேர்க்க!"

"எங்கள் அணியில் இருந்தவர்கள் மிகத் திறமைசாலிகள்தான், அசகாய சூரர்கள்தான். ஆனால் அவர்கள் திறமையெல்லாம், மோஹனின் புத்திசாலித்தனத்திற்கு உறைபோடக் காணாது. அவர் உடலைப் போலவே அவர் மனமும் உறுதியானது. அது மட்டுமல்ல; அவர் உணர்வுகள் மிக்கவர். உணர்ச்சியற்ற மரக்கட்டையல்ல!" குமார் பிற்பாடு இவ்வாறு சொன்னார். இந்தப் போரில் தலைமையேற்று வழிநடத்தியதற்காக மேஜர் குமாருக்கு 'சௌரிய சக்ரா' விருது வழங்கப்பட்டது.

அடுத்த அழைப்பு வரும்வரை, நம் வீரர்களுக்கு 3 நாட்கள் 'போனஸ்' ஓய்வு கிடைத்தது.

கோஸ்வாமியின் அடுத்த வேலை செப்.2-ந் தேதி வந்தது. லீடர் பன்சால் தாக்குதலுக்குப் பிறகு, கொஞ்ச காலம் ஓய்வெடுத்துக் கொண்ட கோஸ்வாமியும், அவர் அணியினரும் இன்னொரு தாக்குதலுக்குத் தயாராக இருக்கும்படி கேட்டுக் கொள்ளப்பட்டனர். அந்த வாரத்தில் அவர்கள் எதிர்கொண்ட மூன்றாவது தாக்குதல் அது.

அந்த மாதம் பாரா சிறப்புப் படை அணியினர் எப்படி ஓய்வு ஒழிச்சலின்றி பணியாற்றிக் கொண்டிருக்கிறார்கள் என்பதற்கு எடுத்துக்காட்டு! இந்தத் தடவை வந்த தகவல்: 6 தீவிரவாதிகள் குப்வாராவின் எளிதில் அணுக முடியாத தொலைவிலிருந்த சட்சல்யார் காடுகளுக்குள் ஊடுருவியிருக்கிறார்கள். இந்தக் காடுகள் காஷ்மீரின் அடர் காடுகளில் ஒன்றாகும். அந்த அடர்த்திமிக்க இலைகள் நிரம்பிய காடுகளினூடே ஒருவர் 3 மீட்டர் தொலைவே பார்க்க முடியும்.

36 வீரர்கள், 6 அணிகளாகப் பிரிக்கப்பட்டு, ஊடுருவல்காரர்களுக்காகக் காத்திருப்பது என்று முடிவு செய்யப்பட்டது.

தாக்குதலுக்கான மொத்த நேரம் 96 மணிகள். செப்.1, அதிகாலையில், அணி இரண்டாகப் பிரிக்கப்பட்டு, காட்டினூடே ஓடிக்கொண்டிருந்த ஒரு அகன்ற மலையோடையின் இரு கரைகளுக்கும் அனுப்பப்பட்டனர். நம் வீரர்களுக்குத் தீவிரவாதிகள் வருவார்கள் என்று தெரியுமேயொழிய, அவர்கள் எந்தத் திசையிலிருந்து வருவார்கள் என்று தெரியாது. அதுபற்றி உளவுத் தகவல் ஏதுமில்லை. இதனால்தான் தாக்குதலுக்கு இவ்வளவு வீரர்கள் களமிறக்கப்பட்டனர். இவ்வகைத் தாக்குதலுக்கு, 'ஊகமான தாக்குதல்' என்று பெயர். அதிக எண்ணிக்கையிலிருந்த நம் வீரர்கள், தாக்குதலை எதிரிகள் தொடங்குவதற்கு முன்பே தொடங்கி, வெற்றிகரமாக நடத்த முடியும்.

20.30 மணியளவில், கோஸ்வாமி அணியினர் தாங்கள் வரவேற்கத் தயாராக இருந்த விருந்தாளிகள் வந்துவிட்டதை அறிந்தனர். உளவுத் தகவல்கள் சரியாக இருந்தன. உளவுத் தகவல்கள் சொன்னபடி அவர்கள் 4 பேர். காட்டில் தீவிரவாதிகள் நடமாடக்கூடும் என்று ஊகித்த வழித்தடங்களில், நம் அணியினர் இருவர் இருவராகப் பிரிந்து, 'க்ளேமோர்' கண்ணிவெடிகளைப் புதைத்தனர். சாதாரண கண்ணிவெடிகள் போலன்றி, இவை 'ரிமோட்' முறையால் இயக்கப்படும். இவற்றைத் தேர்ந்தெடுத்த திசையில் வெடிக்கச் செய்யவும் முடியும். ஆனால் சற்றும் எதிர்பாராத திசையிலிருந்து தீவிரவாதிகள் வந்தனர். அதனால் நமது வீரர்களுக்குத் தங்கள் களங்களை மாற்றிக்கொள்ள சிறிய அவகாசமே கிடைத்தது.

ஆனால், வழக்கம்போல், பாரா கமாண்டோக்கள், ஊடுருவல்காரர்களை முதலில் வம்பிற்கு இழுக்க வேண்டும். இது ஆபத்துகள் நிறைந்த வழக்கமான நடைமுறையாகும்.

ஆனால் இப்போது சிறப்புப் படை வீரர்களுக்கு, இதைவிட்டால் வேறு வழியில்லை. இந்த மாதிரி தாக்குதல்கள் இந்திய நிலப்பரப்பில் பெரும்பாலும் நடைபெறுவதால், தாக்குதலுக்கு முன் எடுக்க வேண்டிய எச்சரிக்கை நடவடிக்கைகள் பற்றி விரிவான நடைமுறைகள்-விதிகள்- இருந்தன. இந்த மாதிரி சூழ்நிலையில், தாக்குதலை முன்னால் ஆரம்பிப்பது, எதிரிக்கு நம் இடத்தை சுலபமாகக் காட்டிக் கொடுத்துவிடும்.

இருட்டில் 4 ஆட்கள் இருப்பது தெரிந்தவுடனேயே, கோஸ்வாமி முதல் ஆளாகச் சென்று தாக்குதலை ஆரம்பிக்க வழக்கம் போல் விரும்பினார். அணியிலிருந்த யாருக்கும் இது ஆச்சரியத்தை அளிக்கவில்லை.

மரத்திலிருந்த அடர்த்தியான இலைகளுக்கிடையே மறைந்துகொண்டு, “யாரங்கே?” என்று கத்தினார். குப்வாரா காடுகளின் அமைதியைக் கிழித்துக் கொண்டு உடனே பதில் வந்தது. துப்பாக்கிகள் வெடிக்கும் சத்தம் கேட்டது.

முதல் சில நிமிடங்களிலேயே 4 தீவிரவாதிகளில் ஒருவன் அடிபட்டான். கோஸ்வாமி அவனைச் சுட்டார்; ஆனால் கொல்லவில்லை. நம் வீரர்களுக்கும், தீவிரவாதிகளுக்கும் இடையே இருந்த குறுகிய இடைவெளியில் நடந்த இந்தத் தாக்குதல் பல நிமிடங்கள் நீடித்தது. ஆனால், சிறிது நேரத்திலேயே மழை தூற ஆரம்பித்து விட்டது. இப்போது தாங்கள் பதுங்கியிருந்த இடத்தை விட்டு வெளியேறி, தங்களைக் காட்டிக் கொடுக்க தீவிரவாதிகள் விரும்பவில்லை. வேட்டையாடத் தயாராக நமது வீரர்கள் காத்துக் கொண்டிருந்தனர். அவர்களிடமிருந்த இரவுக் கண்ணாடிகளால் எந்தப் பயனும் இல்லை- அவற்றால் அடர்த்தியான இலைப்பின்னல்களை ஊடுருவ முடியவில்லை. மேலும் சீதோஷ்ண நிலையும் அவற்றைப் பயன்படுத்துவதற்கு ஏற்றதாக இல்லை.

நம் வீரர்கள் காத்துக் கொண்டிருந்தபோது, நள்ளிரவு தாண்டி சற்று நேரத்தில் அவர்கள் தலைக்கு மேலிருந்த மரத்தில் ஒரு

பெரு வெடிச்சத்தம் கேட்டது. இதை நம் வீரர்கள் சற்றும் எதிர்பார்க்கவில்லை. சில வினாடிகள் கழிந்த பிறகே நடந்தது என்னவென்று நம் வீரர்களுக்குப் புரிந்தது: எதிரிகள் தங்கள் ஏ.கே-47 ரகத் துப்பாக்கிகளில் பொருத்தப்பட்டிருந்த பீப்பாய் வடிவ லாஞ்சர் கொண்டு சுட்டிருக்கிறார்கள் என்று! மரத்தின் கீழே ஒளிந்துகொண்டிருந்த 2 கமாண்டோக்களின் முகங்களில், குண்டுச் சிதறல்கள் பெரும் காயங்களை ஏற்படுத்தின.

அவர்களிடமிருந்து சற்றுத் தொலைவில், இருட்டிலிருந்த கோஸ்வாமி இதைக் கண்டார். அவருக்குத் தெரிந்ததுதான் அடுத்து செய்ய வேண்டியது என்னவென்று. எப்போதும் தான் அடுத்து செய்ய வேண்டியது என்னவென்று அவருக்குத் தெரிந்தே இருந்தது. யாரும் அவருக்கு அதை எடுத்துச் சொல்ல வேண்டிய அவசியம் ஏற்பட்டதில்லை.

எதிரியைக் கொல்வதைவிட வேறு ஒரு விஷயம் மிக முக்கியமானது என்று கோஸ்வாமி நினைத்தாரென்றால், அது காயம்பட்ட வீரரைக் களத்திலிருந்து அகற்றுவதுதான். காயம்பட்ட கமாண்டோக்கள் இருவரும், அடுத்து வருவதை எதிர்பார்த்து தரையோடு தரையாகப் படுத்திருந்தனர். கோஸ்வாமியும், அவர் தோழரான ஹவில்தார் மஹேந்திர சிங்கும் தங்கள் இருப்பிடங்களிலிருந்து காயம்பட்ட காமாண்டோக்களை நோக்கிப் பாய்ந்தனர்.

கோஸ்வாமிக்குத் தெரியும் தங்கள் மீது குண்டு மாரி பொழியும் என்று. அவர்கள் தங்கள் 'அஸால்ட் ரைஃபிள்'களைக் கொண்டு அதை எதிர்கொள்ளத் தயாராகவே வைத்திருந்தனர்.

கோஸ்வாமி போட்ட கணக்கு தவறியதே இல்லை- ஒரு முறைகூட! கையெறி குண்டு கொண்டு தாக்கிய தீவிரவாதி, தன் அஸால்ட் ரைஃபிளைப் பயன்படுத்தி குண்டு மாரி பொழிந்தான். ஒரு குண்டு சிங்கின் வயிற்றைக் கிழித்துக் கொண்டு சென்று, அவரின் முதுகுத் தண்டைத் தாக்கியது. அதனால் அவர் இடுப்புக்குக் கீழ் செயலிழந்து போனார்.

கோஸ்வாமிக்குத் தெரியும் அடுத்து என்ன நடக்கப் போகிறது என்று, அவர் நண்பர் தொடர்ந்துவரும் குண்டு மழையில் சிக்கி நார்நாராகக் கிழிந்துபோவாரென்று! தன் மறைவிடத்திலிருந்து தாவி வெளியே ஓடிவந்த அவர் எதிரியை நோக்கிப் பயங்கரமாகச் சுட்டார். இரண்டு குண்டுகள் கோஸ்வாமியின் இடுப்பைக் கிழித்தன. ஒன்று அவரை ஊடுருவித் தாண்டிச் சென்றது; இன்னொன்று அவர் உடலின் உள்ளே புதைந்து கொண்டது. எப்போதும் போல கர்ஜித்துக் கொண்டே அவர் தரையில் சாய்ந்தார். அப்போது அவரை நோக்கி சுட்டுக் கொண்டே வந்த இரண்டு தீவிரவாதிகளை நோக்கி அவர் துப்பாக்கி நீண்டிருந்தது. அது செயல்பட்டபோது, அவர்கள் தங்கள் உயிர்களை இழந்திருந்தனர். கோஸ்வாமியும் தரையில் சரிந்தார்.

இரத்தம் ஒழுக ஒழுக, கோஸ்வாமி தன் நண்பர்களான மஹேந்திரனையும், காயம்பட்ட இரண்டு ஜவான்களையும் நோக்கித் தவழ்ந்து வந்தார். ஆனால் தொடரும் குண்டு மழையால், கோஸ்வாமி தன்னை மரணதேவனிடம் ஒப்படைக்க முடிவு செய்தார்.

மேஜர். குமாரின் துப்பாக்கியிலிருந்து புறப்பட்ட குண்டுகள் ஒரு போர்வையாகச் செயல்பட, கோஸ்வாமி சற்றே வேகமாக மஹேந்திர சிங்கை நோக்கித் தவழ்ந்தார். அடிபட்ட வீரர் அந்த இடத்தைவிட்டு உடனே அப்புறப்படுத்தப்பட்டு, ஒரு பாதுகாப்பான இடத்திற்குக் கொண்டு செல்லப்பட்டார். இப்போது மேஜர். குமார் தன் உயிர் நண்பனை நோக்கி நகர்ந்தார்.

“அவர் அருகே உட்கார்ந்து இரவு முழுவதும் மோஹனின் கையைப் பிடித்துக் கொண்டிருந்தேன். அதில் நாடித் துடிப்பே இல்லை! எனக்கு இந்த நிலை ஏற்பட்டிருந்தாலும் மோஹன் இதைத்தான் செய்திருப்பார். என்னைத் தனியே விட்டுவிட்டு அவர் போயிருக்க மாட்டார்.”

இந்த நிகழ்வு நடந்த பின், ஒவ்வொரு நாளும் மேஜர் குமார்

அதை நினைவுகூருகிறார்:

"அங்கே அவருடன் நான் அமர்ந்திருந்தேன். அவர் உடல் குளிர்ந்து போயிருந்தது. எல்லாம் முடிந்து போனது என்று என்னால் ஒப்புக்கொள்ளவே முடியவில்லை! என் மனதில் ஏதோ ஒன்று, என் இன்னுயிர் நண்பன் கோஸ்வாமி கண் விழிப்பான் என்று சொல்லிக்கொண்டே இருந்தது. குண்டடிபட்டு இறந்து போகும் மனிதரல்ல கோஸ்வாமி; ஆனாலும் அவர் உடலில் உயிர் இல்லை!"

மழை பொழிந்து கொண்டிருந்த அந்த இரவு முழுவதும் மோஹன் நடந்துவிட்டதை நம்பவே முடியாமல், நிதர்சனத்திற்கும், ஆசைக்கும் இடையே சிக்கித் தவித்தார்.

"பல மணி நேரம், இதுவும் கோஸ்வாமியின் தந்திரங்களில் ஒன்றா என்றெண்ணி நான் தவித்துக் கொண்டிருந்தேன். உயிரற்ற சவம் போல் கிடந்து, எதிரிகள் அருகே வந்தவுடன் அவர்களைத் தாக்குவாரோ என்றும் நான் நம்பிக்கையுடன் காத்திருந்தேன். நான் பல நண்பர்களைப் போரில் இழந்திருக்கிறேன்; ஆனால் ஒருபோதும் இது மாதிரி நிலைகுலைந்து போனதில்லை. மறுநாள் நான் சூரிய உதயம் வரை காத்திருந்தேன், என் நண்பன் உயிர் பெற்றெழும் தருணத்திற்காக- ஆனால் அது வரவே இல்லை!"

அடுத்த நாள் எங்கள் தலைமையகத்தில் அணியின் அதிகாரிகளுக்கும், வீரர்களுக்கும் ஒரு மது விருந்து வைக்கப்பட்டது, கவ்விக் கொண்டிருந்த துக்கத்திற்கிடையிலும். ஒரு பெருமித உணர்வு எல்லோரிடமும் இருந்தது. அவர்களுடன் சிரித்துப் பேசி அவர்களை மகிழ்வுறச் செய்த ஒரு மனிதன் 'சைன் ஆப்' செய்து கொண்டான், தான் விரும்பிய வழியில், தான் மிகவும் நேசித்த விஷயத்தைச் செய்தவாறு! தங்கள் துக்கத்தை மறக்க, கோஸ்வாமியின் நண்பர்கள், வீரதீரச் செயல் புரிந்து, தங்களுக்கு வெற்றியை ஈட்டித் தந்ததற்காக அவருக்கு நன்றி சொல்லும் விதமாக மதுக்கோப்பைகளைத் தங்கள் கைகளில் ஏந்தினர்.

"கோஸ்வாமி ஒரு எடுத்துக்காட்டான சிறப்புப் படை வீரர். அவர் தன் குடும்பத்தை மிகவும் நேசித்தார். ஆனால் போர் உற்சாகம்தான் அவரின் முதல் மனைவி!"

கோஸ்வாமியின் வீரத்தையும், தியாகத்தையும் பற்றிக் கேள்விப்பட்ட தேசிய ஊடகங்கள் திகைத்துப் போயின. உத்தர்காண்ட்டில், ஒரு கிராமத்தில் வசித்துவந்த அவர் மனைவியிடம் ஒப்படைப்பதற்காக, அவர் உடல் சாலை மார்க்கமாகக் கொண்டு செல்லப்பட்டது. தேசியக் கொடி போர்த்தியிருந்த அவர் உடல் வைக்கப்பட்டிருந்த சவப்பெட்டியின் அருகே அவர் மனைவி உறுதிமிக்க மனதுடன் நின்றுகொண்டிருப்பதை நாடே பார்த்து வியந்தது!

அடக்க முடியாத துயரத்துடன், கண்களில் கண்ணீர் மல்க, அவரின் தாய் ராதா பாய், அரசாங்கத்திற்கு ஒரு வேண்டுகோள் விடுத்தார்: "என் மகனின் பெயரில் ஒரு பள்ளியை ஆரம்பியுங்கள்- ஒரு விளையாட்டு மைதானத்திற்கு அவன் பெயரைச் சூட்டுங்கள். இதுதான் அவன் கனவு! சிறு குழந்தையாக இருந்தபோதே அவனுக்கு இந்தக் கனவு இருந்தது. மற்றவர்களுக்கு இந்த விதமாக உதவி செய்ய வேண்டும் என்பது அவன் ஆசை!"

"தன் உயிருக்கு ஆபத்து என்று தெரிந்தேதான் அவர் தன் தோழனைக் காப்பாற்ற களத்தில் குதித்தார்." கோஸ்வாமியின் அணியில் தலைவராக இருந்து, இப்போது லெப்.கர்னலாக இருக்கும் ஒருவர் கோஸ்வாமியைப் பற்றி இவ்வாறு நினைவுகூருகிறார்: "நாங்கள் ஒவ்வொருவருமே நாட்டின் நலத்திற்காகத்தான் பாடுபடுகிறோம். ஆனால் சிறப்புப் படை அணியில் ஒவ்வொருவரும் தன் கூட பணியாற்றும் சகாக்களுக்காகவும் பணியாற்றுகிறோம். கோஸ்வாமி எங்களுடன் பாசப்பிணைப்புடன், உற்ற தோழனாகப் பழகினார். அவர் ஒரு சிறந்த முன்மாதிரியான சிறப்புப் படை வீரர்."

"அல்லல் படுகிறவர் யாராக இருந்தாலும் அவர் உதவுவார். அவர் இரக்க சுபாவம் போர் வீரர்களையும் தாண்டி விரவி நின்றது. யாராவது ஏழையைப் பார்த்தால் அல்லது மன நலம் குன்றியவர்களைப் பார்த்தாலும் அவர் தன் உடைகளைத் தந்து உதவுவார். எந்தப் பிச்சைக்காரனுக்கும் அவர் ஒன்று அல்லது இரண்டு ரூபாய் தந்து நான் பார்த்ததில்லை. அவர்களுக்குக் குறைந்தபட்சம் நூறு ரூபாய் தந்துதவுவார். ஒரு நாள் ஒரு யோகி அவரை மார்க்கெட்டில் சந்தித்து தனக்கு கொஞ்சம் திராட்சைப் பழங்கள் வாங்கித் தருமாறு கேட்டார். என் கணவர் அவருக்கு ஒரு கிலோ வாங்கித் தந்தார். ஒரு முறை ஆடை எதுவுமின்றி, சுற்றித் திரிந்து கொண்டிருந்த ஒரு பிச்சைக்காரனுக்குத் தன் மேல் சட்டையைப் போர்த்திவிட்டார். அவர் எப்போதுமே இப்படித்தான்!" கோஸ்வாமியின் மனைவி பாவனா நினைவு கூர்கிறார்.

சட்சல்யார் தாக்குதலுக்குப் பின், நான்கு மாதங்கள் கழித்து, பாவனா கோஸ்வாமி, டெல்லிக்குச் சென்றார்- மரணத்திற்குப் பின் தன் கணவருக்கு வழங்கப்பட்ட அசோக் சக்ரா விருதினைப் பெற்றுக் கொள்வதற்காக! இந்த விருதுதான் அமைதிக்காலத்தில், வீரதீரச் செயலுக்காக வழங்கப்படும் இந்தியாவின் மிகப் பெரிய விருது! மழை பொழிந்து கொண்டிருந்த அந்தக் காலைப் பொழுதில் அவர் மிக மன உறுதியுடன் டெல்லி ராஜ்பத் பாதையில் நடந்து சென்று கொண்டிருந்தார்.

"எங்கள் திருமணத்திற்கு முன்பே பலமுறை நான் எப்போதும் எதற்கும் தயாராக இருக்க வேண்டும் என்று கூறியிருக்கிறார். முதலில் எனக்கு அச்சமாகத்தான் இருந்தது. ஆனால் நாங்கள் சேர்ந்து வாழ்வதே விதி என்று நினைத்தேன். என் மனதில் ஒரு குரல் ஒரு கமாண்டோ வீரராக நான் அச்சமின்றி இருக்க வேண்டும் என்றும், ஒரு கமாண்டோவின் மனைவிக்கு அதுதான் அழகு என்றும், ஒருவர் சாக வேண்டும் என்று விதியிருந்தால் மரணம் எப்போதும், எங்கே வேண்டுமானாலும் நிகழலாம்

என்று நான் நினைத்துக்கொண்டேன்" என்று இன்னும் கோஸ்வாமியின் கிராமமான லால்கனில் வசித்துவரும் கோஸ்வாமியின் மனைவி கூறுகிறார்.

கோஸ்வாமியின் ஒரே மகளான பூமிகா. அவர்கள் வீட்டிலிருந்து அதிக தொலைவிலில்லாத உண்டு- உறைவிடப் பள்ளியில் படித்து வருகிறார்.

"எங்களைப் பொறுத்தவரை, இன்றும் அவர் எங்களுடனேதான் இருக்கிறார். எங்கள் வாழ்நாள் முழுவதும் அவர் எங்களுடனேயே இருப்பார். அவரை நான் இப்போது பார்க்க முடியாது. அவ்வளவுதான். நான் நடக்கும்போது அவர் என்னுடனே நடந்து வருகிறார்; அவர் என்னுடன் பேசுகிறார். அவரைப் பார்க்க மட்டுமே என்னால் முடியவில்லை."

கிராமத்தில் வைக்கப்பட்டிருக்கும் ஒரு சிறிய வழிகாட்டிப் பலகையில், 'ஷாஹித் மோஹன் நாத் கோஸ்வாமி' என்று எழுதப்பட்டிருக்கிறது. கோஸ்வாமியின் மரணத்திற்குப் பிறகு அவர் பூர்வீக வீட்டிற்கு வரும் வழியில் அவர் கட்டிக் கொண்டிருந்த பெரிய வீட்டை முடிக்க பாவனா விரும்பவில்லை.

எங்கள் குடும்பத்து ஆண்கள் எல்லோரும் மோஹனைப் போல இருக்க வேண்டும் என்றே விரும்புகின்றனர். அவர் விட்டுச் சென்ற வழித்தடத்திலேயே பயணிக்க விரும்புகிறார்கள். அவர்கள் சொல்கிறார்கள், "அவர் பத்து தீவிரவாதிகளைக் கொன்றார்; நாங்கள் இருபது பேரைக் கொள்வோம்."

சிறப்புப் படையில் வீரத்தையும், தீரத்தையும் ஊட்டி வளர்க்கும் கதைகளுக்குப் பஞ்சமே இல்லை! ஆனால் லா. நாயக் கோஸ்வாமியின் கதை மாயாஜாலங்கள் நிறைந்த கதை.

அன்றைய சண்டையில் அவருடன் பங்கெடுத்துக் கொண்ட

ஒரு நண்பர் சொல்கிறார்: "கோஸ்வாமி 'ஜாதுகார்'(மந்திரவாதி) என்ற சொல்லையே அறைகூவல் விடுக்க எப்போதும் பயன்படுத்துவார்.

குண்டு மழையை எதிர்கொள்வதில் அவரைப் போல் தீரமிக்க வீரரை இனி என்னால் பார்க்கவே முடியாது!"

4

அஞ்சா நெஞ்சர்களும் அஞ்சுவர்; மறைவிடம் நாடுவர். ஆனால் அவர்...?

ஹவில்தார் ஹங்பன் தாதா

ஷம்ஷாபரி மலைத்தொடர், ஜம்மு-காஷ்மீர்

26 மே 2016

குளிர்ந்து, நீலம் பாரித்துப்போய் இறந்து போயிருந்த அவரின் வலது கரம் அவரின் *Kalashnikov* ரைஃபிளின் டிரிக்கரை கெட்டியாகப் பிடித்துக் கொண்டிருந்தது. அவர் முகத்தில் பாதி, 12,000 அடி உயர மலையில் படிந்திருந்த உறைபனியில் புதைந்திருந்தது. அவர் கழுத்தில் இருந்த ஒரு குண்டு காயத்தின் வழியாக அவர் உயிர் மெதுவாக வெளியேறிக் கொண்டிருந்தது. செத்துக்கொண்டிருக்கும்போதே, ஹவில்தார் முழு வெடிமருந்து நிரம்பிய குண்டுகளை வெடிக்கச் செய்திருந்தார். இறந்துபோன ஒரு மனிதன், 30 7.62 ரவுண்டுகள் சுட்டிருந்தார்.

ஹவில்தார் ஹங்பன் தாதாவை எப்போதும் ஒரு அமானுஷ்யத் தன்மை சூழ்ந்திருக்கும். வஞ்சத்திற்குப் பஞ்சமில்லாத காஷ்மீர் மலைப்பிரதேசத்தில், போரில் வீரத்தைக் காட்டுவது அப்படி ஒன்றும் அசாதாரணமானதல்ல. ஆனால் போர்களின் போது ஹவில்தார் ஹங்பன் தாதாவுடன் இருந்த ஒவ்வொரு வீரரும் சொல்வார்கள், அவரைப் போல் யுத்தப் பேய் பிடித்து ஆட்டுவித்த ஒருவரை நாங்கள் பார்த்ததேயில்லை. அவரைப் பொறுத்தவரை பூமி, தீவிரவாதிகளுடனான சண்டைகளையே சுழன்று, சுழன்று வந்தது. அப்படிப்பட்ட சூழ்நிலையில் அவர் காட்டிய வீரம் அசாத்தியமானது.

அவர் அணியைச் சேர்ந்த ஒரு வீரர், பின்னால் இப்படிச் சொன்னார்: "அவர் இறப்பதற்கு முன்பே பேயாக மாறி தீவிரவாதிகளின் உயிரைக் குடிப்பவராக மாறிவிட்டார்." அவர் குறிப்பிட்டது ஹவில்தாரின் மறக்கமுடியாத சண்டையை! அதுதான் அவரின் இறுதிப் போர்!

2016-ம் வருடம், மே 26. பா.ஆ. காஷ்மீரிலிருந்த, அடர்த்தியும் பசுமையும் நிறைந்த லீபா பள்ளத்தாக்கிலிருந்த, பலமான ஆயுதங்களுடன் தீவிரவாதிகளின் குழு ஒன்று, தங்கள் முகாமை விட்டு வெளியே வந்தது, இறுதியாக ஆயுதங்களும், மற்ற விஷயங்களும் சரியாக இருக்கின்றனவா என்று உறுதி செய்துகொள்ள. ஸ்ரீநகரிலிருந்து 150 கி.மீ. தொலைவிலிருந்த கட்டுப்பாட்டுக் கோட்டை ஒட்டியே இது நடந்தது. கோட்டை நெருங்க நெருங்க, அவர்கள் வேகம் அதிகரித்தது. ஆனால் அவர்கள் உறுதி குறைந்து கொண்டே வந்தது.

பா.ஆ. காஷ்மீரின் மிக அற்புதமான, மனதை அள்ளும் புல்வெளிகளை விட்டுவிட்டு அவர்கள் வந்திருந்தனர். கோடை காலங்களில் லீபா பள்ளத்தாக்கு மிக அதிகமான பாகிஸ்தான் சுற்றுலாப் பயணிகளை ஈர்க்கும். பரந்து விரிந்த ஆப்பிள், வால்நட் தோட்டங்களும், மலையோடைகளும், பரந்த புல்வெளிகளும் சுற்றுலாப் பயணிகளைக் கவர்ந்திழுக்கும். மக்கள், இந்த இடங்களில் தேனீக்கள் போல் குவிந்திருப்பர். ஆனால் இந்தப் பிரதேசத்தில் - மிகக் குறைவானவர்களே வந்து போகும் பிரதேசங்களும் இருந்தன, அவற்றில் பெரும்பாலானவற்றை படங்களில் கூட பார்த்திருக்க முடியாது.

பயங்கர ஏவுதளங்கள் நிறைந்த இந்தப் பகுதியிலிருந்துதான் கட்டுப்பாட்டுக் கோட்டைத் தாண்டி, ஜம்மு காஷ்மீருக்குள் ஊடுருவ தீவிரவாதிகள் தொடர்ந்து அனுப்பப்படுவார்கள்.

காரிருள் சூழ்ந்திருந்த அந்த மே மாத இரவில் 4 தீவிரவாதிகள் எல்லைக் கட்டுப்பாட்டுக் கோட்டை நோக்கி மேலேறினர். திடீர் திடீரென்று தோன்றிய மின்னல் வெளிச்சம் பனி

படர்ந்த ஷம்ஷாபரி மலைத்தொடரின் முகட்டைப் பளீரென்று காட்டியது. இயற்கையாகவே அமைந்துவிட்ட இந்த மலைத்தொடர் தடையைத்தான், காஷ்மீர் பள்ளத்தாக்கை அடைய அவர்கள் கடக்க வேண்டும். இந்தத் 'தடை' அமைந்திருக்கிற இடத்தில்தான் நம் இராணுவம் 14,000 அடி உயரத்திற்கும் மேலே கண்காணிப்புகளை அமைத்திருந்தது. ஒவ்வொரு இடத்திலிருந்தும் பார்க்கும்போது பள்ளத்தாக்கின், வார்த்தைகளால் விவரிக்க முடியாத பேரழகு நம் கண் முன்னால் விரியும். அந்த அழகின் பின்னால் பேராபத்தும் ஒளிந்து கொண்டிருந்தது.

இந்தக் கண்காணிப்பு இடங்கள் 2015- ம் வருடம் குளிர்காலத்தில், காலி செய்யப்பட்டன. ஒரு வாரத்திற்கு முன்புதான் நம் இராணுவம் திரும்ப அந்த இடத்திற்கு வந்து சேர்ந்திருந்தது. கோடை காலம் தொடங்கியதுமே, ஆரம்பமாகும் ஊடுருவல்களைத் தடுப்பதே அதன் தலையாய வேலை. ஒரு இராணுவ நடவடிக்கையாக- குளிர்காலத்தில் கண்காணிப்பது எளிதான வேலையல்ல என்பதால்- அதிக உயரத்தில் முகாமிட்டிருக்கும் இராணுவ வீரர்களை உயரம் குறைந்திருக்கும் முகாம்களுக்கு அழைத்துக் கொள்வதும், தட்பவெப்ப நிலை சற்றே சீரடைந்ததும், திரும்ப அவர்களை பழைய முகாம்களுக்குத் திருப்பி அனுப்புவதும் ஒரு வழக்கமான இராணுவ நடவடிக்கை. பயங்கரமான குளிர்காலம், ஊடுருவல்காரர்கள் வரும் வழிகளில் நடைபெறும் ஓயாத போர்களிலிருந்து நம் இராணுவ வீரர்களுக்கு, இப்படித்தான் சற்றே அரிதான ஓய்வை அளிக்கும்.

தேர்ந்தெடுக்கப்பட்ட பாதையில் எப்படிச் செல்வது என்பது பற்றியும், வழியில் என்ன எதிர்பார்க்க வேண்டும், அதாவது இந்திய இராணுவத்தின் மன உறுதிமிக்க வீரர்களை, எப்படி எதிர்கொள்ள வேண்டுமென்பது பற்றியெல்லாம் தீவிரவாதிகளுக்குக் கடுமையாகப் பயிற்சியளிக்கப்பட்டிருந்தது. இந்தப் பகுதி, இந்தியாவின் மிகக் கடுமையான மலைப்

பாங்கான பிரதேசம். மிக கவனத்துடன் தீவிரவாதிகள், தேர்ந்தெடுக்கப்பட்ட பாதையில் கட்டுப்பாட்டுக் கோட்டை ஒட்டியே, கிழக்கிலிருந்த முகட்டை நோக்கி நடந்தார்கள். அவர்கள் பயிற்சியின் முக்கியப் பகுதி ஷம்ஷாபரியை எப்படிக் கடப்பது என்பது பற்றித்தான்! அதைக் கடந்ததும் அவர்கள் செய்ய வேண்டிய வேலை, தவழ்ந்து சென்று தாங்கள் ஒளிய வேண்டிய மறைவிடங்களை அடைவதுதான். அவர்களை வரவேற்க மலையின் தட்டையான பகுதிகள் காத்திருந்தன. அவர்கள் இன்னும் சில மணி நேரம் நடந்துவிட்டால் போதும், அவர்கள் பதுங்கியிருந்து, இந்தியப் பகுதியில் மிகுந்த சேதத்தை உண்டாக்க முடியும்.

இந்தப் பகுதியில் இராணுவ வீரர்கள் காவல் காக்கவும், பாகிஸ்தான் எல்லையில் ஒரு நீண்ட சுவர் எழுப்பவும் கோடிக்கணக்கான ரூபாய்களைச் செலவழிக்கிறது. ஆனால் ஒவ்வொரு வருடமும் கடும் குளிர் அதை உருக்குலைத்து விடும். பனி ஏற்படுத்தும் இந்த மாதிரி இடைவெளிகளை, ஊடுருவல்காரர்கள், ஊடுருவல்களை நிகழ்த்த நன்றாகப் பயன்படுத்திக் கொள்வர். இவர்கள் பாகிஸ்தான் இராணுவத்தால் பயிற்சியளிக்கப்பட்டவர்கள். இதுமட்டுமின்றி, இவர்கள் இயற்கை அமைப்பின் காரணமாக இந்தியாவில் தடுப்புச் சுவர் கட்ட முடியாத இடங்களையும் தங்களுக்குச் சாதகமாகப் பயன்படுத்திக்கொண்டனர்.

தற்போது எல்லை தாண்டி வந்த இந்தக் குழு, மே. 26-ல் அப்படிப்பட்ட ஒரு இடைவெளியைக் கண்டது. எல்லைக் கோட்டிற்கும் தடுப்புச்சுவருக்கும் இருந்த இடைவெளி, 50 மீட்டர்களிலிருந்து, 2 கி.மீ வரைகூட நீண்டிருக்கும். இது அந்தந்த இடத்தில் இருக்கும் நில அமைப்பைப் பொறுத்தது. இந்தப் பகுதியில் அது இரண்டு கிலோமீட்டராக இருந்தது.

கரடுமுரடான மலைமுகட்டை தீவிரவாதிகள் கடக்க முயன்றபோது விடிய ஆரம்பித்திருந்தது. மலை முகடு,

தென் மேற்கிலிருந்து, வட கிழக்காகச் சென்றது. இந்தப் பகுதியைக் காவல் காத்து வந்தது, 35-வது ராஷ்டிரீய ரைஃபிள் காலாட்படைப் பிரிவு. இதன் வீரர்கள் நம் இராணுவத்தின் அஸாம் அணியிலிருந்து பொறுக்கி எடுக்கப்பட்டவர்கள். காவல் காத்து வந்த வீரர்களில் ஒருவரின் கடைக்கண் பார்வையில் ஏதோ அசைவது தெரிந்தது. அவர் அந்த திசையையே உற்று நோக்கினார். ஆனால் அங்கே எதுவும் தென்படவில்லை. அந்தக் குளிர் பிரதேசத்தில் பனி அவ்வப்போது கண்ணாமூச்சி காட்டும். தான் ஒரு கணமே கண்ட காட்சியும் அப்படிப்பட்டதுதானோ என்று அவருக்குச் சந்தேகம் வந்துவிட்டது.

அது ஒரு விலங்காகக்கூட இருக்கலாம் என்று அவர் நினைத்தார். பனி மூடிய மலைச் சிகரங்களில் அவ்வப்போது சிறுத்தைகளும், கரடிகளும் உலா வருவது வழக்கம். ஆனால் அந்த வீரர், இவற்றைவிட இன்னும் பயங்கரமான, புத்திசாலித்தனமான ஏதோ ஒன்றை எதிர்பார்த்தார். 'மீரா போஸ்ட்' என்ற அந்தக் காவலிடத்திலிருந்து, தன் இருபதுகளின் ஆரம்பத்திலிருந்த சிப்பாய், ஜே.என். பைடெ அமைதியாக, முகட்டின் உச்சியிலிருந்த தன் இடத்திலிருந்து வெளியே வந்தார், இன்னும் சற்று நெருங்கிப் பார்ப்பதற்காக. ஊடுருவல் காலம் தொடங்கும் இந்த நேரத்தில் எந்த 'ரிஸ்க்'கும் எடுக்க பைடெ விரும்பவில்லை.

பனிக்காற்று, பைடெ முகத்தில் அறைந்தபோது, அஸாம் அணி வீரரான அவர் பனியை மெதுவாக ஊடுருவிச் சென்று, தான் ஓரக்கண்ணால் ஏற்கனவே பார்த்திருந்த அசைவு என்னவென்று சந்தேகத்திற்கிடமில்லாமல் தெரிந்து கொள்ள விரும்பினார். பைடெவின் விரல்கள் அவருடைய ஏ.கே 47-ன் ரைஃபிளின் டிரிக்கர் மேல் இருந்தன. அப்போது அவர் அணித் தலைவரின் வார்த்தைகள் அவர் காதில் எதிரொலித்தன:

"உங்கள் கண்காணிப்பில் கவனக் குறைவாக இருந்துவிடாதீர்கள், ஒரு வினாடிகூட! நொடியில் எடுக்கும் முடிவுகள்தான் பெரும்பாலும் மரணத்தையும் வாழ்க்கையையும் நிர்ணயிக்கின்றன."

இந்தச் சொற்களை ஜம்மு-காஷ்மீர் பகுதியிலிருக்கும் வீரர்கள் ஒருபோதும் மறப்பதில்லை. ஒரு வீரரின் உள் மனம் எப்போதும் பொய் சொல்வதில்லை.

பைடெ, தன் இருப்பிடத்திலிருந்து முப்பது அடிகள் கூட எடுத்து வைத்திருக்க மாட்டார். அப்போதுதான் பொழிந்திருந்த புத்தம் புது பனியின் மீது மனிதக் காலடித் தடங்களைக் கண்டார். உடனே அவருக்குத் தெரிந்துபோயிற்று, 4-வது அஸாம் ரெஜிமென்ட்டில் அன்று காலை உணவு கிடையாதென்று!

இரண்டாம் உலகப் போரின் போது 1941-ல் உருவாக்கப்பட்ட அஸாம் ரெஜிமென்ட்டில் 7 வட கிழக்கு மாகாணங்களைச் சேர்ந்த வீரர்கள் மட்டுமே சேர்க்கப்படுவர். அஞ்சா நெஞ்சர்களான இவர்கள், மலைப் பிரதேசங்களில் போரிட மிகத் தகுதியானவர்கள். 4 அஸாம் அணியைச் சேர்ந்த மேஜர்(இவர் பின்னாளில் கர்னலானார்) வாங்சுக்கிற்கு, மஹாவீர் சக்ரா விருது வழங்கப்பட்டது. சிறப்பாக போர் புரிந்ததற்காக வழங்கப்படும் இந்தியாவின் இரண்டாவது மிக உயரிய விருது இதுதான். 1999- கார்கில் போரில், படாலிக் சோர்பா துணை செக்டாரிலிருந்த, 18,500 அடி உயரமான சிகரத்தைக் கைப்பற்றியதற்காக அவருக்கு இந்த விருது வழங்கப்பட்டது. இப்போது, ஏறத்தாழ பதினேழு வருடங்கள் கழித்து இந்திய அணி அதே மாதிரி ஒரு சூழலை -ஊடுருவல்காரர்களை- எதிர்கொள்ள வேண்டி வந்தது.

மணிப்பூரைச் சேர்ந்த பைடெ, எதுவுமே நடக்காதது போல் தன் அணியிருக்குமிடத்திற்கு உடனே திரும்பி வந்து, எண்ணிக்கை தெரியாத ஊடுருவல்காரர்கள் அருகிலேயே பதுங்கி இருக்கிறார்கள் என்று தன் அணியினரை உஷார் படுத்தினார். ஒரு சில நிமிடங்களிலேயே ஒரு ரேடியோ ஆபரேட்டர் இந்தத் தகவலை மேஜர் அமிர்தராஜிற்குத் தெரியப்படுத்தினார். ஷம்ஷாபரி மலைப்பகுதியில் போர் நடவடிக்கைகளை ஒன்றிணைத்தவர் இவர்தான்.

அப்போதுதான் மேஜர் தனக்கு வழங்கப்பட்ட சூடான தேநீரை குடித்திருந்தார். அந்தத் தேநீர்தான் அன்று முழுக்க அவர் சாப்பிட்டது. ரேடியோ தகவல் தாக்குதலை வெகு சீக்கிரமே எதிர்பார்க்கலாம் என்று சொன்னது. குப்வாராவின் மிக அழகான அதே சமயம் மிக பயங்கரமான நவ்காம் பள்ளத்தாக்கில் அந்த ஸீசனில் நடக்கும் முதல் சண்டை.

சண்டைக்கு சற்று முன் வழக்கமாக வீரர்களுக்கு நடத்தப்படும் படைப்பயிற்சி அளிக்கப்பட்டது. கட்டுப்பாட்டுக் கோட்டிற்கு அருகில் இருந்த நம் முகாம்கள், தீவிரவாதிகள் பயன்படுத்தும் நெடுஞ்சாலை முழுவதும் வியாபித்திருந்தன. நவ்காமிற்குச் செல்லும் பாதையும் அவற்றில் ஒன்று. இந்தக் காவல் இடங்களில் இருக்கும் நம் வீரர்கள் இரவு பகலாக ரோந்துப் பணியில் ஈடுபடுவர். தீவிரவாதிகளைப் பதுங்கித் தாக்க அவர்கள் எப்போதும் தயார் நிலையிலேயே இருப்பார்கள். ஒரு நிமிடம் கூட தங்கள் கண்காணிப்பை அவர்கள் விலக்கிக் கொள்ள மாட்டார்கள். மலை முகட்டிலிருந்த நான்கு காவல் இடங்களுக்கும், அதன் கீழே பனி படர்ந்திருந்த மலைச் சரிவுகளிலிருந்த மூன்று இடங்களுக்கும் உடனே தகவல் சொல்லப்பட்டது. தீவிரவாதிகளின் நடமாட்டம் தென்படுகிறதென்றும், அவர்களைப் பிடிப்பதற்கான திட்டத்தை இன்னும் இறுக்க வேண்டும் என்று அவர்களுக்கு அறிவுரை வழங்கப்பட்டது.

ஹவில்தார் தாதாவும், இன்னும் சிலரும் தங்கள் இடங்களிலிருந்து கிளம்ப ஆயத்தமாகிக் கொண்டிருந்தனர். ‘சாபு போஸ்ட்’ என்றழைக்கப்பட்ட இந்த இடம், மலைமுகட்டிலிருந்து 2,000 அடிகள் கீழே இருந்தது. தளவாடங்கள் இருந்த இந்த முகாமிற்குத் தங்களுக்கு வேண்டிய ரேஷன் பொருட்களை வாங்கிச் செல்வதற்காக அவர்கள் வந்திருந்தனர். இந்த இடம் மலையின் அடிவாரத்திலிருந்தது. மேலே இருக்கும் தங்கள் காவல் இடங்களுக்கு வீரர்கள் இப்படித்தான் தமது ரேஷன் பொருட்களைக் கொண்டு செல்வது வழக்கம். தாம் பணியாற்றும்

இடத்திலிருந்து இந்த இடத்திற்கு அவர்கள் நடந்துதான் வர வேண்டும். நடந்துதான் திரும்பிப் போகவேண்டும். இதற்கு 2+2= 4 மணி நேரம் பிடிக்கும். வீரர்கள், திரும்பிச் செல்லும்போது, தங்களுக்குத் தேவையான உணவு, வெடி பொருட்கள், எரிபொருள் போன்றவற்றை எடுத்துச் செல்வார்கள். ஹவில்தார் தாதாவும், அவர் அணியினரும், மிக ஜாக்கிரதையாகவும், மெதுவாகவும், ஷம்ஷாபரியில் தங்கள் இருப்பிடம் நோக்கித் திரும்பினார்கள். கடந்த சில நாட்களாக அந்தப் பகுதியில் 15 அடிக்கும் மேலான பனிப்பொழிவு இருந்தது. தட்பவெப்ப நிலை 15 டிகிரிக்கும் கீழே சென்று விட்டது. எலும்பை, ‘என்ன சௌக்கியமா?’ என்று கேட்கும் அளவு குளிர்!

அதிகாலை 05.45 மணிக்கு சாபு போஸ்டிலிருந்து கிளம்ப ஆயத்தமாகிக் கொண்டிருந்த போதுதான் மேஜர் ராஜிடமிருந்து ‘கவனம் தேவை’ என்ற செய்தி வந்தது. இவர், காலாட்படையின் இயந்திரப் பிரிவிலிருந்து, இந்தப் பிரிவிற்கு அயல் பணியில் வந்திருந்தார். இவர் ஆணை மிகச் சுருக்கமாக இருந்தது. தீவிரவாதிகள், மலையின் கீழே இறங்கித் தப்பித்துவிட முடியாதபடி அந்தப் பகுதி முழுவதையும், ஹவில்தார் தாதாவும், அவர் அணியினரும் முற்றுகை இட வேண்டும். எத்தனை தீவிரவாதிகள் இருக்கிறார்கள் என்று யாருக்கும் தெரியாது- 2,4,6 அல்லது 8.

இந்தச் சமயத்தில் தீவிரவாதிகளின் எண்ணிக்கை ஹவில்தார் தாதாவிற்கு ஒரு பொருட்டாகவே படவில்லை. தன்னுடனிருந்த 10 வீரர்களிடம் நிலைமையை எடுத்துச் சொன்னபோது, அவர் நினைத்ததெல்லாம் தீவிரவாதிகளை முடிந்த அளவு சீக்கிரமாக ஒழித்துக் கட்ட வேண்டும் என்பது மட்டுமே!

தாதா, ‘சாபு போஸ்ட்’ டின் பொறுப்பிலிருந்தார். ஒரு வாரத்திற்கு முன்புதான் அவரும் அவர் அணியினரும் அங்கே திரும்பியிருந்தனர். குளிர்காலம் முடிந்து தங்களுக்கு ஒதுக்கப்படும் இடங்களில் நிலையாகத் தங்கும் நிலை

ஏற்படும்வரை, குளிர்காலத்தில் அடிக்கடி ரோந்துக்கு வீரர்கள் அனுப்பப்படுவது ஒரு வழக்கமான ஏற்பாடு. அவ்வப்போது விமானங்களும் சுற்றிவரும். அங்கே நிலவிய மக்கள் நடமாட்டமில்லாத பாழ்நிலை ஹவில்தார் தாதாவிற்கு புதிதானதல்ல. ஷம்ஷாபரி மலைப்பகுதியின் நிலப்பரப்பும் அவருக்குப் புதிதானதல்ல. ஏறக்குறைய அதே மாதிரி சூழல் நிலவிய இடத்தில்தான்- அருணாசலப் பிரதேசத்தில்தான்- அவர் பிறந்து வளர்ந்தார். காஷ்மீர் பகுதியில் பணிபுரிய ஹவில்தார் விருப்பம் தெரிவித்ததுமே, மூன்றே வாரத்தில், ராஷ்டிரீய ரைஃபிள்ஸ் அணியில் பணியாற்ற இந்தப் பகுதிக்கு அனுப்பப்பட்டார்.

முந்தின நாள் இரவுதான் அவர் தன் மனைவி ஷாசெனுடன் பேசினார். ஐந்தே ஐந்து நிமிடங்கள் நீடித்த அந்த உரையாடலில், ஹவிதார் தாதா தான் பணியாற்றும் இடத்தைப் பற்றியும், எதிர் கொள்ள வேண்டிய சவால்கள் பற்றியும் அவர் சூசகமாகத் தன் மனைவியிடம் தெரிவித்தார். தேசத்தின் இன்னொரு பகுதியில், தொலைபேசியைக் காதில் வைத்து தன் கணவர் சொன்னதைக் கேட்டுக் கொண்டிருந்த ஷாசென், தன் கணவர் பணியாற்றிக் கொண்டிருக்கும் இடத்தை தன் மனக்கண்ணால் பார்க்க முயன்று கொண்டிருந்தார்.

எட்டு மணி நேரம் கழித்து, அவரது பிரபஞ்சம், அவர் பொறுப்பிலிருந்த இடமாகச் சுருங்கிப் போனது. எதிர்மறையான இடர்மிகு சூழலில் இப்படி ஏற்படுவது சகஜம்தான். ஒரு படை வீரராகத் தன் பதினாறு வருட அனுபவத்தின் துணை கொண்டு அவர் விரைவாகத் தன் அணியினரை தீவிரவாதிகள் உட்புக ஏதுவான வழிகளில் தலைமை தாங்கி முன்நடத்திச் சென்றார். ஒளிவதற்குச் சாதகமான இடங்களையும் அவர்களுக்கு அடையாளம் காட்டினார். அவர்கள் தங்கள் மறைவிடங்களுக்குப் பிரிந்து செல்லும் முன்பு, அவர் கண்டிப்பான குரலில் சொன்னார்: “அவர்கள் நம் இருப்பிடம் வரை வந்துவிட்டார்கள். ஆனால் இனியும்

முன்னேறிச் செல்ல நாம் அவர்களை அனுமதிக்கக் கூடாது. அவர்களை இங்கேயே தீர்த்துக் கட்டிவிட வேண்டும்.”

அன்று காலை சாபு போஸ்ட்டிலிருந்து அவருடன் புறப்பட்ட அணியிலிருந்தவர்கள், அவர் ‘நெருப்பாற்றில் குதி’ என்று சொன்னாலும், குதிக்கக்கூடியவர்கள்தான். தாதா தன் முன் உதாரணமான நடத்தையால், மற்றவர்களுக்கு உற்சாகம் ஊட்டக்கூடியவர். அவர் தான் செய்யாத எதையும், பிறரைச் செய்யச் சொல்ல மாட்டார். ஆயுதங்களைக் கையாள்வதில் அவர் மிகுந்த நிபுணத்துவம் பெற்றவர். போர் இல்லாத காலங்களில், அவர் மற்ற வீரர்களுக்கு ராக்கெட் லாஞ்சர்கள், மித இயந்திரத் துப்பாக்கிகள், இலகு இயந்திரத் துப்பாக்கிகள், மல்டி கையெறி குண்டு லாஞ்சர்கள் போன்ற துணை ஆயுதங்களைக் கையாள்வதில் தானே முன்வந்து பயிற்சியளிப்பார்.

‘சாபு போஸ்ட்’ டை விட்டு சிறிது தூரம் வந்ததும், ஹவில்தார் தாதாவும் அவர் அணியினரும் காத்திருந்தனர். தீவிரவாதிகள் மலை முகட்டின் அடிவாரத்தில் ஒளிந்திருந்தனர். இராணுவம் இன்னும் அவர்களைக் கண்டுபிடிக்க முடியவில்லை.

மலைப்பகுதியிலிருந்து, 32 வயதேயான, அந்தக் கம்பெனி கமாண்டர், தீவிரவாதிகள் ஒளிந்திருப்பார்கள் என்று நம்பப்பட்ட இடங்கள்ளை நோக்கி இலகுரக இயந்திரத் துப்பாக்கிகளைக் கொண்டும், அஸால்ட் ரைஃபிள்களைக் கொண்டும் சுடுமாறு மேலே இருந்தவர்களுக்கு ரேடியோ மூலம் ஆணையிட்டார். திடீரென்று தங்களைச் சூழ்ந்து கொண்ட குண்டுமழையால், தீவிரவாதிகள் செய்வதறியாது திகைத்துப் போய் சாபு போஸ்டின் மலைச்சரிவில் கன்னாபின்னாவென்று ஓடத் தொடங்கினார்கள். பாவம்! அவர்களுக்குச் சிறப்பானதொரு வரவேற்பைக் கொடுக்க, தாதாவும் அவர் அணியினரும் காத்துக் கொண்டிருந்தனர் என்பது தெரியாது!

சுற்றிலும் குண்டு மாரி பொழிந்ததால் தீவிரவாதிகள் தங்கள் உயிரைக் கையில் பிடித்துக் கொண்டு, வேறுவழியின்றி பனி

படர்ந்திருந்த மலையின் கீழ்ப் பகுதியை நோக்கி ஓடினார்கள், அங்கே தங்களுக்கு என்ன காத்திருக்கிறதென்று தெரியாமலேயே! இதற்கிடையில் மேஜர் ராஜ் 12.550 அடி உயரத்திலிருந்த ஐடி- இங்கிருந்துதான் அவர் செயலாற்றிக் கொண்டிருந்தார்- என்னும் இடத்தைவிட்டு வெளியேறி, மிக வேகமாக சாபு போஸ்டை நோக்கித் தன் அணியினருடன் முன்னேறினார். ஏற்கனவே அங்கிருந்த அணியினருக்கு வலு சேர்க்கவும், அதன் செயல்பாட்டைக் கண்காணிக்கவும் அவர் இந்த வேலையைச் செய்தார். அங்கே சென்றடைய அவர்களுக்கு ஒரு மணி நேரம் ஆகும்.

“தாதா அங்கேதான் இருக்கிறார் என்பதும், அவர் எந்தச் சூழ்நிலையையும் சமாளிக்க வல்லவர் என்பதும் எனக்குத் தெரியும். அவர் மற்றவர்களுடன் இசைந்தியங்கக் கூடிய மனம் படைத்தவர் என்றும், அணியைத் திறமையாகக் கையாளக்கூடியவர் என்றும் எனக்குத் தெரியும்” ராஜ் சொல்கிறார். ராஜ் தமிழ்நாட்டின் திண்டுக்கல்லைச் சேர்ந்தவர்.

ஹவில்தார் தாதா தன் வயிற்றைத் தரையில் பதித்து, பனி மூடியிருந்த ஒரு பாறையில் பாதி உடம்பை மறைத்துக் கொண்டு தீவிரவாதிகள் அருகே வரக் காத்திருந்தார். எதிர் வரும் தாக்குதலில் தங்களின் உயிர்களைக் காப்பாற்றிக் கொள்ளும் வாய்ப்புகளை இரட்டிப்பாக்கிக் கொள்ளவும், நம் வீரர்களின் கவனத்தை திசை திருப்பவும், தீவிரவாதிகள் தங்களை இரண்டு அணிகளாகப் பிரித்துக் கொண்டனர். அவர்களில் இருவர் சீக்கிரமே ஹவில்தார் தாதாவின் ஏ.கே 47 ரைஃபிளிலிருந்து புறப்படும் குண்டுகள் தாக்கும் தூரத்திற்குள் வந்துவிட்டனர். அவர் தன் துப்பாக்கியை இயக்கவே இல்லை! ஆனால் தீவிரவாதிகள் தங்கள் அசைவுகளைத் திடீரென்று நிறுத்திவிட்டனர். ஏதோ, ஒழுங்கு தவறி நடந்திருக்க வேண்டும். ஹவில்தார் தாதாவும், அவர் நண்பர்களும் தங்கள் மூச்சைப் பிடித்துக் கொண்டு காத்திருந்தனர்.

தீவிரவாதிகள் ஏன் அமைதியாக இருக்கின்றனர்? நினைத்துப் பார்க்கவே முடியாத, பாடப்புத்தகங்களில் மட்டுமே சாத்தியம் என்று நினைக்கப்பட்ட அந்த விஷயம் நடந்து விட்டதா? ஹவில்தார் தாதாவும், அவர் அணியினரும் ஒளிந்திருப்பதை தீவிரவாதிகள் கண்டுபிடித்து விட்டார்களா? ஒரு சில வினாடிகளிலேயே விஷயம் என்னவென்று தெரிந்து போய்விட்டது- தீவிரவாதிகள் தங்கள் நிலைகளை மாற்றிக் கொண்டுவிட்டனர், யார் முதல் சொட்டு இரத்தத்தைச் சிந்துவது என்று. விஷயம் நம் ஆட்களுக்குத் தெரிந்துபோய்விட்டது என்பது தீவிரவாதிகளுக்குத் தெரிந்தவுடனேயே வினாடிக்கும் குறைவான நேரத்தில் குண்டு மழை பொழிய ஆரம்பித்துவிட்டது. ஹவில்தார் தாதா மற்றும் அவர் அணியினரை நோக்கி, குண்டுகள் இரண்டு தீவிரவாதிகளிடமிருந்து புறப்பட்டன. இதனால் அவர்களால் அசைய முடியவில்லை!

அடுத்து என்ன நிகழ்ந்தது என்பதைக் களத்திலிருந்தவர்களால் கற்பனைகூட செய்து பார்க்க முடியாத அதிசயம்! அது போர் பிசாசு பிடித்திருந்த ஹவில்தாரின் வெறியாட்டம்; தாதாவின் போர் ஆட்டம்! தன் ஆட்களை நோக்கி குண்டுகள் சீறிப் பாய்ந்து வருவதைக் கண்ட ஹவில்தார் தாதா, தான் பதுங்கியிருந்த இடத்தை விட்டு வெளியேறி, தீவிரவாதிகளை நோக்கிப் பாய்ந்தோடினார். அவர் தன் ஏ.கே 47 ஐ கொண்டு எதிரிகளைச் சுட்டுத் தள்ள ஆரம்பித்தார். வெகுவேகமாக அவர்களை நோக்கி முன்னேறிய அவர் தன் துப்பாக்கியிலிருந்த 30 ரவுண்டுகளையும் சுட்டுத் தீர்த்தார். இது மிக ஆபத்தான பலப் பரீட்சை! ஆனால் இதைத் தவிர வேறு வழியே இல்லை என்பது ஹவில்தாரின் கணிப்பு! இதை மட்டும் அவர் செய்யாதிருந்தால், எதிரிகளின் துப்பாக்கிக் குண்டுகள் அவர் அணியினரைச் சிதறடித்திருக்கும்!

இன்னும் இரண்டு தீவிரவாதிகள் புகலிடம் தேடி வெவ்வேறு திசைகளில், பெரும் பாறைகளுக்குப் பின்னால் ஒளிந்து ஒளிந்து ஓடுவதை தாதா கண்டார். உடனே அவர் தன் ஏ.கே-

47 துப்பாக்கியில் ஒரு புதிய வெடிமருந்தினைச் சொருகிக் கொண்டார். தங்களின் இரண்டு சகாக்களுக்கு தாதா தந்த 'பரிசை' அவர்கள் கண்ணாரக் கண்டார்கள்; தாதா சாதாரண ஆள் இல்லை, மிக ஆபத்தானவர் என்றும் சரியாக உணர்ந்து கொண்டார்கள்.

தாதாவின் சகாக்கள் தங்கள் மறைவிடத்தில் இருந்தார்கள். ஆனால் தாதா தன் மறைவிடத்தை விட்டு வெளியே வந்திருந்தார். பனியின் பின்புலத்தில், தங்கள் தலைவனின் நிழல் உருவம் தெரிவதை அவர் அணி வீரர்கள் கண்டார்கள். திடீரென்று குதித்து, தப்பி ஓடிவிட்ட இரண்டு தீவிரவாதிகளைச் சுட்டுத்தள்ள தாதா தன் துப்பாக்கியில் புதிய வெடிமருந்துகளைச் செருகும்போது அவர் விட்ட மூச்சுக் காற்றின் ஒலியை அவர்கள் கேட்டார்கள். அச்சத்தின் அரிச்சுவடியைக்கூட அறியாத தங்கள் தலைவனுக்கு அந்த அச்சமின்மையே ஆபத்தாக முடிந்துவிடுமோ என்று அஞ்சினார்கள்!

வளர் இளம் பருவத்திலேயே, தாதாவிற்கு அச்சத்தைப் பற்றிய பயம் போய்விட்டது. அருணாசலப் பிரதேசத்தின் திராப் மாவட்டத்தில் வேகமாக ஓடிக்கொண்டிருந்த ஒரு ஆற்றில் சிக்கிக் கொண்ட தன் வகுப்புத் தோழன் ஒருவனைக் காப்பாற்ற, அவர் எதுவும் யோசிக்காமல் சட்டென்று குதித்துவிட்டார். இது நடந்தது 1990-களின் ஆரம்பத்தில்.

தாதாவின் தைரியத்தைப் பார்த்து அவர் கிராமமே, வியந்து அவருக்குப் புகழாரம் சூட்டியது. பின்பு, 1997-ல் இராணுவத்தில் சேர்வதற்குச் சில நாட்களுக்கு முன்பு, இளைஞராயிருந்த தாதா, செங்குத்தான பாறைகள் நிறைந்த ஒரு குறுகிய பள்ளத்தாக்கில் தலைகுப்புற விழுந்துவிட்ட பேருந்தில் சிக்கிக் கொண்ட பிரயாணிகளைக் காப்பாற்றினார்.

தாதாவின் சகாக்களுக்குத் தெரியும் அவரை தடுத்து நிறுத்த முடியாதென்று! இருந்த போதிலும் அவர்கள் முயன்றனர்.

"தாதா சாஹேப்! எங்களுடன் வந்து ஒளிந்து கொள்ளுங்கள்! பெரும் ஆபத்து உங்களைச் சூழ்ந்திருக்கிறது!" தன் விரல்களைக் குவித்து வைத்தவாறு ஒரு வீரர் அவரை நோக்கிக் கூக்குரலிட்டார். அதனால் எந்தப் பயனும் ஏற்படவில்லை! நம் வீரர்களுக்குத் தெரிந்துவிட்டது, ஹவில்தார் தாதா எப்படி சண்டையை முடிக்கப் போகிறாறென்று! அவர் யாரையும் ஒருமுறைகூட திரும்பியே பார்க்கவில்லை. இதற்குள் அவர் தோழர் லான்ஸ் ஹவில்தார் வர்ஷாங், அவருக்குப் பின்னால் இருபதடி தூரத்தில் அவரை நெருங்கிவிட்டார்.

ஹவில்தார் தாதா பனியினூடே ஊடுருவிச் சென்று, பாறைகளைத் தாண்டி, மூன்றாவது தீவிரவாதியை நோக்கி ஓடினார். அவரை வர்ஷாங் பின்தொடர்ந்தார். அதன்பின் நடந்ததை நேரில் பார்த்த இரண்டு பேரில் வர்ஷாங் ஒருவர்.

மூன்றாவது தீவிரவாதி தான் ஒளிந்துகொண்டிருந்த பாறையை விட்டு வெளியே வந்து, திடீரென்று சுட ஆரம்பித்தான், தன்னைத் தீர்த்துக்கட்ட பாய்ந்தோடி வரும் தாதாவை நோக்கி!

அதுதான் அவன் போட்ட தப்புக் கணக்கு! அதற்காக அவன் தன் உயிரையே விலையாகக் கொடுக்கவேண்டி வந்தது!

ஹவில்தார் தாதா மின்னலைப் போல் இயங்கி தன் உடலைப் பக்கவாட்டில் திருப்பிக் கொண்டார். இப்படி, நம்பமுடியாத வகையில் தன்னை நோக்கிப் பொழிந்த குண்டு மழையிலிருந்து அவர் தன்னைக் காத்துக் கொண்டார்! தீவிரவாதி, தாதா தீர்ந்தார் என்று தப்புக் கணக்குப் போட்டு, தன் மறைவிடத்தில் மீண்டும் ஒளிந்து கொண்டான். அவனுக்குத் தெரியாது தன் செயல், தன் மறைவிடத்தை தாதாவிற்கு வெளிச்சம் போட்டுக் காட்டிவிட்டதென்று! அடுத்த சில வினாடிகள் நேருக்கு நேர் நடந்த சண்டையில் ஹவில்தார் தன் திறமை அனைத்தையும் வெளிப்படுத்தினார். இந்த வகைச் சண்டையில், அவர் சிறந்த பயிற்சியைப் பெற்றிருந்தார்; அதை வாய்ப்புக் கிடைக்கும் போதெல்லாம் அவர் வெளிப்படுத்தத் தவறியதே இல்லை!

பாறையைச் சுற்றி, மெதுவாக நகர்ந்து சென்ற தாதா, காத்துக்கொண்டிருந்த தீவிரவாதியின் மேல் வேங்கையெனப் பாய்ந்தார். தன் துப்பாக்கியின் பின்புறத்தினால் அவன் முகத்தில் ஓங்கி அடித்தார். அதைத் தொடர்ந்து அவனைச் சரமாரியாகத் தாக்கினார். திகைத்துப்போன தீவிரவாதி, தாதாவின் உடும்புப் பிடியிலிருந்து தன்னை விடுவித்துக்கொள்ளும் முயற்சியில் தன் துப்பாக்கியைக் கீழே நழுவவிட்டான். அடுத்து தாதா மின்னலென இயங்கினார்! அவர் தீவிரவாதியின் கழுத்தை வளைத்து பனியைக் கவ்வ வைத்தார்.

ஹவில்தார் தாதா, கமாண்டோ பயிற்சியையும், மலைப்பகுதிகளில் சண்டையிடும் பயிற்சியையும் பெற்றிருந்த மூன்று கமாண்டோக்களின் கதையை அப்போதுதான் முடித்திருந்தார்.

மேஜர் ராஜ் சொல்கிறார்: "அவரின் செயல்கள், அவர் மன உறுதியையும், அர்ப்பணிப்பையும், என்ன செய்ய வேண்டும், அதை எதற்காகச் செய்ய வேண்டும் என்ற தெளிவையும் கதை கதையாகச் சொல்கின்றன!"

ஆனால் ஹவில்தார் தாதாவின் சண்டை இன்னும் முடியவில்லை! மலையில், அருகிலேயே ஒளிந்துகொண்டிருக்கும் நாலாவது தீவிரவாதி இன்னும் மிச்சமிருந்தான். இறுதிச் சண்டைக்கு தன் ஏ.கே 47- ரைஃபிளைத் தயார்நிலையில் வைத்துக் கொண்டு ஹவில்தார் தாக்குதலை நடத்தத் தயாரானபோது. ஒரு பாறையின் பின்னாலிருந்து வந்த 7.62 MM துப்பாக்கியின் குண்டுகள் அவர் கழுத்தை ஊடுருவிச் சென்றன. தன் வேட்டையில் தன் இருப்பிடத்தை அவர் வெளிச்சம் போட்டுக் காட்டிக் கொண்டதால், எல்லோரும் எது நடந்துவிடும் என்று அஞ்சினார்களோ, எது நடந்துவிடக் கூடாது என்று விரும்பினார்களோ அது கடைசியில் நடந்தே விட்டது. ஆம்! ஹவில்தார் பின்னாலிருந்து மிக அருகாமையிலேயே சுடப்பட்டார். இரத்தம் வழிய வழிய, ஹவில்தார் தாதா, பனி

மேல் சரிந்தார். அவர் தன் கடைசி மூச்சை விடும்போது, வானில் சூரியன் சுடர்விட ஆரம்பித்து விட்டது; பனியும் உருக ஆரம்பித்து விட்டது!

கடைசித் தீவிரவாதி, ஹவில்தார் தாதாவைப் பழி வாங்கிவிட்டான். அப்போது மணி 09.45. பல்லாயிரக்கணக்கான கி.மீ. தொலைதூரத்திலிருந்த அவர் கிராமத்தில் ஒன்பது வயதான அவர் மகள் ரௌகினும், ஆறே வயதான அவர் மகன் ஷென்வாங்கும் பள்ளிக்குக் கிளம்பும் நேரமது! அவர்களுக்குத் தெரியும் தங்கள் தந்தை எங்கோ தொலைவில் ஒரு மலையில் பணியாற்றிக் கொண்டிருப்பார் என்று. அந்த இடத்திற்குச் சென்று அவரைக் காண வேண்டும் என்பதே அவர்கள் விருப்பம்.

ஹவில்தார் தாதா கீழே சரிந்து விழுந்து கொண்டிருக்கும் போதே அவரின் ஏ.கே-47 லிருந்து உயிரை .உறைய வைக்கும் வெண்பனியைக் கிழித்துக் கொண்டு குண்டுகள் சீறிப்பாய்ந்தன. யாருக்கும் அப்போது தெரியாது, ஹவில்தார் தாதா, தான் சாவதற்குச் சற்று முன்பு ஒரு தீவிரவாதிக்கு படு பயங்கரமான காயங்களை ஏற்படுத்திவிட்டாரென்று!

மேஜர் ராஜூம், அவர் அணியிலிருந்தவர்களும் சண்டை நடந்த இடத்தை அடைந்தபோது அவர்களால் ஹவில்தார் தாதாவின் உடலை மீட்க முடியவில்லை. நான்காவது தீவிரவாதி இன்னும் உயிருடன் இருந்தான். தாதாவின் உடல் கிடந்த இடத்தை தீவிரவாதியால் நன்கு பார்க்க முடியும். அவன் கையெறி குண்டுகளை வீசவும் தயாராக இருக்கக்கூடும்! இந்த மாதிரி சூழ்நிலை இராணுவத்திற்கு ஒன்றும் புதிதல்ல. சில நிமிடங்களுக்கு முன்புதான், அவர்கள் இன்னுயிர் நண்பன் தன் உயிரை நாட்டிற்காக அர்ப்பணித்திருந்தான். ஆனால் துயரத்தையும், ஆற்றாமையையும் மூட்டை கட்டி வைத்துவிட்டு, கடந்து போய்த்தான் ஆக வேண்டும், சண்டை முடியும் வரையிலாவது. உடைந்த உள்ளத்துடன் போர் புரிவதுதான்,

ஒரு வீரன் எதிர்கொள்ளும் மிகச் சோகமான சூழல். தன் பொறுப்பிலிருந்த ஒரு வீரனை இழந்துவிட்டதால், தன் மனதில் ஏற்பட்ட வெற்றிடத்தை மேஜர் ராஜுவால் இன்னும் மறக்கவே முடியவில்லை.

ஒய்வெடுக்க வேண்டிய நேரமல்ல அது. மேஜர் ராஜ், உயரத்தில் ஒளிந்திருக்கும் தீவிரவாதியை வெளியே இழுத்து, அவனைத் தீர்த்துக்கட்ட விரைந்து ஒரு செயல் திட்டத்தைத் தயாரித்தார். அதைச் செயல்படுத்த அவர்களுக்கு ஏழு மணி நேரம் தேவைப்பட்டது. இறுதியில், மேஜர் ராஜே களத்தில் இறங்கினார். 16.45 மணிக்கு மூன்று முறை மிக வேகமாகச் சுட்டு, அந்தத் தீவிரவாதியைத் தீர்த்துக்கட்டினார்.

கடைசியில், ஒருவழியாக அவர்கள் ஹவில்தார் தாதாவை அடைய முடிந்தது. இருள் கவிய ஆரம்பித்துவிட்டது. தாதா அசைவின்றி பனிப்படுக்கையில் படுத்துக் கொண்டிருந்ததை, அவர் கைகள் அவரின் பிரியமான துப்பாக்கி *Kalashnikov* வின் இயங்கு விசையை இன்னும் இறுக்கமாகப் பிடித்துக் கொண்டிருப்பதைப் பார்த்தபோது, வீரர்களின் கண்களில் கண்ணீர் பெருக்கெடுத்தது.

வீரர்களில் ஒருவர் அவர் உடல் அருகே அமர்ந்து இன்னும் அதில் உயிர் ஒட்டிக்கொண்டிருப்பதற்கான அறிகுறிகள் ஏதேனும் தென்படுகிறதா என்று பார்த்தார். அவருக்குத் தெரியும் அதற்கு வாய்ப்பே இல்லையென்று. ஆனாலும் அப்படிச் செய்ய வேண்டியது அவர் கடமை. அவர், வெடிமருந்திலிருந்து ஹவில்தாரின் கையை விடுவித்த போதுதான் அவருக்குத் தெரிந்தது தன் அணித்தலைவர் கடைசி மூச்சுவரை போராடியிருக்கிறாரென்று. துப்பாக்கியின் 'டிரிக்கர்'-ஐ இறுகப் பிடித்திருந்த அவரின் உயிரற்ற கைகள், கடைசி குண்டு தீரும்வரை தன் துப்பாக்கியால் சுட்டிருக்கிறார் என்பதை நிரூபித்தன. ஹவில்தாரின் ஆவிதான் அந்தக் கடைசி குண்டைக் கொண்டு தீவிரவாதியைக் காயப்படுத்தி இருக்க

வேண்டும். மேஜரும், அவருடைய சகாக்களும் அவனைப் பின்பு தீர்த்துக்கட்ட ஒரு வாய்ப்புத் தரவேண்டும் என்பதற்காக.

அவர்கள் தாதாவின் உடலைச் சுற்றி நின்றனர். அவர்கள் வாழ்க்கையில் அது ஆயுளுக்கும் மறக்க முடியாத தருணம். இந்தத் தருணம் அசாம் ரைஃபிள்களின் சரித்திரத்தில் பொன்னெழுத்துகளால் பொறிக்கப்பட்டிருக்கிறது.

ஏதோ பேய் பிடித்தவர் போல் தாதா சண்டை போட்டார். அவர்களைப் போன்றவர்களே போர்களை வெல்கிறார்கள். தீவிரவாதிகளை நோக்கி அவர் மிகத் தைரியமாக, தன்னந்தனியாகச் சென்றார். சில விஷயங்களைப் பகுத்தறிவால் புரிந்து கொள்ள முடியாது. விளக்கவும் முடியாது. 35-வது ராஷ்டிரீய ரைஃபிள்கள் அணியின் தலைவர் மனீஷ் அகர்வால் சொல்கிறார். இவர்தான் நவ்கம் போரை வழிநடத்தியவர். ஊடுருவல்காரர்கள் அனைவரையும் கொன்றாகிவிட்டது என்று நமது இராணுவம் உறுதிப்படுத்திக் கொள்ள அந்தப் பகுதியைச் சல்லடை போட்டுச் சலிக்க வேண்டியிருந்தது. இதற்கு மேலும் ஒரு நாள் தேவைப்பட்டது. எனவே அடுத்த நாள்தான் அதிகாரபூர்வமாக சண்டை நிறுத்தப்பட்டது. சாபு போஸ்ட்டை விட்டு ஹவில்தார் தாதா உயிருடன் புறப்பட்டபோது தீவிரவாதிகளின் எண்ணிக்கை ஒரு பொருட்டாக இருக்கவில்லை; ஆனால் அந்த எண்ணிக்கை, அவர் உயிர் இழந்த பிறகு மிக முக்கியமாகிவிட்டது!

குப்வாராவின் கரடுமுரடான மலைப்பிரதேசத்தில் ஹவில்தார் தாதா ஆற்றிய சாகசம் உடனே பிரபலமாக, அவர் ஒரு உண்மையான நாயகனாகிவிட்டார். இந்தியாவின் தேசிய நாயகனெனப் போற்றிப் புகழப்பட்ட அவருக்கு, அவர் இறந்த பிறகு, இந்தியாவில், அமைதிக்காலத்தில் வழங்கப்படும் மிகப் பெரிய விருதான 'அசோக் சக்ரா' விருது வழங்கப்பட்டது. அந்த விருது 2016-ம் ஆண்டு, ஆகஸ்ட் 14-ம் தேதி இந்தியாவின் குடியரசுத் தலைவரால், அவரின் வீரதீரச் செயலுக்காகவும்,

அவர் செய்த பெரும் தியாகத்திற்காகவும் வழங்கப்பட்டது.

“என்னுடைய 23-வருட இராணுவ வாழ்க்கையில் நான் தீரமிக்க பல வீரர்களைப் பார்த்திருக்கிறேன். ஆனால் குண்டுகள் உங்கள் தலை மீது பறக்கும்போது, எப்படிப்பட்ட அஞ்சாநெஞ்சம் மிக்க வீரரும் தன் உயிரைக் காத்துக் கொள்ள மறைவிடம் தேடுவார்கள். ஆனால் தாதா மிக வித்தியாசமானவர். அவருக்குத் தலைவராக இருக்க நேர்ந்ததை நினைத்து இன்றும் நான் பெருமைப்படுகிறேன். அவர் இறந்தபோது அவர் சகாக்கள் அழுதனர்; அதிகாரிகள் கண்ணீர் சிந்தினர்” கர்னல் அகர்வால் சொல்கிறார்.

‘எகோ’ அணியைச் சேர்ந்த எவரும் அன்றிரவு ஒரு துண்டு ரொட்டி கூட சாப்பிடவில்லை. யாரும் தூங்கவில்லை. அவர் மரணம், வெற்றியின் இனிப்பை முழுவதுமாகக் கசந்துபோகச் செய்துவிட்டது.

“நான்கு தீவிரவாதிகளைக் கொன்றதை நாங்கள் கொண்டாடவில்லை. வீரமிக்க எங்கள் சகோதரனை இழந்து விட்டதற்காக நாங்கள் துக்கம் காத்தோம். அடுத்த மூன்று நாட்களுக்கு அந்தச் சண்டையைப் பற்றி யாரும் பேசவே இல்லை.” தீரச் செயலுக்காக சேனா பதக்கம் வாங்கிய மேஜர் ராஜ் நினைத்துப் பார்க்கிறார்.

தங்கள் தந்தை விடுமுறையில் வரும்போது, ரௌகினும், ஷென்வாங்கும் அவருடன் ‘வீடியோ விளையாட்டுகள்’ இனி விளையாட முடியாது. அணியின் மாதா கோயிலில் ஹவில்தார் ஹங்பன் தாதா அருளுரை ஆற்றுவதை அவர் நண்பர்களும், மற்றவர்களும் இனி கேட்க முடியாது.

2016-ன் ஆரம்பத்தில் ஹவில்தார் தாதா தன் வீட்டிற்கு வந்திருந்தார். அதுவே அவர் வீட்டிற்கு வந்த கடைசி முறை. அப்போது அவர் தன் அன்பு மனைவி சேஷனுக்காக ஒரு நீல வண்ணச் சேலையையும், ஒரு நீல வண்ண மேலாடையையும்

வாங்கி வந்திருந்தார். இரண்டையுமே சேஷன் விலை மிக்கவை-இவ்வளவு செலவழித்திருக்க வேண்டாம் என்று நினைத்தார். விலை அதிகமென்ற போதிலும், சேஷனுக்கு அவை மிகவும் பிடித்திருந்தன. நீல வண்ணச் சேலையும், அதே வண்ண மேலாடையும் அவருக்கு மிகப் பாந்தமாக இருந்தன என்று தாதா தன் மனைவியிடம் சொன்னதை இப்போதும் சேஷன் மறக்கவில்லை.

"அந்த உடைகள் எனக்கு மிகப் பொருத்தமாக இருக்கின்றன என்று அவர்தான் என்னைவிட அதிகமாக சந்தோஷப்பட்டார்." இப்போது 33 வயதாகும் சேஷனுக்கு, தன் கணவர் வீட்டிற்கு வரும்போதெல்லாம் அவரிடம், "என்ன சமைக்கட்டும்?" என்று கேட்க வேண்டிய அவசியமே ஏற்பட்டதில்லை. தான் விரும்பிச் சமைக்கும் பன்றிக் கறியும், 'தால்பட்டும்'தான் அவருக்கு மிகப் பிடித்தமான உணவென்று அவருக்குத் தெரியும்.

ஹங்பன் தாதா அவருடன் கடைசியில், அந்த மே மாதம் 25 இரவில், நிகழ்த்திய உரையாடலின் ஒவ்வொரு சொல்லையும் சேஷன் நினைவில் வைத்துக் கொண்டிருந்தார் என்பதைச் சொல்லவும் வேண்டுமா? வடக்குக் காஷ்மீர் பகுதியிலிருந்து எப்போதாவது வரும் தன் கணவரின் தொலைபேசி அழைப்புகளைவிட, அரிதான பொக்கிஷமாக அவர் வேறு எதையும் கருதியதில்லை.

"நானும் குழந்தைகளும் இரவு சாப்பிட்டாயிற்றா என்று அவர் கேட்டார். அவர் தன் இருப்பிடத்தைப் பற்றிப் பேசினார். கிருஸ்துமஸுக்கு எங்களை அவர் கல்கத்தாவிற்கு அழைத்துக் கொண்டு போவதாகச் சொன்னார். அவர் இன்னும் கொஞ்ச நேரம் கூட பேசியிருக்கக்கூடாதாவென்று இப்போது நினைத்துப் பார்க்கிறேன். அவர் கதை இன்னும் முடியவில்லை." சேஷன் சொல்கிறார்.

ஹவில்தார் தாதாவிற்கும், சேஷனுக்கும் திருமணம் முடிந்து 10 வருடங்களாகிவிட்டன. அவர்கள் கணவன்-மனைவியாக

இருந்தபோதிலும், அவர்கள் நல்ல நண்பர்கள் போலவே பழகி வந்தார்கள். அவர் எப்போதுமே போர் வீரர்கள் சந்திக்க வேண்டிய ஆபத்துகளைப் பற்றிப் பேசினதே இல்லை. ஹவில்தார் தாதா தன் சகோதரனான லாபாங் தாதாவை, தன் சகாக்களுக்காக இறைவனிடம் வேண்டிக் கொள்ளச் சொன்னதாக சேஷன் பின்னால் தெரிந்து கொண்டார்.

தன் கணவர் ஒரு தீவிரமான பாம்புப் பிரியர் என்பதை அறிந்தபோது, சேஷன் திகைத்துப் போனார். வட கிழக்குப் பகுதியில் அவர் சுற்றித் திரிந்தபோது இந்தப் பழக்கம் அவரைப் பிடித்துக் கொண்டது. “யாராவது பாம்புகளை செல்லப்பிராணிகளாக வளர்ப்பார்களா? நான் கேள்விப்பட்டதே இல்லை. இந்தப் பழக்கம் பற்றி எனக்கு மட்டும் சரியான சமயத்தில் தெரியவந்திருந்தால், நான் அவரை அதை விட்டொழிக்கும்படி கட்டாயப்படுத்தியிருப்பேன்.”

தாதாவை அலங்கரிக்க இன்னும் பல பெருமைகள் வரிசை கட்டி வந்தன. ஷில்லாங்கில் அமைந்திருக்கும் அஸாம் ரெஜிமென்டல் சென்டரிலிருந்த முக்கியக் கட்டடத்திற்கு அவர் பெயர் சூட்டப்பட்டது. தன் கணவரின் நினைவுச் சின்னத்தைத் திறந்து வைக்க சேஷன் அழைக்கப்பட்டார். அருணாசலப் பிரதேசத்தில் முதலமைச்சர் கைப்பந்து மற்றும் கால்பந்து சாம்பியன்ஷிப் போட்டிகளுக்கு தாதாவின் பெயர் சூட்டப்பட்டது. அவர் பிறந்த இடத்திற்கு அருகிலேயே, காலத்தால் அழிக்க முடியாத ஒரு நினைவுச் சின்னத்தையும் எழுப்புவதற்கான ஏற்பாடுகள் நடந்தன.

“ஷம்ஷாபரி பகுதியில், ஐடியிலிருந்து, டிராங்கா போஸ்ட் வரையிலான சாலைக்கு அவர் பெயரிடவும் திட்டமிடப்பட்டுள்ளது. அவர் தைரியத்தையும், கடைசி நாளன்று அவர் போரிட்டதைப் பற்றியும் நாங்கள் பேசாத நாளில்லை” என்று சொல்கிறார் மேஜர் ராஜா.

2017 வருடம் டெல்லி ராஜ்பத்தில் நடந்த குடியரசு தின

அணிவகுப்பின் போது சேஷன், தன் கணவர் தாதாவிற்கு அளிக்கப்பட்ட 'அசோக் சக்ரா' விருதை, நமது குடியரசுத் தலைவர் திரு. பிரணாப் முகர்ஜியிடமிருந்து பெற்றுக் கொண்டார். மிகப் பணிவாக, தலையைத் தாழ்த்தி அவர் அந்த விருதைப் பெற்றுக் கொண்டார். அது தன் வாழ்க்கையில் மிகச் சங்கடமான ஒரு கணம் என்று சேஷன் உணர்ந்தார்.

"என் இதயம் அழுது கொண்டிருந்தது. ஆனால் என் கண்ணீரை வெளிப்படையாக எல்லோருக்கும் முன்னால் எப்படிக் காட்ட முடியும்? நான் அஞ்சாநெஞ்சன் தாதாவின் மனைவி அல்லவா? இன்று நானிருக்கும் இடம் அவர் தந்ததல்லவா? எனக்கு இன்று கிடைத்திருக்கும் மதிப்பிற்கும், மரியாதைக்கும் அவர்தானே காரணம்?"

அன்று அவர் தன் கணவர் ஆசை ஆசையாக வாங்கித் தந்திருந்த அந்த நீல வண்ணச் சேலையையும், மேலாடையையும், சேஷன் அணிந்திருந்தார்.

5

இரண்டு குண்டுகள் போதாது, ஒரு கமாண்டோவைக் கொல்ல!

கேப்டன் ஜெய்தேவ் டாங்கி

ட்ரால், ஜம்மு, காஷ்மீர்

19 ஜூன் 2014

அந்தக் கமாண்டோ புன்னகைத்தார். அழைத்தது ரிது. அவருடைய பழைய ஐ-போனில் ரிதுவின் பெயர் ஒளிர்ந்தது.

அவரும், ரிதுவும் 4 மாதங்களுக்கு முன்புதான், 2014-ம் வருடம் காதலர் தினத்தன்று மோதிரம் மாற்றிக்கொண்டனர். அவருக்குத் தெரியும் பின்னால் என்ன நடக்கப்போகிறதென்று! இன்னும் இரண்டு மாதங்கள் கழித்து, அவரின் பாரா சிறப்புப் படை அணியைச் சேர்ந்த நண்பர்கள், அவரைத் தங்கள் தோள்களில் சுமந்து வந்து, ஹரியானாவில் உள்ள அவர் கிராமத்திற்கு அவரை மூட்டை கட்டி அனுப்பிவிடுவார்கள்- அவர் திருமணத்திற்காக!

ரிது, ரோதக்கிலுள்ள தன் விடுதி அறையில் தன் உள்ளம் கவர் கமாண்டோ கள்வன் தன் அலைபேசியை எடுப்பதற்காகக் காத்திருந்தார். அலைபேசியின் அழைப்போசை நிற்காத வரையில் அவர் அதை ‘ஆஃப்’ செய்யப் போவதில்லை. கடைசி வரை அவர் அலைபேசியை எடுக்கவில்லையெனில் திரும்பவும் தன்னை அழைப்பார் என்று ரிதுவுக்குத் தெரியும்.

தெற்கு காஷ்மீரிலிருக்கும் தீவிரவாதிகளுக்கு மிகப் பிடித்த இடத்தில்தான் கேப்டன் ஜெய்தேவ் அணியினருக்குப் பணி.

25 வயதேயான கேப்டன் எப்படியும் தன் அலைபேசி அழைப்பிற்குப் பதில் தருவாரென்று ரிதுவுக்குத் தெரியும்.

அழைக்கும் அலைபேசியை எடுக்க அதை நோக்கி ஜெய்தேவ் புரண்டார். அந்த வருடத்தின் ஆரம்பத்தில் இருவரின் குடும்பமும் அவர்களுக்குத் திருமணம் செய்யலாம் என்று முடிவெடுப்பது வரை, அவர்கள் ஒருவரையொருவர் அறிந்திலர். அது கொஞ்சம் தர்மசங்கடமான தருணம்தான்; ஏனெனில் நிச்சயதார்த்தம் முடிந்த கையோடு, கேப்டன். ஜெய்தேவ் காஷ்மீர் திரும்ப வேண்டியிருந்தது. அவர்கள் ஒருவரைப் பற்றி ஒருவர் அறிந்து கொண்டதெல்லாம் குறுந்செய்திகள் வழியாகவே. சில சமயம் அலைபேசி உரையாடல்கள். ஆனால் செல்பேசி உரையாடல்கள் பெரும்பாலும் ஒரு சில வினாடிகளே நீடிக்கும்.

அந்த ஜூன் மாத மாலையில், கேப்டன் ஜெய்தேவ் சற்றே ஓய்வாக இருந்தார். இது அடிக்கடி நிகழ்வதல்ல என்று ரிதுவுக்குத் தெரியும். அவர் ஓய்வாக இருந்ததால், ரிது அவர் வேலையைப் பற்றி எதுவும் கேட்கவில்லை. அவர் தன் பேச்சில், திருமண நாளன்று தான் அணியப்போகும் சேலையைப் பற்றியும், இன்னும் யார் யாரையெல்லாம் திருமணத்திற்கு அழைப்பது போன்ற விஷயங்களையே அவர் பேசுவது வழக்கம்.

வழக்கமாக, கேப்டன் ஜெய்தேவ், ரிதுவின் ஒவ்வொரு சொல்லுக்கும் ‘உம்’ கொட்டுவது வழக்கம். ஆனால் இப்போது அவர் கவனம் திடீரென்று திசை திரும்பிவிட்டது போலிருந்தது. ஏதோ ஆளில்லாத வெற்றிடத்துடன் பேசிக் கொண்டிருப்பதாக ரிதுவுக்குத் தோன்றியது. ஏதோ களேபரம் நடந்திருக்க வேண்டும் என்று அவர் உள்மனம் சொல்லியது. ரிது பேசும்போதெல்லாம் கமாண்டோ தன் முழு கவனத்தையும் குவித்துக் கேட்பார். ஆனால் திடீரென்று இந்த முறை அவர் சொன்னார்:

“ரிது... நான் சொல்வதைக் கவனமாகக் கேள். இப்போது என்னால் பேச முடியாது. நான் உன்னுடன் அப்புறம் பேசுகிறேன். என்னை மீண்டும் அழைக்காதே.”

அவர் செல்பேசியை வைத்து விட்டார். தொடர்பு துண்டிக்கப்பட்ட பின்பும், ரிது தன் காதருகே செல்பேசியைச் சில வினாடிகள் வைத்திருந்தார். தன் வாழ்க்கை இனி இப்படித்தான் எப்போதும் இருக்குமா? தன் விடுதி ஜன்னலைப் பார்த்துக்கொண்டே அவர் கொஞ்ச நேரம் உட்கார்ந்திருந்தார். பின்பு அவர் ஒரு குறுஞ்செய்தியை அனுப்பினார்:

“நீங்கள் ஓய்வு கிடைக்கும்போது கூப்பிடுங்கள். பத்திரமாக இருங்கள்!”

இந்த அமைதி கொஞ்சம் புதிதுதான். ஆனாலும், இதற்கு முன்பே பலமுறை ஜெய்தேவின் குரல் மிக அமைதியாகவும், சற்றே மாறுபட்டு ஒலிப்பதையும் அவர் கேட்டிருக்கிறார். ஒரு மாதத்திற்கு முன்புதான், மே மாதம் 5-ம் தேதி, நாடு தேசிய அளவில் தேர்தலைச் சந்தித்திருந்தது. அந்தச் சமயத்தில்தான் ரிதுவின் வருங்காலக் கணவர், ‘ட்ரால்’ கிராமத்தினருகே, பாகிஸ்தானைச் சேர்ந்த ஒரு தீவிரவாதியை முன்னின்று கொன்றார். அன்றும்கூட ஜெய்தேவ் இப்படித்தான் உரையாடலை இடையே துண்டித்தார். தான் மணந்து கொள்ளவிருக்கின்றவர் ஒரு இராணுவ வீரர் என்பதும், அவரின் முக்கிய வேலை தீவிரவாதிகளை வேட்டையாடுவதுதான் என்பதும் ரிதுவுக்கு நன்கு தெரியும். ஆனாலும் அந்த முதல் முறை, அவரின் இரத்தத்தை உறைய வைத்தது. அதை அவரால் ஜீரணிக்கவே முடியவில்லை. கேப்டன் ஜெய்தேவின் குடும்பத்திற்கும் அப்படித்தான்!

அந்த கமாண்டோ செயல் திட்டத்தைச் சுருக்கமாக விவாதிக்கும் அறைக்குக் குதித்து ஓடினார். அது 2014-ம் வருடம் ஜூன் 19ம் தேதி. வேறொரு சண்டையிலிருந்து அன்றுதான் கேப்டன் ஜெய்தேவும், அவர் அணியினரும் தங்கள் முகாமிற்குத் திரும்பியிருந்தனர். ரிதுவுடனான தன் உரையாடலை முடிக்கும்போது, ஒரு புதிய தீவிரவாதி, 10 கி.மீட்டருக்கும் குறைவான தூரத்தில், பூச்சோ கிராமத்தில் ஒளிந்துகொண்டிருப்பதாக உளவுத் தகவல் வந்தது.

அந்த அணி தங்கள் தலைமையகத்திலிருந்து புறப்பட்டபோது, தனித்தன்மை வாய்ந்த யூகலிப்டஸ் நறுமணம் மிதமான கோடைத் தென்றலினூடே மிதந்து வந்தது. வெகு அருகில் காஷ்மீர் இளைஞர்கள் ஒரு விளையாட்டு மைதானத்தில் கிரிக்கெட் விளையாடிக் கொண்டிருந்தனர். அந்தப் பகுதியில் நிறைந்திருந்த 'வில்லோ' மரங்களால் செய்யப்பட்ட கிரிக்கெட் பேட்டுகளில், கிரிக்கெட் பந்து பட்டு எதிரொலித்த, மனதிற்கு இதம் தந்த, அந்த ஒலி காற்று முழுவதும் நிறைந்திருந்தது.

வீரர்கள் தங்கள் இறுதிச் சோதனைகளை முடித்தபோது, அவர்கள் உடம்புகளில் 'சிலீரென்ற' உணர்வு பாய்ந்தோடியது. வேட்டைக்குச் சற்று முன்னால் ஏற்படும் இந்த உணர்வு எல்லா வீரர்களுக்கும் பழக்கப்பட்டதுதான்.

கேப்டன் ஜெய்தேவ் முழுவதுமாக வளர்ந்துவிட்ட தன் தாடியை நீவிவிட்டுக் கொண்டார். அவர் முகத்தில் வளர்ந்திருந்த அடர்ந்த தாடி, அவரின் உண்மையான 25 வயதைவிட அவரைச் சற்று வயது கூடியவராகக் காட்டியது. எப்படியிருந்தபோதிலும் அவருடைய வேலைக்கு அது மிக முக்கியம். அவரின் உண்மையான அடையாளத்தை அது கணிசமாக மறைத்தது. இப்பொழுது தன் தாடியை வளர்க்க, அவருக்கு இன்னொரு காரணமும் கிடைத்தது. நிச்சயதார்த்தத்தின்போது அவர் தன் தாடியை முழுவதுமாக எடுத்துவிட வேண்டியிருந்தது. அதன் பின் அவர் அதை மீண்டும் வளர்க்க ஆரம்பித்து, தன் தாடியின் அபரிமிதமான வளர்ச்சியை தினமும் ரிதுவிற்கு ஷெல்ஃபி எடுத்து அனுப்புவார். உடனே ரிது பதில் சொல்வார். தாடியை எடுத்துவிட அவரை ரிது அனுமதிக்கவில்லை.

அந்த ஜூலை மாத மாலையில் கேப்டன் ஜெய்தேவும் அவர் அணியினரும் நடத்தவிருந்த தாக்குதல் சற்றே வித்தியாசமானது. ஒரு குறிப்பிட்ட உளவுத்தகவல்களுக்காக கமாண்டோக்கள் பல நாட்கள் காத்திருந்தனர். அவர்கள் உடலின் ஒவ்வொரு திசுவும் உற்சாகத்தால் துடித்தது.

ஒரு தீவிரவாதியின் இருப்பிடம் கண்டுபிடிக்கப்பட்டது. ஏ.கே 47 -ஐ வைத்திருக்கும் ஒரு சாதாரண தீவிரவாதியல்ல! பல வருடங்களாக காஷ்மீரின் தெற்குப் பகுதியில் சுற்றித் திரிந்தவன். கேப்டன் ஜெய்தேவின் அணி இதுவரை எதிர்கொண்ட தீவிரவாதியின் அறிவும், செயல்திறனும் இவன் சாமர்த்தியத்திற்கு முன் சாதாரணம். அடில் அஹமது மிர் என்ற பெயர் கொண்ட அவன் ஹிஜிபுல் முஜாஹிதீன் அணியின் ஒரு ஏரியா கமாண்டர். பல மாதங்களாக அவனைப் பிடிக்க நம் வீரர்கள் முயற்சி செய்து வந்தனர்; ஆனால் பலன் ஏதுமில்லை! புரான் வானி என்ற வளர்ந்து வரும் தீவிரவாதிக்கு- ஹிஜிபுல் கமாண்டோவான இவன் ஒரு சமூக ஊடக அடிமை- மிர்தான் ஆசான், வழிகாட்டி எல்லாம். 2 வருடங்களுக்குப் பிறகு, 2016-ல் அவன் கொல்லப்பட்டபோது, காஷ்மீரில் மீண்டும் இரத்த ஆறு ஓடியது.

பலமுறை தனக்கு விரிக்கப்பட்ட வலையிலிருந்து அடில் தப்பியோடியிருக்கிறான். ஆனால் இந்த முறை அவனை அப்படி விடக்கூடாது. அவன் தப்பியோடியது அவனைப் பிடிக்க அனுப்பப்பட்ட அணிகள் பலவற்றிற்கும் கோபத்தையும், எரிச்சலையும் கிளப்பின.

அடில் மிர் ஒளிந்து கொண்டிருக்கிறான் என்று கேள்விப்பட்ட இடத்தை நோக்கி மரவள்ளிக்கிழங்கு ஏற்றிய வாகனம் ஒன்று ஹர்துமிரிலிருந்து கிளம்பியது. இது கண்ணிவெடிகள் தாக்காத வண்ணம் வடிவமைக்கப்பட்டிருந்தது. ஹர்துமிர் அணி செயல்பட்ட முகாம் தன் முன்னே பரந்த நிலப்பரப்பைக் கொண்டது. அங்கிருந்து, தூரத்திலிருந்த பூச்சோ கிராமத்தையும், அதைச் சூழ்ந்திருந்த காடுகளையும் நன்கு பார்க்க முடியும். கேப்டன். ஜெய்தேவ் விரைவாகத் தன் சிந்தனையை ஒருமுகப்படுத்தினார். மிர் தன்னை எதிரிகள் கண்ணில் படும்படி வெளிப்படுத்திக் கொண்டிருப்பான் என்பதை முதலில் அவரால் நம்பவே முடியவில்லை! தன் எதிரிகளின் கண்களில் மண்ணைத் தூவிவிட்டுத் தப்பியோடுவதை அவன்

கடந்த ஆறு மாதங்களாக ஒரு கலையாகவே பயின்றிருந்தான். கேப்டன் ஜெய்தேவ் தன் மற்ற சிந்தனைகளையெல்லாம் ஒதுக்கி வைத்துவிட்டு, ஒரேயொரு விஷயத்தில் மட்டும் தன் கவனத்தை முழுவதுமாகக் குவித்தார்: ஹிஜிபுல் முஜாஹிதீனின் கழுத்தை நெறிக்கவேண்டுமானால், அடிலைக் கொல்ல வேண்டும் அல்லது உயிரோடு பிடிக்க வேண்டும்!

"ஒளிந்து கொண்டிருப்பது அடில் மிர்தான் என்பதில் நாங்கள் 99 சதவீதம் உறுதியாக இருந்தோம்; அவனை உயிருடன் பிடித்துவிடுவோம் என்பதில் நாங்கள் 100 சதவீதம் உறுதியாக இருந்தோம். செயலில் இறங்குவதற்காக நாங்கள் துடித்துக் கொண்டிருந்தோம். இந்தத் தருணத்திற்காகத்தான் நாங்கள் இவ்வளவு நாட்கள் காத்திருந்தோம்." எப்போதும் கைநழுவியோடும் அந்த விலாங்கு மீனைப் பிடிக்க இதுதான் சரியான தருணம். அவன் எப்போதுமே அலைபேசியைப் பயன்படுத்துவதில்லை. அந்த அளவுக்குத் தன்னைத் தற்காத்துக் கொள்வதில் அவன் ஜாக்கிரதையாக இருந்தான்.

அது கோடை காலத்தின் உச்சம். சூரியன் அந்திவானத்தில் மறைய இன்னும் குறைந்தபட்சம் 90 நிமிடங்களாகும். கமாண்டோக்கள் தங்களுக்குக் கொடுக்கப்பட்ட வரைபடத்தில் குறிக்கப்பட்டிருந்த இடத்தை நோக்கி விரைந்து கொண்டிருந்தார்கள்.

அந்தக் மரவள்ளிக்கிழங்கு வாகனம் வேகமாக ஆப்பிள் தோட்டங்களைக் கடந்து, சினார் மரங்களையும், பச்சைப்பசேலென்ற வயல்வெளிகளையும் பின்தள்ளி, முன்னேறிச் சென்றது. கேப்டன் ஜெய்தேவும் அவர் அணியினரும், என்ன செய்ய வேண்டும் என்பதைப் பற்றிச் சுருக்கமாகத் தங்களுக்குள் விவாதித்துக்கொண்டனர். 10 நிமிடங்களுக்கும் குறைவான நேரத்திலேயே அவர்கள் அந்த இடத்தை அடைந்துவிட்டனர்.

"இருள் வருவதற்குள் நாம் நம் வேலையை முடித்துவிட வேண்டும்!"

தன் அணியினருக்கு மீண்டும் ஒருமுறை நினைவூட்ட வேண்டிய அவசியம் அவருக்கு ஏற்படவில்லை. குளிர்காலத்தின் போர்வையில் அடில் நிரந்தரமாக ஒளிந்து கொள்வதற்கு முன், அவனைப் பிடிக்க இதுதான் கடைசித் தருணம் என்று அவகளுக்கு மிக நன்றாகவே தெரியும்.

அப்போது மணி மாலை 5. கேப்டனும் அவரின் 8 சகாக்களும் கொண்ட அணி, பூச்சோ கிராமத்தை அடைந்தனர். அவர் அணியில் 3-வது ராஷ்டிரீய ரைஃபிள்கள் அணியைச் சேர்ந்தவர்களும், ஜம்மு-காஷ்மீர் சிறப்புக் காவற்படையைச் சேர்ந்த வீரர்களும் இருந்தனர். அவர்களுக்குக் கிடைத்த உளவுத்தகவல் மிகத் தெளிவாக இருந்தது; ஒளிந்து கொண்டிருப்பது ஒரேயொரு தீவிரவாதிதான். கிராமத்தில் ஒளிந்து கொண்டிருக்கும் அந்தத் தீவிரவாதி அடில் அஹமதுதான். ஆனால் இது வெகு விரைவில் மிக ஆபத்தான தப்புக் கணக்கு என்று நிரூபிக்கப்பட்டது.

பகல் நேரத்தில், தங்கள் வண்டியைவிட்டு நம் வீரர்கள் வெளியே குதித்தனர். அவர்கள் இறங்கிய இடம், கிராமத்தில் இருந்து சற்றுத் தொலைவில் இருந்தது. இறங்கியதுமே அவர்களை ஒரு குழப்பம் சூழ்ந்து கொண்டது. உளவுத்தகவல் ஒரு விஷயத்தில் கோட்டைவிட்டிருந்தது. அடில் ஒளிந்து கொண்டிருந்த வீட்டின் சொந்தக்காரருக்கு மூன்று வீடுகள் அடுத்தடுத்து ஒரே காம்பவுண்டில் இருந்தன. அடில் அங்கே இருப்பது உண்மையானால், அவன் எந்த வீட்டிலிருக்கிறான் என்பது கேள்விக்குறி!

ஒரே வினாடியில் அடிலைக் கண்டுபிடிப்பது மும்மடங்கு கடினமாகிப் போனது!

மூன்று வீடுகள் கொண்ட அந்த வீட்டை நெருங்கும் முன்பு, ஒவ்வொரு வீரரும் செய்ய வேண்டிய வேலை என்ன என்பது பற்றித் தெளிவான முடிவுகள் எடுக்கப்பட்டன. ராஷ்டிரீய ரைஃபிள்கள் அணியைச் சேர்ந்தவர்கள் வீட்டின் முன்புறம்

நின்று வீட்டை முற்றுகை இட வேண்டும். வீட்டின் பின்புறம், கேப்டனும் அவர் சகாக்களும் ஒரு சுவரின் பின்னால் நிற்க வேண்டும்!

அந்த இளைஞரின் உள் மனம் சொல்லியது: 'இதுதான் தீவிரவாதி தப்பியோடும் வழி.' கேப்டன். ஜெய்தேவும் 19 வயதேயான அவர் நண்பரும், பாரா ட்ரூப்பருமான முகேஷ் குமாரும் ஒரு யூகலிப்டஸ் மரத்தின் பின்னால் ஒளிந்து கொண்டனர். இருவர் கைகளிலும் *Tavor TAR -21* அஸால்ட் ரைஃபிள்கள் இருந்தன. அந்த இடத்திலிருந்து, வீட்டின் காம்பவுண்டின் பின்புறத்தை மிக நன்றாகப் பார்க்க முடியும். அந்திவானத்தில் சூரியன் மறையும் தருணத்தில், அவர்கள் இருவரும் தங்கள் ஆயுதங்களை மீண்டும் ஒருமுறை, இறுதியாகப் பரிசோதித்துக் கொண்டனர்!

ஏறத்தாழ 800 கி.மீ. தொலைவில் தன் விடுதியில் அமர்ந்தவாறு, அமைதியான பிரார்த்தனையில் ஈடுபட்டிருந்தார் ரிது.

காஷ்மீர் பள்ளத்தாக்கில், யூகலிப்டஸ் மணம், மனம் கவர்ந்த மணம் மட்டுமே அல்ல. கேப்டன் ஜெய்தேவ் ஹரியானாவின் மதினா கிராமத்தில் வளர்ந்தவர். அங்கே, அவர் தந்தையின் வயல்களின் கரையில் நெடிதுயர்ந்த யூகலிப்டஸ் மரங்கள் இருந்தன. அவரின் தந்தை, கேப்டன். ஜெய்தேவ் பள்ளியில் படித்துக்கொண்டிருக்கும்போதே இறந்து போனார்.

ஜெய்தேவின் வளர் இளம் பருவத்தில், அவருக்கு இராணுவத்தைப் பற்றி எதுவும் தெரியாது. அவரின் இயற்பியல் ஆசிரியர்தான் இராணுவத்தில் சேரக் கட்டாயப்படுத்தினார். எனவே, அவருக்கு ஒரு கமாண்டோவாக, காஷ்மீர் நோக்கிச் சென்ற பயணம் ஒரு புதிரானதாகவே இருந்தது. பாராஸில் சேரும் அந்த மிகப்பெரிய முடிவை எடுக்க அவருக்கு வழிகாட்டியது, *IMA*- விலிருந்த மேஜர் குனால் ரத்திதான்! அவர் சொன்னார்: "நீங்கள் எதற்காக பயிற்சியளிக்கப்பட்டிருக்கிறீர்களோ, அந்தப் பயிற்சியை முழுவதுமாகப் பயன்படுத்த வேண்டுமானால், அதற்குச் சரியான இடம், சிறப்புப் படைப் பிரிவுதான்!"

அந்த முடிவை எண்ணி ஒருநாளும் அவர் வருத்தப்பட்டதில்லை.

கேப்டன் ஜெய்தேவும், முகேஷும் தங்களுடைய பாலிஸ்டிக் போர் ஹெல்மெட்களை அணிந்து கொண்டனர். மற்றவர்களும், ஜோடி ஜோடியாக அணி சேர்ந்து கொண்டனர். அவர்கள் பின்னால் நின்று கொண்டிருந்தனர். இது, தீவிரவாதிகள் பின்னாலிருந்த ஓடையில் குதித்து, நீந்தி மறு கரையிலிருந்த காடுகளுக்குச் சென்று தப்பியோடுவதைத் தவிர்ப்பதற்காகவே. அவர்கள் மட்டும் அந்தக் காடுகளுக்குத் தப்பிச் சென்று விட்டால், அவ்வளவுதான்.

காம்பவுண்டுக்குள் இருந்த முக்கிய வீட்டின் நுழைவாயிலை நோக்கி, காவலர்கள் அணி ஜாக்கிரதையாக முன்னேறியது. தேவைப்பட்டால், அவர்கள் சுடவும் தயாராக இருந்தார்கள். கதவைத் தட்ட ஆரம்பித்த சில நொடிகளிலேயே, கட்டுடல் கொண்ட, தாடி வைத்த, பர்தா அணிந்த உருவம் ஒன்று பின் வாசல் வழியாகத் தப்பியோடுவதைப் பார்த்தார் ஜெய்தேவ்.

இது சந்தேகத்திற்கிடமான சமாச்சாரம் மட்டுமல்ல; உளவுத்தகவலால் உறுதிப்படுத்தப்பட்டதுமாகும். ஆனாலும் திட்டவட்டமாக வரையறுக்கப்பட்ட நடைமுறைகள் பின்பற்றப்பட வேண்டும். வெளியேறிய மனிதன் சாதாரண குடிமகன் அல்ல; ஒரு தீவிரவாதிதான் என்பதைச் சந்தேகமற உறுதிப்படுத்திக்கொண்டேயாகவேண்டும். அதிர வைக்காத, சற்றும் பயப்பட வைக்காத குரலில் கேப்டன் ஜெய்தேவ், அந்த உருவத்தை நோக்கிக் கூவினார்: “யார் நீ? உன் பர்தாவைக் கழற்று. உன்னிடம் ஆயுதம் இருந்தால் அதைக் கீழே போட்டுவிடு.”

“நீ விரும்பினால், சரணடையலாம். இன்னும் காலம் கடந்து போய்விடவில்லை...” கேப்டன் எச்சரித்தார்.

இந்த மாதிரி நடைமுறைகள் தீவிரவாதிகளைத் தாக்கும்போது, வீரர்களுக்குப் பெரும் ஆபத்தை விளைவிக்கக் கூடியவை. ஆனால்

அப்பாவிகளைத் தாக்குதலுக்கு உட்படுத்தாமலிருப்பதைவிட நம் வீரர்களுக்கு முக்கியமான விஷயம் வேறொன்றும் இல்லை. அது வீரர்களின் உயிரையே பறிப்பதானாலும் கூட-இப்படித்தான் அடிக்கடி நிகழ்கிறது.

அந்த மனிதன், கேப்டனின் எச்சரிக்கையைக் கண்டுகொள்ளவில்லை.

அந்த மனிதன் சுற்றுச்சுவரின் பின்புறத்தில் இடது கையை ஊன்றி மறுபக்கம் குதித்தான். இப்போது அவன் வலது கரத்திலிருந்த ஏ.கே-47 அஸால்ட் ரைஃபிள் நன்றாக வெளியே தெரிந்தது. கேப்டனும் முகேஷூம் இருந்த இடத்திலிருந்து அவன் குதித்த இடம், 15 மீட்டர்கள் தொலைவிலிருந்தது. குதித்தவுடனே அவன் தன் துப்பாக்கியால் சுட ஆரம்பித்தான்.

முதல் குண்டு மழையைத் தவிர்த்தவாறே, ஜெய்தேவ், முகேஷிடம் சொன்னார்: "அவன் ஆட்டம் குளோஸ்." அவர்கள் இருவரும் தலையை ஆட்டிக் கொண்டனர்.

இந்த மாதிரி தாக்குதல் நடக்கும் சமயத்தில் துணையாய் இருப்பவர்கள், ஒருவருக்கொருவர் வைத்திருக்கும் நம்பிக்கையை விவரிக்க வார்த்தைகள் இல்லை. ஒவ்வொருவரின் கையிலும், இன்னொருவரின் நம்பிக்கை-வாழ்க்கை இருக்கிறது என்பதே இந்த உயிர் காக்கும் நட்பின் அடிப்படை. 'உயிர் காப்பான் தோழன்' அல்லவா? ஒரு சண்டை நடக்கும்போது, ஜோடி வீரர்கள் எதிரியைத் தீர்த்துக் கட்டுவதில் மட்டும் தங்கள் முழு கவனத்தையும் செலுத்துவதில்லை; அவர்கள் தங்கள் தோழனின் உயிருக்கும் பாதுகாப்பு அரணாக இருக்கிறார்கள். அதுமட்டுமல்ல; ஒவ்வொருவரும் இன்னொருவருக்கு உந்து சக்தியாக இருப்பர். இது பலத்தை பன்மடங்கு பெருகிடச் செய்யும். அது ஒவ்வொருவரின் உள்மனத்திலிருந்து எழுந்து, உணர்ச்சிகள் வழியே பாய்ந்தோடி, முன்பே சொன்னது போல, வார்த்தைகளால் விவரிக்க முடியாத ஓர் உறவுப்பாலத்தைக் கட்டமைக்கிறது.

அவர்களுக்கு நேர் எதிரே அந்தத் தீவிரவாதி, எட்டு ரவுண்டுகள் சுட்டு, தன் ஏ.கே 47-னின் முதல் வெடிமருந்தினைத் தீர்த்தான். அவன் மீண்டும் துப்பாக்கியில் குண்டுகளைச் செருகும் முன்பு, ஜெய்தேவும், முகேஷும் தங்கள் துப்பாக்கிகளிலிருந்து, ஒவ்வொருவரும் ஆறு குண்டுகளைத் தங்கள் TAR-21 துப்பாக்கிகளிலிருந்து சுட்டார்கள். அவை காற்றைக் கிழித்துக்கொண்டு போய், தீவிரவாதியின் உடலைத் துளைத்தன. மிகச் சரியாகக் குறிபார்த்துச் சுடப்பட்ட அந்த குண்டுகள் தீவிரவாதியை வீழ்த்தின.

உளவுத் தகவல்கள் உண்மையெனில், சரியானவையெனில், வேலை கச்சிதமாக முடிந்தது என்று பொருள். 'வேலை' இரத்தக் குவியலாக, நம் இரண்டு கமாண்டோக்கள் முன்னே கிடந்தது. ஆனால் கேப்டனின் மனதில் ஏதோ குறுகுறுவென்று ஊர்ந்தது. விஷயம் இவ்வளவு சுலபமாக முடிந்திருக்கும் என்பதை அவர் நம்பத் தயாராக இல்லை. சில நிமிடங்கள் கழித்துதான் உளவுத் தகவல்கள் மிக மேலோட்டமானவை என்று தெரிந்தது.

"நாங்கள் அவ்வளவுதான் கதை முடிந்தது என்றெண்ணி, எங்களை ஒரு சில நொடிகள் ஆசுவாசப்படுத்திக் கொண்டிருந்தோம். ஆனால் எங்கள் நினைப்பு தவறென்று புரிந்து போயிற்று. உண்மையில், கதை அப்போதுதான் ஆரம்பித்திருந்தது."

முதல் தீவிரவாதி சுடப்பட்டவுடனேயே, தாங்கள் ஒளிந்து கொண்டிருந்த வீட்டிலிருந்து இரண்டு தீவிரவாதிகள் வெளியே வந்து, ஜெய்தேவ் இருந்த இடத்தை நோக்கிச் சுட ஆரம்பித்தனர். ஜெய்தேவும், முகேஷும் திகைத்துப் போயினர். உளவுத் தகவல் ஒரேயொரு தீவிரவாதிதான் என்று சொன்னது; ஆனால் வீட்டைவிட்டு வெளியேறிய இரண்டு தீவிரவாதிகள் தப்பித்துச் செல்ல எந்த முயற்சியும் செய்யாமல், மிகத் தைரியமாகத் தங்கள் தாக்குதலை நடத்தினர்.

கொஞ்ச நேரத்திலேயே தெரிந்து போயிற்று, அவர்கள் மிகச் சிறப்பாக வடிவமைக்கப்பட்ட திட்டப்படி

செயல்படுகிறார்களென்பது. முதல் தீவிரவாதி வீட்டை விட்டு வெளியே வந்து, கமாண்டோக்களுடன் 'தொடர்பை' ஏற்படுத்திக் கொண்டான். அந்த முதல் சண்டை ஜெய்தேவும், முகேஷும் இருந்த இடத்தை எதிரிக்கு வெளிச்சம் போட்டுக் காட்டிவிட்டது. பின்னால் வந்த இருவர், நம் கமாண்டோக்களைத் தீர்த்துக்கட்ட வந்தவர்கள்.

அப்போது நம் கமாண்டோக்களுக்குத் தங்களை நோக்கிச் சுட்ட தீவிரவாதிகளில் ஒருவன் அடில் அஹமது மிர் என்று தெரியாது. அப்போதுதான் தீர்த்துக்கட்டிய தீவிரவாதி மிகச் சாதாரணமானவன்- அவன் வெறும் அம்புதான். அவன் ஹிஜ்புல் முஜாஹிதீனைச் சேர்ந்த அப்துல் அஹாத் ஷா அல்லது தாரிக் அஹமத் பாரியாக இருக்க வேண்டும்.

இப்போது நம் ஆட்களை நோக்கிச் சுட்டவர்கள் தங்கள் துப்பாக்கிகளை வெகு சாமர்த்தியமாகக் கையாண்டனர். நம் வீரர்கள் கவலைப்படும் அளவிற்கு அவர்கள் திறமை காட்டினர்.

"அவர்கள் இருவரும் மிகச் சரியாகக் குறிபார்த்துச் சுட்டனர். மிகச் சிறப்பாகப் பயிற்சி பெற்றவர்கள். அவர்கள் குண்டு மழையின் அடர்த்தி, எங்களை ஒளிந்து கொள்ள இடம் தேட வைத்தது. தலையைக் குனிந்துகொண்டே நாங்கள் இடம் தேடினோம்." கேப்டன் ஜெய்தேவ் சொல்கிறார். சற்றும் எதிர்பாராது நடந்துவிட்ட சம்பவங்கள், அவருடைய கோபத்தைக் கிளறிவிட்டு, தாக்குதல் சண்டை முறையிலிருந்து, தற்காப்புச் சண்டை முறைக்குத் தள்ளிவிட்டது. அவர் வாய் உலர்ந்து போய்விட்டது. 20 மீட்டர்கள் தொலைவிலிருந்து சுடும் அந்தத் தீவிரவாதிகள், குண்டு மழை பொழிந்தவாறே தப்பித்துவிடுவார்களோ என்ற சந்தேகம் அவருக்கு வந்து விட்டது. இது நடக்கும்போது, தன் மேல் குண்டு படும் என்று அவர் நினைத்துக்கூட பார்க்கவில்லை.

உயர்ந்து வளர்ந்திருந்த புற்களினூடே மறைந்து பதுங்கி ஓடி, ஆற்றில் குதித்துத் தப்பிக்க வேண்டுமானால், தீவிரவாதிகளை

கேப்டனும் அவர் சகா முகேஷும் பின்தொடரக் கூடாது; இதற்கு முதலில் அவர்கள் ஒழித்துக் கட்டப்பட வேண்டும். அவர்கள் எதிரிகளால் சூழப்பட்டிருக்கிறார்கள்; தப்பிக்க இதை விட்டால் வேறே வழியே இல்லை. எனவே, தீவிரவாதிகள், கமாண்டோக்கள் ஏற்படுத்திவிட்ட முற்றுகையை உடைத்துத் தப்பிக்கத் தங்களால் ஆன அனைத்து முயற்சிகளையும் செய்தனர்.

கேப்டன் ஜெய்தேவும் முகேஷும் ஒளிந்து கொண்டிருந்த அந்த மரம் பெரிதுதான்; ஆனால் அதன் அகலம் இருவரையும் மறைத்துக் கொள்ள போதுமானதன்று.

கமாண்டோக்களை அவர்கள் இருப்பிடம் விட்டு அசையாமலிருக்கச் செய்யக் கிடைத்த வாய்ப்பைத் தீவிரவாதிகள் முழுவதுமாகப் பயன்படுத்திக் கொள்ள எண்ணி, தங்கள் துப்பாக்கிகளால் நிறுத்தாமல் சுட்டவாறே அவர்களை நோக்கி முன்னேறினர்.

தன் இடது தொடையில் ஜெய்தேவ் திடீரென்று பெரும் வலியை உணர்ந்தார். ஒரு *Kalashnikov* ரைஃபிள் குண்டு அவர் தொடையைச் சிராய்த்துக் கொண்டு போனது! உடனே மற்றுமொரு குண்டு, அவருடைய வயிற்றின் இடது பகுதியைத் துளைத்துச் சென்றது. குண்டு மழை பொழிந்து கொண்டிருக்கும்போதே, கேப்டன் ஒரு வினாடி தனக்கு எங்கே காயம் பட்டிருக்கிறதென்று பார்த்தார். அடுத்த வினாடி, அவர் கண்கள் தன் தோழரை நோக்கிச் சென்றன. அவர் திகைத்துப் போனார்! ஆம்! அவருக்கும் இவரைப் போலவே காயங்கள்! ஆனால் வலது பக்கம்!

“என் காயங்களிலிருந்து இரத்தம் வடிய ஆரம்பித்த போதுதான், எனக்குக் காயம் பட்டிருக்கிறது என்று உணர்ந்தேன். முகேஷை நினைத்து நான் கவலைப்பட்டேன். அவர் காயங்கள் இன்னும் ஆழமானவை. மரத்தின் கிளை எங்கள் முக்கிய உறுப்புகளை மறைத்தது; ஆனால் எங்கள் உடல்களை முழுமையாக மறைக்க

அதனால் முடியவில்லை. எங்கள் உடல்களின் சில பகுதிகள் அதை விட்டு வெளியே தெரிந்தன."

அவர் உடனே முகேஷின் தலைக்கவசத்தைப் பரிசோதித்தார். நல்லவேளை அது அடிபடவில்லை. முகேஷிற்குத் தலையில் காயம் எதுவுமில்லை!

"நல்லவேளை! காயம் பலமில்லை! சிறிய காயம்தான் ஏற்பட்டுள்ளது. பயப்படாதீர்கள்! நீங்கள் உயிரோடுதான் இருக்கிறீர்கள்! தைரியமாக இருங்கள்!" அவர் முகேஷிடம் சொன்னார்.

முகேஷ் இராணுவத்தில் சேர்ந்து ஒரு வருடமே ஆயிற்று. கேப்டன் ஜெய்தேவுக்குத் தெரியும், இந்தக் 'கன்னி காயங்கள்' அவரைக் கொஞ்சம் அசைத்துப் பார்த்துவிடுமென்று. அவருடைய போர்ச் சீருடை இரத்தத்தால் நனைந்து போயிருந்தது. முகேஷின் வெளுத்துப்போன முகம் தன் முடிவு நெருங்கிவிட்டது என்று நினைத்து அவர் பயந்து போயிருக்கிறார் என்பதைக் காட்டியது. ஓயாத குண்டு மழை எழுப்பிய ஓசையில், ஜெய்தேவ் தன் தோழரின் காதுகளில் கிசுகிசுத்தார். தன் காயங்களைச் சுட்டிக் காட்டியவாறு அவர் சொன்னார்: "ஒரு காமாண்டோவைக் கொல்வதற்கு இரண்டு குண்டுகள் போதாது நண்பனே." இதைக் கேட்டு, முகேஷ் பலஹீனமாகச் சிரித்துக் கொண்டே 'தம்ஸ் அப்' சைகையைக் காட்டினார். அவர் வேகமாக இரத்தம் இழந்துகொண்டிருந்தார்.

கேப்டன், முகேஷை வேகமாக மரத்தின் இன்னொரு பகுதிக்கு இழுத்துச் சென்றார். குண்டுகள் இங்கே அவரை அவ்வளவாகத் தாக்காது. அதன்பின், அவர் தன் பின்னாலிருந்த ஒரு வீரரிடம் காயம்பட்ட முகேஷைப் பார்த்துக் கொள்ளும்படி சைகை செய்தார்.

கமாண்டோக்களின் குண்டுகள் ஒரு பாதுகாப்பு அரணாக இயங்கிவர, நாயப் சுபேதார் திரிபுவன் சிங் காயம்பட்ட வீரரை

நோக்கி, தன் கைகளால் தவழ்ந்தவாறே நகர்ந்து சென்றார். தான் என்ன செய்ய வேண்டுமென்று திரிபுவன் சிங்கிற்குத் தெரியும். முகேஷை அடைந்ததும், தமது வலிமையான கரங்களைக் கொண்டு முகேஷின் காயங்களை நன்றாக அழுத்திப் பிடித்தார். இப்போது ரத்தம் வெளியேறுவது தடைபட்டது. முகேஷை ஆறுதல் படுத்தும் விதமாகச் சொன்னார், "நண்பா! சண்டை விரைவில் முடிந்துவிடும். உதவி வந்து கொண்டே இருக்கிறது!" இப்போது, முகேஷின் முகம் இன்னும் வெளிறிக் கொண்டு வந்தது. அவர் மூச்சு இன்னும் வேகமாக வெளியேற ஆரம்பித்தது.

தன் காயங்களிலிருந்து இரத்தம் வழிந்துகொண்டிருந்த போதிலும், கேப்டன் ஜெய்தேவ் தன் TAR 21 -ஐ, ஒரு மரத்தின் பின்னால் மறைந்துகொண்டே இயக்கினார், முன்னேறி வரும் தீவிரவாதிகளை நோக்கி! அவர் குண்டுகளில் ஒன்று தீவிரவாதியைத் தாக்கி, அவனை நிலத்தில் சாய்த்தது!

அவன், அடில் அஹமத் மிர்தான்! ஆனால் அவன் இன்னும் சாகவில்லை!

அவனை நோக்கி, இன்னொரு குண்டைச் செலுத்த இருந்தபோது, காற்றில் கடுகி வந்த ஒரு குண்டு அவர் துப்பாக்கியைத் தாக்கி, அதைச் செயலிழக்கச் செய்துவிட்டது.

இதைக் காட்டிலும் ஓர் ஆபத்தான சூழல் இருக்க முடியாது! 10 மீட்டர் தொலைவில் எதிரி சுட்டுக் கொண்டிருந்தபோது, ஜெய்தேவிடம் தன்னைக் காத்துக்கொள்ள செயலற்ற ஒரு உலோகத் துண்டைத் தவிர எதுவுமில்லை.

அவர் வேகமாகக் குனிந்து, முகேஷின் துப்பாக்கியைக் கைப்பற்றினார். ஏறக்குறைய அதே சமயத்தில் மிச்சமிருந்த ஒரு தீவிரவாதி, 30 மீட்டர் தூரத்தில் உயரமாக வளர்ந்திருந்த புற்களை நோக்கி ஓட ஆரம்பித்தான். புற்கள் நிறைந்த பகுதியை அடைந்ததும், அவன் குனிந்தவாறே தன் கைகளாலும்

முழங்கால்களாலும் பூச்சோ கிராமத்தின் விளிம்பிலிருந்த ஓடையை நோக்கி ஓட ஆரம்பித்தான். கேப்டன், தன் புதிய ஆயுதத்தைப் பரிசோதித்தார். சற்று முன்புதான் முகேஷ் எதிரியைச் சுடும்போது அதன் வெடிமருந்தினைக் காலி செய்திருந்தார். ஜெய்தேவ் விரைந்து ஒரு புதிய வெடிமருந்தை அதில் திணித்தார். தன் மறைவிடத்திலிருந்து வெளியே வந்த ஜெய்தேவ், தான் சற்றுமுன்பு சுட்ட அடில் அஹமத் மிரை நோக்கி நடந்தார், அவனை மொத்தமாகத் தீர்த்துக்கட்ட!

மிர், சில மீட்டர் தூரத்தில் விழுந்து கிடந்தான்! தன் மறைவிடத்திலிருந்து வெளியே வந்துவிட்ட ஜெய்தேவை அவனால் இப்போது நன்கு பார்க்க முடிந்தது. புரண்டு புரண்டு தன் துப்பாக்கியை முன்னால் நீட்டி, ஜெய்தேவைக் குறிபார்த்துச் சுட அவனிடம் இன்னும் போதுமான சக்தி இருந்தது. ஒரு துப்பாக்கிக் குண்டு, ஜெய்தேவின் கன்னத்தை வருடிச் சென்றது; அதுமட்டும் வலது பக்கமாக இன்னும் ஒரு இன்ச் தள்ளி வந்திருந்தால், ஜெய்தேவுக்குத் தலையில் அடிபட்டிருக்கும். அவர் கதை முடிந்திருக்கும். நல்லவேளை, அந்தக் குண்டு தோலைச் சிராய்த்தது; அவ்வளவுதான். முதலில் ஏற்பட்ட இரண்டு காயங்களுடன் ஒப்பிட்டால், இது ஒன்றுமே இல்லை.

அந்தக் குண்டுதான் இறந்து கொண்டிருந்த தீவிரவாதியின் கடைசிக் குண்டு. கேப்டன் வேகமாக இயங்கி, தீவிரவாதியை நோக்கி பத்து ரவுண்டுகள் சுட்டார். பின்பு அவனருகில் சென்று, குனிந்து பார்த்தார், அவன் இறந்துவிட்டானா என்பதை உறுதிப்படுத்திக் கொள்ள.

“அவன் தலையைச் சுடும் முன்பு, அவன் யாரென்று நான் தெரிந்து கொண்டேன்! அவன் அடில்!”

பத்து மீட்டர் பின்னால், திரிபுவன் இன்னும் முகேஷை கவனித்துக் கொண்டிருந்ததால் மூன்றாவது தீவிரவாதியை நோக்கி அவரால் தன் கவனத்தைத் திருப்ப முடியவில்லை.

அவன் ஓடையை நோக்கி ஓடிக் கொண்டிருந்தான். படுகாயம் பட்டு, இரத்தம் கொட்டிக்கொண்டிருந்த, தன் சக்தியை வெகுவேகமாக இழந்துகொண்டிருந்த கேப்டன், தான் சண்டை நடந்த இடத்திலிருந்து அப்புறப்படுத்தப்படுவதைச் சிறிதும் விரும்பவில்லை. அடில் இறந்துவிட்டான்தான்; ஆனால் மூன்றாவது தீவிரவாதி உயிரோடு இருக்கும்வரை தாக்குதல் முடிந்துவிட்டதாகக் கருத முடியாது.

“இன்னும் கொஞ்சம் இரத்தம் சிந்துவதைப் பற்றி நான் கவலைப்படவில்லை. அவனை என்னால் நிச்சயம் கொல்ல முடியும். ஆனால் அவன் மட்டும் ஓடையை அடைந்துவிட்டால் அவனை எங்களால் பிடிக்கவே முடியாது!”

அந்த மூன்றாவது தீவிரவாதி ஒளிந்து ஒளிந்து மறைந்த இடத்தை நோக்கி ஜெய்தேவ் நகர்ந்தார். அவன் முதுகில் தொங்கிய தோற்பை அவனைக் காட்டிக் கொடுத்துவிட்டது.

“எதுவோ நகர்ந்து கொண்டிருப்பதை என்னால் பார்க்க முடிந்தது. அவன் தோற்பை அவனிருக்குமிடத்தைக் காட்டிக் கொடுத்து விட்டது. அவன் தரையில் தன் வயிற்றை ஊன்றி நகர்ந்தபோது, அவன் பை ஒரு பக்கமாக சரிந்து தொங்கியது!”

இரத்தமிழந்து கொண்டிருந்ததாலும், வலியாலும் ஜெய்தேவின் முன்னங்கைகளின் செயல்திறன் வெகுவாகக் குறைந்து கொண்டே வந்தது. தன் துப்பாக்கியைத் தயாராக வைத்துக் கொண்டு, அவர் புல்வெளியை மிதித்தார். இந்த முறை நேரடிச் சண்டை இல்லை. அவர் அவன் மேல் பாய்ந்து, வெகு வேகமாக குண்டுகளைப் பாய்ச்சி அவனைத் தீர்த்துக் கட்டினார். தலையை நோக்கிச் சுடுவதற்கு ஜெய்தேவுக்கு இன்னும் ஒரு வாய்ப்பு.

அந்த மூன்றாவது தீவிரவாதி எந்த எதிர்ப்பும் காட்டவில்லை. அவன் தலைவன் இறந்துவிட்ட நிலையில், அவன் விரும்பியதெல்லாம் தப்பித்து ஓடுதலையே. சண்டையைத்

தொடர அவனுக்குக் கொஞ்சமும் விருப்பமில்லை. அது என்னுடைய வேலையை மிகச் சுலபமாக்கி விட்டது!

அவர், தன் வெற்றியைச் சுவைத்துக்கொண்டு நிற்கவில்லை. வெற்றியை நினைத்து இறுமாப்பு கொள்ள இதுவல்ல நேரம். அதைவிட முக்கியமான வேலை இருக்கிறது. அதுதான் அடிபட்டவரை- முகேஷைக் கவனிப்பது. இரத்தம் நிலத்தில் சொட்டச் சொட்ட, கேப்டன் தட்டுத் தடுமாறி தன் தோழனை நோக்கி நடந்தார். முகேஷுக்கு இன்னும் நினைவிருந்தது.

கேப்டன் மென்நகை புரிந்தார்: "முகேஷ்! ஒரு கமாண்டோவைக் கொல்ல இரண்டு குண்டுகள் போதாது என்று நான் சொன்னேனில்லையா?"

சூரியன் மறைய ஆரம்பித்து விட்ட அந்த அந்திமாலைப் பொழுதில் அவர்கள் ஒருவரையொருவர் பார்த்துப் புன்னகை புரிந்து கொண்டார்கள். மொத்தத் தாக்குதலும் 20 நிமிடத்திலேயே முடிந்துவிட்டது. முதல் தீவிரவாதி சுட ஆரம்பித்த வினாடியிலிருந்து, கேப்டன் ஜெய்தேவ் தன் கடைசிக் குண்டை வெளியேற்றிய தருணம் வரை ஆன காலம் எட்டே எட்டு நிமிடங்கள்தான். பூச்சோ கிராமத்தில் நடந்த, அடில் அஹமத் மிர்ரைத் தீர்த்துக் கட்டிய அந்தத் தாக்குதல், மின்னல் தாக்குதலுக்கு ஒரு மிகச் சிறந்த உதாரணம். இரண்டு கமாண்டோக்களுக்கு ஏற்பட்ட 5 குண்டடிபட்ட காயங்கள் வழக்கமானவைதான். ஒவ்வொரு தாக்குதலும் காயங்கள் ஏற்படுவது சகஜம்தான், மரணமும்கூட ஏற்படலாம் என்ற தெளிவான விருப்பத்துடன்தான் ஆரம்பிக்கும்.

அவர்களைச் சுமந்து சென்ற மரவள்ளிக்கிழங்கு வண்டி ஹர்துமிரிலிருந்த அவர்கள் முகாமை வந்தடைந்தது! அங்கிருந்து ஸ்ரீநகரிலிருந்த 92 மருத்துவமனைக்கு அழைத்துச் செல்ல ஒரு ஹெலிகாப்டர் காத்திருந்தது.

ரோதக்கில் ரிது செய்வதறியாது குழப்பத்தின் விளிம்பிலிருந்தார். கடல் அலையெனத் துள்ளி வரும் எதிர்மறை எண்ணங்களைப் புறந்தள்ள முயன்று கொண்டிருந்த அவருக்கு வினாடிகள் யுகமாகத் தோன்றின. ஒரு தேர்ந்த வீரனாக இருந்த ஜெய்தேவ்

தன் குடும்பத்திற்கு, எப்போதும் தன் தாக்குதல்களைக் கோடி காட்ட மட்டுமே செய்வார். அவர் எப்போதும், அவற்றைப் பற்றி விரிவாகப் பேச மாட்டார்- இது அவருடைய பாதுகாப்புக்காக மட்டுமல்ல. அவர்களுடைய பாதுகாப்புக்காகவும்தான்!

ரிதுவுக்குத் தெரியாத ஒரு விஷயம், தன் வருங்காலக் கணவர் தெற்கு காஷ்மீரில் பணிபுரிகிறார் என்பது மட்டுமே. தன் கவலையைப் பொறுக்க முடியாமல், டிராலில், பாரா அணியில் பணிபுரிந்த, தன் உறவினர் ஒருவரின் நண்பரை அலைபேசி வழியாகத் தொடர்பு கொண்டார். ஜெய்தேவ் தீவிரவாதிகளைத் தாக்கப் போயிருக்கிறார் என்று ரிதுவுக்குத் தெரிந்தது. “உன்னை மீண்டும் தொடர்பு கொள்கிறேன்!” என்ற ஜெய்தேவ் அளித்த வாக்குறுதியை ரிது காற்றில் பறக்கவிட இதுவே போதுமானதாக இருந்தது. அவர் எண்ணை மீண்டும் மீண்டும் தொடர்புகொள்ள முயன்றார். ஆனால் அந்த முனையிலிருந்து, எந்தப் பதிலும் இல்லை. அந்தச் சமயத்தில், ஜெய்தேவின் அலைபேசி, அணித்தலைவரான ஒரு மேஜரிடமிருந்தது. அவர் இரவு 9 மணிக்குத்தான் அலைபேசியை எடுத்தார்.

ரிதுவிற்குள் என்னவோ செய்தது. மேஜர் அமைதியான குரலில், தாக்குதலில் கேப்டனுக்கு லேசான காயங்கள் ஏற்பட்டிருப்பதாகவும், அவர் சிகிச்சைக்காக மருத்துவமனையில் சேர்க்கப்பட்டிருப்பதாகவும் சொன்னார். ரிது, வேறு யாருக்கும் தன் குடும்பத்தினருக்கோ, தன் வருங்காலக் கணவரின் அம்மாவிற்கோ அலைபேசவில்லை. அன்றிரவு அவர் தூங்கவுமில்லை. இரவு முழுவதும், தன் வருங்காலக் கணவரின் அலைபேசி எப்படியாவது, அவர் கையை அடைந்திருக்கும் என்ற நம்பிக்கையில், தொடர்புகொள்ள முயற்சி செய்துகொண்டே இருந்தார்.

கடைசியாக, மறுநாள் காலையில்தான் அவரால் தன் வருங்காலக் கணவர் கேப்டன் ஜெய்தேவின் குரலை அலைபேசியில் கேட்க முடிந்தது.

கேப்டன் ஜெய்தேவின் சிஓவும், அணித்தலைவரும் மருத்துவமனைக்கு ஜூலை 20-ம் தேதி அவரைப் பார்க்கச்

சென்றனர். மேஜர் ரிதுவின் எண்ணைத் தொடர்பு கொண்டு, போனை கேப்டனிடம் தந்தார்.

“என்னுடைய சிஓவும், அணித் தலைவரும் என்னுடனே இருக்கும்போது, என் வருங்கால வாழ்க்கைத் துணையுடன் பேச மிகவும் கூச்சமாக இருந்தது. இன்னும் இரண்டு நாட்கள் கழித்து அவளுடன் பேசுகிறேன் என்று சொன்னேன். அவள் பேசவில்லை. பேச வேண்டும் என்று அவளுக்கு விருப்பம்தான். ஆனால் என் தர்மசங்கடமான நிலைமையை அவள் புரிந்து கொண்டாள்.”

அவர்கள் திருமணம், ஆகஸ்ட் மாதத்திலிருந்து, டிசம்பருக்குத் தள்ளி வைக்கப்பட்டது. கேப்டன் ஜெய்தேவின் காயங்கள் ஆற சிறிது காலம் தேவைப்பட்டது. மூன்று வாரங்கள் கழித்து இரண்டு கமாண்டோக்களும் மருத்துவமனையிலிருந்து சிகிச்சை முடிந்து, அனுப்பப்பட்டனர்.

ஆறு மாதங்கள் கழித்து, கேப்டன். ஜெய்தேவ் டாங்கிக்கு, 2015-ம் வருடம், ஜனவரி 25-ம் தேதி ‘கீர்த்தி சக்ரா’ விருது வழங்கப்பட்டது. அதுதான், இந்தியாவில் அமைதிக் காலத்தில் வீரதீரச் செயல்களுக்காக வழங்கப்படும் விருதுகளிலேயே இரண்டாவது மிக உயரிய விருது! மிக நிச்சயமான மரணத்தின் நிழலில்/விளிம்பில் நின்றுகொண்டே, மிகுந்த தீரத்துடன் தாக்குதல் நடத்தியதற்காக இவருக்கு இந்த விருது வழங்கப்பட்டது. ஆழமான, பயங்கரமான காயங்களுடன் இருந்த போதிலும் டாங்கி, தாக்குதல் முடியும் வரை தான் பாதுகாப்பான இடத்திற்கு அழைத்துச் செல்லப்படுவதைத் தடுத்துவிட்டார்!

2015-ம் வருடம், மார்ச் 21-ம் தேதி ராஷ்டிரபதிபவனில், நமது குடியரசுத் தலைவரின் கைகளிலிருந்து டாங்கி அந்த விருதைப் பெற்றுக் கொண்டார். அந்த விழாவிற்கு டாங்கி தன் மனைவி ரிதுவையும்- இருவருக்கும் திருமணம் நடந்து மூன்று மாதங்கள்தான் ஆகியிருந்தது- அவர் அம்மாவையும், அவரின் நெருங்கிய நண்பரும், இன்னொரு பாரா அணியைச் சேர்ந்தவருமான கேப்டன் பிரதீப் பல்ஹாராவையும் அழைத்துச் சென்றார்.

கேப்டன் டாங்கியின் தீரச் செயல் ஹரியானாவின் மதினா கிராமத்தைச் சேர்ந்த பல இளைஞர்களுக்கு உந்து சக்தியாக அமைந்தது.

கேப்டன். டாங்கி படித்த ராமகிருஷ்ண பரமஹம்ச உயர்நிலைப் பள்ளியின் இயக்குனர் ரவீந்தர் டாங்கி, “ஜெய் தேவ்தான் எங்கள் பள்ளியிலிருந்த என் டி ஏ-வில் சேர்ந்த முதல் மாணவர். ஆனால், இப்போது, அவர் அடிச்சுவட்டைப் பின்பற்றி, ஒவ்வொரு வருடமும் சிலர் இராணுவத்தில் சேர்கின்றனர். அவர் இப்போது படித்துக் கொண்டிருக்கும், இனிமேல் படிக்கப் போகும் மாணவர்களுக்கும் ஓர் உற்சாக ஊற்றாக இருக்கிறார்!”

ஜெய்தேவைப் பற்றி அவர் பள்ளிக்கூட நண்பர்கள், பாசத்துடன் நினைவுகூருகிறார்கள். அவர் கிராமத்திற்கு விடுப்பில் வரும்போது நேரம் கிடைக்கும் போதெல்லாம் இன்னும் தன் நண்பர்களைச் சந்திக்கத் தவறுவதில்லை. ஒருநாள், காயம்பட்ட காலுடன், நொண்டிக் கொண்டே அவர் பள்ளிக்குச் சென்றார். காரணம், அவர் விடுப்பை விரும்பவில்லை.

“நான் அவனை வீட்டிற்குச் சென்று ஓய்வெடுக்கலாமே என்று சொன்னேன். அதற்கு அவன், நான் வீட்டிலிருப்பதைவிட வகுப்பிலிருப்பதையே விரும்புகிறேன் என்று பதில் சொன்னான்” இப்படிச் சொல்வது, அவர் படித்த பள்ளியின் இயக்குனர்.

பூச்சோ தாக்குதலுக்குப் பிறகு, டாங்கி பாரா புத்தாக்கப் பயிற்சிக்குச் செல்ல வேண்டியிருந்தது. தங்கள் திறமைகளைக் கூர்தீட்டிக்கொள்ள ஒவ்வொரு வருடமும் வீரர்கள் இந்தப் பயிற்சியை எடுத்துக் கொள்வார்கள். இந்தப் பயிற்சியில் ஈடுபட்டிருந்த போதுதான், நரேந்திர மோடியின் அரசு அவருக்கு விருது வழங்க முடிவு செய்திருப்பதை அவர் அறிந்தார்.

“கீர்த்தி சக்ரா விருது எனக்கு வழங்கப்பட இருக்கிறது என்பதை அறிந்தபோது, எனக்கு ஏற்பட்ட உணர்ச்சிகளை வார்த்தைகளால் விவரிக்க முடியாது! வாழ்க்கையில் இவ்வளவு புகழ் எனக்குக் கிடைக்கும் என்று நான் கனவிலும் நினைக்கவில்லை!” கேப்டன் டாங்கி சொல்கிறார்.

அடில் அஹமத் மிரைக் கொன்ற அந்தத் தாக்குதல்தான், பதவிக்கு வந்து ஒரு மாதம்கூட ஆகாத மோடி அரசில் சிறப்புப் படை அணி காஷ்மீரில் பெற்ற முதல் வெற்றியாகும். இந்தியப் பாதுகாப்பிற்குப் பொறுப்பு வகிப்பவர் அதைப் பின்னால் நடந்த தாக்குதலுக்கு ஓர் உரைகல் எனக் குறிப்பிட்டார்.

சிறப்புப் படை அதிகாரிகளுக்கு ஓய்வு கிடைப்பதென்பதோ, அவர்கள் வேறு பொழுதுபோக்குகளில் ஈடுபடுவதோ அரிதினும் அரிது. கேப்டன் டாங்கி, தன் வேலையைச் சார்ந்த பொழுதுபோக்குகளில் ஈடுபடுவதே அவர் வழக்கம். ஓய்வு கிடைக்கும் போதெல்லாம், விதவிதமான துப்பாக்கிகளைக் கையாண்டு பார்ப்பதுதான் அவர் பொழுதுபோக்கு. சில சமயங்களில், உலகின் தலைசிறந்த தளபதிகள் தங்கள் வியூகங்களை எப்படி வகுத்தார்கள் என்று அவர் படித்துப் பார்ப்பார். மிகச் சாதாரணச் சூழ்நிலையில் பிறந்து, வளர்ந்து, உலகின் பெரும் வீரர்களுள் ஒருவராகப் பிரகாசித்த மங்கோலிய மன்னன் செங்கிஸ்கான்தான் அவர் மனம் கவர்ந்த தலைவர்.

மருத்துவமனையில், தன் கன்னத்தில் ஏற்பட்ட காயத்தின் சிகிச்சைக்காக டாங்கி, தன் தாடியை இழக்க வேண்டி வந்தது. தாடி எடுக்கப்பட்ட போது அவருக்கு ஏற்பட்ட மனவலியை அவர் இன்னும் மறக்கவில்லை!

"என் தாடி ரிதுவிற்கு மிகவும் பிடிக்கும்; நான் அதை சீக்கிரமாக வளர்க்க வேண்டும்!" டாங்கி நினைத்துக் கொண்டார்.

தெற்குக் காஷ்மீரில் நடந்த அந்தத் தாக்குதலுக்குப் பிறகு, புனாவின் புறநகர்ப் பகுதியிலிருந்த *NDA*-வில் ஒரு பயிற்சியாளராகப் பணியில் டாங்கி அமர்த்தப்பட்டார். அங்கே இராணுவத்தில் சேருபவர்களுக்குப் பயிற்சி அளிக்கப்படுகிறது. இந்தப் புத்தகம் எழுதப்படும் சமயத்தில் நம் இளம் அதிகாரி தனக்குக் கொடுக்கப்பட்ட புதிய வேலையை முடித்துவிட்டு, மீண்டும் காஷ்மீரில் தன் பழைய, தான் மிகவும் நேசித்த பணியை ஏற்கக் காத்துக் கொண்டிருந்தார். அது?

வேட்டை!

6

அவர் பிழைப்பாரா, மாட்டாரா...
அதை மட்டும் சொல்லுங்கள்!

கர்னல் சந்தோஷ் யஷ்வந்த் மஹாதிக்

சுபாயா, ஜம்மு-காஷ்மீர்

16 நவம்பர் 2015

“அப்பா! சீக்கிரம் திரும்பி வாங்க! நாங்கள் உங்களுக்காகக் காத்திருக்கிறோம்.”

11 வயதான கார்த்திகீ மஹாதிக் தன் கரங்களை அப்பாவின் கழுத்தைச் சுற்றி இறுகக் கட்டிக் கொண்டாள். அது 2015 மே மாதம்- ஏறக்குறைய நடு நிசி. கார்த்திகீயின் குட்டித் தம்பி ஸ்வராஜ், அவள் பின்னாலிருந்து கையசைத்தான். அப்போது, அவர்களுடைய அப்பா, அதிக தூரத்திலில்லாத முஹ்ரிக்கு புறப்பட்டுக் கொண்டிருந்தார். அங்கே, எல்லைக் கட்டுப்பாட்டுக் கோட்டைக் கடந்து, சில தீவிரவாதிகள் ஊடுருவியிருக்கின்றனர் என்ற தகவல் கிடைத்தது.

அழகான, அதே சமயம் கரடுமுரடான வடக்குக் காஷ்மீர் காடுகளில் நடக்கும் ஒவ்வொரு தாக்குதலுக்கும் 41 ராஷ்டிரீய ரைஃபிள்களின் சிஓ-வான தன் தந்தையே ஏன் தலைமை தாங்கிச் செல்ல வேண்டும் என்று தன்னையே ஆச்சரியத்துடன் கேட்டுக்கொள்ளுமளவிற்கு, கார்த்திகீக்கு விவரம் தெரிந்திருந்தது. பெட்டாலியன் தலைவர்கள், ஒவ்வொரு தாக்குதலுக்கும் தாங்களே தலைமையேற்று களத்திற்குச் செல்ல வேண்டியதில்லை, அவர்கள் அறையில் அமர்ந்து கொண்டு, தாக்குதல்களின் மூளையாகச் செயல்பட்டால் போதுமென்று தெரிந்துகொள்ளுமளவிற்கு அவருக்கு முதிர்ச்சியிருந்தது.

ஆனாலும் அவர் தன் தந்தையின் செயல்களை நினைத்து ஒரு முறைகூட ஆச்சரியப்பட்டதில்லை.

அதனால்தான் 8 மாதங்களுக்குப் பிறகு, அப்போது 300 கி.மீ தொலைவில், இராணுவத்தின் வடக்குத் தலைமையிடமான உதாம்பூரிலிருந்த தன் மனைவி சுவாதியிடம் கர்னல் சந்தோஷ் யஷ்வந்த் மஹாதிக் தொலைபேசியபோது அவர் மகள் ஆச்சரியப்படவில்லை!

2015-ம் வருடம், கடுங்குளிர் வாட்டிய அந்த நவம்பர் 16 இரவில் கர்னல் மஹாதியும் அவர் அணியினரும் குப்வாராவிலிருந்து சாலை வழியே அடர்ந்த காடுகள் நிறைந்த எல்லையோர குக்கிராமமான சுபாயாவிற்கு சாலை வழியே விரைந்தனர். அந்தச் சிவப்பு எச்சரிக்கையைத்தான் அவர் வெகுவாக எதிர்பார்த்திருந்தார்.

நவம்பர் மாதத்தின் முதல் பாதியில், படர்ந்திருந்த புத்தம் புது பனிப்படலத்தின் மீது வெளை நிற ஜாக்கெட்டுகள் அணிந்த, கனமான முதுகுச் சுமைகளுடன், ஒரு சிறிய தீவிரவாதிகள் குழு நடந்து போய் பனிப்படலத்தில் காணாமல் போயிருந்தது. 41 ராஷ்டிரீய ரைஃபிள்களின் கட்டுப்பாட்டிலிருந்த துரும்நர் கிராமத்தில் சில சுமைதூக்கிகள் அவர்களைப் பார்த்திருந்தனர். பனிக்கால உடைகளுடன், சந்தேகத்திற்கிடமான முறையில் அவர்கள் நடமாடியதைப் பற்றித் தகவல் சொல்ல சுமைதூக்கிகள், 57 ராஷ்டிரீய ரைஃபிள்கள் அணியின் தலைமையிடமான காம்கரிக்குச் சென்றனர்! அவர்கள் பார்த்த நபர்கள் அந்தப் பகுதியைச் சேர்ந்தவர்கள் அல்ல என்று சுமைதூக்கிகள் வலியுறுத்திச் சொன்னார்கள்.

57 ராஷ்டிரீய ரைஃபிள்கள் அணியைச் சேர்ந்த ஒரு அதிகாரி, கர்னல் மஹாதிக் அணிக்குத் தகவல் சொல்லி, சந்தேகத்திற்கிடமானவர்களை, அவர்கள் ஷம்ஷாபரி மலைத்தொடரில் இறங்கும்போது. மடக்குமாறு அறிவுறுத்தினார். உடனே 41 ராஷ்டிரீய ரைஃபிள்கள் அணியின் தலைமை அதிகாரி, அந்த மலைத்தொடருக்கருகில், தக்க இடங்களில் பதுங்கிக்கொள்ள ஏற்பாடுகள் செய்யத் தன் அணிக்குக் கட்டளையிட்டார். மூன்று நாட்களாக நம் வீரர்கள் சல்லடை

போட்டுத் தேடிக்கொண்டே காத்திருந்தனர். ‘வேட்டை’ ஆரம்பித்து நான்கு நாட்கள் கழிந்த பிறகு, நவம்பர் 7-ம் தேதி, பல அடிகள் கனமான பனிப்படலம் புதிதாக விழுந்தது.

அதன் பின்பு, கண்காணிப்புப் பணியில் கர்னலின் வீரர்கள் அந்தப் பகுதியில் ஈடுபட்டனர். இரண்டு நாட்கள் கழித்து, நவம்பர் 9-ம் தேதி பிற்பகல் துரும்நர் கிராமத்தில் இருந்து கர்னல் மஹாதிக்கின் அணிக்கு, ஒரு புதிய உடல் கண்டெடுக்கப்பட்டதாகத் தகவல் வந்தது. இந்தக் கிராமத்தில்தான் சந்தேகத்திற்கிடமான நபர்களின் நடமாட்டம் இருந்ததாக முதன் முதலில் கண்டுபிடிக்கப்பட்டது. வழக்கம் போல், கர்னல் முதல் ஆளாக அங்கு சென்றார்.

அந்த உடல் அங்கு வீசியெறியப்பட்டது சந்தேகத்திற்கிடமில்லாமல் தெரிந்தது. அகலம் குறைந்த ஒரு ஓடைக்கரையில் கிடந்த அந்த உடலின் அருகே ஒரு ஏ.கே 47 துப்பாக்கி கிடந்தது. சற்று நெருங்கிச் சென்று பார்த்தபோது, அந்த உடல் ‘காங்கரின்’ நோயால் பாதிக்கப்பட்டு அழுகிக் கிடப்பது தெரிந்தது. துரும்நரிலிருந்த தன் ‘நண்பர்களி’டம் பேசியபின் உடனே கர்னல் மஹாதிக் சட்டென்று ஒரு முடிவிற்கு வந்தார். மூன்று நாட்களுக்கு முன்பு சுமைதூக்கிகள் பார்த்த ஆட்களில் ஒருவனே இவன். பெய்யும் பனியும், பனியால் உண்டான காயங்களும் அவர்களை ஒரு வழியாக்கியிருக்க வேண்டும்!

சந்தேகத்திற்கிடமான அந்த நால்வரும் கிராமத்தைக் கடந்து போயிருக்க வேண்டும், இவனால் தொடர்ந்து நடக்க முடியாததால், அவர்கள் இவனை இங்கேயே விட்டுவிட்டுச் சென்றிருக்க வேண்டும். அவனைப் பார்த்துக்கொள்ள அவர்கள் ஒரு ஆளையும் விட்டுச் சென்றிருக்க வேண்டும்-அவனுடைய பாதுகாப்பிலிருக்கும் போதே இந்தத் தீவிரவாதி இறந்திருக்க வேண்டும். கிராமத்தைச் சேர்ந்தவர்கள், எங்கே தாங்கள் மாட்டிக்கொள்ளுவோமோ என்ற பயத்தில், ஓடைக்கருகில் அவனை வீசியெறிந்திருக்க வேண்டும். அப்படிச் செய்துவிட்டால் மோப்ப நாய்களால் கண்டுபிடிக்க முடியாது என்று அவர்கள் நினைத்திருக்கலாம்.

இன்னும் மூன்று தீவிரவாதிகள் காஷ்மீர் பள்ளத்தாக்கை நோக்கி நகர்ந்து கொண்டிருக்கிறார்கள் என்பதற்கு அந்த உயிரற்ற தீவிரவாதியின் உடலே சான்றாயிற்று. நவம்பர் 10-ம் தேதி கர்னல் மஹாதிக் தாக்குதல்களை, இரண்டு இடங்களில்-குப்வாராவின் மனிகாஹ் மற்றும் பாரமுல்லாவின் ஜுகிடால்-ஆரம்பித்தார். பனிபடர்ந்த காடுகளிலும், மலைமுகடுகளிலும் சல்லடை போட்டுத் தேடியும் ஒன்றும் பயனில்லை. 48 மணி நேரம் அந்த 'வேட்டை' தொடர்ந்தது.

நவம்பர் 13-ம் தேதி, 08.00 மணியளவில் கர்னல் மஹாதிக்கிற்கு ஒரு தகவல் வந்தது. ஒரு தீவிரவாதி காட்டிலிருந்து கீழிறங்கி, துரும்நர் உணவு வாங்கிச் செல்ல அருகே ஒரு குக்கிராமத்திற்கு வந்திருக்கிறான், உடனே அவனைத் தேடி ஆட்கள் அனுப்பப்பட்டனர். இவர்கள் அங்கு செல்ல கொஞ்சம் தாமதமாகிவிட்டது. இவர்கள் போய்ச் சேர்வதற்குள் அந்தத் தீவிரவாதி வேண்டிய உணவைச் சேகரித்துக்கொண்டு, மலையேறிவிட்டான். அங்கிருந்த உள்ளூர்வாசிகள் அவன் சென்ற திசையை நம் வீரர்களுக்குக் காண்பித்தனர்.

அவன் சென்ற திசையில், அவன் காலடித் தடத்தைப் பின்பற்றி மலையேறிய போது ஒரு மனிதன் ஒரு சிறு போர்வைக்குள் தன்னை மறைத்துக் கொள்ள முயல்வதைக் கண்டனர் நம் வீரர்கள். அது அடிக்கடி மலைவாசிகள் நடந்து செல்லும் பாதை. அவனிடம் "யார் நீ?" என்ற கேட்டபோது, சிறு போர்வைக்குள் இருந்த அந்த மனிதன் தன்னை வெளிப்படுத்திக் கொண்டு, தன் அஸால்ட் ரைஃபிளால் சரமாரியாகச் சுட ஆரம்பித்து விட்டான். காற்றெனக் கடுகி வந்த குண்டுகள், நம் வீரர்கள் இருவரைக் காயப்படுத்திவிட்டன. நம் வீரர்கள் மறைந்துகொள்ள ஆரம்பித்த போது, பனி கடுமையாகப் பொழிய ஆரம்பித்து விட்டது. அதனால், எதிரில் என்ன நடக்கிறது என்று சரியாகப் பார்க்க முடியவில்லை. இது போதாதென்று மழையும் பொழிய ஆரம்பித்துவிட்டது. சூழ்நிலையைத் தனக்குச் சாதகமாகப் பயன்படுத்திக்கொண்டு அந்தத் தீவிரவாதி தப்பிவிட்டான்.

அடுத்த இரண்டு நாட்களும் தப்பிவிட்ட அந்தத் தீவிரவாதியைத் தேடுவதிலேயே கழிந்தன. இடைவிடாமல் தொடர்ந்த தேடுதல் வேட்டையால், நவம்பர் 15 அன்று நம் வீரர்கள் மிகவும் களைத்துப் போயினர். அவர்கள் உடலும், உள்ளமும் மிகவும் சோர்ந்து போயின. 7 நாட்கள் தொடர்ந்து தேடியும் எதுவும் பலனில்லை. அவர்கள் உடனே தலைமையிடத்திற்குத் திரும்ப உத்தரவிடப்பட்டது. வேட்டை 'வினையாகாமல்' வீணாயிற்றே என்று அவர்களுக்குக் கொஞ்சம் வருத்தம்தான்; ஆனாலும் அவர்கள் உறுதி குலையவில்லை.

அவர்கள் அந்த இடத்திலிருந்து திரும்பும்போதே, இன்னொரு குழு, அந்த இடத்திற்கு வந்து வேட்டையைத் தொடர்ந்தது. இவர்கள், சுபாயா அருகில் இருந்த ஒரு குக்கிராமத்தில் தங்கள் வேட்டையைத் துவங்கினர். 160 பிராந்திய ஆர்மி அணியிலிருந்து வந்த இந்த அணி, கிராமத்தின் அருகிலுள்ள காடுகளில் தங்கள் தேடுதலை ஆரம்பித்தது. 160 பிராந்திய ஆர்மியில் காலாட்படை வீரர்கள் இருந்தனர். கர்னல் மஹாதிக்கின் 4 ராஷ்டிரீய ரைஃபிள்களுடன் இணைந்து செயல்பட்டு, உளவு பார்ப்பது அவர்கள் வேலை. தவறேதும் நடந்துவிடவில்லை என்பதை உறுதிப்படுத்திக்கொள்ளவே அவர்கள் களத்தில் இறக்கப்பட்டார்கள். ஆனால் அந்த நவம்பர் 16 இரவில் அவர்கள் அந்தப் பகுதியில் கால் வைத்தபோது, அவர்கள் பெரும் நெருப்புப்பள்ளத்தில் கால் வைத்தனர்!

அந்த அணியைச் சேர்ந்த துப்பாக்கி சுடும் வீரரான மொஹமத்தின் காலில் ஒரு குண்டு பாய்ந்தது. அதே சமயம், இரண்டு கோணங்களிலிருந்து பொழிந்த குண்டு மழை அவர்களை எங்கும் நகரவிடாமல் செய்தது. சூரியன் அந்திவானத்தில் ஏற்கனவே மறைந்துவிட்டான். *Kalshnikov* துப்பாக்கிகளிலிருந்து புறப்பட்ட சரமாரியான குண்டுகளின் ஓசை காடு முழுவதும் எதிரொலித்தது.

இங்கே குப்வாராவில் கர்னல் மஹாதிக் உள்ளூர் அதிகாரிகளுடனான ஒரு கலந்துரையாடலுக்குத் தன்னை

ஆயத்தம் செய்து கொண்டிருந்தார். இந்தக் கூட்டம், 'ஆப்ரேஷன் சத்பவ்னா' என்ற திட்டத்தைப் பற்றி விவாதிப்பதற்காகக் கூட்டப்பட இருந்தது. பாலங்கள் கட்டி, உள்ளூர் மக்களின் மனதைக் கவரும் அருமையான திட்டம் அது. 20.00 மணிக்கு அவருக்கு சுபாயா கிராமத்தில் ஏற்பட்ட ஒரு தொடர்பு பற்றிய தகவல் கிடைத்தது.

உடனே கர்னல் மஹாதிக் தன் வீரர்களை ஒன்றுகூட ஆணையிட்டார். ஜம்மு-காஷ்மீர் பகுதியைச் சேர்ந்த சில காவல் வீரர்களுடன் அவர்கள் ஒரு வாகனத்தில் ஏறி, சுபயாவை நோக்கி விரைந்தனர். செயலாற்ற வேண்டிய இடத்தை அடைந்ததும், ஒரு பரந்த வலையை விரித்தனர். கர்னல் மஹாதிக் ஒரு சாதகமான இடத்தின் மேலேறி, ஒரு கண்காணிப்பு 'புள்ளி'யை உருவாக்கினார். இந்த மாதிரி தாக்குதலில் இது முக்கிய அம்சம். மஹாதிக், தேடப்பட வேண்டிய இடம் முழுவதும் கண்காணிப்புக்குள் வர வேண்டும் என்பதில் தீவிரமாக இருந்தார். தன் துப்பாக்கியைத் தயாராக வைத்துக்கொண்டே, வலையையும் தயார் நிலையில் வைத்துக் கொண்டு அவர் காயம்பட்ட வீரர் முஹமதுவை, அந்த இடத்திலிருந்து அகற்றி ஒரு பாதுகாப்பான இடத்திற்குக் கொண்டு செல்ல ஏற்பாடுகளைச் செய்தார். தன் கண்காணிப்பு இடத்திலிருந்து கொண்டே, மிகவும் அசௌகரியமான, மிகவும் குளிரான அந்த இரவை அவர் கழித்தார். இருண்ட, ஆபத்துகள் நிறைந்த அந்தக் காட்டை அவர் கண்கள் விடாமல் கண்கொத்திப் பாம்பாகக் கண்காணித்துக்கொண்டேயிருந்தன!

நவம்பர் 17-ம் தேதி அதிகாலையில், வேட்டையை வலுப்படுத்த இன்னும் அதிக ஆள் பலம் கோரப்பட்டது. இப்போது கர்னல் மஹாதிக் காலாட் படையில் இருந்தார். அவர் உள்ளத்தில் எப்போதும் ஒரு சக்தி கரைபுரண்டு ஓடியவாறே இருக்கும். அவர் தாய் வீடு, பாரா சிறப்புப் படை அணி! அவர் ஒரு கமாண்டோவும்கூட. வட கிழக்கில், யுனைடெட் லிபரேஷன் ஃப்ரன்டைச் சேர்ந்த அஸாம் தீவிரவாதிகளை எதிர்த்து மிக

வீரத்துடன் போராடியதற்காக, 2003-.ல் வீரதீரச் செயலுக்கான ‘சேனா மெடல்’ அவருக்குக் கிடைத்தது. 12 ஆண்டுகள் கழித்து, எப்போதும் ‘கொதி’த்துக்கொண்டேயிருந்த காஷ்மீர் பள்ளத்தாக்கில், தீவிரவாதிகளை/ ஊடுருவல்காரர்களை எதிர்த்துப் போராடும் பணியை அவரே விரும்பி ஏற்றார். ஒரு படைக்கு பாரா அணியினர் என்ன செய்ய முடியும் என்பதை அவர் நன்கு அறிவார். அவர்கள் வேண்டி வரவேற்கப்பட வேண்டியவர்கள்.

வந்திருந்த புதிய வீரர்களுடன், தேடுதல் வேட்டை இன்னும் தீவிரமாகியது. அப்போது கர்னல் மஹாதிக்கின் அலைபேசி அழைத்தது. அழைத்தவர் உள்ளூர் ‘நண்பர்’. மஹாதிக், தான் காஷ்மீர் பள்ளத்தாக்கில் முன்பு பணியிலிருந்தபோது இவ்வாறு பல நண்பர்களைச் சம்பாதித்து வைத்திருந்தார். எதிர் முனையிலிருந்த குரல் மிகச் சுருக்கமாகச் செய்தி சொன்னது. அருகில் இருக்கும் காஷ்மீர் மனிகா பகுதியில் ஒரு தீவிரவாதி, மலையிலிருந்து கீழே இறங்கி வந்து, கிராம மக்களிடம் உணவு கேட்டிருக்கிறான். இது தவறான தகவல் என்று கர்னல் சந்தேகப்படுவதற்குக் காரணம் ஏதுமில்லை. மீண்டும், தன் ஆட்களுடன் தானே நேரடியாகக் களத்தில் குதித்துவிடுவது என்று எப்போதும் போல கர்னல் முடிவு செய்தார்.

விரைந்து எதிர்வினையாற்றும் அணியுடன் (QRD), அவர் ஜம்மு காஷ்மீர் காவற்படை வீரர்களையும் சேர்த்துக் கொண்டு இரண்டு வாகனங்களில் மணிகருக்கு விரைந்தார். அவர்கள் அந்த இடத்திற்கு வந்தபோது, தீவிரவாதிகள் மீண்டும் மலைப்பகுதிக்குத் தப்பியோடி, காட்டிற்குள் மறைந்து கொண்டனர். கர்னல் மஹாதிக் மீண்டும் தன் ‘நண்பரை’த் தொடர்பு கொண்டார். இப்போது இன்னுமொரு புதிய தகவல் கிடைத்தது. சந்தேகத்திற்கிடமான நபர், காட்டிற்குள் இன்னும் இரண்டு சகாக்களுடன் இருக்கிறான் என்பதே அது. இரண்டு வாரங்கள் நீடித்த தேடுதல் வேட்டை விரைவில் முடிவுக்கு

வந்து விடும் என்று அவருக்குத் தோன்றியது.

14 பேர் கொண்ட அணி, ஏழேழு பேர் கொண்ட இரண்டு அணிகளாகப் பிரிக்கப்பட்டது.

இரண்டு அணிகளும், இரு வேறு திசைகளில் பயணித்தன. அந்த நிலப்பரப்பு பழக்கமானதாக இருந்த போதிலும், உடலைக் கடுமையாக வருத்தக்கூடியதாகவும் இருந்தது. மலைப்பகுதியில் ஒரு சிற்றோடை செங்குத்தாக வழிந்தோடியது. ஒரு மணி நேரம் தேடியும் எந்தப் பட்சியும் சிக்கவில்லை. குக்கிராமத்திற்குத் திரும்பி வரும்போது, ஓடை ஓரமாகவே நம் வீரர்கள் வந்தனர். கிராமத்திற்கு சற்றுத் தொலைவில் இருக்கும்போது, அடுத்து என்ன செய்வது என்று முடிவு செய்வதற்காக நம் வீரர்கள் ஒரு நிமிடம் நின்றனர். அப்போதுதான் நம் வீரர்களுள் ஒருவர் அதைப் பார்த்தார்.

அது, தம்ளராகப் பயன்படுத்தப்பட இரண்டாக வெட்டப்பட்ட ஒரு காலி மினரல் வாட்டர் பாட்டில். அது ஒரு பாறையின் விளிம்பில் எப்போதும் வேண்டுமானாலும் கீழே விழுந்து விடுவேன் என்று பயமுறுத்திக் கொண்டிருந்தது. அதற்கருகில், ஒடுங்கிப்போன பழைய சமையல் பாத்திரம், அதில் அப்போதுதான் சமைக்கப்பட்ட சிறிதளவு உணவு - கொஞ்சம் சோறும், மாமிசமும் -இருந்தன. கர்னல் மஹாதிக்கின் ஆணையின்படி, அவர் வீரர்கள் மறைந்து கொண்டனர். இரண்டு விஷயங்கள் உடனே தெளிவாகப் புரிந்தன. ஒன்று, தீவிரவாதிகள் எங்கோ அருகேதான் இருந்தனர். இது நல்ல செய்தி! கெட்ட செய்தி, நம் இராணுவ வீரர்களைப் பார்த்ததால்தான் அவர்கள் உணவை அப்படியே போட்டுவிட்டு ஓடிவிட்டனர். அதனால், அவர்கள் தங்களுக்குச் சாதகமான இடங்களில் பதுங்கிக் கொண்டனர்.

“அது ஒரு மிகவும் பதற்றமான சூழ்நிலை. எங்கள் இருப்பிடங்களைத் திருத்தி அமைத்துக் கொள்ள, எங்களுக்கு அவகாசம் இல்லை. நாங்கள் விரைந்து அடுத்த அடி எடுத்து

வைத்தாக வேண்டும். அப்படிச் செய்யவில்லையானால், நாங்கள் பயங்கரமாகத் தாக்கப்படுவோம். அப்புறம் எங்கள் கதி அதோ கதிதான்!" அணியிலிருந்த ஒரு ஜவான் இப்படி நினைவுகூருகிறார்.

கர்னல் மஹாதிக் ஒரு வினாடியைக்கூட வீணாகக் கழிக்கவில்லை. அவர் உடனே பாதி ஆட்களை மலையின் முகட்டை நோக்கி அனுப்பினார், தங்களுக்குச் சாதகமான தாக்குமிடங்களைத் தேர்ந்தெடுக்க. இது மிகவும் முக்கியம்; எங்கிருந்து குண்டு மழை எப்போது வரும் என்று கணிக்க முடியாமல், கர்னல் மஹாதிக்கும், அவரின் 7 சகாக்களும், பக்கவாட்டில் நகர்ந்தனர். அவர்கள் அப்படி நகரும்போது, ஒரு காவல்காரர் உயரமான புதரின் பின்னால், ஒரு கறுப்பு நிற பர்தாவைப் பார்த்தார். அவர் கர்னலைச் சற்றே தாமதிக்கச் சொன்னார். நேரெதிரே பார்க்கச் சொன்னார்- அங்கே, இலைகளின் ஊடே, இரண்டு பேர் ஒளிந்துகொண்டிருந்தனர். விரைந்து சுடும் நிலையில் தங்கள் துப்பாக்கி விசைகளைத் தயாராக வைத்திருக்குமாறு வீரர்களுக்கு அறிவுறுத்தப்பட்டது- ஒவ்வொரு குண்டாக சுடும் முறை இப்போது பலனளிக்காது.

நம் அணி முன்னேறிக் கொண்டிருக்கையிலேயே, ஒரு தீவிரவாதி தன் இருப்பிடத்தை மாற்றிக் கொண்டான். இன்னொருவன் தான் இருக்குமிடத்திலேயே இருந்தான். முன்னேறிச் செல்வதை நிறுத்திவிட்டு, தன் ஆட்களைப் பின்னால் நிற்கும்படி சொல்லிவிட்டு, கர்னல் மஹாதிக் அந்தப் புதரை நோக்கிச் சில ரவுண்டுகள் சுட்டார். அவர் அணியில் நான்கு வீரர்கள் மறைந்திருந்தனர்; மற்ற 3 வீரர்கள், அவர் சுடும்போது, அவருடனேயே இருந்தனர். ஆனால் சற்று நேரத்திற்கு முன்னால் தன் இருப்பிடத்தை மாற்றிக்கொண்ட தீவிரவாதி சுட ஆரம்பித்துவிட்டான். கர்னலும் அவர் அணியினரும் சற்றும் எதிர்பார்க்காத இடத்திலிருந்து சுட ஆரம்பித்தான். கர்னலின் உடலை குண்டுகள் சல்லடையாகத் துளைக்க, அவர் தரை மீது சரிந்தார்!

எங்கிருந்து குண்டுகள் சீறி வருகின்றன என்பதை யாராலும் கண்டுபிடிக்க முடியவில்லை. கர்னல் மஹாதிக்கும், அவருடனிருந்த 3 வீரர்களும் எதிரி இலகுவாகத் தாக்க முடிந்த இடத்திலிருந்தனர்- அவர்களுக்கு எந்தப் பாதுகாப்பும் இல்லை. தரையைத் தங்கள் வயிற்றுப் பகுதியால் தொட்டவாறு, எந்த நிமிடமும் எதிர்வரும் குண்டு மழைக்காக அவர்கள் காத்திருந்தனர். அவர்கள் அணித்தலைவருக்கு, தான் விரைந்து செயல்படாவிட்டால், தன் ஆட்கள் குண்டுகளால் கிழித்தெறியப்படுவார்கள் என்று தெரிந்துபோயிற்று. பயங்கரமான குண்டினால் ஏற்பட்ட காயங்களையும் பொருட்படுத்தாமல், அவர் மலை முகட்டை நோக்கி ஊர்ந்தார்.

கர்னல் மஹாதிக்கிற்கு குண்டடிபட்டது மற்ற அணியினருக்குத் தெரியாது. காரணம், ரேடியோ கருவி அவரிடம்தான் இருந்தது. அவருடன் தொடர்புகொள்ள முயன்ற மற்ற அணியினர், அவர் தீவிரவாதிகளின் கவனத்தைக் கவராமலிருப்பதற்காக, மௌனமாக இருக்கிறாரென்றே நம்பினர். தன் காயங்களிலிருந்து இரத்தம் சொட்டச் சொட்ட, அவர் மலைமுகட்டின் அந்தப் பக்கம் நகர்ந்தார். ஒரு பாறையின் மேல் இருந்து கொண்டு, அவர் எதிரிகளை நோக்கி, அவர்கள் எங்கே ஒளிந்திருப்பார்கள் என்று நம்பினாரோ அந்த இடத்தை நோக்கிச் சுட்டார். அவர் குண்டுகள் எதிரிகளைத் தாக்கவில்லை. ஆனால், அவை அவர்கள் இருக்குமிடத்தை விட்டு நகராமல் செய்துவிட்டன!

எதிரிகளிடமிருந்து குண்டடிபடும் தூரத்திலிருந்தாலும், படு காயம்பட்ட நிலையிலும், மஹாதிக் ஓர் அரணாக நின்று தன் பின்னால் இருந்த வீரர்களைக் காத்தார். அவருடைய குண்டுகள் வேகமாகத் தீர்ந்து கொண்டு வந்தன. இருப்பினும் அவர் தன்னால் முடிந்தவரை நிறுத்தி நிறுத்திச் சுட்டார். இதனால் எதிரிகள் தங்களைத் தற்காத்துக் கொள்ளும் முயற்சியில் ஈடுபட வேண்டி வந்தது. இதனால் நம் வீரர்களுக்குத் தங்களைத் தற்காத்துக் கொள்ள அவகாசம் கிடைத்தது.

இதற்குள் மற்ற அணிகளும், அங்கே வந்து சேர்ந்தன.

ஆனால் அவர்களுக்குக் கள நிலவரம் பற்றித் தகவல் சொல்ல யாருமில்லை; ஏனெனில் அணியின் தலைவரே அடிபட்டிருந்தார். மலைமுகட்டிலிருந்த தன் சகாக்களைத் தொடர்பு கொள்ள பலமுறை முயன்றும் தோற்றுப்போன *QRD*-அணியின் பொறுப்பிலிருந்த ஒரு ஹவில்தார், காவல்காரர் ஒருவரை தன் அலைபேசியில் அழைத்தார்.

"நம் தலைவருக்குக் குண்டினால் காயம் ஏற்பட்டுள்ளது!" என்ற பதில் கிடைத்தது. சண்டைக்களத்திலிருந்து கிடைத்த முதல் தகவலே இதுதான்.

கர்னல் மஹாதிக் விழுந்து கிடந்த மலைமுகட்டை நோக்கி அவர் உடனே ஓடினார். மற்றவர்கள், தீவிரவாதிகளின் தாக்குதலைத் தடுத்து நிறுத்த, அவர் அணித்தலைவரைத் தன் தோளில் சுமந்து கொண்டு, சாலையில் 1.5 கிலோமீட்டர் தூரத்திலிருந்த ஓரிடத்திற்குத் தூக்கிச் சென்றார். மனிகா பள்ளத்தாக்கு மிகக் குறுகியது; எனவே, ஹெலிகாப்டர் உதவியையும் நாட வழியில்லை. மிகுந்த இரத்த சேதத்தால், கர்னலின் உடல் நிறம் மங்கிப்போய், சிலீரிட ஆரம்பித்திருந்தது. அருகே துர்காமுல்லாவிலிருந்த, 168 இராணுவத்தின் அவசரநிலை இராணுவ மருத்துவமனைக்குக் கொண்டு செல்லப்பட்டார். அது சோபார்-குப்வாரா நெடுஞ்சாலைக்கு அருகிலிருந்தது. கர்னலைப் பார்த்ததும் அவர்கள் சொல்லிவிட்டார்கள், அவருக்கு சிகிச்சை அளிக்கப் போதுமான வசதிகள் தங்கள் மருத்துவமனையில் இல்லை என்று. அவரை, 85 கி.மீ தொலைவில் ஸ்ரீநகரிலிருந்த இராணுவ மருத்துவமனைக்கு உடனே விமானத்தில் கொண்டு செல்லுமாறும் அறிவுறுத்தினர்.

"கர்னலை விமானத்தில் கொண்டு செல்லும்போது, அவர் மனைவியிடமிருந்து எனக்கு ஓர் அழைப்பு வந்தது. அவருக்கு ஏற்கனவே சேதி தெரிந்திருந்தது!" அப்போது 41 ராஷ்டிரீய ரைஃபிள்களின் துணை மேஜராக இருந்த ப்ரவீன் நினைவு கூர்கிறார்.

“அவர் கேள்வி என்னை இன்னும் வாட்டி வதைக்கிறது; அவர் கேட்டதெல்லாம்- அவர் கேள்வி மிகச் சுருக்கமாக இருந்தது- ‘அவர் பிழைப்பாரா, மாட்டாரா? அதை மட்டும் சொல்லுங்கள்.’”

மேஜர் ப்ரவீனுக்கு என்ன பதில் சொல்வதென்று தெரியவில்லை. பாவம், மேஜர். என்ன பதில் சொல்வார்? அவருக்கு விஷயம் தெரிந்திருக்கும் என்று மேஜர் ஊகித்தார். ஆனாலும் 92 மருத்துவமனை மருத்துவர்கள் மேஜிக் நிபுணர்கள் என்று புகழ் பெற்றவர்கள். எப்படியும் கர்னல் மஹாதிக்கை பிழைக்க வைத்துவிடுவார்கள் என்று அவர் உறுதியாக நம்பினார்.

“கர்னலின் மனைவி மீண்டும் என்னைத் தொடர்பு கொண்டு ஒரு கேள்வி கேட்டார். அந்தக் கேள்வி இன்னும் என்னை வாட்டி வதைக்கிறது. அவர் கேட்டார்: ‘அவரை நோக்கி எத்தனை ரவுண்டுகள் சுடப்பட்டன?’ எப்படியோ தைரியத்தை வருவித்துக் கொண்டு, நான் ‘ஏழு ரவுண்டுகள், உயிர் பிழைப்பது கஷ்டம்!’ என்றும் பதில் சொன்னேன். அவர் மேற்கொண்டு எதுவும் பேசாமல் தொலைபேசியை வைத்து விட்டார்.”

ஸ்ரீநகர் மருத்துமனையில், கர்னல் மஹாதிக் கொண்டு வரப்பட்டபோதே இறந்துவிட்டதாக அறிவிக்கப்பட்டது.

இதை எழுதிக் கொண்டிருக்கும்போது, கர்னல் மஹாதிக்கின் மனைவி, சென்னையிலுள்ள இராணுவ அதிகாரிகள் பயிற்சிப் பள்ளியில் சேர்ந்து, இராணுவ அதிகாரிகளுக்கான பயிற்சியை எடுத்துக் கொண்டிருந்தார். தன் கணவர் இறந்து போய் ஒரு மாதம்கூட ஆகாத நிலையில் அவர் இராணுவத்தின் கரும் பச்சை சீருடையை அணிந்து கொள்வது என்று முடிவெடுத்துவிட்டார். அது ஒரு மிகக் கடினமான முடிவு. மஹாராஷ்டிரா மற்றும் உத்தர்கண்டிலிருந்த உண்டு-உறைவிடப் பள்ளிகளில் அவர் குழந்தைகளைச் சேர்க்க வைத்ததும் அவ்வாறே. அவருக்கு வேறு வழியில்லை! குழந்தைகள் நள்ளிரவில் தங்கள் தந்தை தன் துப்பாக்கியை எடுத்துச் செல்வதைப் பார்த்து ஒருபோதும்

ஆச்சரியப்பட்டதில்லை. ஆனால் ஒரு இராணுவ வீரருக்கு இருக்க வேண்டிய வயதை எப்போதோ கடந்துவிட்ட தங்கள் அம்மா ஏன் இராணுவத்தில் சேர விரும்புகிறார் என்பது அவர்களுக்குப் புரியவே இல்லை!

"இது சரியான முடிவல்ல என்று எங்களுக்குத் தெரியும். ஆனால், கர்னல் மஹாதிக்கின் மனைவி நம்ப முடியாத அளவு தைரியம் கொண்டவர். தன் கணவர் விட்டுச் சென்ற பணியைத் தொடரவே அவர் விரும்பினார்!" காஷ்மீர் பள்ளத்தாக்கில் இன்னும் தொடர்ந்து பணியாற்றிக் கொண்டிருக்கும் மேஜர். ப்ரவீன் சொல்கிறார்!

கர்னல் பாதியில் விட்டுவிட்டு வந்த வேலைக்கும் அன்று தப்பியோடிவிட்ட தீவிரவாதிகளுக்கும் எந்தச் சம்பந்தமும் இல்லை. மிக அழகானதும், அதே சமயம் மிக ஆபத்தானதுமான அந்தப் பள்ளத்தாக்கில் கர்னல் திட்டமிட்டிருந்த அரும் பெரும் சமூகப் பணிகளில், அவர்கள் எதிர்பாராமல் வந்த ஒரு இடைச்செருகல். கர்னலின் வேலை போரிடுவதுதான் என்றாலும், அங்கே அவர் செய்து வந்த சமூக சேவைகளைப் பற்றிய தகவல்கள், அவர் அந்தப் பகுதி மக்களின் மனங்களில் நல்லெண்ணப் பயிர்களையே வளர்க்க விரும்பினார் என்பதைத் தெளிவாகச் சொல்கின்றன.

கர்னல் மஹாதிக் ஒரு மிகச் சிறந்த போர்வீரர் மட்டுமல்ல. அவர் குப்வாராவில் குழந்தைகளுக்கு யோகா, மற்றும் தலைமைப் பண்புகளை வளர்த்துக் கொள்ளல், சாகசச் சுற்றுலாக்கள் ஆகியவற்றில் பயிற்சி அளித்து வந்தார். செல்லும் இடங்களிலெல்லாம் அவர்களுக்கு உறவாகவே இருந்து வந்தார். தன் நண்பர்களால் அவர், 'பெருங்கனவுகளைக் காண்பவர்' என்றே அறியப்பட்டு வந்தார். அவர் இறந்த பின்பு குப்வாராவில் அவர் என்னென்ன அற்புதங்களைச் சாதித்திருக்கிறார் என்று அறிந்துகொள்ளவே இராணுவத்திற்குப் பல மாதங்கள் பிடித்தது.

அந்தக் கிராமத்தில் பெரும்பாலானவர்கள் முஸ்லீம்கள். இவர்களுக்கு யோகா பிடிக்காது என்று அவருக்கு எச்சரிக்கை

விடுக்கப்பட்டது. ஆனால், மஹாதிக் 2014-ல், 15 பேர் கொண்ட ஒரு குழுவை சித்தா சமிதி யோகா அமைப்பு புனாவில் நடத்திய யோகா முகாமிற்கு அனுப்பி வைத்தார். இவர்கள் திரும்பி வந்து, அந்த அமைப்பு குப்வாராவில் ஒரு சிறப்பு முகாமை நடத்தப் பரிந்துரைத்தனர். ஒரு சில நாட்களிலேயே, புனாவிலிருந்து வந்த ஒரு குழு, குழந்தைகளுக்காகவும், உள்ளூர் வியாபாரிகளுக்காகவும் ஒரு முகாமை நடத்தியது. விரைவில், ஒரு யோகா பள்ளியை ஆரம்பிக்கவும் அது வாக்குறுதி தந்தது.

"அவருக்கு கிராம மக்களுடன் மிக நெருக்கமான நட்பு இருந்தது. பல சமயங்களில் உள்ளூர்வாசிகளை அவர் சந்தித்திருக்கிறார்; தன் வீட்டுக் கதவுகளை அவர் திறந்தே வைத்திருந்தார். குப்வாராவின் சுற்றுலா வளர்ச்சிக்காக அவர் செய்த பணிகளை, சம்பந்தப்பட்ட அரசு அதிகாரிகள் கனவில்கூட நினைத்துப் பார்த்திருக்க மாட்டார்கள்!" அவருடன் 41 ராஷ்டிரீய ரைஃபிள்களில் பணிபுரிந்த ஒரு அதிகாரி இப்படிச் சொல்கிறார்.

அவர் சொல்வதை மேஜர் ப்ரவீன் ஒப்புக்கொள்கிறார்: "இந்தப் பகுதியில் இராணுவ நடவடிக்கை ஒரு நிரந்தரத் தீர்வல்ல! நாம் இங்கே தற்காலிகமாகத்தான் தங்கியிருக்கிறோம்! நாம் இங்கே வந்தபோது இருந்ததைவிட, நாம் போகும்போது இந்தப் பிரதேசம் அழகாக இருக்குமாறு நாம் செய்ய வேண்டும் என்பது அவர் கனவு!"

அவர் குப்வாரா பகுதியில் இருந்தபோது, இராணுவத்தைப் பற்றி மக்களின் அபிப்பிராயம் கணிசமாக மாறி இருந்தது என்று கர்னலுடன் பணியாற்றியவர்கள் சொல்கிறார்கள். "ஹுராயத்தைச் சேர்ந்த பிரிவினைவாதிகள் உள்ளூர் ஊடகங்கள், அறிக்கைகள் வழியாக, மஹாதிக் மீது போர் நடத்தி வந்தனர். கர்னல், உள்ளூர்வாசிகளுடன் நெருங்கிப் பழகுவதை அவர்கள் விரும்பவில்லை! அவர் வேலையை மட்டும் பார்த்துவிட்டு, அவர் விரைந்து அந்த இடத்தைக் காலி செய்து விடவேண்டும் என்று அவரை எச்சரித்தனர்; ஆனால் அவர் அதைப் பொருட்படுத்தவில்லை!"

ஒரு எடுத்துக்காட்டான தலைவனாக மஹாதிக் நடந்து கொண்டது அவரை ஒரு புராண நாயகன் அந்தஸ்திற்கு உயர்த்திவிட்டது. உற்சாகத்துடன் - இயங்கக்கூடிய ஆர்வமும் ஆற்றலும் கொண்ட தலைவர்கள்- எவ்வாறு தங்கள் கீழ் பணி புரிபவர்களை ஆற்றுப்படுத்த முடியும் என்பதற்கு மஹாதிக் ஒரு மிகச் சிறந்த உதாரணம்.

"அவர் ஒரு தலைமை அதிகாரியாக இருந்த போதும், சாதாரண வீரர்களுடன் பதுங்கு குழிகளில் தங்கினார். அவரின் உயர்ந்த பதவி நிலைக்கு இவ்வாறு அவர் களத்தில் நேரடியாக இறங்க வேண்டிய அவசியமே இல்லை! தன் வீரர்களுடன் களத்திலிருப்பதையே அவர் பெரிதும் விரும்பினார். 'ஒவ்வொரு அதிகாரியும் ஒரு வீரர்தான்! ஒவ்வொரு வீரரும் ஒரு அதிகாரியே!' என்று சொல்வார். அதில் அவருக்கு அசைக்க முடியாத நம்பிக்கை! வீரர்களுக்கும், அதிகாரிக்கும் இடையே அவர் என்றுமே பேதம் பார்த்ததில்லை!" மேஜர் ப்ரவீன் சொல்கிறார்.

அவர் அணியைச் சேர்ந்த ஒவ்வொரு வீரரும் தங்கள் தனிப்பட்ட வாழ்க்கையிலும்கூட அவர் எவ்வளவு அக்கறை கொண்டிருந்தார் என்பதை இன்றும் நினைவுகூருகின்றனர்! ஒரு சமயம் அவர் அணியிலிருந்த மஹாராஷ்டிராவைச் சேர்ந்த ஒரு வீரருக்கு ஏதோ குடும்பப் பிரச்சனை! விவாகரத்து விவகாரம் ஆரம்பித்தவுடனே, அவர் அந்த ஜவானின் மனைவியையும், குழந்தைகளையும், தன் உயரதிகாரிகளிடம் சிறப்பு அனுமதி பெற்று குப்வாராவிற்கு வரவழைத்தார். அங்கே அவர்களை ஒரு மாதம் தங்க வைத்து, அவர்களுக்கு அறிவுரைகளும் ஆலோசனைகளும் சொன்னார். அந்தப் பெண்ணும் தன் கணவர் பணிபுரிந்து கொண்டிருக்கும் சூழல் எப்படிப்பட்டது என்று நேரடியாகப் பார்த்து அறிந்துகொண்டார்; அவர் கஷ்டத்தையும் உணர்ந்து கொண்டார். அவர்கள் இனிமேல் சேர்ந்து வாழ்வதாக முடிவு செய்து, இன்றுவரை இணை பிரியாமல் வாழ்ந்து கொண்டிருக்கிறார்கள். இது நடந்து, சில வாரங்களிலேயே இதே மாதிரி இன்னொரு பிரச்சனையையும் மஹாதிக் தீர்த்து வைத்தார்.

மேஜர் ப்ரவீன் சொல்கிறார்: "தன் கீழ் பணிபுரியும் வீரர்களின் தனிப்பட்ட வாழ்க்கையில் இவ்வளவு ஆழமான அக்கறை காட்டும் அதிகாரிகளைப் பார்ப்பது அரிதினும் அரிது! வார்த்தைகளால் இன்னதென்று விவரிக்க முடியாத அன்பை, அந்த வீரர்கள் அப்படிப்பட்ட அதிகாரிகள் மீது காட்டுவார்கள். அவருக்காக அவர்கள் தங்கள் உயிரையும் கொடுப்பார்கள்!"

கர்னல் மஹாதிக் இறந்து ஐந்து நாட்கள் கழித்து, தீவிரவாதிகளில் ஒருவன், ஹாஜி நாக் பகுதியில் அவனுக்கும், 160 TA அணியினருக்கும் நடந்த சண்டையில் கொல்லப்பட்டான். மற்ற இரண்டு தீவிரவாதிகளின் கதி என்னவென்று இன்றுவரை தெரியவில்லை!

அந்த நவம்பரில், உதாம்பூரிலிருந்து புனாவுக்கு கர்னல் மஹாதிக்கின் பூத உடலைச் சுமந்து சென்ற விமானத்தில் அவர் குடும்பத்துடன் பயணம் செய்த ஒரு இராணுவ அதிகாரிக்கு ஒரு விஷயம் மறக்கவே இல்லை:

"அவர் மகன் ஸ்வராஜ், தன் தந்தையின் சவப்பெட்டி மீது உட்கார்ந்து விளையாடிக் கொண்டிருந்தான். தன் தந்தைக்கு என்ன நடந்தது என்று புரிந்துகொள்ளும் வயதில்லை அவனுக்கு. விளையாடும் அவனை நான் அமைதியாகப் பார்த்துக் கொண்டே இருந்தேன்!"

7

எனக்கா குண்டடி பட்டது?
என்னால் நம்பவே முடியவில்லை!

மேஜர் முகுந்த் வரதராஜன்

யாஷு குஷான், ஜம்மு- காஷ்மீர்

ஜூன் 2013

7.62 அளவு ஒற்றை குண்டுகள் ஒவ்வொன்றாக காற்றைக் கிழித்துக் கொண்டு பாய்ந்தன. ஜெய்ஷ்-இ-முகமது தீவிரவாதி கமாண்டரால் சூழப்பட்டுவிட்டான்! தன் ஏ.கே -47 துப்பாக்கியைத் தூக்கியவாறு அவன் குனிந்தபோது அவன் முன்னே இரண்டே இரண்டு பயங்கரங்கள் விரிந்தன. ஒன்று, அவனிடம் ஒரேயொரு வெடிமருந்து மட்டுமே மீதமிருந்தது. இரண்டாவது, அவனைச் சூழ்ந்த அணிக்குத் தலைமை தாங்கியவர் மேஜர். முகுந்த் வரதராஜன்.

வருடம் 2013. ஜூன் மாதம். மித வெப்பம். அல்டாஃப் பாபாவிற்குத் தெரிந்து விட்டது, தன் முடிவு நெருங்கிவிட்டதென்று. காஷ்மீரின் மிகப் பயங்கரமான, விடாமல் தேடப்பட்டு வந்த அவனுக்குக் கடைசியாகத் தன் இறுதிமூச்சு வரை சண்டையிடுவதைத் தவிர வேறு வழியில்லை என்று தெரிந்துவிட்டது. அவன் தன் கடைசிப் புகலிடமாகத் தேர்ந்தெடுத்திருந்த மறைவிடம், காஷ்மீரின் யாஷு குஷான் கிராமத்திலிருந்த ஒரு ஆப்பிள் தோட்டம். அது அப்போதுதான் காய் பிடிக்க ஆரம்பித்திருந்தது. காய்கள் கனிய இன்னும் இரண்டு மாதங்கள் ஆகும்!

அல்டாஃப், அவனுடைய பாகிஸ்தானிய பயிற்சியாளர்கள் சொல்லியிருந்த ஒரு முக்கிய விதியை மறந்துவிட்டான். அதன்படி, தீவிரவாதிகள், இந்திய வீரர்களுடன் மோதும்போது தங்கள் துப்பாக்கிகளை எப்போதும் தானியங்கித் தயார் நிலையிலேயே வைத்திருக்க வேண்டும். அப்போதுதான்,

எதிரிக்கு அதிக சேதத்தை உண்டாக்க முடியும். அல்டாஃப்பிடம் ஒரெயொரு வெடிமருந்து மட்டுமே மீதமிருந்தது. ஒவ்வொரு குண்டாகச் சுட்டு, சண்டையை முடிந்தவரை நீட்டிப்பதைத் தவிர அவனுக்கு வேறு வழியில்லை. இந்தியாவின் தீரமிக்க சில வீரர்களால் சூழப்பட்ட அவனுக்கு, அதுதான் தன் கடைசி யுத்தம் என்பதும், தனக்குத் தப்பிக்க வழியே இல்லையென்றும் தெரிந்துபோயிற்று!

இன்னும் எவ்வளவு துப்பாக்கிக் குண்டுகள் மீதமிருக்கின்றன என்று அவன் மட்டும் எண்ணிக்கொண்டிருக்கவில்லை- அந்த வேலையை இன்னொரு ஆசாமியும் செய்து கொண்டிருந்தார். தன்னுடைய 44 ராஷ்டீரிய ரைஃபிள்கள் படைப்பிரிவு அணியைச் சேர்ந்த வீரர்களுடன் பல அடி தூரத்தில் மேஜர் வரதராஜனும் அதே வேலையைத்தான் செய்து கொண்டிருந்தார். ஆப்பிள் தோட்டத்திலிருந்து பறந்து வந்த ஒவ்வொரு குண்டையும் அவர் மிகக் கவனமாக எண்ணிக் கொண்டிருந்தார்.

தன் ஜோடியான, சிப்பாய் விக்ரம் சிங்கிடம் அவர் முணுமுணுத்தார்: "அவன் குண்டுகள் வேகமாகத் தீர்ந்து வருகின்றன." அந்தத் தீவிரவாதி ஏன் குண்டு மழை பொழியாமல், ஒவ்வொரு குண்டாகச் சுட்டுத் தள்ளுகிறான் என்று அவர் சரியாகக் கணக்குப் போட்டிருந்தார். "அவன் தன்னுடைய 30 ரவுண்டுகளையும் சுட்டு முடிக்கட்டும்; அப்புறம் நான் என் கச்சேரியை ஆரம்பிக்கிறேன்!"

'கணக்கு' இங்கே மிக முக்கியம். ஒரு *Kalashnikov* துப்பாக்கி சாதாரணமாக, முப்பது 7.62 அளவு ரவுண்டுகள் கொண்டது. அதுவரை அந்தத் தீவிரவாதி தன் வெடிமருந்து உறையிலிருந்து எத்தனை ரவுண்டுகள் சுட்டிருக்கிறான் என்று மேஜர் வரதராஜன் மிகச் சரியாகக் கணக்கு வைத்திருந்தார்.

17…16…15...14…

அவனிடம் மீதமிருப்பது பாதி வெடிமருந்துதான்! ஆனால் மிகச் சிறப்பாகப் பயிற்சியளிக்கப்பட்ட ஒரு தீவிரவாதியால்,

அவன் எதிரிகளால் இறுக்கமாகச் சூழப்பட்டிருந்த போதிலும், எதிரிகள் முழுவதுமாகத் தீர்த்துக்கட்டும் வரையில், அவனிடம் மீதமிருக்கும் குண்டுகளால், குறைந்தபட்சம் ஐந்து எதிரிகளையாவது அவனால் தீர்த்துக்கட்டிவிட முடியும்! தன் துப்பாக்கி விசையில் விரல்களை வைத்தவாறே மேஜர். வரதராஜன் காத்துக்கொண்டிருந்தார்:

9…8…7…6…5….4…

அல்டாஃப் பாபா வேண்டுமென்றே குண்டுகளுக்கிடையே மிகுந்த இடைவெளிவிட்டே சுட்டுக்கொண்டிருந்தான்.

மேஜர் முன்கூட்டியே கணித்துச் சொன்னது போலவே துப்பாக்கி சுடுவது நின்று போயிற்று! கடந்த 25 நிமிடங்களைத் தன் மறைவிடத்திலேயே கழித்திருந்த மேஜர், இப்போது தன் விளையாட்டைக் காட்டத் தயாராக இருந்தார். தன் சகா, விக்ரம் தேவையான பாதுகாப்பை அளிக்க, 6 அடி 3 அங்குல உயரமுள்ள மேஜர். வரதராஜன் தன் மறைவிடத்திலிருந்து வெளியே வந்தார். அவர், ஆப்பிள் தோட்டத்தில் தீவிரவாதி ஒளிந்திருந்த இடத்தை நோக்கிச் சுட்டார். துப்பாக்கி நெருப்பைக் கக்க, அவர் வேகமாகத் தீவிரவாதியை நோக்கி ஓடினார். மிக அருகிலிருந்து பாய்ந்து வந்த குண்டுகள் இலைப் படுகையில் அவனைச் சாய்த்தன சடலமாக!

சிதைந்த உடல் அருகே நின்றுகொண்டு, மேஜர் வரதராஜன் தன் தலைக்கவசத்தைக் கழற்றிவிட்டு, தன் போர் சீருடையின் பையிலிருந்து மோட்டாரோலா கைபேசியை எடுத்தார். அவர் தன் மேலதிகாரிக்குத் தாக்குதல் வெற்றி பெற்றதைப் பற்றிச் சொல்லவேண்டும். அல்டாஃப் பாபா பஹர்போராவைச் சேர்ந்தவன். தெற்குக் காஷ்மீர் பகுதியில், பாகிஸ்தானின் துணையுடன், ஜெய்ஷ்-இ-முகமதுவின் தாக்குதல்களுக்குத் தலைமையேற்று நடத்தி வந்தான். அகப்பட்டுக்கொண்ட மீன், சாதாரண மீனல்ல; பெரும் சுறாமீன்!

“ஸார்! ஒரு சந்தோஷமான செய்தி... நாங்கள் அல்டாஃப்பைத் தீர்த்துவிட்டோம்!” நெற்றியில் வியர்வை சொட்டச் சொட்ட

சொன்ன அவர் தன் தலைக்கவசத்தை மீண்டும் அணிந்து கொண்டார். தீவிரவாதி கொல்லப்பட்டுவிட்ட போதிலும், அதிகாரிகளும், அவர் கீழ் பணிபுரியும் வீரர்களும் அசால்டாக இருக்க முடியாது!

"கொல்லப்பட்டது அல்டாஃப்தான் என்று நீங்கள் எப்படி இவ்வளவு உறுதியாகச் சொல்கிறீர்கள், மேடி?"

அந்தப் பக்கம் இருந்து பேசியவர், கர்னல். அமிட் சிங் தபாஸ். பல தாக்குதல்களால் 'புடம்' போடப்பட்ட அவர் 44 ராஷ்டிரீய ரைஃபிள்களின் தலைமை அதிகாரி. ஆப்பிள் நகரமான ஷோபியனுக்கருகிலிருந்த ஜாவோரா தலைமையகத்திலிருந்து அவர் பேசினார்.

மேஜர். வரதராஜன் சொன்னார். "நான் இப்போது அவன் உடல் அருகேதான் நின்று கொண்டு பேசுகிறேன். நான் அவன் முகத்தைப் பார்த்துக்கொண்டிருக்கிறேன்!"

சிறப்புப் படையின் புகழ்பெற்ற கர்னல். தபாஸ், மேஜர். வரதராஜன் சாதாரண வீரர் அல்ல என்பதை வெகு சீக்கிரமாகவே புரிந்துகொண்டார். இந்தத் தாக்குதல் நடப்பதற்கு மூன்று மாதங்களுக்கு முன்புதான் மேஜர், அவர் கீழ் காஷ்மீர் பள்ளத்தாக்கில் பணியாற்ற வந்தார். கர்னலால், மேஜரை விரும்பாமல் இருக்க முடியவில்லை! அவர் தன் கீழ் பணியில் சேர்ந்த முதல் நாளே, அவரை மேடி என்று செல்லப் பெயரிட்டு கர்னல் அழைக்க ஆரம்பித்துவிட்டார்.

"சென்னையைச் சேர்ந்த தமிழ்த் திரைப்பட நடிகர் மாதவன் போலவே இவரும் சென்னையைச் சேர்ந்தவர். எனவே அவரை நான் மேடி என்று கூப்பிட ஆரம்பித்தேன்; அதுவே நிலைத்து விட்டது."

மேஜர் எதிரியின் துப்பாக்கியிலிருந்து வந்த குண்டுகளைக் கணக்கிட்ட விதத்தின் 'புகழ்' அவர் அணியையும் தாண்டி தெற்குக் காஷ்மீரில் பணியாற்றி வந்த மற்ற அணிகளிடையேயும்

பரவியது. இங்குதான் பாகிஸ்தானை அடித்தளமாகக் கொண்ட தீவிரவாதிகள் அட்டகாசம் செய்து வந்தனர். அவர் 44 RR மேஜர் என்றும் புகழ் பெற்றார்.

எதிரியிடமிருந்து இடைவிடாது குண்டுகள் சீறி வந்தாலும், அவரால் அமைதியாக, சிறிதும் அலட்டிக் கொள்ளாமல், தன்னை நோக்கிவரும் குண்டுகளை எண்ண முடியும்.

அவரைப் பற்றிய இந்தக் கதை அவர் அணியில் சிரிப்புச் சுனையின் ஊற்றுக்கண்ணாகவும் இருந்தது. காரணம் மேடிக்கும், கணிதத்திற்கும் இருந்த பொருத்தம் அப்படிப்பட்டது. பள்ளியில் கணிதப் பாடத்தில் தேர்ச்சி பெற தான் பட்ட பாட்டை மேடி தன் தோழர்களிடம் அடிக்கடி பகிர்ந்துகொள்வார். ஒரு சமயம் அவரகள் இராணுவ உணவு விடுதியில் குடித்துக்கொண்டிருந்தபோது, அல்டாஃப் பாபா- மேடியின் சந்திப்பு பற்றிப் பேச்சு வந்தது. அப்போது ஒரு சக கம்பெனி கமாண்டர் ஜோக்கடித்தார்: “மேடி.... நீ கணக்கில் சொதப்பாமல் இருந்ததற்காக ஆண்டவனுக்கு நன்றி சொல்ல வேண்டும். உன் உருவத்தை ஒரு முறை கண்ணாடியில் பார். இவ்வளவு பெரிய உருவத்தை அந்தப் பரதேசி எப்படி நழுவவிட்டிருக்க முடியும்?”

44 ராஷ்டிரீய ரைஃபிள்களில் நிலவிய நட்பு மிக்க சூழலில் மேடியைக் கலாய்ப்பதை, எல்லோரும்-மேடி உட்பட- மிகவும் ரசிப்பார்கள். ஆனால், நாட்டின் பாதுகாப்பில், அல்டாஃபை ஒழித்துக்கட்டிய மேடியின் வேலை எவ்வளவு முக்கியத்துவம் வாய்ந்தது என்று எல்லோருக்கும் தெரியும். அந்தத் தீவிரவாதத் தலைவன், ஜெய்ஷ்-இ- முகமது குழுவிற்கும், ஹிஸ்புல் முஜாஹதீன் குழுவிற்கும் தொடர்பு ஏற்படுத்தி, இரண்டையும் இணைத்துச் செயல்பட வைத்து, தெற்குக் காஷ்மீரை கிடுகிடுக்க வைக்கத் திட்டமிட்டிருந்தான். இந்த இரண்டு குழுக்களும் அந்தப் பகுதியில் இணைந்து செயல்படுவது அல்டாஃபின் இறப்பால் சுணங்கிப் போனது! இதுமட்டுமல்ல, கொல்லப்பட்ட தீவிரவாதியிடமிருந்து கைப்பற்றப்பட்ட அலைபேசியும், சங்கேத

மொழியில் எழுதப்பட்ட விவரங்களும், தீவிரவாதிகளின் தொடர்புகளையும், மேற்கொண்டு அவர்கள் எடுக்கவிருந்த நடவடிக்கைகளைப் பற்றியுமான 'பொன்னான' தகவல்களைக் கொண்டிருந்தன என்பதில் சந்தேகமில்லை. என்ன, அவற்றின் ரகசியக் குறியீடை உடைக்கவேண்டும். அது மிகவும் சிரமமான வேலை. அவை, தீவிரவாதிகள் மற்றும் அவர்களின் உள்ளூர் நண்பர்கள் உபயோகப்படுத்தும் வழிகளையும் வெளிச்சம் போட்டுக் காட்டும்.

அல்டாஃப் பாபாவின் மரணத்தின் பின், மேடி பல நாட்கள் அந்த ரகசியக் குறியீடை உடைப்பதிலேயே தன் கணிசமான நேரத்தைச் செலவிட்டார். இதற்காக அவர் பல முறை தன் இருப்பிடத்திலிருந்து, ஸ்ரீநகரிலிருந்த இராணுவத்தின் மின்னணு போர் மையத்திற்குச் சென்றார்.

பல வாரங்கள், ஒருநாள் விட்டு ஒருநாள், அந்த மையத்திற்குச் சென்றார். "அவருக்குத் தெரியும், அந்தப் பட்டியல் மிக முக்கியத் தகவல்களின் தங்கச் சுரங்கம் என்று" கர்னல். தபாஸ் சொல்கிறார்.

"ரகசியக் குறியீடை உடைப்பது என்பது அவருக்கு ஒரு வெறியாகவே மாறிவிட்டது. இன்னும் அதிமுக்கியமான தீவிரவாதிகளின் இலக்குகளையும், திட்டங்களையும் அவற்றுக்குள் பொதிந்து வைக்கப்பட்டிருக்கும் என்பதில் அந்த இளம் அதிகாரிக்கு எள்ளளவும் சந்தேகம் இல்லை. அந்தத் தீவிர நம்பிக்கை அவரைத் தின்றுகொண்டிருந்தது பல வாரங்களுக்கு. வேறெதைப் பற்றியும் அவர் பேசவில்லை."

தாக்குதல் நடந்து ஏறக்குறைய மூன்று மாதங்களுக்குப் பிறகு, இராணுவ நிபுணர்கள் அந்த ரகசியக் குறியீட்டு முறையை ஒருவாறு உடைத்தனர். மேஜர் வரதராஜன், ஷோபியனைச் சுற்றிலும், தீவிரவாதிகள் நடத்தவிருந்த தாக்குதல்களை முறியடிக்க அந்தக் காரணங்கள் மிகவும் அவசியமாக இருந்தன. மேஜர். வரதராஜனுடைய சந்தேகங்கள் உண்மையென்று அவை

நிரூபித்தன. அந்தத் தகவல்களில் முக்கியமானது, க்யாஷிபத்ரி மலைமேல் ஒரு கொத்தாக இருந்த சில வீடுகளைப் பற்றியது. யர்வான் காடுகளிலிருந்து, ஷோபியன் மற்றும் அதைத் தாண்டிய பிரதேசங்களுக்குச் செல்லும் வழியில் அவை ஒரு தற்காலிகப் புகலிடமாக இருந்தன. இந்தத் தகவல் தெரிந்ததுமே, மேஜர் தன் உயர் அதிகாரியைப் பார்க்கச் சென்றார். அவர் கையில் அந்த வீடுகளை செயற்கைக்கோள் எடுத்த புகைப்படங்கள் இருந்தன.

“ஸார்! இந்த வீடுகளை நாம் தொடர் கண்காணிப்பில் வைத்திருக்க வேண்டும். ஒரு நாள் நமக்கு அங்கே பெரிய ‘புதையல்’ கிடைக்கும்” மேஜர். வரதராஜன் தன் உயர் அதிகாரியான கர்னல். தபாஸிடம் இப்படிச் சொன்னார்.

ஏழு மாதங்கள் கழித்து, 2014 கோடையில் இந்தியாவின் மிகப்பெரிய பொதுத்தேர்தல் அதன் உச்சக்கட்டத்தை எட்டியிருந்த போது, மேஜர். வரதராஜனின் கூற்று பலித்தது.

2014-ம் வருடம், ஏப்ரல் 25-ம் தேதி மணி பிற்பகல் 2.30. பாரமுல்லாவின், ஷாஜ்மார்க் என்னும் இடத்தில் இருந்த 44 ராஷ்டிரீய ரைஃபிள்களின் ‘சார்லி’ அணியின் தலைமையகத்தில் அப்போதுதான் மேஜர். வரதராஜன் மதிய உணவு சாப்பிட உட்கார்ந்தார். அவருக்கு ஒரு துப்பு கிடைத்தது. சாப்பாடு முக்கியமில்லை என்று கருதுமளவிற்கு அந்தத் தகவல் முக்கியமானது. ஜெய்ஷ்-இ-முகமதுவின் கமாண்டர் அல்டாஃப் வானி, க்யாஷிபத்ரி கிராமத்தில் தங்கியிருந்தான். சங்கேத மொழியை உடைத்துக் கிடைக்கப்பெற்ற தகவல்கள் தந்த வீடுகள் ஒன்றில்தான் அவன் ஒளிந்திருந்தான். இனி ஒரு நிமிடம் கூட தாமதிக்க முடியாது. QRD அணியைத் தாக்குதலுக்குத் தயாராகுமாறு கூறிவிட்டு மேஜர். வரதராஜன் தன் மேலதிகாரிக்குப் போன் செய்தார்.

“ஸார்! எனக்கு ஏ- கிளாஸ் தகவல் கிடைத்திருக்கிறது. வானி அங்கே இருக்கிறான். என் QRD அணியுடன் நான் அந்தக் கிராமத்திற்குச் செல்கிறேன். ஜெய்ஷ் டிவிஷனல்

தலைவராக, அல்டாஃப் பாபாவிற்குப் பிறகு அல்டாஃப் வானி பொறுப்பேற்றிருந்தான். அவன் தன் 'ஸீனியர்' விட்டுச் சென்றிருந்த பணியைத் தொடர பகீரதப் பிரயத்தனம் செய்து வந்தான். அது ஜெய்ஷ் மற்றும் லஷ்கர்-இ- தொய்பா அணிகளிலிருந்த தற்கொலைப்படை 4 அணிகளை ஒன்றிணைப்பதுதான். இராணுவத்தின் கண்காணிப்பு ராடாரில் அவன், அல்டாப் மரணத்திற்குப் பின், சில நாட்களிலேயே 'தெரிய' ஆரம்பித்திருந்தான்.

க்யாஷிபத்ரி, ஜம்மு- காஷ்மீர்

25 ஏப்ரல் 2014

முப்பது நிமிடங்களிலேயே மேஜர். வரதராஜனும், அவர் அணியினரும் தங்கள் அணியைச் சேர்ந்த வண்டிகளில் அந்தக் கிராமத்தில் வந்திறங்கினர். 15.00 மணியளவில் QRD அணி 6 ஜோடிகளாகப் பிரிந்தது. கிடைத்த தகவல்கள் துல்லியமாகச் சுட்டிக்காட்டிய வீட்டை- ஒரு இரண்டு மாடி செங்கல் கட்டிடத்தை- அவர்கள் சூழ்ந்து கொண்டார்கள். பொதுமக்கள் வசிக்கும் இடங்களில் இந்த மாதிரி சமயங்களில் மேஜர் எப்போதும் செய்யும் வேலையை இப்போதும் செய்தார். பொதுமக்களை அந்தப் பகுதியிலிருந்து அகற்றுமாறு தன் அணியினருக்குக் கட்டளை இட்டார்

அந்தப் பிற்பகலில், மேஜரும் அவர் ஆட்களும் 'கண்' வைத்திருந்த அந்த வீடுதான் அந்தப் பகுதியிலேயே மிகப் பெரியது. அதன் சுற்றுப்பகுதியில் இரண்டு ஆப்பிள் தோட்டங்கள் இருந்தன. இரண்டு 'அவுட் ஹவுஸ்'களும் இருந்தன. மேஜர். வரதராஜன் அந்தப் பகுதியில் வேகமாகத் தன் கண்களைச் சுழற்றினார். வீட்டிற்குள் இன்னும் எத்தனை குடிமக்கள் இருக்கிறார்கள் என்பது தெரியவில்லை. எனவே, விரைந்து கடுமையாகச் சுடும் துப்பாக்கிகளைப் பயன்படுத்துவதற்கு வழியில்லை. பதுங்கித் தாக்கும் இராணுவ அணி சிறிது நேரத்தில் வந்து

சேர்ந்தது. அவர்கள் அக்கம் பக்கத்து வீடுகளின் கூரைகளின் மேல் தங்களை நிலைநிறுத்திக் கொண்டார்கள். ஆனாலும் அவர்களின் இலக்கு அவர்கள் கண்களுக்கு இன்னும் தெளிவாகத் தெரியவில்லை. அவர்கள் தங்களுக்கு ஒதுக்கப்பட்ட இடங்களில் நின்றுகொண்டிருந்தாலும், தாங்கள் எந்த இலக்கை நோக்கிச் சுடப் போகிறோம்/ தங்கள் இலக்கு எங்கே இருக்கிறது என்று அவர்களுக்குத் துல்லியமாகத் தெளிவாகத் தெரியவில்லை.

மேஜர். வரதராஜன் தன் அணியினருடன் தாக்குதல் பற்றிய இறுதி விவாதத்தில் ஈடுபட்டிருந்த போது, க்யாஷிபத்ரியில் வசிக்கும் ஒருவரிடமிருந்து அவருக்கு ஒரு முக்கியமான தகவல் கிடைத்தது. தீவிரவாதிகள் உள்ளூர்வாசிகளைப் பயங்கரமாகப் பயமுறுத்தி வைத்திருப்பார்கள், அவர்கள் எந்தத் தகவல்களையும் வெளியிட்டுவிடக் கூடாது என்பதற்காக. இதில் சிலர் வன்முறையில் தாங்கள் பொம்மைகளாக இருப்பதை விரும்பாமல், அவ்வப்போது வாய் திறந்துவிடுவார்கள். மேஜர். வரதராஜன் தன் மேலதிகாரியுடன் ரேடியோ வழி தொடர்பு கொண்டு சொன்னார்:

“ஸார்! அங்கே ஒளிந்திருப்பது அல்டாஃப் மட்டுமில்லை. அவனுடன் கூட இன்னும் இரண்டு லஷ்கர் தீவிரவாதிகளும் இருக்கிறார்கள். நாங்கள் இன்னும் சற்று நேரத்தில் அவர்களைப் பிடித்துவிடுவோம்.”

மேஜர். வரதராஜன் தன்னுடன் பேசிக்கொண்டிருக்கும்போதே கர்னல் குண்டுகள் பாய்ந்து வரும் ஓசையைக் கேட்டார். க்யாஷிபத்ரி கிராமத்திலிருந்து அருகிலேயே பெட்டாலியனின் தலைமையகம் இருந்தது. வழக்கமாகத் துப்பாக்கிக் குண்டுகளின் ஓசைதான் ஒரு போர்வீரர் கேட்கும் கடைசி எச்சரிக்கை ஒலி. கர்னல். தபாஸுக்குத் தெரியும், தன்னுடைய மிகச்சிறந்த ஆள் ஒருவர் களத்திலிருக்கிறார் என்று. அப்படியிருந்தும் ஒரு எச்சரிக்கையாக, அவர் மேஜருக்கு உதவ இன்னும் சில வீரர்களை அனுப்பினார்.

கர்னல் கேட்ட துப்பாக்கிக் குண்டுகளின் ஒலி, பின்னால் தொடர்ந்த ஒரு மூர்க்கமான தாக்குதலின் ஆரம்பம்தான். வீட்டிற்குள் மிகப் பாதுகாப்பான இடங்களிலிருந்து தீவிரவாதிகள், மேஜர். வரதராஜனையும், அவர் அணியினரையும் நோக்கிச் சுட்டார்கள். நம் வீரர்கள், எதிரிகள் ஒளிந்திருக்கும் புள்ளியைத் துல்லியமாகப் பார்க்கவேண்டியிருந்ததால், இடைவெளி விட்டுத்தான் சுட்டார்கள். ஏறக்குறைய ஒரு மணி நேரம் தாக்குதல் நடத்திய பிறகும் நம் ஆட்களால் எதிரி ஒளிந்திருக்கும் துல்லியமான இடத்தைக் கண்டுபிடிக்க முடியவில்லை!

மேஜர் வரதராஜன் தன் கைக் கடிகாரத்தைப் பார்த்தார். மாலை 5 மணி கடந்துபோய் வெகு நேரமாகிவிட்டிருந்தது. பகல் வெளிச்சம் இருக்கும்போதே ஏதாவது செய்தாக வேண்டும் என்று அவருக்கு நன்றாகத் தெரியும். இரவும் இருட்டும், தீவிரவாதிகளின் உயிர் காக்கும் நண்பர்கள் என்று அவருக்குத் தெரியும். ஏற்கனவே, இருள் சூழும் வரை அவர்கள் தாக்குவதை நீட்டிக்க முடிவு செய்திருக்கலாம். அப்படிச் செய்ய முடிந்தால் அவர்கள் இருள் போர்வையில் தப்பித்துச் செல்ல முடியும், சுலபமாக!

மேஜர். வரதராஜன் நெளியத் தொடங்கினார். இருட்டுவதற்குள் கண்டிப்பாக வேலையை முடித்தே ஆகவேண்டும். வேறு வழியே இல்லை. இருட்டில் அல்டாஃப் வானியைத் தப்பிக்க விட்டுவிட்டால், அந்த முற்றுகையே வீணாகப் போய்விடும். அவனை எதிர்கொள்ள இந்த மாதிரி மீண்டும் ஒரு வாகான சந்தர்ப்பம் கிடைக்கவே கிடைக்காது. மேலும், அது நம் வீரர்களின் உற்சாகத்தைக் குறைத்து, தீவிரவாதிகளின் உற்சாகத்தை அதிகப்படுத்திவிடும். அதுமட்டுமல்ல; அல்டாஃப் வானி தப்பித்துவிட்டால் அவன் ஒரு அதிசய மனிதன் என்ற பிம்பம் தீவிரவாதிகளிடையே ஏற்பட்டு, அவன் உலகின் மிக பலம் வாய்ந்த வீரர்களுக்கே ‘தண்ணி’ காட்டிவிட்டதாகப் புகழப்படுவான்.

இது மட்டுமல்லாமல், அன்றைய மாலை தாக்குதல் ஏன் முக்கியமானது என்பதற்கு வேறு காரணங்களும் இருந்தன.

க்யாஷிபத்ரியிலிருந்த அந்த வீட்டில் ஒளிந்திருந்த தீவிரவாதிகள், முதல் நாள்தான் ஒரு தேர்தல் அதிகாரியைக் கொன்றுவிட்டு, இன்னும் 5 பேரை அதிகாலையில், அனந்தநாக் மக்களவைத் தொகுதியில் படுகாயப்படுத்தியிருந்தனர். தேர்தல் நடத்தும் குழு, ஒரு பேருந்தில் ஷோபியனுக்குச் சென்று கொண்டிருந்தபோது, தீவிரவாதிகள் அந்தப் பேருந்தைத் தாக்கி இந்த அக்கிரமத்தைச் செய்திருந்தனர். ஏற்கனவே அந்தப் பகுதியில் ஊசலாடிக் கொண்டிருந்த தேர்தல் நடைமுறைகளைப் பலப்படுத்தவும் இந்தத் தீவிரவாதிகள் ஒழித்துக்கட்டப்படுவது இன்னும் அவசியமானது.

பொழுது வேகமாக நகர்ந்து கொண்டிருந்தது. ஆனால், தாக்குதலில் எந்த முன்னேற்றமும் இல்லை. மேஜர். வரதராஜன், விக்ரமின் காதில் ஒரு திட்டத்தை முணுமுணுத்தார். தான் தயாராக இருப்பதாக விக்ரம் தலையாட்டினார்.

மற்றவர்கள் ஓர் அரணாக நிற்க, மேஜர். வரதராஜனும் விக்ரமும் தங்கள் வயிறுகளைத் தரையில் பதித்து ஊர்ந்தவாறு ஆப்பிள் தோட்டத்தினூடே நகர்ந்தனர். தலைகளின் மேல் இரு திசைகளிலிருந்தும் குண்டுகள் சீறிப்பாய அவர்கள் வீட்டின் வாசலை நெருங்கி விட்டனர். மேஜர். வரதராஜன் திடீரென்று உருவாக்கிய ஒரு வெடிகுண்டை அங்கே புதைத்தார். பின்பு அவர், ஒரு பாதுகாப்பான இடத்திற்கு நகர்ந்துவிடலாம் என்று விக்ரமிடம் சொன்னார்.

மாலை மணி 5.30 இருக்கும். காதைச் செவிடாக்கும் பயங்கரமான வெடிச் சத்தத்துடன் வீட்டின் முன் பகுதி இடிந்து விழுந்தது. உடனே அங்கு ஒரு பெரும் புழுதிப்படலம் எழுந்தது. அது அடங்குவதற்காகக் காத்திராமல், மேஜர். வரதராஜனும், விக்ரமும் தங்கள் துப்பாக்கிகளைச் சுடும் நிலையில் வைத்துக்கொண்டு, இருட்டில் அந்த வீட்டிற்குள் புயலென நுழைந்தனர். இடிந்து விழுந்த வீட்டின் இடிபாடுகளில் சிக்கிக்கொண்ட ஒரு தீவிரவாதி, அவர்களைக் குண்டு மாரி பொழிந்து வரவேற்றான். குண்டுகளில் ஒன்று மேஜரின் முன்னங்கையைச் சிராய்த்துக்

கொண்டு சென்றது. ஒரேயொரு வினாடி தாமதித்திருந்தாலும் நம் வீரர்களைக் குண்டுகள் சல்லடையாகத் துளைத்திருக்கும். ஆனால், விரைந்து செயல்பட்டு, அவர்கள் இருவரும் தங்கள் ஏ.கே-47 துப்பாக்கிகளால் தீவிரவாதியை நோக்கிச் சுட்டனர். குண்டுகள் அடைமழையெனப் பொழிந்தன.

தங்கள் முன்னால் விழுந்திருந்த உயிரற்ற உடலை நோக்கி, மேஜர் முன்னேறிச் சென்றார். குண்டுகளின் புகை தீவிரவாதியின் உடலிலிருந்து மேலே எழுந்தது. அவர் அந்த உடலை நோக்கிக் கீழே குனிந்தார். அவருக்கு வானியை நன்றாக அடையாளம் தெரியும். கீழே விழுந்திருப்பது நிச்சயமாக அவன் இல்லை! வீட்டிற்குள் இன்னும் இரண்டு தீவிரவாதிகள் இருந்தனர். அவர்களுக்கு இடிந்துபோன கட்டிடக் குப்பைகள் ஒரு பாதுகாப்பு அரணாக இருந்தன. வீட்டிற்குள் ஒளிந்திருக்கும் தீவிரவாதிகளில் ஒருவன், கண்டிப்பாக அல்டாஃப் வானிதான்.

அடுத்து என்ன செய்வது என்று மேஜரும், விக்ரமும் ஒரு முடிவுக்கு வருவதற்குள், அவர்களை நோக்கி, இடிந்துபோன வீட்டின் ஒரு இருட்டான மூலையிலிருந்து கையெறிகுண்டுகள் சீறி வந்தன. இவ்வாறு சீறிவரும் குண்டுகளிலிருந்து எப்படிப் பாதுகாத்துக்கொள்வதென்று அவர்களுக்குச் சிறந்த பயிற்சி அளிக்கப்பட்டிருந்தது. எனவே, அவர்கள் தங்கள் முன்னால் நிறைய இடம்விட்டு, சற்று தூரமாக நகர்ந்து போயினர் காதுகளைப் பொத்தியவாறு. தரை மீது படுத்துக் கொண்டனர். அவர்களிடமிருந்து இரண்டு அடி தூரத்தில் குண்டுகள் வெடித்தன. அவற்றின் சிதறல்களின் தாக்குதலிலிருந்து, அவர்கள் ஒரு சில ‘இன்ச்’ இடைவெளியிலேயே தப்பித்தனர்.

கையெறி குண்டுகளை வீசிய தீவிரவாதிகள், அவற்றைப் பின்பற்றி, தங்கள் தாக்குதல் துப்பாக்கிகளால் சுட்டவாறே முன்னேறி வந்தனர். கிடைத்த சந்தர்ப்பத்தைப் பயன்படுத்திக்கொண்ட ஒரு தீவிரவாதி வீட்டிலிருந்து, ‘அவுட் ஹவுஸை’ நோக்கி ஓடினான். அது வீட்டின் இன்னொரு மூலையிலிருந்தது. அவன் ஓடும்போதே மேஜர் இருந்த திசையில் திரும்பிப் பார்த்தான்.

மேஜரும் அவன் முகத்தை நன்றாகப் பார்த்தார். அவன் வேறு யாருமல்ல! அல்டாஃப் வானியேதான்.

தாக்குதல்களில், தன் கைகளை ஓங்கச் செய்வதில் கில்லாடி என்று வரதராஜன் புகழ் பெற்றிருந்தார். கடைசியில் ஜெயிப்பது அவர்தான், எப்போதும்!

“அவருடைய தாக்குதல் எப்போதும் ஆரவாரமின்றி இருக்கும். யார் முதலில் தாக்குதலைத் தொடங்கி, வேகமாக அதைத் தொடர்ந்து நடத்துகிறார்களோ அவர்களே அவற்றை வெல்வார்கள் என்பது மேடியின் அசைக்க முடியாத நம்பிக்கை!” நினைவுகூருகிறார் கர்னல் தபாஸ்!

அல்டாஃபை மடக்குவதற்காக, மேஜர். வரதராஜனும், விக்ரமும் அந்த வீட்டை நோக்கிச் சென்றிருக்கிறார்கள் என்று ஓர் அதிகாரி கர்னல் தபாஸுக்குத் தகவல் அனுப்பியபோது அவர் கொஞ்சமும் ஆச்சரியப்படவில்லை! *QRD* அணி பதுங்கியிருந்த மூன்றாவது தீவிரவாதியை நோக்கிச் சுட ஆரம்பித்தது. ஆனால் திருப்பிச் சுடுதல் என்று அங்கே எதுவும் நடக்கவில்லை!

மேஜர் வரதராஜன் ஒரு கையெறி குண்டை வீட்டை நோக்கி வீசியெறிந்தார். அது அல்டாஃப் வானியைக் கொன்றிருக்க வேண்டும். அப்படியில்லையெனில், அது அவனைப் பலமாகக் காயமாவது படுத்தியிருக்க வேண்டும். ஆனால், மேஜரும், விக்ரமும் வீட்டை நெருங்கியபோது, குண்டுகள் விக்ரமை நோக்கிச் சீறிப்பாய்ந்து வந்தன. என்ன நடந்திருக்கிறது என்று இப்போது தெளிவாகப் புரிந்துவிட்டது. கையெறிகுண்டு ஒரு தீவிரவாதியைக் கொன்றிருக்க வேண்டும். ஆனால் அவனுடன் இன்னொருவனும் இருந்திருக்க வேண்டும். இடிந்துபோன கட்டிடத்தின் சிதைவுகளூடே அல்டாஃப் தப்பியோடிய போது, அவனுடன் இருந்த இன்னொரு தீவிரவாதியும் அவுட் ஹவுஸை நோக்கித் தப்பி ஓடியிருக்க வேண்டும். இந்த இரண்டாவது தீவிரவாதிதான் கையெறிகுண்டு தாக்கி இறந்திருக்க வேண்டும். ஆக, வானி எப்படியோ உயிர்பிழைத்துவிட்டான்.

சிப்பாய், தீவிரவாதியை நோக்கிப் பல ரவுண்டுகள் சுட்டான்; ஆனால் அடுக்கி வைக்கப்பட்டிருந்த பெரும் மரத்துண்டுகள் அவனுக்கு பலமான அரணாக அமைந்தன. கிடைத்த சிறிய இடத்தில், நன்றாக ஒளிந்துகொண்டு, அவனால் திறமையாகச் சுட முடிந்தது.

தன் நண்பன் தரையில் சரிவதை மேஜர் பார்த்தார். விக்ரமை இரண்டு குண்டுகள் தாக்கியிருந்தன. ஒரு குண்டு, அவர் கழுத்தை உரசிச் சென்றிருந்தது. இன்னொன்று அவர் தாடையை. கழுத்தை குண்டு துளைத்திருந்தால் உடனடி மரணம் நிச்சயம். வீரமும் தீரமும் மிக்க தன் சகாக்களில் ஒருவரைத் தான் இழக்கப்போகிறோம் என்பது மேஜர். வரதராஜனுக்குத் தெரிந்து போயிற்று எப்போதும் போல். உணர்ச்சிகளுக்கு எள்ளளவும் இடமில்லை என்பதும் அவருக்குத் தெரியும். ஒரு வினாடியையும் வீணாக்காமல், தன் ஏகே-47 துப்பாக்கியால் மேஜர். வரதராஜன் அல்டாஃபை நோக்கிக் குண்டுமழை பொழிந்தார்- அவன் உயிரற்ற சடலமாகக் கீழே சரிந்தான்.

அந்தக் கடைசி வினாடிகளில், அல்டாஃப் வானியின் துப்பாக்கிக் குண்டுகள் மேஜர் வரதராஜனைக் காயப்படுத்தின.

“அவர் ‘அவுட் ஹவுஸ்’லிருந்து வெளியே வந்தார். அவரைப் பார்த்தால் காயம்பட்டவர் மாதிரி தெரியவில்லை! நாங்கள் அவர் நலமாக இருக்கிறார் என்றே நம்பினோம்! ஆனால் அவர் திடீரென்று தரையில் சரிந்துவிட்டார்!” என்று மேஜருடன் பணியாற்றிய அவர் நண்பர் கூறினார்.

நமது வீரர்களுக்கு அல்டாஃபின் மரணம் பற்றி நிச்சயமாக எதுவும் தெரியாது. விக்ரம் கதி என்னவென்றும் அவர்களுக்குத் தெரியாது. சரிந்து விழுந்த இடத்திலிருந்து மேஜர். வரதராஜன் வெளியே இழுக்கப்பட்டபோது, அவர் மூச்சுத்திணறிக் கொண்டிருந்தார். ஆனால், அவரைப் பார்த்தால், அவருக்கு மூன்று குண்டுகள் தாக்கியிருந்தன என்று சொல்லவே முடியாது. அவற்றின் அனைத்திலிருந்தும் இரத்தம் ஆறாகப் பெருகி ஓடியது!

"ஆம். நாம் அவனை ஒழித்துக்கட்டிவிட்டோம்; ஆனால் துரதிருஷ்டவசமாக நாம் விக்ரமை இழந்துவிட்டோம்." தன்னை அப்புறப்படுத்திக்கொண்டிருந்த தோழரிடம் வரதராஜன் சொன்னார். "எனக்கு குண்டடிபட்டுள்ளது என்பதை என்னால் நம்பவே முடியவில்லை!" என்றும் அவர் சொன்னார். இதைச் சொன்னதும், மேஜர் தன் சுய நினைவை இழந்துவிட்டார்.

ஸ்ரீநகரிலிருந்த இராணுவத் தலைமை மருத்துவமனைக்கு ஆம்புலன்ஸில் அவர் கொண்டு செல்லப்பட்டார். அங்கு மட்டுமே மேஜரின் காயங்களுக்குத் தக்க சிகிச்சை அளிக்க முடியும். மேஜரின் காயங்கள் பற்றி புல்வாமா மருத்துவமனைக்கும் கர்னல். தபாஸ் தகவல் தந்தார், மேஜருக்குத் தேவையான அவசர சிகிச்சைக்கும் தயாராக இருக்குமாறு அவர் அங்கிருந்த மருத்துவர்களுக்கு அறிவுறுத்தினார். ஸ்ரீநகர் கொண்டு செல்லும் வரை மேஜர் தாக்குப்பிடிக்க வேண்டிய ஏற்பாடுகள் செய்யப்பட வேண்டும் என்பது அவர் கட்டளை. ஆனால் அதற்கு அவசியமே ஏற்படவில்லை. க்யாஷிபத்ரி கிராமத்திலிருந்து சில கிலோ மீட்டர்கள் கடந்ததுமே அவர் உயிர் பிரிந்துவிட்டது. தன் அணியின் 21சியின் ரெஜிமென்டல் மருத்துவ அதிகாரியின் தோள்களில் சரிந்தவாறே அவர் தன் உயிரை விட்டார்.

மேஜர் 2014-ம் ஆண்டு, ஏப்ரல் 12-ம் தேதிதான் தன் 31-வது பிறந்த நாளைக் கொண்டாடியிருந்தார். அது க்யாஷிபத்ரி தாக்குதல் நடப்பதற்கு பதினான்கு நாட்களுக்கு முன்பு. அந்த நாளை கர்னலால் மறக்கவே முடியவில்லை. தன் அணியில் பயிற்சியை முடித்துவிட்டுத் திரும்பும் மேஜர் ஆஷிஷ் தனகர் என்ற அதிகாரியை விமான நிலையத்தில் விட உயர் அதிகாரியான கர்னல் சென்று கொண்டிருந்தார். திரும்பும் வழியில் அவர் மேஜருக்கு, பிறந்த நாள் விருந்து கொடுக்க ஓர் உயர்தர உணவு விடுதிக்கு அவரை அழைத்துச் செல்லத் திட்டமிட்டிருந்தார்.

ஸ்ரீநகரை நோக்கி வண்டிகளில் சென்று கொண்டிருந்த போது அதிகாரிகள் ஒரு முக்கிய முடிவை எடுக்க வேண்டியிருந்தது- அது எந்த ஹோட்டலுக்குப் போவது என்பது. தாஜ் அல்லது லலித். தாஜில் சூழ்நிலை மிக அழகாக இருக்கும்; ஆனால், லலித்தில் அற்புதமான, மிகச் சுவையான உணவு கிடைக்கும்.

"ஸார் முதலில் தாஜ் போவோம்; அதைப் பார்த்துவிட்டு லலித்தைப் பார்க்கலாம்" என்று வரதராஜன் சொன்னார்.

கர்னலால் அதை மறுக்க முடியவில்லை. அவர்கள் முதலில் தாஜ் உணவு விடுதிக்குச் சென்று, அங்கே சாக்லெட் பிரவுனிகளும், ஆவி பறக்கும் கபுசினோவும் சாப்பிட்டார்கள். பின்பு அவர்கள் லலித் உணவு விடுதிக்குச் சென்று அங்கே சில பீர் பாட்டில்களைத் திறந்தனர். நல்ல சுவையான மதிய உணவுடன் அன்றைய மதிய வேளை முடிந்தது.

தாக்குதல்களில் முன்னணியில் ஈடுபட்டிருக்கும் வீரர்களுக்கு இவ்வாறு ஓய்வு கிடைத்து, உணவைச் சுவைத்து உண்பது மிகமிக அரிது. மேஜர் வரதராஜன், தன் அணியின் துணை மேஜர் அங்குர் தத்தா தான் விருந்தில் கலந்துகொள்ளாதது எவ்வளவு பெரிய இழப்பு என்று உணர்ந்துகொள்ளவேண்டும் என விரும்பினார். அதனால் தன் மேலதிகாரியிடம் சில புகைப்படங்களை விருந்தின் போது எடுத்துக் கொண்டால், பின்பு அவற்றைத் தன் அணியினரிடம் காட்டலாமெனக் கருதி, சில புகைப்படங்களை எடுக்க வேண்டினார்.

"ஆனால், அந்தப் புகைப்படங்களைப் பார்த்தபின், தன் எண்ணத்தை அவர் மாற்றிக் கொண்டார். காரணம் அவற்றில் அவர் சற்று குண்டாக இருந்தார். ஆனாலும் நான் அவர் நண்பர்களுக்கு அவற்றைக் காட்டினேன்." இதை வரதராஜனின் இளம் மனைவி இந்து ரெபக்காவுக்கு, மேஜர் இறந்த மூன்று நாட்களுக்குப் பிறகு கர்னல் எழுதிய கடிதத்தில் குறிப்பிடுகிறார். அதே கடிதத்தில் அவர் இன்னும் குறிப்பிடுகிறார்:

"இப்போது மேடி இந்த அணியின் சரித்திரம் பொறிக்கப்படும் ஒரு ஸ்தூபியாக மாறிவிட்டார். இராணுவமும், பெட்டாலியனும்

அவருக்குக் கடன்பட்டிருக்கின்றன. அவருடைய உயர் அதிகாரியாக என்னுடன் அவர் கொண்டிருந்த நம்பிக்கைக்கும் தன் சிரிப்புடன் அவர் என்னுடன் பகிர்ந்துகொண்ட மகிழ்ச்சியான பொழுதுகளுக்கும் அவருக்கு நான் நன்றி சொல்ல வேண்டும். அவர் பெயரை பிறர் உச்சரிக்கும் போதெல்லாம், நான் தலைநிமிர்ந்து, பெருமையுடன் சொல்வேன்: 'எனக்கு அவரைத் தெரியும். அவர் என் மிகச் சிறந்த ஆபீஸர்.' "

தனக்கு எவ்வளவு முக்கியமான வேலைகள் இருந்த போதும், மேஜர் வரதராஜன் தன் நண்பர்களின் பிறந்த நாள்கள் அல்லது திருமண நாள்களைக் கொண்டாடி அவர்களை மகிழ்விக்க மறந்ததே இல்லை. ஒரு முறை அவர் தன் மேலதிகாரியின் வீட்டிற்கே சென்று பிறந்த நாள் வாழ்த்துச் சொன்னார். அதுவும் அவருடைய *QRD* மற்றும் அருகேயிருந்த ஒரு கம்பெனி கமாண்டருடன். அப்போது நள்ளிரவு 12 மணி. இதே மாதிரி, அவர் தன் நண்பர்கள் அனைவருக்கும் செய்வார். அதுதான் மேடி. ஆழமான, அன்பான உறவுப் பிணைப்புகளை அவர் மிக முக்கியமானதாகக் கருதினார் என்று கர்னல் தபாஸ் கூறுகிறார்.

44 ராஷ்டிரீய ரைஃபிள்கள் அணியைச் சேர்ந்தவர்கள், அவருடைய வியக்கத்தக்க மன உறுதியும் உடல் உறுதியும்தான் அவ்வளவு குண்டுகள் அவரைத் துளைத்தபோதும், அவரை அவ்வளவு நேரம் உயிரோடு வைத்திருந்தன என்கின்றனர்.

"அவர் உடலிலிருந்து இரத்தம் ஒழுகிய வேகத்தைப் பார்த்ததும் எனக்குத் தெரிந்து போயிற்று அவர் பிழைக்க மாட்டாரென்று. ஆனாலும், ஏதாவது அதிசயம் நடந்து அவர் பிழைக்க வேண்டும் என்று நாங்கள் பிரார்த்தித்தோம்!" க்யாஷிபத்ரி தாக்குதலில் மேஜருடன் பங்கு பெற்ற ஒருவர் கூறுகிறார்.

மேஜர் வரதராஜனை அங்கிருந்து அப்புறப்படுத்திய பின், இன்னொரு ஜோடி அல்டாஃப் வானியின் உடலை அந்த அவுட் ஹவுசிலிருந்து வெளியே இழுத்துப் போட்டது. அவன்,

தலை, கழுத்து, வயிறு, தோள்களில் குண்டடி பட்டிருந்தான். அவன் உடலின் வேறு எந்தப் பகுதியும் அடிபடாமலும் அதே சமயம் அவன் தப்பிக்காதவாறும் மேஜர் பார்த்துக் கொண்டார்.

மேஜர் வரதராஜனின் கடைசி வார்த்தைகள், கர்னல் தபாஸை பல நாட்களாக வதைத்து வந்தன. "எனக்கு குண்டடிபட்டதை என்னால் நம்பவே முடியவில்லை!" என்ற அவரின் கடைசி வார்த்தைகளை-அவர் ஏன் அப்படிச் சொன்னார் என்பதற்கு அவருக்குப் பல நாட்களுக்கு விடையே கிடைக்கவில்லை.

"அவர் தன் போரிடும் திறமை மீது அசாத்திய நம்பிக்கை வைத்திருந்தார். எதிரியின் குண்டுகள் தன்னைக் காயப்படுத்தும் என்று மேடி ஒருபோதும் நினைக்கவே இல்லை. இப்படித்தான் என்னால் அந்த வார்த்தைகளைப் புரிந்துகொள்ள முடிந்தது" என்று இப்போது தமிழ்நாட்டிலுள்ள வெலிங்டன் இராணுவப் பயிற்சிக் கல்லூரியில் பயிற்சியாளராக இருக்கும் கர்னல் தபாஸ் சொல்கிறார்.

தாக்குதல் நடந்த மறுநாள், கர்னல் தபாஸ் 44 ராஷ்டிரீய ரைஃபிள்களின் மூத்த அதிகாரியான சுபேதார் மேஜரைக் கூப்பிட்டுச் சொன்னார், "நான் மேஜர் வரதராஜனின் 'சார்லி' அணியைச் சந்திக்க விரும்புகிறேன்!" இரண்டு மிகச் சிறந்த வீரர்களை இழந்துவிட்டதால் அந்த அணியினரின் உற்சாகம் மிகவும் குன்றிப் போயிருந்தது. இரவு உணவை அவர் மேஜர் வரதராஜனின் *QRD* அணியினருடன் பகிர்ந்து கொண்டார். யாரும் அதிகமாகப் பேசிக்கொள்ளவில்லை. அந்த இரவின் வருத்தம், பெருமிதத்தை, மகிழ்ச்சியைக் கொன்றுவிட்டிருந்தது.

கர்னல். தபாஸ் சொல்கிறார்: "மேடியிடம் ஒரு விஷேச குணம் இருந்தது. யாரும் அவரை சகஜமாக நெருங்க, பழக முடியும். அவரிடம், தகவல் தருபவர்களை உருவாக்கத் தேவையான பொறுமை இருந்தது. அதே மாதிரி, தாக்குதலில் எதிரியைத் தன் போக்குக்கு வளைக்கும் புத்திக் கூர்மையும்

இருந்தது. அவரின் 'சார்லி' அணி ஏறக்குறைய ஒரு சிறப்புப் படை அணியாகவே மாறிப்போயிருந்தது." முதலில் கர்னல் தபாஸ் ஒரு பாரா அணியில் சேர்க்கப்பட்டார்; பின் அவர் இன்னொரு பாரா சிறப்புப் படை அணிக்கு மாற்றப்பட்டார். மேஜர் வரதராஜனின் QRD அணி, அணிகளுக்கு இடையிலேயான டிவிஷன் போட்டிகளில் வெற்றி வாகை சூடும்போது, கர்னலின் முகம் பெருமையால் பூரித்துப் போகும். 9 படைவீரர்களைச் சேர்ந்த 6 அணிகள் இப்போட்டிகளில் கலந்து கொள்ளும். ஜம்மு, காஷ்மீரில், அனந்த் நாக் மற்றும் புல்வாமா பகுதிகளில் நடந்த தாக்குதல்களை மேற்பார்வை இடும் 'விக்டர் ஃபோர்ஸ்' அணியின் ஒரு அங்கமே இவர்கள்.

மேஜர் முகுந்த் வரதராஜனுக்கு, அவரின் மரணத்தின் பிறகு 'அசோக் சக்ரா' விருது 2014-ம் வருடம் சுதந்திரத் திருநாளன்று வழங்கப்பட்டது. நம் நாட்டில், அமைதிக்காலத்தில் வழங்கப்படும் மிக உயரிய விருது இதுதான். அவர் மனைவி இந்து, அடுத்த வருடம், குடியரசுத் தலைவரின் கரங்களிலிருந்து இந்த விருதைப் பெற்றுக்கொள்ள தில்லி சென்றார்.

"இந்தியா, முகுந்த் என்ற மாபெரும் வீரரை ஞாபகம் வைத்துக்கொள்ள வேண்டும்; என் துயரையல்ல" என்.டி.டி. விக்கு அளித்த ஒரு நேர்காணலில் இந்து சொன்னார்.

வரதராஜனின் மரணத்திற்குப் பிறகு தன் மகளுடன் இந்து, ஆஸ்திரேலியா சென்று விட்டார், தனக்கு மிகவும் பிடித்தமான ஆசிரியப் பணியைச் செய்ய!

"நான் என் ஆறு வயது மகளிடம் அவள் தந்தை எவ்வளவு அற்புதமான மனிதர் என்று என்னால் இயன்றவரையில் எடுத்துச் சொல்லியிருக்கிறேன். சமீபத்தில் பாகுபலி திரைப்படத்தைப் பார்த்த பிறகு, அவர்தான் எங்கள் பாகுபலி; ஏனெனில் அவர் மிகுந்த பலசாலி; தன் கடமையைச் செய்ய அவர் தன்னால் முடிந்தது எல்லாவற்றையும் செய்தார் என்று நாங்கள் ஒரு முடிவுக்கு வந்தோம். அவர் என்னைப் பொறுத்தவரையில்

குறைகளேயற்ற மனிதர்; குறைகள் இருக்கிறதோ இல்லையோ, அவர் தன் கடமையைச் செவ்வனே செய்து வந்தார்" என்று இந்து சொல்கிறார்.

மேஜர் வரதராஜனுக்கு அளிக்கப்பட்ட சான்றிதழ் அவரைப் பற்றி இப்படி குறிப்பிடுகிறது: "அவரே தன் அணிக்குத் தலைமை தாங்கி, தன்னிடமிருந்த ஆயுதங்களை மிகவும் சிக்கலான சமயத்தில் மிகத் திறமையாகப் பயன்படுத்தி, மிகவும் குறுகிய காலத்தில், தன் இலக்கான அந்த வீட்டை தரைமட்டமாக்கினார். தேர்தல் அதிகாரிகள் தாக்கப்பட்ட 24 மணி நேரத்திற்குள், அவர்களைத் தாக்கிய தீவிரவாதிகளைப் பழிவாங்கி, மக்களுக்கு ஜனநாயகத்தின் மீதான நம்பிக்கையை மேஜர் வரதராஜன் மீட்டெடுத்திருக்கிறார்" என்று சிறப்பாகக் குறிப்பிடுகிறது.

"மேஜர் வரதராஜன் மிகுந்த வீரத்தைக் காட்டி, எடுத்துக்காட்டான தலைவராகச் செயல்பட்டு, தீவிரவாதிகளுடன் போரிடும்போது, தன்னாலான மிகப்பெரிய தியாகத்தைச் செய்திருக்கிறார்" என்றும் அது மேலும் குறிப்பிடுகிறது. அவர் கூடவே இருந்த அவர் தோழர் விக்ரமிற்கு, அவர் மரணத்திற்குப் பின் 'சௌரிய சக்ரா' விருது வழங்கப்பட்டது. அது இந்தியாவில் அமைதிக்காலத்தில் வழங்கப்படும் இரண்டாவது மிகப் பெரிய விருதாகும்.

தன் கடமையைச் செய்யும்போது தனக்கு ஏதாவது நேர்ந்து விட்டால், கண்ணீர் சிந்தக் கூடாது என்று வரதராஜன் தன் மனைவி இந்துவிடம் வாக்குறுதி வாங்கியிருந்தார். இந்து, அந்த வாக்குறுதியை மிகவும் ஆழமானதாக எடுத்துக் கொண்டார். மேஜரின் பூத உடல் சென்னைக்குக் கொண்டுவரப்பட்டபோது, எவ்வளவு அமைதியுடன், சிறு கலக்கத்தையும் தன் கண்களில் காட்டிக்கொள்ளாமல், தீரத்துடன் இந்து எதிர்கொண்டார் என்பதை நாடெங்கிலும் மக்கள் தொலைக்காட்சியில் பார்த்தார்கள். ஒரு கற்சிலை போல் அவர் தன் கணவரின் சவப்பெட்டிக்கருகில் நின்று கொண்டிருக்க, அருகில் அவர்களின்

3 வயதுப் பெண் அர்ஷியா.

“அந்தக் கணத்தை என்னால் மறக்கவே முடியாது. முகுந்தின் பெற்றோர்கள்தான் அவருடைய தெய்வங்கள். அதை என்னால் புரிந்து கொள்ள முடிந்தது. அவர் என்னையும் அவர்களுக்கிணையாக, ஒரு தெய்வமாகப் போற்றும்படி வைத்துவிட்டார். எனக்கு மிகவும் அதிர்ச்சியாகப் போய்விட்டது. நான் ஒரு சாதாரண மனிதப்பிறவிதான் என்று அவரிடம் பலமுறை சொல்லியிருக்கிறேன்” என்று இந்து கூறுகிறார்.

“ஆனால் அவர் பார்வையே வித்தியாசமானது; எங்கள் மகள் பிறந்தபோது, அவளையும் தன் கடவுளென்று குறிப்பிட்டார். கடவுளை நேசித்த மாதிரியே அவர் எங்களையும் நேசித்தார். அப்படிப்பட்ட அன்புக்குரியவர் திடீரென்று மறைந்து போகும்போது அந்தத் துயரம் எப்படி ஒருவரை உருக்குலைக்காமல் இருக்க முடியும்?”

“தன் கணவருக்கு வாக்களித்திருந்தபடி, எப்படியும் தன்னைத் தாக்கிய துயரத்திலிருந்து மீண்டுவருவேன் என்று இந்து அடிக்கடி சொல்வார். அவரின் கலங்காத மனமும், நடத்தையும் எங்களுக்கு உற்சாகத்தை ஊட்டும்!” என்று கர்னல் தபாஸ் சொல்கிறார்.

வீரதீரச் செயல்களுக்காக மேஜர் வரதராஜனுக்கு வழங்கப்பட்ட அசோக சக்ரா விருது, அவர் பெறும் முதல் விருது அல்ல. அல்டாஃப் பாபாவைத் தீர்த்துக் கட்டியதற்காக அவர் மேலதிகாரி, ஜூன் 2013-ல் ஒரு விருதுக்கு அவர் பெயரைப் பரிந்துரை செய்ய நினைத்திருந்தார். ஆனால் மேஜர் அதை தன்னடக்கத்துடன் மறுத்துவிட்டார். விருது வழங்கும் பரிந்துரைகள் ரகசியமானவை; ஆனால் செய்தியை எப்படியோ மோப்பம் பிடித்துவிட்ட வரதராஜன் தன் மேலதிகாரியிடம் சொன்னார்: “ஸார். நீங்கள் யாருக்காவது விருது வழங்க வேண்டுமென நினைத்தால் அதை என் அணியிலிருக்கும் இரண்டு வீரர்களுக்கு வழங்குங்கள். அந்தத் தாக்குதலின்

போது அவர்கள்தான் தங்கள் உயிரைப் பணயமாக வைத்து 'ஸ்கவுட்'களாகப் பணியாற்றினார்கள். அவர்கள்தான் விருது பெறத் தகுதியானவர்கள்" என்று மேஜர் மன்றாடினார். கடைசியில் அவர் கோரிக்கை ஏற்றுக் கொள்ளப்பட்டது. அந்த இரண்டு வீரர்களுக்கும் வீரதீரச் செயலுக்கான 'சேனா' பதக்கம் கிடைத்தது.

கர்னல் தபாஸ், இந்துவிற்கு எழுதிய ஐந்து பக்கக் கடிதத்தின் ஒவ்வொரு சொல்லும் உணர்ச்சியில் தோய்த்து தோய்த்து எழுதப்பட்டிருந்தது. தன்னைவிட எட்டு ஆண்டுகள் இளையவரான மேஜர் வரதராஜனிடம் கர்னல் அளவற்ற அன்பும் மதிப்பும் வைத்திருந்தார்.

"அவரைப் பற்றி நன்கு தெரிந்த நாங்கள் ஒவ்வொருவரும், அவரவர்க்கு உரிய முறையில் அவரின் இழப்பைத் தாங்கிக்கொள்ள முயன்று கொண்டிருக்கிறோம். துக்கம் மறைந்து போகும்; அதன்பின், மிஞ்சியிருப்பது அவர் பெருமைதான்"

"உண்மையில் அவர் பெற்றோருக்கும், எனக்கும் ஒவ்வொரு நாள் கழிவதும் ஒரு பெரும் போராட்டமாகவே இருந்தது. சில நாட்கள், மற்ற நாட்களைவிட கொடுமையாக இருக்கும். இது இயல்பானதுதான். அவரின் பெற்றோர்களுக்கு, அவர்களை மிகவும் விரும்பிய மகன் மட்டுமல்ல அவர்; வீட்டில் ஒவ்வொருவருக்கும் ஒரு செல்லப் பெயர் வைத்திருந்தார். அதை வைத்துத்தான் எங்களை எப்போதும் அழைப்பார். துக்கத்தால் இறுகிப்போன எங்கள் ஒவ்வொருவரின் இதயமும், கன்னத்தில் குழி விழும் அவர் சிரிப்பை மீண்டும் காண மாட்டோமா என்று ஏங்குகிறது. இனிவரும் நாட்கள் கடினமானவை என்பது எங்களுக்கு நன்றாகவே தெரியும். துக்கத்தை மறைத்துக் கொண்டு நாங்கள் மகிழ்ச்சியாகக் கழிக்க வேண்டும் என்பதே அவர் விருப்பம். அவர் இழப்பு எங்களுக்கு எவ்வளவு பெரிய அடி என்பதை எங்கள் மகளைப் பார்த்தே நீங்கள் புரிந்து கொள்ளலாம். இந்து எப்போதும் தன் கணவரின் புகைப்படங்களை மறைத்தே வைப்பார். அவற்றைப் பார்த்தால்

நானோ, அவர் பெற்றோர்களோ சங்கடப்படுவோம் என்று அவர் நினைத்தார். தன் கணவர் காட்டியதைப் போலவே அவரும் அவர் பெற்றோர்களிடம் அன்பையும், அக்கறையையும் பாசத்தையும் காட்டினார். இது மிகவும் ஆறுதலான விஷயம்."

தன் நண்பர்களுடன் குடித்து, மகிழ்ந்திருக்கும்போது மேஜர் வரதராஜன் சொல்வார்; "நான் ஏற்கனவே என்னுடைய மிகப் பெரிய போரில் வெற்றி பெற்றுவிட்டேன். அது எங்கள் சாதியைச் சேர்ந்த பெண்ணல்லாமல், வேறு சாதியைச் சேர்ந்த ஒரு பெண்ணை நான் திருமணம் செய்துகொள்ள என் பெற்றோர்களைச் சம்மதிக்க வைத்ததே! என் பெற்றோர்கள் மிகவும் மரபுவழி நடப்பவர்கள்; அவர்களை, என் காதலை ஏற்றுக்கொள்ளச் செய்து, இன்னொரு சாதியைச் சேர்ந்த பெண்ணை நான் மணக்க அவர்களைச் சம்மதிக்க வைத்ததே என் வாழ்க்கையில் நான் அடைந்த மிகப் பெரிய வெற்றி" ஆகஸ்ட் 2019-ல் அவர்கள் திருமணம் நடந்தபோது, முகுந்த் இராணுவத்தில் சேர்ந்து மூன்று வருடங்கள்தான் ஆகியிருந்தன.

இந்து நினைவுகூருகிறார்: "எங்கள் திருமணம் நடப்பது அவ்வளவு எளிமையான விஷயமாக இல்லை. இரு பக்கமும் இருந்த எங்கள் உறவினர்கள் கடும் சொற்களால் சுட்டார்கள். இரு சாதிகளைச் சேர்ந்தவர்களும் எங்களைக் கடுமையாகச் சாடினார்கள். நாங்கள் எங்கள் காதலில் உறுதியாக இருந்ததால் கொஞ்சம் சுயநலவாதிகளாகவும் இருந்தோம். எங்கள் பெற்றோர்கள் ஒருவருக்கொருவர் மாறுபட்ட கருத்துகள் கொண்டவர்கள்தான். ஆனாலும் மற்றவர்கள் எங்களைத் தாக்கும்போது, அவர்கள் எங்களைப் பாதுகாத்தார்கள். திருமணத்திற்கு ஒத்துக்கொள்ள என் பெற்றோர்கள், முகுந்த்தின் பெற்றோர்களைவிடச் சிறிது அதிக காலம் எடுத்துக் கொண்டார்கள்; ஏனெனில் நான் அவர்களின் ஒரே செல்ல மகள். எங்களின் மாசற்ற அன்பும், நான் என் பெற்றோரைப் பிரிந்து வரமுடியாது என்பதைப் பற்றிய அவர் புரிதலுமே அந்தப் பெரும் புயல் வீசிய நாட்களைக் கடந்துவர எங்களுக்கு உதவியது. அவர் காத்திருப்பார் என்பதும்

எங்களின் எண்ணங்கள் ஒரே அலைவரிசையில் பயணித்தன என்பதும் எனக்குத் தெரியும். என் பெற்றோர்களைச் சம்மதிக்க வைக்க எங்களுக்கு ஐந்து ஆண்டுகள் தேவைப்பட்டன. இவை எல்லாவற்றையும் நொடியில் இழப்பதென்பது சாதாரண விஷயமல்ல! எப்போதும் எனக்கு உறுதுணையாக இருப்பேன் என்று சொன்னவர், எதனாலும் எங்கள் உறவைப் பிரிக்க முடியாது என்று சொன்னவர், திடீரென்று என் வாழ்க்கையிலிருந்து மறைந்தே போய்விட்டார் என்பதைச் சில சமயம் நினைத்துப் பார்த்தால்..."

2009 டிசம்பரில் திருமணமாகி மூன்று வருடங்களுக்குப் பின் மேஜர் வரதராஜன் காஷ்மீருக்கு வந்தார், 44 ராஷ்டிரீய ரைஃபிள்களின் ஓர் அங்கமாகத் திகழ மேஜர். வரதராஜன் இப்போது உயிருடன் இல்லை; ஆனால் அவரைப் பற்றிய கதைகள்?

தங்கள் மேலதிகாரியிடம் ஏதாவது தயக்கமான, தர்மசங்கடமான விஷயம் பேச வேண்டியிருந்தால், அவர்கள் மேஜர் வரதராஜனையே அணுகுவார்கள். அவர் மிகச் சாதுரியமாக கர்னலிடம் பேசி தான் சொல்வதற்கு ஒத்துக்கொள்ள வைத்துவிடுவார். அவர் மிகச் சிறந்த போராளி மட்டுமில்லை; அவர் நல்ல வேடிக்கையான மனிதரும்கூட; அடிக்கடி ஜோக்குகளை உதிர்த்துக்கொண்டே இருப்பார். அவர் மிக மகிழ்ச்சியாக இருந்தாரென்றால், அவர் யாரையோ அன்று செமத்தியாகக் கலாய்த்திருக்கிறார் என்று பொருள். இது அணியில் எல்லோருக்கும் தெரியும்.

அந்த இளம் அதிகாரி தன் பெற்றோர்களான, வரதராஜனையும், கீதாவையும் மிகவும் 'மிஸ்' பண்ணினார். அவர்களுடன் தினமும் பேச முடியாது என்பது அவருக்குத் தெரியும். ஆனால் பேச வாய்ப்புக் கிடைக்கும் போதெல்லாம், அவர் தன் பெற்றோருடன், குறிப்பாகத் தன் தாயாரிடம் குறைந்தபட்சம் ஒரு மணி நேரமாவது பேசுவார். சென்னையில்

புதியதாகக் கட்டப்பட்ட ஒரு அடுக்குமாடிக் குடியிருப்பில் தன் பெற்றோரைக் குடியமர்த்த அவர் திட்டமிட்டிருந்தார். இறப்பதற்கு ஒரு மாதம் முன்னால்தான் அது விலைபேசி இறுதி செய்யப்பட்டது. அவர் இறந்த பிறகு, துக்கத்தில் தவித்துக் கொண்டிருந்தாலும், அவர்களை அந்தப் புதிய வீட்டில் குடியேற வைத்ததுதான் இந்து செய்த முதல் காரியம்.

மேஜர் தன் கடைசித் தாக்குதல் நடவடிக்கைக்கு முன் இந்துவிடம் பேசிய அந்த இறுதி உரையாடலை இந்துவால் மறக்கவே முடியாது. அது நடந்தது ஒரு ஏப்ரல் மாதக் காலையில்.

“நாங்கள் சில நாட்களுக்கு முன்புதான் ஓர் அற்ப விஷயத்திற்காகச் சண்டை போட்டுக் கொண்டோம். எங்களுடன் அவர் இன்னும் அதிக நேரம் செலவிட வேண்டும் என்பதற்காகவே இந்த ஊடல். இப்படி அடிக்கடி நடக்கும். சண்டைகளுக்கு நாங்கள் உடனடியாகத் தீர்வு கண்டுவிடுவோம்; அவற்றை ஒருபோதும் நாங்கள் வளரவிட்டதில்லை. ஏப்ரல் 25-ம் தேதி காலையில் அலைபேசியில் நாங்கள் எப்போதும் போல் சாதாரணமாகத்தான் பேசிக் கொண்டிருந்தோம். அவர் அர்ஷியாவைக் கூப்பிடச் சொன்னார். நான் அவளை அழைத்து ஸ்பீக்கர் போனில் பேசச் சொன்னேன். அர்ஷியாவை வெளியே அழைத்துச் செல்லுமாறும், அவளுடன் ‘ஷாப்பிங்’ செய்துவிட்டு வருமாறும் என்னிடம் கூறினார். சில நாட்களாக அவருக்கு ஓய்வே இல்லை. பணியிலிருந்து தினமும் அதிகாலையில்தான் திரும்புவார். எனக்கு காலை வணக்கம் சொல்லிவிட்டு, அப்படியே படுக்கையில் விழுந்துவிடுவார். சில மணி நேரத் தூக்கத்திற்குப் பிறகு, மீண்டும் பணிக்குச் சென்றுவிடுவார். அன்று, வழக்கத்தைவிட, அவர் சற்று முன்னரே எங்களிடமிருந்து விடைபெற்றுக்கொண்டார். எனக்குத் தெரியும் அன்று அவருக்கு வேலை நிறைய இருந்தது என்பதும், அவருக்கு ஓய்வு தேவை என்பதும். அவருக்குப் கடைசியில் எப்பேர்ப்பட்ட ஓய்வு கிடைத்து விட்டது பார்த்தீர்களா?”

கர்னல். தபாஸின் வாட்ஸ் அப் ப்ரொஃபைல் அவருடையதல்ல. அவர் ஸ்டேடஸ்; "முகுந்த், விக்ரம் உங்களுக்கு என் வீர வணக்கங்கள்!" மூன்று வருடங்கள் வரை இதை மாற்ற அவருக்கு மனமே இல்லை. அந்தப் படம் அந்தச் சிறப்புப் படை கர்னலின் மிகச் சிறந்த இரண்டு வீரர்களின்-தினமும் தான் நினைவுகூரும், தன் வாழ்நாளில் அவரால் மறக்கவே முடியாத- அந்த இரண்டு வீரர்களின் படம்.

"நான் அவர்களை தினமும் நினைத்துப் பார்க்கிறேன்." கர்னலின் வாசிப்பு அறையில் அவர்கள் இருவரின் படங்களும் மாட்டப்பட்டிருக்கின்றன.

இந்து இன்னும் அவர் அணியினருடன் தொடர்பில் இருக்கிறார்.

இந்து சொல்கிறார்: "இராணுவம் எப்பொழுதும் என்னைப் போன்றவர்களைத் தனிமையில் வாட விடுவதே இல்லை. நாங்கள் ஒரு குழுவின் அங்கத்தினர்களாக மட்டுமே இருந்ததில்லை. அவர் அணியினர் எப்போதும் எனக்கு ஆறுதலும், உற்சாகமும் தந்து கொண்டே இருப்பார்கள்; எல்லாவிதத்திலும் உறுதுணையாக இருப்பார்கள். வருங்காலத்திலும், நான் அவர்களுக்குத் துணையாக இருப்பது போலவே அவர்களும் எனக்குத் துணையாக இருப்பார்கள்."

கர்னல் தபாஸ் சொல்கிறார்: "ஒரு வீரனுக்குக் கிடைக்கும் மிகப் பெரிய கௌரவம் போர்க்களத்தில் அவனுக்கு ஏற்படும் மரணம்! மரணிப்பதற்காக யாரும் போர்க்களம் செல்வதில்லை. ஆனால், ஒருகால் அது ஏற்படுமானால், அதை நாங்கள் ஒரு கொண்டாட்டமாக மாற்றியாக வேண்டும்!"

"போர்க்களத்தில் ஒன்றாக இரத்தம் சிந்தியவர்களால் மட்டுமே இதைப் புரிந்துகொள்ள முடியும்!"

8

மருத்துவ விஞ்ஞானத்தால் இதை விளக்கவே முடியாது!

லான்ஸ் நாயக் ஹனமந்தப்பா கபோட்

9, பிப்ரவரி 2016, மணி 1226

'சியாசென் மலைப்பகுதியில் 10 வீரர்கள் இறந்துவிட்டார்கள் என்று நம்பப்பட்டது. ஆனால் அதில் லான்ஸ் நாயக் ஹனமந்தப்பா மட்டும் எப்படியோ பிழைத்து உயிருக்குப் போராடிக் கொண்டிருக்கிறார். அவருக்காக இறைவனிடம் வேண்டுங்கள். எப்பேர்ப்பட்ட அதிசயம்!'

செய்தித்தாள் நிருபரான ராகுல் சிங், பின்னிரவில், சமூக ஊடகங்களில் அனுப்பிய இந்தச் செய்தி, கடந்த ஒரு வாரமாக சோகத்தில் ஆழ்ந்திருந்த நாட்டை ஒன்று திரட்டி, உற்சாகமூட்டியது. தொலைக்காட்சி நிறுவனங்கள் தாங்கள் ஏற்கனவே பதிவு செய்திருந்த தங்கள் பின்னிரவு நிகழ்ச்சிகளை நிறுத்திவிட்டு இந்த வேண்டுகோளை ஒலிபரப்பின. வலைதளத்தை ஏற்கனவே ஆக்கிரமித்திருந்த அவநம்பிக்கையை உடைத்தெறிந்துவிட்டு, இந்த வேண்டுகோள் நம்பிக்கை அலைகளை எழுப்பியது.

இதை மனிதனால் செய்ய முடியுமா? இது மனிதனால் முடிகிற காரியமா?

அன்றைய இரவின் ஆரம்பத்திலிருந்தார் பிரதமர் நரேந்திர மோடி. இரண்டு மணி நேரத்திற்கு முன்பு ரேஸ் கோர்ஸ் சாலையிலுள்ள அவர் இல்லத்தில் தொலைபேசி ஒலித்தது. அழைத்தது, அப்போது இந்திய இராணுவத்தின் தலைமையதிகாரியாக

இருந்த ஜெனரல் தல்பீர் சிங். அந்த உரையாடல் மிகச் சுருக்கமானது. அது முடிந்தபின், ஆலோசனை எதுவும் வழங்க வேண்டிய அவசியம் பிரதமருக்கு ஏற்படவில்லை. இழந்துவிட்ட தன் வீரர்களை எண்ணி துக்கத்தில் துடித்துக் கொண்டிருந்த இராணுவத்திற்குத் தெரியும் மேற்கொண்டு என்ன செய்ய வேண்டுமென்று. அந்த அசாதாரண மனிதனைக் காப்பாற்ற இராணுவம் தன்னாலான எல்லாவற்றையும் செய்யும் என அவருக்குத் தெரியும். அந்த அசாதாரண மனிதர் 25 அடி ஆழமும், -40° சி. குளிரும், கொஞ்சம்கூட இரக்கமற்ற, எப்போதுமே உதாசீனப்படுத்த முடியாத உறைதலை தன்னுள் வைத்திருக்கும் நீல நிறப் பனிப்பாறையில் சிக்கிக்கொண்ட ஆறு நாள்களுக்குப் பிறகு உயிருடன் வெளியே இழுக்கப்பட்டார்.

சம்பவம் நடந்த அந்தக் கணத்திலிருந்து, 20,500 அடி உயரமுள்ள சியாசென்னுக்கருகில், வடக்குப் பக்கமிருந்த பனிப்பாறையில் நடந்த மீட்பு நடவடிக்கைகள் பற்றி தினமும் தனக்குத் தகவல் வரவேண்டுமென்று பிரதமர் ஆணையிட்டிருந்தார்.

சியாசென் பனிப்பாறை, ஜம்மு- காஷ்மீர்

பிப்ரவரி 2, 2016.

இரண்டு மாதங்களுக்கு முன்புதான் சோனம் போஸ்ட் என்ற காவல் இடத்தைப் பத்து வீரர்கள் கொண்ட அந்த அணி மலையேறி அடைந்திருந்தது. இந்தப் பத்து வீரர்களில் எட்டு வீரர்கள், மெட்ராஸ் படைப்பிரிவின் 19-வது படையணியைச் சேர்ந்தவர்கள். உலகத்திலேயே மிக உயரமான இடங்களில் ஒன்று சோனம் போஸ்ட். அங்கே வருடம் முழுதும் காவல் கண்காணிப்பு இருக்கும். அது சால்டொரோ முகட்டின் மேலே அமைந்திருந்தது. அதன் கிழக்குப் பக்கம் சியாசென் பனிப்பாறை; மேற்குப் பக்கம் பா.ஆ. காஷ்மீர். 1984-ல் லடாக்கைச் சேர்ந்த துணிச்சலான ஹவில்தார் சோனம் கடுமையான தட்பவெப்ப

நிலையையும், எதிரே சீறிவரும் பாகிஸ்தானின் குண்டுகளையும் பொருட்படுத்தாது இந்தச் சிகரத்தைப் பிடித்தார். அதற்கு அவர் பெயரான 'சோனம்' தான் சூட்டப்பட்டிருக்கிறது. இந்த இடம் நமக்கு மிகவும் வசதியான இடம்; அதே சமயம் அதன் சீதோஷ்ண நிலைதான் உலகில் மிகவும் பயங்கரமானது. அதில் மறைந்திருக்கும் பனிப்பிளவுகளும், பலத்த சேதத்தை உருவாக்கும் பனிப்பாறைகளும் ஏராளம். பிப்ரவரி 3-ம் தேதி அப்படிப்பட்ட ஒரு பனிப்பாறைதான் நம் இராணுவ வீரர்கள் 10 பேரை உயிரோடு புதைத்தது.

அப்போது சில வீரர்கள் கண்காணிப்புப் பணியில் ஈடுபட்டிருக்க, மற்றவர்கள் கூடாரங்களில் தங்கியிருந்தனர். ஆனால் யாருமே பனிப்பாறை சறுக்கி விழுவதைப் பார்க்கவில்லை. ஒரு மிகப் பெரிய பனிப்பாறை அவர்கள் மேலிருந்த மலைமுகட்டின் மேல் விழுந்து, உடைந்து, வேகமாக அவர்களை நோக்கிச் சறுக்கிக் கொண்டு வந்தது. அப்படி வந்து விழுந்தபோது சோனா போஸ்டை அது முழுவதுமாக மூடிக்கொண்டது.

அக்டோபர் 2015-ல் அந்த வீரர்கள் சியாசென்னிலிருந்த சோனம் போஸ்டை வந்தடைந்தார்கள். அதில், இந்திய இராணுவ மருத்துவக் குழுவைச் சேர்ந்த சிப்பாய் சுனில் சூர்யவன்ஷி என்ற ஒரு நர்ஸிங் உதவியாளரும், அணித்தலைவரும் சோனம் போஸ்டின் தலைவருமான சுபேதார் டி.டி. நாகேஷா, ஹவில்தார் ஏழுமலை, லான்ஸ் ஹவில்தார் எஸ். குமார், லான்ஸ் நாயக் பி. சுதிஷ், சிப்பாய் பி. என். மஹேஷ், சிப்பாய் ஜி. கணேசன், சிப்பாய் என். ராமமூர்த்தி, சிப்பாய் எஸ். முஷ்டாக் அஹமது மற்றும் லான்ஸ் நாயக் ஹனமந்தப்பா கபோட் ஆகியோர் இருந்தனர். சோனத்தில் பணியாற்ற, டிசம்பரில் இவர்கள் மிகவும் கவனத்துடன் பொறுக்கி எடுக்கப்பட்டிருந்தனர். அவர்கள் 'ஏனோதானோ' வென்று தேர்ந்தெடுக்கப்படவில்லை. கர்னல் உம் பகதூர் குருங்- 19 மதராஸ் அணியின் தலைவர் அவர்களை மிகவும் கவனமுடன் தேர்ந்தெடுத்திருந்தார். அவர்கள் அனைவரும் பனிப்பாறைகளைப் பற்றி நன்கு அறிந்தவர்கள்.

எப்போதுமே மிக அதிக உயரத்தில் பணியமர்த்தப்படும் வீரர்கள் திறன்மிக்கவர்களாகவும், எதையும் தாங்கும் மன உறுதி படைத்தவர்களாகவும் இருப்பார்கள். 20,500 உயரத்தில் தங்கள் கூடாரங்களை அமைக்கத் தேர்ந்தெடுக்கப்பட்ட அவர்கள் அணியின் மிகச் சிறந்தவர்கள் என்பதில் சந்தேகமில்லை!

அரசியலும் துயரமும் பலமுறை, சியாசென்னை ஒரு தேசிய விவாதப் பொருளாக்குவது வழக்கம். வடக்கே சூழ்ந்திருக்கும் பெரும் பனிப்பாறைகளைப் பற்றிய அரசியலையும் தாண்டி இந்திய இராணுவத்திற்கு ஒரு வருத்தமிருந்தது: அந்தப் பிரதேசத்தில் சாதாரணமாகப் பணியாற்றுவதுகூட எவ்வளவு சிரமமான, சவாலான காரியம் என்பதை மக்கள் யாரும் புரிந்துகொள்வதில்லை. நிலைமை அப்படியிருக்க, அங்கே போர்புரிவது எவ்வளவு கடினமான காரியம் என்பதை யார் புரிந்துகொள்ளப் போகிறார்கள் என்பது இந்திய இராணுவத்தின் ஆறாத ஆதங்கம். சியாசென் ஓர் 'உறைந்த நரகம்' என்று பெயர் பெற்றிருந்தது; அதற்குக் காரணமில்லாமல் இல்லை.

உயர்ந்த பனிச்சிகரங்களில் பணியில் அமர்த்தப்படும் வீரர்களுக்கு, மிக ஆபத்தான, கண்டபடி காலை வாரிவிடும், கொடூரமான சூழ்நிலைகளை எப்படிச் சமாளிப்பது என்று மட்டும் பயிற்சியளிக்கப்படுவதில்லை. மிகுந்த குளிரான தட்பவெப்ப நிலையைச் சமாளித்து, தாக்குப்பிடித்து எப்படி உயிர் வாழ்வதென்றும் அவர்களுக்குப் பயிற்சியளிக்கப்படுகிறது. அந்த உயரத்தில் மன உறுதியுடன், மன அமைதியை இழக்காமல் எப்படிச் செயலாற்றுவது என்றும் அவர்களுக்குப் பயிற்சியளிக்கப்படுகிறது. நீண்டகாலமாகச் சிந்தித்தும், அவ்வப்போது பெற்ற அனுபவங்களின் அடிப்படையிலும் இந்திய பனிப்பாறை அணிகளின் பயிற்சித்திட்டம் வகுக்கப்பட்டிருந்தது.

"அவர்களின் வீரமும், தீரமும் அதிசயத்தக்கவை" இப்படிச் சொல்பவர் கர்னல். தினேஷ் சிங் தன்வார். இவர்தான் அந்தப் பனிப்பாறை சரிவின்போது, 19 மெட்ராஸ் அணியைச் சேர்ந்த

21-சியின் தலைவர். சியாசென் அடிப்படை முகாமிலிருந்து இவர்தான் செயல்பட்டார். இந்த முகாமின் தலைமை அதிகாரி, கர்னல். ஹரிஹரன் தலைமையில் செயல்பட்டு வந்தது. இங்கிருந்து, ஹெலிகாப்டரில் சோனம் செல்ல 90 நிமிடங்கள் ஆகும்!

இந்த வீரர்கள் மிகக் கவனத்துடன் பொறுக்கியெடுக்கப்பட்ட மிகச் சிறந்த வீரர்கள். அவர்கள் அந்தச் சூழலில் பணிபுரிய தங்கள் சித்தத்தைத் தயார்படுத்திக் கொண்டவர்கள். உடல் அளவிலும் அவர்கள் முற்றிலும் தகுதியானவர்களே. பனிப்பாறை சூழ்நிலைகளில் பணிபுரியும்போது, உங்களை இன்னதென்று தெரியாத ஒரு பயம் கவ்விக்கொள்ளும். இந்தப் பயம் மற்ற எல்லா பயங்களையும் ஒன்றுமில்லாமல் செய்துவிடும். எதிரி எங்கே இருக்கிறான் என்று உங்களுக்குத் தெரியும்; ஆனால், எந்தப் பனிப்பாறை எப்போது, எங்கிருந்து, எங்கே, எப்படி விழும் என்று உங்களால் சொல்லவே முடியாது. அதே மாதிரி எங்கே பனிப்பாறைப் பிளவுகள் ஏற்பட்டிருக்கின்றன என்பதையும் முன்கூட்டியே கணிக்க முடியாது. அது கிடக்கட்டும், வரும்போது பார்த்துக்கலாம் என்று எதையும் ஒதுக்கித் தள்ளவும் முடியாது. முன்கூட்டியே கணிக்கும் சாத்தியக்கூறுகள் என்பது இங்கே பூஜ்யம்தான்.

பிப்ரவரி 3 சோனாம் போஸ்டில் நம் வீரர்களைத் தாக்கிய அந்த அரக்கன் ஒரு மிக பிரம்மாண்டமான பனிப்பாறை. அது பனிமலையிலிருந்து உடைந்து வந்த 800x1000 மீட்டர் அளவு கொண்ட பனிப்பாறை! ஒரு சில வினாடிகளிலேயே, கூடாரங்களை அது 25-30 அடிகள் ஆழத்தில் புதைத்துவிட்டது. ஒரு காலத்தில் கூடாரங்கள் இருந்த இடத்தில் இப்போது ஒன்றுமேயில்லை. அங்கே பாறையை விட கடினமான நீலப் பனிப்பாறைகளின் சிதறல்கள் மட்டுமே எஞ்சியிருந்தன. எபோதும் போல் பனிப்பாறை விழுந்ததும் காற்றின் அளவும் குறைந்து போயிற்று. சோனம் போஸ்ட் இப்போது குளிரமைதி கோலோச்சும் இடமாகிவிட்டிருந்தது.

சோனம் போஸ்ட்டிலிருந்து மிக அருகிலிருந்த அந்த இடத்தில் இருந்த கம்பெனி கமாண்டர் மேஜர் விபின்குமாரின் ரேடியோவில் கேட்டது அந்தப் பனிப்பாறை விழும் சத்தம்; அது மட்டுமே அவர் காதுகளில் விழுந்த சத்தம். இவருக்கு ஒவ்வொரு நாளும், அதிகாலை 4 மணிக்கு சோனம் போஸ்ட்டிலிருந்து தகவல் வரும். ஆனால் அன்று எந்தத் தகவலும் வரவில்லை. ஆனால் அவர் உடனே கவலை ஏதும் படவில்லை. ஏனெனில், பூஜ்யத்திற்கும் குறைவான வெப்ப நிலையில் சில சமயம் ரேடியோ பெட்டிகள், ஆன் செய்த உடனே வேலை செய்யாது. அந்த மாதிரி சமயங்களில், அவற்றைச் செயற்கை முறையில் உஷ்ணப்படுத்த வேண்டும். ஆனால் அன்று ஒரு மணி நேரம் கழிந்த பின்பும், ரேடியோவில் எந்த ஓசையும் இல்லை.

கடைசியில், காலை 05.15 மணிக்கு, மிக மெலிதான ஒலி ரேடியோவில் கேட்டது: "ஸார்... நாங்கள் உயிரோடு புதைக்கப்பட்டு விட்டோம்" பேசியது, ஹவில்தார் ஏழுமலை!

வெகு தூரத்திலிருந்த தமிழ்நாட்டின், அடுக்கும்பாறை கிராமத்திலிருந்து வந்த ஏழுமலை இப்போது பனிப்பாறையில், 20 அடி ஆழத்தில் புதைந்து போனார். அவர் தன் ரேடியோவை இயக்கி, தகவல் சொன்னதே பெரும் அதிசயம்.

மேஜர் விபினுக்கு உடனே தெரிந்து போயிற்று, என்ன நடந்திருக்குமென்று!

சரியாக, ஒரு மாதத்திற்கு முன்னால், ஜனவரி மாதம் 3-ம் தேதி, இதே மாதிரி 4 வீரர்கள் சியாசென் பனிப்பாறையில் புதைந்து போயிருந்தனர்: ஹவில்தார் தோர்ஜெ காசன், ஹவில்தார் செவாங் நோர்போ, துப்பாக்கி சுடும் வீரர் ஜிக்மத் சொஸ்துப் மற்றும் முகமது யூசப் ஆகியோர் உடனே இறந்து போயினர். ஆனால், இப்போது சோனா போஸ்ட்டிலிருந்து வந்த குரலில் சற்றே நம்பிக்கை துளிர்த்தது.

மேஜர் அதற்குப் பிறகு ஒரு வினாடியும் வீணாக்கவில்லை.

அவர் உடனே ஒரு மீட்பு அணியை உருவாக்கினார். பின் அவர் தன் மேலதிகாரியான கர்னல் குருங்கிற்குத் தகவல் கொடுத்தார். அவர் 15,000 அடிக்கும் மேலான உயரத்தில், குமார் போஸ்ட் என்ற இடத்திலிருந்தார். சியாசென்னில் தனித்தியங்கும் காலாட்படை பிரிகேட் வழியாக உதாம்பூரிலிருந்த இராணுவத்தின் வடக்குத் தலைமையகத்துக்குக் கீழ், லெ என்ற இடத்தில் இயங்கி வந்த 14-ம் அணிக்குத் தகவல் சொன்னார் அவர். கடைசியாக இராணுவத் தலைமையகத்திற்கும் தகவல் சொன்னார்.

இராணுவத் தலைவர் ஜெனரல் தல்பீர் சிங் அதிகாலை எழுந்திருக்கும் பழக்கம் உடையவர். அன்று காலை நடைப்பயிற்சிக்குப் புறப்படும்போது, பனிப்பாறை விழுந்தது பற்றிய தகவல் அவருக்குக் கிடைத்தது. தன் நடைப்பயிற்சியை ரத்து செய்துவிட்டு, அவர் 'சௌத் பிளாக்' நோக்கி விரைந்தார். பத்து இராணுவ வீரர்கள் மேல் பனிப்பாறை விழுந்து அவர்களை மூடிவிட்டது. உடனே அரசுக்குத் தகவல் தெரிவித்தாக வேண்டும். அதுதான் அவர் முதலில் செய்ய வேண்டிய தலையாய வேலை.

மேஜர் விபினும் அவர் ஆட்களும் மற்ற போஸ்ட்களிலிருந்து ஆட்களைத் திரட்டிக் கொண்டு, சோனம் நோக்கி விரைந்தனர். சியாசென் அடிப்படை முகாமில் ஒரு தற்காலிக ஒருங்கிணைப்பு மையம் நிறுவப்பட்டது. 21 C அணியின் கர்னல் தினேஷ் இதற்குப் பொறுப்பேற்றுக் கொண்டார். இங்கே இருந்த வீரர்கள் அதிக உயரத்தில் பணிபுரிய பயிற்சி பெற்றுக் கொண்டிருந்தார்கள். இப்போது செய்ய வேண்டிய வேலை, சோனம் போஸ்ட்டில் ஏற்பட்டிருந்த துயரச் சம்பவத்தின் மேல் முழு கவனத்தையும் குவிப்பதுதான்.

இரண்டு மணி நேரம் கழித்து, மேஜர் விபினும் அவர் ஆட்களும் சம்பவம் நடந்த இடத்திற்கு வந்து சேர்ந்தனர். என்ன நடந்திருக்கிறது என்பதை ஜீரணிக்கவே அவர்களுக்கு

நீண்ட நேரம் ஆயிற்று. சறுக்கி விழுந்த பனிப்பாறையின் பெரும் சிதறல்கள் சோனம் போஸ்ட்டை முழுமையாக மூடியிருந்தது. கண்கொண்டு பார்க்க, அங்கே எதுவுமே மிஞ்சவில்லை. அந்தப் பெரும் சேதத்தைப் பார்த்தவர்கள் அதைத் தங்கள் வாழ்நாளில் மறக்கவே முடியாது.

ஹெலிகாப்டர்கள் இன்னும் அதிக ஆட்களைக் கொண்டு வந்தன. அவர்களிடம் 'மெட்டல் டிடெக்டர்'கள் இருந்தன. அவர்கள் மலையேறுதலில் கில்லாடிகள் என்று புகழ்பெற்ற வீரர்கள். இடிபாடுகள், புதைகுழிகளில் சிக்கியிருந்தவர்களைக் கண்டுபிடிக்கும் கருவிகளும், அவர்களை மீட்டெடுக்கும் சிறப்புப் பயிற்சி பெற்ற மோப்ப நாய்களும் அவர்களிடம் இருந்தன. மருத்துவர்களும் உடன் வந்தனர். பிப்ரவரி 3, நண்பகலில் விபத்து நடந்த அந்த இடத்தில் 50 ஆட்களாவது இருப்பார்கள்.

இவற்றையெல்லாம் விபத்து நடந்த இடத்திற்குக் கொண்டு சேர்ப்பதே பெரிய வேலை. சோனம் போஸ்ட்டில் 10 பேருக்கு மேல் தங்க முடியாது. அது இப்போது முற்றிலும் காணாமல் போய்விட்டது. அதுமட்டுமல்லாமல் இப்போது அங்கே குறைந்தபட்சம் 50 பேராவது தங்கியாக வேண்டும். இவர்கள் அங்கிருந்து சீக்கிரமாக வெளியேறவும் வழி இல்லை. சியாசென் அடிப்படை முகாமிலிருந்த அணியின் உதவியுடன் மீட்புக் குழு தங்களுக்கான கூடாரங்களை அமைத்தாக வேண்டும்; குடிநீர், மருந்துகள், உணவுப் பொருட்கள் ஆகியவற்றையும் சேகரிக்க வேண்டும். இதில் எதிலுமே கவனக்குறைவு என்ற பேச்சுக்கே இடமே இல்லை.

"நாங்கள் வெகு கவனமாகத் திட்டமிட வேண்டியிருந்தது. இந்த வீரர்கள் 20,500 அடி உயரத்தில் பணியாற்றியாக வேண்டும். நாங்கள் ஏதாவது சிறிய தவறு செய்துவிட்டாலும், அது பேராபத்தில் முடியும்" என்று கர்னல் தினேஷ் சொல்கிறார்.

மோப்ப நாய்கள், உபகரணங்கள், உதட்டில் உள்ளார்ந்த பிரார்த்தனை, இவற்றுடன் பனிப்பாறைச் சிதறல்களின்

பிரம்மாண்டமான அடுக்குகளினூடே தோண்டத் தொடங்கினர். சோனம் போஸ்ட்டில் அப்போதிருந்த சீதோஷ்ண நிலை, துளையிட்டுக் கொண்டிருந்த வீரர்களை, அடிக்கடி தங்கள் வேலையை நிறுத்திவிட்டு, விரல்களைச் சொடுக்கி, மடக்கவும், கைகால்களை நீட்டி மடக்கவும் வைத்தது. அவ்வாறு செய்யாவிட்டால், அவர்கள் அந்தக் கடும் குளிரில் உறைந்து போய்விடுவார்கள். அதுமட்டுமல்ல; பனிக்காயங்கள், மிக அதிக உயரத்திலிருப்பதால் ஏற்படும் நோய், வீரர்களுக்கு வந்து விட்டால் மீட்புப்பணி தடைபட்டு அதில் ஈடுபட்டவர்களை மீட்பதே இன்னொரு சிக்கலான பணியாகிவிடும்.

பிப்ரவரி 3-ம் தேதி, பிற்பகல் 2.55 மணி அளவில் ஊடகங்களுக்குச் செய்தி தெரிந்து போயிற்று. அவை ஒரு மாதத்திற்கு முன்புதான் 4 இராணுவ வீரர்கள் இறந்துபோன சம்பவத்தை தேசத்திற்குத் தெரியப்படுத்தியிருந்தன; இப்போது அதே மாதிரி ஒரு விபத்து, ஆனால் இன்னும் மோசமானது.

20,500 அடி உயரத்தில், சூரியன் மறையும் வரை மீட்புப் பணிகள் தொடர்ந்தன. இரவு இன்னும் புதிய, மிகக் கடுமையான பனிப்பொழிவுகளையும், மிக வேகமாக வீசும் காற்றையும் கொண்டு வந்தது. இதனால் மீட்புக்குழு தன் கூடாரங்களுக்கு உடனடியாகத் திரும்ப வேண்டியதாயிற்று. இரவிலும் மீட்புப்பணியைத் தொடரலாம் என்ற பேச்சுக்கே இடமில்லை. அன்றிரவை மீட்புக் குழுவினர் மன நிம்மதி இல்லாமல் கழித்தனர். அவர்களின் கூடாரத் துணிகள் காற்றில் உப்பிப்போய் தள்ளாடின. தாமதிக்கும் ஒவ்வொரு வினாடியும், பல அடி ஆழத்தில் பனிப்பாறையின் அடியே புதையுண்டு போன 10 வீரர்களை மரணம் நெருங்கிக் கொண்டிருந்தது. இதற்குள்ளேயே அவர்களுக்கு ‘முடிவு’ ஏற்பட்டிருக்கவில்லையானால், அது வெகு சீக்கிரம் ஏற்பட்டுவிடும் என்பதில் எந்தச் சந்தேகமுமில்லை.

பிப்ரவரி 4-ல் சூரிய ஒளி தென்பட ஆரம்பித்ததுமே மீட்புக் குழுவினர் தங்கள் பணியை மீண்டும் தொடங்கினர். காலை 11 மணிக்குப் பிறகு, தில்லியிலிருந்த இராணுவத் தலைமையகம்

மீட்புப் பணி பற்றிய அதிகாரபூர்வத் தகவலை வெளியிட்டது. சில நாட்களில் தொடர்ந்து வெளியிடப்பட்ட தகவல்கள் நாட்டையே அதிர்ச்சியில் உறைய வைத்தன.

பிப்ரவரி 4 அன்று மீட்புப் பணியில் ஈடுபட்ட வீரர்கள் பனிப்பாறை இடிபாடுகளிடையே தோண்ட ஆரம்பித்தனர். கடுகளவும் நம்பிக்கையே தராத சூழலிலும் மன உறுதியை இழக்காமலிருக்க அவர்களுக்குப் பயிற்சி அளிக்கப்பட்டிருந்தது. ஆனால் அவர்களும் நம்பிக்கை இழந்து, ஒரு முழு நாளும் பனிப்பாறைக்கடியில் சிக்கிக்கொண்டவர்கள் எப்படி உயிரோடு இருக்க முடியும் என்று தங்களைத் தாங்களே அவ நம்பிக்கையுடன் கேட்டுக்கொண்டனர். அது காலத்திற்கு எதிரான பந்தயமா, அல்லது பத்து உடல்களை மட்டுமே கண்டுபிடிப்பதற்கான ஒரு முயற்சியா? இதெல்லாம் இப்போது முக்கியமில்லை. இந்திய இராணுவம் ஒருபோதும் தன் வீரர்களைக் கைவிடுவதில்லை.

ஓர் அதிசயம் நடந்தது! மீட்புப் பணி வீரர் ஒருவர் வைத்திருந்த ரேடியோவில் 'கர் புர்' என்ற சத்தம் எழுந்தது. சிறிது நேரத்தில் அதில் ஒரு குரல் கேட்டது. குரலுக்குச் சொந்தக்காரர், சிப்பாய் என். இராமமூர்த்தி! முதல் நாள் ஹவில்தார் ஏழுமலை செய்ததைப் போலவே, தமிழ்நாட்டின் குடிசத்னாபள்ளி கிராமத்தைச் சேர்ந்த இவரும் தன் ரேடியோவைக் கண்டுபிடித்துத் தகவல் அனுப்பியிருக்கிறார். ஆனால் மீட்புக் குழுவினர் அந்த இடத்திற்கு வந்துசேர்ந்த பிறகு அவர்களால் ஏழுமலையைத் தொடர்பு கொள்ள முடியவில்லை. இது நடக்கக் கூடாதது நடந்து விட்டதோ என அவர்களை அச்சப்பட வைத்தது. ஆனாலும், தொடர்ந்து தேடும் முயற்சியில் எந்தத் தொய்வும் இல்லை. இராமமூர்த்தியின் குரல் அவர்கள் முன் உற்சாக வெடிகளை அள்ளி வீசி, அவர்களின் அவநம்பிக்கையைத் தூள் தூளாக உடைத்தெறிந்தது. மீட்புப்பணி வீரர்கள் இராமமூர்த்தி பனியில் 'புதைந்து' கிடக்கும் இடத்தைக் கண்டுபிடிக்க பிரம்மப் பிரயத்தனம் செய்தனர்.

“அவர் எங்களிடம் தொடர்ந்து இரண்டு மணி நேரமாகத் தொடர்பிலிருந்தார். ஆனாலும் அவரால் தான் எங்கே இருக்கிறோம் என்பதைத் துல்லியமாக எங்களுக்குச் சொல்ல முடியவில்லை.” வருத்தத்துடன் சொல்கிறார் கர்னல் தினேஷ். “அவர், தான் இருக்குமிடத்திற்கு எங்களுக்கு வழிகாட்ட கடுமையாக முயற்சி செய்தார். ஆனால் அவரால் முடியவில்லை. அனேகமாக அவர் தலைகீழாக விழுந்திருக்க வேண்டும். அவர் ரேடியோவின் பேட்டரிகள் விரைவில் தீர்ந்து போகும் என்று எங்களுக்குத் தெரியும்; அவருக்கும் தெரியும்.” அன்றிரவு, இரவு மணி 9-க்குச் சற்று முன்னால் சிப்பாய் இராமமூர்த்தி அமைதியாகிவிட்டார்.

சியாசென் சண்டைப் பிரிவிலிருந்து ஓர் அணியும் அன்றே வந்திறங்கியது. பனிச்சுவர்களை ஊடுருவிப் பார்க்கும் சிறப்புக் கருவிகள் அவர்களிடம் இருந்தன. அவர்கள் மரம் அறுக்கும் ரம்பங்களையும், பனிச்சுவர்களை வேகமாக அறுப்பதற்காகக் கொண்டு வந்திருந்தனர். காலம் வேறு வேகமாக ஓடிக் கொண்டிருந்தது. இராமமூர்த்தியுடனான தொடர்பு துண்டித்துப் போனபோது, மீட்புப் பணியில் மொத்தம் 110 பேர்கள் இருந்தனர். அதுமட்டுமல்லாமல், 50 சிவிலியன் போர்ட்டர்களும் அணியில் சேர்க்கப்பட்டிருந்தனர், விபத்து நடந்த இடத்திற்குக் கருவிகளைக் கொண்டு சேர்ப்பதற்காக.

கீழே இருந்து வந்த குரல், மீட்பு அணியினரை உற்சாகப்படுத்தியிருந்தது. அதே சமயம், அதன் பின் ஏற்பட்ட அமைதி அவர்களுக்கு கலக்கத்தையும் அளித்தது. அன்றிரவு வெகு நேரம் வரையிலும், தேடும் பணி தொடர்ந்து நடந்தது. அடுத்த இரண்டு நாட்களும் அது தொடர்ந்தது. ஏறக்குறைய 48 மணி நேரம் அணியினரால் எதையும் பார்க்க முடியவில்லை; எந்த ஓசையையும் கேட்க முடியவில்லை. ஒவ்வொரு ஜோடிக் கண்களும், ஒவ்வொரு ஜோடிக் காதுகளும் ஏதாவது பார்க்க முடியாதா, ஏதாவது ஒலி கேட்காதா என்று ஏங்கித் தவித்தன. சிலர் பனி மேலேயே தங்கள் காதுகளைப் பொருத்திக்

கொண்டனர், ஓசை எதுவும் கேட்காதா என்ற ஆவலில்.

பனிப்பாறை விழுந்த 5 நாட்கள் கழித்து, பிப்ரவரி 7-ம் தேதி, மீட்பு அணியினர் பனிப்பாறைச் சிதறல்களை ஊடுருவி 40 அடி ஆழமான மூன்று குழிகளைத் தோண்டியிருந்தனர். "கீழே புதைந்து போனவர்களைப் பற்றி ஏதாவது தடயம் கிடைக்காதா என்று நாங்கள் துருவித் துருவிப் பார்த்தோம். பிப்ரவரி 7-ம் தேதி மாலை சுமார் 6 மணி அளவில் நாங்கள் அதைக் கண்டோம். ஷாப்டுகளில் தொங்கியவாறு தேடிக் கொண்டிருந்த ஒரு வீரர் 'அதை'ப் பார்த்தார். அது ஒரு கேபிளின் நுனி! அது ஒரு துவாரத்திலிருந்து வெளியே தொங்கிக் கொண்டிருந்தது. அது ஒரு தொலைத்தொடர்பு கேபிள். 5 நாட்கள் கடந்த பிறகு, அந்த இடிபாடுகளில் நாங்கள் பார்த்த ஒரேயொரு பொருள் அது மட்டுமே!

மலையேறும் வீரர்களில் ஒருவர் சொல்கிறார்: "எங்களுக்கிருந்த ஒரே வழி, அந்தக் கேபிளைத் தொடர்ந்து சென்று அது எங்கிருந்து வருகிறது என்று கண்டுபிடிப்பதுதான். செங்குத்தாக இன்னும் தோண்டுவது இயலாத காரியம். தோண்டும் கருவியும் மிகப் பலவீனமாக இருந்தது. நாங்கள், எங்கள் தலைக்கு மேலிருந்த பீப்பாய்களைக் கீழே இறக்கினோம். தோண்டும் கருவி எங்களுடன் கீழே விழுந்துவிடாமல் இருப்பதற்காக!"

நீலப் பனிப்பாறை எந்நேரமும் இடிந்து அவர்கள் தலைகள் மேல் விழுந்து விடுவேன் என்று பயமுறுத்திக் கொண்டிருந்தது. நம் வீரர்கள் பக்கவாட்டில் துளையிடத் தொடங்கிவிட்டார்கள். இரவு வெகு வேகமாக வந்து விட்டது. அதனுடனேயே பயங்கரக் குளிர் காற்றும் வந்தது. அதுதான் அந்த வாரத்தில் அவர்கள் எதிர்கொண்ட குளிர் மிகுந்த காற்று. தோண்டும் கருவிகளை எடுத்துக் கொண்டு, அவசரமாக வீரர்கள் கூடாரத்திற்குத் திரும்பினர். வீரர்களுக்குத் தெரிந்துவிட்டது கேபிளைப் பின்பற்றிச் சென்றால், புதைந்து போன வீரர்களைக் கண்டுபிடித்துவிட முடியும் என்று. அன்றிரவு யாரும் தூங்கவில்லை.

பிப்ரவரி 8-ம் தேதி முதல் வெளிச்சம் தென்பட ஆரம்பித்தவுடனே, துளையிடும் வேலை மீண்டும் துவங்கப்பட்டது. எலும்பும் நடுங்கும் குளிர். உடைந்துபோன பனி முகட்டின் நிழலில் அன்றைய காலைப்பொழுதில் ஒரு அசாதாரணமான அமைதி நிலவியது இன்னும் நினைவிலிருக்கிறது. அவர்கள் துளையிடும் கருவியான தண்டில் தொற்றிக்கொண்டே தங்கள் வேலையை மீண்டும் தொடங்கினர். பனிபடர்ந்த இருளில் அவர்கள் வெகு கவனமாக அந்த கேபிள் செல்லும் வழியிலேயே தொடர்ந்து துளை இட்டுக்கொண்டே சென்றனர். அவர்கள் துளைத்துக் கொண்டிருந்த பனிப்பாறையின் மேல், அவர்கள் தலைக்கவசங்களிலிருந்த 'ஹலோஜன்' விளக்குகள் மங்கலான வெளிச்சத்தைப் பாய்ச்சின. பிப்ரவரி 8-ம் தேதி மதியம்தான் அவர்களின் இடைவிடா முயற்சிக்கு வெற்றி கிடைத்தது.

தொடர்ந்து துளையிட்டதால் ஏற்பட்ட ஒரு சிறிய இடுக்கில் அவர்களுக்கு ஒரு கூடாரத்தின் முனை தென்பட்டது. ஆனால் சத்தம் ஏதும் கேட்கவில்லை. இவ்வளவு நாட்களாக அரும்பாடுபட்டுத் தேடி வந்தவர்கள், தங்கள் அருகிலேயே இருக்கிறார்கள் என்று அவர்கள் உணர்ந்தார்கள். தோண்டுதலும், துளையிடுதலும், இன்னும் 5 மணி நேரம் தொடர்ந்து நடந்தது. பின் அவர்கள் பனி நிறைந்த அந்த கூடாரத்தை அடைந்தனர். தண்டு தொடர்ந்து நகர்ந்தபோது அவர்கள் முதல் உடலைக் கண்டனர். ஆறு நாட்கள் தேடிய பிறகு, காணாமற் போன 10 பேர்களில் முதல் 'ஆளை'க் கண்டுபிடித்தனர். மிகக் கவனமாக, அவர்கள் அந்த உடலை அப்புறப்படுத்தினர். அடுத்த இன்னுமொரு உடலைக் கண்டுபிடிக்க மேலும் 3 மணி நேரமாகியது. அது கூடாரத்தில், வெகு ஆழத்தில் புதைந்து போயிருந்தது. ஆனால் அவ்வழியாக அவர்கள் அந்த உடலை அப்புறப்படுத்த முயன்றபோது அவர்களை ஏதோ ஒன்று தடுத்தது:

ஆம். மீட்டெடுக்கப்பட்ட அந்த உடல் சுவாசித்துக் கொண்டிருந்தது!

மிக அவசரமாக உடலை அப்புறப்படுத்த வேண்டிய நிலை. 'உடலை'ச் சீர்செய்த பின், பக்கவாட்டு 'குகை' போன்ற பாதையில் மிகக் கவனமாக அது கொண்டு செல்லப்பட்டது. பின்பு, அது செங்குத்தாக மேலேற்றப்பட்டு நிலப்பரப்பிற்குக் கொண்டு செல்லப்பட்டது.

அந்த மனிதர் லான்ஸ் நாயக் ஹனமந்தப்ப கபோட். கர்நாடகத்திலிருக்கும், தன் சொந்த மாவட்டமான, தர்வாட்டிலிருந்து இப்போது அவர் மிகவும் தொலைவிலிருந்தார். 25 அடி ஆழம் கொண்ட கொலைகாரப் பனிப்பாறைச் சிதறல்களிலிருந்து அவர் 144 மணி நேரத்திற்குப் பின்னால் மீட்கப்பட்டிருந்தார், அதுவும் உயிரோடு! அவரை மீட்டெடுத்த வீரர்கள், தாங்கள் மீட்டெடுத்தவர் உயிரோடிருக்கிறாரா இல்லையா என்று பரிசோதிக்கக்கூட இல்லை; அதற்கு அது சமயமுமல்ல. முதலில் மீட்டெடுக்கப்பட்டவர் விரைவாகவும், மிகக் கவனத்துடனும் ஒரு பாதுகாப்பான இடத்திற்குக் கொண்டு செல்லப்பட வேண்டும்.

"அவரை உடனடியாக நாங்கள் அமைத்திருந்த மருத்துவக் கூடாரத்திற்குக் கொண்டு சென்றோம். அதில் 3 மருத்துவர்கள் பணியமர்த்தப்பட்டிருந்தனர். அங்கே அவருக்கு ஈரப்பதமிக்க பிராண வாயுவும், உடல் வெப்ப நிலையைச் சீராக வைத்துக்கொள்ள நரம்பு வழியாக மருந்துகளும், வெளியே இருந்து பாஸிவ் வார்மிங் செயல்முறையும் அளிக்கப்பட்டன. வேறு எந்த மருந்துகளைப் பிரயோகிக்கவும், சிகிச்சை முறைகளை மேற்கொள்ளவும் நாங்கள் தயங்கினோம். ஏனெனில் அவர் பலத்த அதிர்ச்சியிலிருந்தார்." அவரை மீட்டவர்களில் ஒருவர் இப்படிச் சொன்னார்.

மருத்துவ ரீதியாக லான்ஸ் நாயக் கபோட் மிக ஆபத்தான நிலையிலிருந்தார். ஆனாலும் அவர் உடல் பனிப்பாறைகளின் சிதைவுகளில் சிக்கி, கடும் குளிரில் 6 நாட்கள் மரணத்தின் பிடியிலிருந்து தன்னை விடுவித்துக் கொள்ளப் போராடியிருந்தது.

'சோனம் போஸ்ட்டி'ல் அன்றிரவு ஒரு ஜீவனும் உறங்கவில்லை. உள்ளே மருத்துவக் கூடாரத்தில் மருத்துவர்கள் ஒருவர் மாற்றி ஒருவர் அவரைக் கண்காணித்துக் கொண்டே இருந்தார்கள். எப்படியாவது அவர் அந்த இரவைக் கடந்திட வேண்டும் என்பதே அவர்கள் குறிக்கோள். இப்போது திறந்தவெளியில் இருப்பதால் அவர் உடல் இன்னும் அதிக அதிர்ச்சிக்குள்ளாகும் என்று மருத்துவர்கள் அச்சம் கொண்டிருந்தனர். அப்படி ஏதாவது நேர்ந்துவிட்டால், அவர் உயிரைக் காப்பாற்ற முடியாமலே போய்விடும்.

ஃபிப்ரவரி 8-ம் தேதி நடுநிசியில் லான்ஸ் நாயக் கபோடைப் பற்றிய செய்தி சமூக ஊடகங்களில் பரவியது. அது வெகு விரைவில் 'வைரல்' ஆனது. மறுநாள் அது ஒரு பெரும் சாகசக் கதையாக மாறிப்போனது. செய்தி சேகரிக்கும் அறைகளில் செய்தியாளர்கள் வினாடிக்கு வினாடி கபோடிற்கு அளிக்கப்படும் மருத்துவ சிகிச்சைகளைப் பற்றியும், அவர் உடல்நிலை முன்னேற்றம் பற்றியும் கண்காணித்து, தகவல்களை உடனுக்குடனே மக்களுக்குத் தெரியப்படுத்திய வண்ணம் இருந்தனர். இணையத்தில் கபோட் ஒரு அதிசய மனிதர் என்றும், ஒரு காவியக் கதாநாயகன் என்றும் புகழப்பட்டார். நாட்டின் வெப்பம் மிகுந்த பகுதியில் இருந்து வந்த அந்த வீரர் சுயநலம் பாராமல், மரணம் எப்போதும் கட்டி அணைத்துக்கொள்ளக் காத்திருக்கும் உயரத்தில், அரக்கத்தனமான சீதோஷ்ண நிலையில், இந்தியாவின் வடக்கின் ஓரத்தில், தன் நாட்டின் கௌரவம் காக்கும் முயற்சியில் தன் உயிரையே பணயம் வைத்திருந்தார்.

அதே சமயம் லான்ஸ் நாயக் கபோட் நாட்டையே அதிர்ச்சிக்கும் உள்ளாக்கினார். அவர் நாட்டு மக்களின் கதநாயகனுமானார். அதே சமயம் அவர் நாட்டு மக்களை அவமானத்தால் தலைகுனியவும் வைத்தார். ஏனெனில், அவர் அந்த மிகுந்த இக்கட்டான சூழ்நிலையிலும் உயிர் பிழைத்து வந்து, நாட்டு மக்களின் மனசாட்சியைத் தட்டி எழுப்பினார். நாங்கள்

உங்களுக்காக எப்பேர்ப்பட்ட சூழ்நிலைகளில், எங்கள் குடும்பத்தை விட்டு, உற்றார் உறவினர்களை விட்டு, ஒவ்வொரு வினாடியும் உயிரைப் பணயம் வைத்துப் போராடுகிறோம்; ஆனால், எங்களைப் பற்றி நீங்கள் ஒரு கணமேனும் நினைத்துப் பார்த்ததுண்டா என்று கேளாமல் கேட்டு, நாட்டு மக்களையும், அரசியல்வாதிகளையும் அவமானத்தால் தலைகுனிய வைத்தார்.

முதல் நாள் இரவு, வெகு நேரம் கழித்து, லான்ஸ் நாயக் கபோடின் கிராமமான பேடாடரில் இருந்த மக்கள் அவர் அதிசயமாக உயிர் பிழைத்த விஷயத்தைத் தொலைக்காட்சி வழியாகத் தெரிந்து கொண்டனர். அவர் மனைவி, மஹாதேவி, ஒரு வாரமாக மிக வருத்தமுடனிருந்தார். அவருக்கு நம்பிக்கை இருந்தது; ஆனாலும் கணவர் பிழைப்பாரா என்பதில் அவருக்குச் சந்தேகமும் இருந்தது. அப்போதுதான் ஒருவர், ஒரு கன்னடத் தொலைக்காட்சியில் அவர் கணவர் உயிர் பிழைத்துக் கொண்டார் என்று செய்தி சொன்னதாக மஹாதேவியிடம் தகவல் சொன்னார். அவர் சிறிது நேரம் அதிர்ச்சியில் உறைந்து போனார். தகவல் உண்மையானதுதானா என்று சந்தேகப்படும் அளவிற்கு அவர் பயந்து போயிருந்தார், பாவம்... யாராவது தன்னிடம் விளையாடுகிறார்களா என்றும் அவருக்குச் சந்தேகம் வந்துவிட்டது. வீட்டிற்கு வெளியே கொண்டாட்டங்கள் நடந்து கொண்டிருந்தபோது அவர் தன் மகள் நேத்ராவைக் கட்டி அணைத்துக் கொண்டிருந்தார்.

அவரிடமிருந்து, ஏறக்குறைய 2,000 கி.மீட்டர் தூரத்தில் அவர் கணவர் பச்சை வண்ண மருத்துவக் கூடாரத்தில் தன் மூக்கை பிராணவாயு கவசம் மூடிக்கொண்டிருக்க, தன் உயிருக்கான போராட்டத்தைத் தொடர்ந்து கொண்டிருந்தார்.

அன்று அதிகாலையில் ஒரு ஆக்ஸிஜன் சிலிண்டருடன் அவரை ஒரு ஸ்ட்ரெச்சரில் வைத்து ஒரு சீட்டா ஹெலிகாப்டரில் கொண்டு செல்லப்பட்ட போது அவருடன் ஒரு மருத்துவரும் கூடவே சென்றார். ஹெலிகாப்டர் சியாசென் அடிப்படை முகாமிற்குச் சென்றது. அவருக்கென்றே சிறப்பாக

அமைக்கப்பட்டிருந்த ஒரு மருத்துவக் கூடாரத்தில் கர்னல் தன்வரால், கபோடைச் சந்தித்த அந்த நொடியை இன்னும் மறக்க முடியவில்லை.

“நான் அவரைப் பார்த்தபோது, அவருக்கு நினைவிருந்தது. நான் அவர் கையைப் பிடிக்க அவர் என் கையை இறுகப் பற்றிக் கொண்டார். அவர் கண்கள் திறந்திருந்தன. இத்தனை நடந்த பின்பும் அவரிடம் சக்தி மிஞ்சியிருந்தது. அதைக் கண்ட நான், அவர் எப்படியும் உயிர் பிழைத்துவிடுவார் என்று நம்பினேன்.”

கபோடிடம் என்ன பேசுவதென்று கர்னலுக்குத் தெரியவில்லை. சிறிது நேரம் கழித்து அவர் சொன்னார், “தம்பீ! உனக்கு ஒன்றும் நேராது. எந்தப் பிரச்னையும் இல்லை. நீ சீக்கிரம் ஜம்மென்றாகிவிடுவாய்!”

விமானப் பயணம் அவர் உடலின் முக்கிய உறுப்புகள் எதையாவது பாதித்திருக்கிறதா என்று விரைந்து பரிசோதனை செய்யப்பட்டது. அதற்குப் பின் அவரை இன்னொரு சீட்டா ஹெலிகாப்டரில் ஏற்றி, தொய்சி என்னும் இடத்திலுள்ள இராணுவ விமானத் தளத்திற்குக் கொண்டு சென்றனர். இதுதான் வடக்குப் பனிப்பாறைகளின் நுழைவாயில். லடாக்கின் ஷையோக் பள்ளத்தாக்கில் பொதிந்திருக்கும் *‘Thoise’* என்பது *‘Transit Halt of Indian Soldiers En Route (to Siachen)’* என்பதன் சுருக்கம். அங்கே சாதாரண மக்கள் நுழைய அனுமதி இல்லை.

சீட்டா Thoise யில் இறங்கியபோது, இந்திய விமானப் படையின் 77 ‘வெயில்ட் வைபர்ஸ்’ அணியைச் சேர்ந்த ஒரு C-130 சூப்பர் ஹெர்குலிஸ் ரக விமானம் அங்கே ஏற்கனவே காத்திருந்தது. அன்று அதிகாலை டெல்லிக்கு வெளியே இருந்த ஹிண்டான் விமானத் தளத்திலிருந்து அது கிளம்பி வந்திருந்தது. அதில் உயிர் காக்கும் மருத்துவ உபகரணங்களும், ‘கிரிடிகல் கேர்’ நிபுணர் ஒருவரும் இருந்தனர். அதிக உயரத்திலிருந்த அந்த விமானத் தளத்திலிருந்து புழுதியைக் கிளப்பியபடி, மிக முக்கியமான ஒரு பிரயாணியைச் சுமந்து கொண்டு அது விண்ணிலேறியது!

அன்று பிற்பகல் சிறிது நேரம் கழித்து, அந்த C-130 J விமானம் டெல்லி பாலம் இராணுவ விமான நிலையத்தின் ஓடுதளத்தில் இறங்கியது. டெல்லியில் பொது போக்குவரத்திற்காகப் பயன்படுத்தப்படுவது இந்திராகாந்தி விமான நிலையம். பாலம் விமான நிலையம் இராணுவத்திற்காகவும், வி.ஐ.பி-களுக்காகவும் இயங்குவது. அங்கே சிறப்புமிக்க, தனி வசதிகள் கொண்ட மருத்துவ உபகரணங்களுடன் ஒரு அவசர ஊர்தி காத்துக்கொண்டிருந்தது. அது ஆர்மி ஹாஸ்பிடலின் ரிஸர்ச் மற்றும் ரெஃபெரல் பிரிவைச் சேர்ந்தது. அது லான்ஸ் நாயக் கபோடிற்காகவே காத்திருந்தது. அவரை அது ஏற்றிக்கொண்டு, 5 கி.மீ தொலைவிலுள்ள ஒரு மிகப்பெரிய மருத்துவமனைக்கு அதிவேகமாகக் கொண்டு சென்றது!

அதற்கு ஏதுவாக, வழியெங்கும் அதற்கு வழிவிட்டு போக்குவரத்து ஒழுங்குபடுத்தப்பட்டிருந்தது.

கபோடின் உடல் உறையில் வைக்கப்பட்டு ஸ்ட்ரெச்சருடன் கட்டப்பட்டிருந்தது. சியாசெனின் உயிரோடு தப்பிய கதாநாயகனின் முகத்தைப் பார்க்க, மருத்துவமனையின் முன்பு செய்தியாளர்களும், தொலைக்காட்சியாளர்களும் தங்கள் புகைப்படக் கருவிகளுடன் திரண்டிருந்தனர்.

லெப். ஜெனரல் எஸ். டி. துஹான் அப்போது, இராணுவத்தின் R&R மருத்துவமனையின் தளபதியாக இருந்தார். தன் 38 வருட இராணுவ மருத்துவ வாழ்க்கையில் அவர் இப்படிப்பட்ட ஒரு சம்பவத்தைப் பார்த்ததே இல்லை. அவர் பிரமிக்கத்தக்க சில நிகழ்வுகளைப் பார்த்திருந்தார். அவர் லான்ஸ் நாயக் கபோடை நம்ப முடியாமல் பார்த்தார்: “எப்படி இந்த 32 வயது மனிதன் இவ்வளவு ஆபத்துகளையும் தாண்டி, உயிரோடிருக்கிறான்!”

“அந்த உயரத்தில் அவர் உயிர் பிழைத்ததை மருத்துவ விஞ்ஞானத்தால் விளக்கவே முடியவில்லை. அவருடனிருந்த 9 வீரர்கள் மாண்டுவிட்டதை நம்மால் மறக்க முடியாது. லான்ஸ் நாயக் கபோடின் உடல் உறுதியும், மன உறுதியும்

பிரமிக்கத்தக்கவை. அவர் இருந்த நிலையில், ஒருநாள் அல்லது இரண்டு நாட்கள் உயிரோடிருக்கலாம். ஆனால் நாட்கள்.... நான் பல புத்தகங்கள், ஆராய்ச்சிக் கட்டுரைகள் படித்திருக்கிறேன். ஆனால், எதிலும் இதுபோன்ற ஒரு விஷயத்தைப் படித்ததில்லை" என்று லெப். ஜெனரல் துஹான் சொல்கிறார். இவர்தான் கபோடுக்கு சிகிச்சையளித்த மருத்துவர்களை ஒருங்கிணைத்தவர்.

மருத்துவமனையினுள்ளே கபோடை ஒரு சக்கர நாற்காலியில் வைத்துத் தள்ளிக் கொண்டு சென்றனர். சிகிச்சை ஆரம்பித்த 30 நிமிடங்களில், பிரதம மந்திரி நரேந்திர மோடியும், இராணுவத் தலைவர் ஜெனரல் தல்பீர் சிங்கும் மருத்துவமனைக்கு அவரைப் பார்க்கச் சென்றனர். அதற்குள், அவர் 'கோமா' நிலைக்குச் சென்றுவிட்டிருந்தார். கபோடின் கட்டிலருகே நின்றவாறே பிரதமர், மருத்துவர்கள் அவர் உடல்நிலையைப் பற்றிச் சொல்வதை கவனமாகக் கேட்டுக்கொண்டார்.

லான்ஸ் நாயக் உயிருடன் மீட்கப்பட்டிருக்கிறார்; அவருக்கு சுய நினைவும் இருக்கிறது. ஆனால், அவர் உடல் நீர்ச் சத்து குறைந்து, மிகவும் வறண்டு போயிருந்தது. மேலும் அவருடைய உடல் சூடு, ஆபத்தான நிலைக்குக் குறைந்து போய், ஆக்ஸிஜன் அளவும், சர்க்கரையின் அளவும் குறைந்து போயிருக்க, அவர் ஒருவித அதிர்ச்சியில் இருந்தார். அவருக்கு மிகக் கடுமையான நிமோனியா தொற்றும் ஏற்பட்டிருந்தது. இதெல்லாம் போதாதென்று, அவர் ஈரல், சிறுநீரகச் செயல்பாடுகளும் குறைந்து போயின. ஒரே ஆறுதலான விஷயம், அவருக்கு பனிக்காயங்களோ, எலும்பு முறிவோ ஏற்படவில்லை என்று பிரதமருக்குச் சொல்லப்பட்டது. அவருடன் அதே கூடாரத்தில் புதைந்துபோன சில வீரர்களின் உடல்கள் பனிப்பாறைச் சரிவினால் மிகவும் சிதிலமாகிப் போயிருந்தன.

நம்பவே முடியாத அளவுக்கு கபோடுக்கு அதிர்ஷ்டம் அடித்திருந்தது. தரைக்கும், பனிப்பாறைக்கும் இடையே இருந்த ஒரு சிறிய இடுக்கில் சிக்கிக் கொண்டார். அதனால் அவர்

உயிர் பிழைத்திருக்கத் தேவையான பிராண வாயு அவருக்குக் கிடைத்தது. இப்படிப்பட்ட சூழ்நிலையில் ஒருவர் ஒரு சில மணி நேரம், ஏன், ஒருநாள் கூட உயிர் பிழைக்கக்கூடும். ஆனால், ஆறு நாட்கள்... சான்ஸே இல்லை! அவர் எப்படி உயிர் பிழைத்திருந்தாரென்று இன்றும் மருத்துவ நிபுணர்கள், மலையேறும் நிபுணர்கள், அவருடைய 19-வது மெட்ராஸ் அணி நண்பர்கள் நினைத்து நினைத்து வியக்கின்றனர்.

"உடல் உறுதி மட்டுமே இங்கே காரணமில்லை. ஹனமந்தப்பா, தன் அணியினர், தன் உயர் அதிகாரிகள், இராணுவம், இவற்றின் மேல் வைத்திருந்த நம்பிக்கையும்தான் அவரைக் காத்திருக்கிறது." இந்தப் புத்தகம் எழுதிக்கொண்டிருக்கும்போது, சீனாவின் எல்லைக்கருகில் லடாக்கின் இன்னொரு பகுதியில் பணியாற்றிக் கொண்டிருக்கும் கர்னல் தன்வார் இவ்வாறு சொல்கிறார். "அவர் தனக்கு அளிக்கப்பட்ட பயிற்சியை முழுமையாக நம்பி, ஒருபோதும் மனச்சலிப்போ, சோர்வோ தன்னை ஆட்கொள்ள விடவில்லை."

ஒரு முக்கியத் தொலைக்காட்சி, அந்த பிப்ரவரி 9-ம் தேதி தன் நிலையத்திற்கே மருத்துவ நிபுணர்களை வரவழைத்து சோனம் போஸ்ட்டின் அதிசய மனிதரைப் பற்றி விவாதித்தது. அந்த இரவில் நம்பிக்கையும், அவநம்பிக்கையும் போட்டி போட்டன.

லெப்.ஜெனரல் துஹான் சொல்கிறார்: "இப்போது நாம் என்ன வேண்டுமானாலும் பேசலாம். ஆனால் ஒரு நிமிடம் நினைத்துப் பாருங்கள். ஒரு மனிதர் எலும்பை உறைய வைக்கும் குளிரில், தன்னந்தனியாக -தன் மூச்சின் ஒலியைத் தவிர- வேறு ஒலியே கேட்காமல் இருப்பதென்பதை... அதுவும் ஆறு நாட்கள்!"

அன்று பின்னிரவில், லான்ஸ் நாயக்கின் மனைவியும், மகளும், அவர் குடும்பத்தினரும் டெல்லிக்கு வந்தனர். அவர்களை ஒரு ராணுவ வாகனம் மருத்துவமனைக்கு அழைத்துச் செல்லக் காத்திருந்தது. மறுபடியும், ஊடகக்காரர்களின் கூட்டம். அவர்கள் நேராக, கபோட் சிகிச்சை பெற்று வந்த இராணுவத்தின் *R&R*

மருத்துவமனைக்கு அழைத்துச் செல்லப்பட்டனர்.

மஹாதேவி, சற்றே கவலையுடன் காணப்பட்ட போதிலும் இந்த முறை அவர் ஊடகவியலாளர்களுடன் தன்னம்பிக்கையுடன் சற்றே சிரித்தபடி பேசினார். “இது எனக்கும், என் குடும்பத்தினருக்கும் ஒரு மகிழ்ச்சியான நாள். அதே சமயம் அந்த ஒன்பது குடும்பத்தினரின் துயரத்தையும் நாம் மறந்துவிடக் கூடாது.”

இப்போது எல்லோருடைய கவனமும் டெல்லியின் மேல். அதே சமயம், சோனம் போஸ்ட்டில் மற்ற 9 வீரர்களைத் தேடும் வேலையும் தொடர்ந்து நடந்து வந்தது. அந்த வீரர்களின் உடல்கள் கிடைக்கும் வரை தேடல் ஓயாது.

அன்று நடுநிசியில் கபோடைக் கவனித்து வரும் மருத்துவர்கள், சிகிச்சையை இன்னும் தீவிரப்படுத்த முடிவு செய்தார்கள். ஒரெயொரு விஷயம்தான் அவர்களை உந்தித் தள்ளியது: “ஒரு மனிதன் இவ்வளவு தூரம் தாக்குப் பிடித்திருக்கிறாரென்றால், அவரால் ஏன் இன்னும் தாக்குப் பிடிக்க முடியாது. அவர் மிக மிக அசாதாரணமானவர் என்பதில் எந்தச் சந்தேகமுமில்லை!”

2002-ல் லான்ஸ் நாயக் கபோட் இராணுவத்தில் ஆள் சேர்ப்பதற்காக நடத்தப்பட்ட ஒரு சிறப்பு முகாம் வழியாகச் சேர்ந்தார். சேர்ந்த சில நாட்களிலேயே அவர் தான் ஒரு மிகவும் உறுதியான காலாட்படை வீரன் என்பதை நிரூபித்தார். இராணுவத்தில் சேர்ந்த அடுத்த வருடமே, அவர் காஷ்மீருக்குத் தீவிரவாதிகளுக்கு எதிரான தாக்குதல்களை நடத்த அனுப்பப்பட்டார். அங்கே அவர் 3 ஆண்டுகள் பணிபுரிந்தார். 2008-ல் திரும்பிய பின்பு, அவர் 2010-ல், வட கிழக்குப் பகுதியில் தீவிரவாதிகளுக்கெதிரான தாக்குதல்களை நடத்த அனுப்பப்பட்டார். வெகு விரைவிலேயே, அவர் மேலதிகாரிகள் கபோட் எவ்வளவு மன உறுதி படைத்தவர் என்று தெரிந்து கொண்டனர். அவர் இன்னும் பயங்கரமான, சிக்கலான, களங்களுக்கு அனுப்பப்பட வேண்டியவர் என்று

முடிவு செய்தனர். இதனால்தான் 2015, டிசம்பரில் சோனம் போஸ்ட்டிற்கு அனுப்ப 10 பேர் கொண்ட குழுவைத் தேர்வு செய்தபோது, அவர் பெயரும் இடம் பெற்றது.

பிப்ரவரி 9-ல் மஹாதேவியும் அவர் குடும்பத்தினரும் ஆலயத்திற்குச் சென்று ஆண்டவனிடம் பிரார்த்தித்தனர். அப்போது இரவு எட்டிப்பார்த்து, வெகு நேரமாயிருந்தது. மஹாதேவிக்கு இராணுவ மருத்துவர்கள் உறுதி அளித்திருந்த போதிலும் கபோடின் உடல்நிலை கொஞ்சம் அப்படி, இப்படித்தான் இருந்தது. தன் கணவர் மீட்கப்பட்டது மஹாதேவிக்கு நம்பிக்கையை அளித்தது. அதே சமயம், அவர் மனதில் சந்தேக விதைகளும் முளைவிடாமல் இல்லை. ஒரு விதத்தில் அவர் இவ்வளவு தூரம் உயிர் பிழைத்து வந்தது மிக மகிழ்ச்சியான, பெரும் ஆறுதலான விஷயம். ஆனால் உண்மை நிலை அவர் மகிழ்ச்சி நிலையானதல்ல, அது ஒரு நீர்க்குமிழி என்று உணர்த்தியது.

அடுத்த நாள் காலை, இராணுவம் கபோடின் உடல்நிலை பற்றி ஒரு சுருக்கமான மருத்துவ அறிக்கையை வெளியிட்டது:

“லான்ஸ் நாயக் ஹனமந்தப்பா கபோட் இன்னும் தொடர்ந்து உயிருக்குப் போராடிக் கொண்டிருக்கிறார். அவர் உடல் நிலை இன்னும் கவலைக்கிடமானதாகவே இருக்கிறது. அவருக்கு சிகிச்சை அளிக்கும் மருத்துவக் குழு, அவரைத் தொடர்ந்து கண்காணித்து வருகிறது. அவருக்கு உலகில் என்னென்ன சிறப்பான சிகிச்சை முறைகள் இருக்கிறதோ அவையனைத்தும் அளிக்கப்பட்டு வருகிறது.”

இதற்குள், டெல்லியின் புகழ்பெற்ற ‘ஆல் இண்டியா இன்ஸ்டிடியூட்’ மருத்துவமனையிலிருந்தும் அவருக்கு சிகிச்சையளிக்க ஒரு குழு வந்துவிட்டது, மிக ஆபத்தான நிலையிலிருக்கும் நோயாளிகளுக்கு சிகிச்சை அளிப்பதற்கென்றே இருக்கும் மருத்துவ நிபுணர்களுடன் அவர்கள் இணைந்து செயல்பட்டார்கள். அவர்களுடன் ஒரு சிறுநீரக சிகிச்சை

நிபுணரும், ஒரு மூத்த நரம்பியல் நிபுணரும் இணைந்து கொண்டார்கள்.

ஒரு சில மணி நேரத்திலேயே நிலைமை தலைகீழாக மாறிவிட்டது. கபோடின் உடல் நிலை மிகவும் மோசமடைந்து விட்டது. மருத்துவர்கள், அவரின் மூளையில் பிராணவாயு மிகவும் குறைந்திருப்பதைக் கண்டனர். இது ஒரு சி.டி ஸ்கேன் சோதனையில் தெரிந்தது. அடுத்து வெளியிடப்பட்ட மருத்துவ அறிக்கை சொன்னது: கபோடின் உடல்நிலை மருத்துவர்கள் கையை மீறிப் போய்விட்டது. அவரின் இரண்டு நுரையீரல்களும் 'நிமோனியா'வால் பாதிக்கப்பட்டிருக்கின்றன. அவருடைய பல உறுப்புகளும் செயல்படவில்லை. அவருக்கு மிகச் சிறந்த, மிகத் தீவிரமான சிகிச்சை அளிக்கப்பட்ட போதும், அவர் உடல் நிலையில் எந்த முன்னேற்றமும் இல்லை!

அன்று மாலை பிரதமர் மோடிக்கு ஒரு சுருக்கமான அறிக்கை அளிக்கப்பட்டது. மிகத் தெளிவாக இராணுவம், கபோடை காப்பது மனிதப்பிரயத்தனத்திற்கு அப்பாற்பட்ட விஷயம் என்று அந்த அறிக்கை குறிப்பிட்டது. பிரதமர், கபோடிக்கு சிகிச்சையளிக்க இன்னும் ஏதாவது மருத்துவ உதவி தேவையா என்று கேட்டார். அதற்கு, கபோடிற்கு உலகின் மிகச் சிறந்த சிகிச்சையளிக்கப்பட்டு வருகிறது என்றும், இனி மேற்கொண்டு செய்ய எதுவும் இல்லையென்றும் தெரிவிக்கப்பட்டது.

அடுத்த நாள் காலை கபோடின் உடல்நிலை பற்றி ராணுவம் ஓர் அறிக்கை வெளியிட்டது. அது மிகத் தெளிவாக இருந்தது; அதில் எந்த 'பூசி மெழுகலும்' இல்லை. தேவையான அனைத்து விவரங்களும் அதில் தரப்பட்டிருந்தன.

"அவருடைய பல உறுப்புகள் இயங்காததால் அவர் உடல்நிலை மிகவும் மோசமாக இருக்கிறது. அவர் உடல், கொடுக்கப்பட்ட மருந்துகளை ஏற்றுக் கொள்ளவில்லை. அவர் சிறுநீரகங்களும் செயல்படவில்லை. நிமோனியா தொற்று இன்னும் மோசமாகிவிட்டது. இரத்தம் உறையாமல் இருப்பதற்காகக்

கொடுக்கப்பட்ட மருந்துகளையும் மீறி அவர் இரத்தம் வேகமாக உறைந்து வருகிறது. அவருக்கு செயற்கை சுவாசக்கருவியும், செயற்கை சிறுநீரகமும் கருவியும் பொருத்தப்பட்டுள்ளன. மிக அதிக அளவில் அவருக்கு உயிரை நிறுத்தி வைக்கும் செயற்கைக் கருவிகள் பொருத்தப்பட்டுள்ளன; இருப்பினும் அவர் இன்னும் அதிக ஆழமான கோமா நிலைக்குச் சென்று விட்டார்."

அன்று மதியத்திற்கு முன்பு, மஹாதேவியும் அவர் குடும்பத்தினரும் மருத்துவமனைக்கு அழைத்துச் செல்லப்பட்டார்கள்.

11.45 மணியளவில் கபோட் தன் இறுதி மூச்சை விட்டார்.

அது ஒரு வியாழக்கிழமை-பிப்ரவரி 2016. நாட்டை ஒரு அசாதாரணமான சோகம் கவ்விக் கொண்டது. ஊடகங்களால் நாட்டின் மூலை முடுக்கெல்லாம் கொண்டு செல்லப்பட்ட அந்தச் சோகச் செய்தி, கோடிக்கணக்கான இந்தியர்களின் மனதில் சோக அலைகளை எழுப்பியது.

அன்று சில மணி நேரங்களுக்குப் பிறகு, கபோடின் உடல், ஒரு சவப்பெட்டியில் வைக்கப்பட்டு, 'பிரார் ஸ்கொயர்' என்ற இடத்திற்கு எடுத்துச் செல்லப்பட்டது. தில்லியில் இருக்கும் இந்த இடத்தில்தான் போரில் இறந்துபோன இராணுவ வீரர்களுக்கு இறுதி மரியாதை செலுத்தப்படும். இராணுவத்தினர் இறந்து போனால் அரசியல்வாதிகள் வழக்கமாக மலர் வளையம் வைக்க வர மாட்டார்கள். ஆனால் கபோடிற்கு மலர்வளையம் வைக்க கட்சி பாகுபாடின்றி அரசியல்வாதிகள் வந்தார்கள். ஒரு நீண்ட வரிசையே காத்திருந்தது. அதில், அரசு உயர் அதிகாரிகளும், மாநிலத் தலைவர்களும், ஏன், நாட்டின் பிரதம மந்திரியும் கூட அடக்கம். பிரதமர் இறுதி மரியாதை செலுத்த வரும்முன் இவ்வாறு 'ட்வீட்'டினார்:

"RIP. லான்ஸ் நாயக் ஹனமந்தப்பா நம்மை சோகத்தில் ஆழ்த்தி, கதிகலங்க வைத்துவிட்டுச் சென்று விட்டார். உன்னுள்ளே இருக்கும் வீரனுக்கு என்றும் அழிவில்லை. உன்னைப் போன்ற

வீரர்கள் இந்திய மண்ணைக் காக்க இருக்கிறார்கள் என்பதை நினைத்து நான் பெருமைப்படுகிறேன்."

லெப். ஜெனரல் துஹான் சொல்கிறார். "லான்ஸ் நாயக் கபோடின் மனைவி, அதிசயத்தக்க வகையில் மிக்க மன உறுதியுடன் இருந்தார். அவரைப் பொறுத்தவரையில் அவர் கணவர், ஒரு சில நாட்களிலேயே, இரண்டு முறை இறந்து போயிருந்தார்."

தன் கணவரின் மரணம் பற்றி மஹாதேவியிடம் தகவல் தெரிவிக்கப்பட்டபோது, அவர் அந்தச் செய்தியை எப்படி எதிர் கொண்டார் என்பதை துஹான் இன்னும் மறக்கவில்லை. மஹாதேவி சொன்னார்: "அவர் அம்மாவிடம் சொல்லி விடாதீர்கள். அவரால் தாங்கிக்கொள்ள முடியாது." அவர் தாயார் பாஸம்மா இன்னும் தன் பிரார்த்தனையை நிறுத்தவில்லை!

"வீரத்திற்குப் பல நிறங்கள் உண்டு. வீரம்மிக்க லான்ஸ் நாயக் கபோட் அதற்கு இன்னொரு புதிய நிறத்தையும் சேர்த்திருக்கிறார்" என்று சொல்கிறார் லெப். ஜெனரல் துஹான்.

கபோடின் உடல் கர்நாடகாவிலுள்ள அவர் சொந்த கிராமமான பிடாடுருக்கு எடுத்துச் செல்லப்பட்டது. அங்கே அவருக்கு ஒரு சமாதி எழுப்பப்பட்டு, சுற்றுச்சுவர் கட்டப்பட்டு, உலோகக் கதவும் போடப்பட்டுள்ளது.

2017-ம் வருடம், ஏழு மாதங்கள் கழித்து, இராணுவ தினத்தன்று மஹாதேவி டெல்லிக்கு வந்தார், தன் கணவரின் இறப்புக்குப் பின் அவருக்கு வழங்கப்பட்ட சேனா விருதைப் பெற்றுக்கொள்ள. அன்றைய மாலைப் பொழுதில் நேத்ரா பின் தொடர அவர் இராணுவத் தலைவரின் வீட்டிற்குச் சென்றார். அந்த மாலையின் 'ஸ்டார் அட்ராக்ஷன்' நேத்ராதான். அங்கு அளிக்கப்பட்ட விருந்தில் இந்தியக் குடியரசுத் தலைவரும், அரசாங்கத்தின் அங்கத்தினர்களும் கலந்து கொண்டனர். ஒரு ஓரமாக

மஹாதேவி தன் மகளுடன் அமைதியாக அமர்ந்திருந்தார்.

"அவள் எதிர்காலத்தில் என்னவாக வேண்டுமென்று விரும்புகிறாளோ, அப்படியே ஆகலாம். ஆனால் அவள் ஓர் இராணுவ அதிகாரியாகி, சியாசென் பள்ளத்தாக்கில் பணியாற்ற அனுப்பப்பட வேண்டும் என்பதே என் விருப்பம்." குறுநகையுடன், மஹாதேவி மேலும் தொடர்கிறார்: "அந்த மாதிரி இடங்களில் பணியாற்ற பெண்கள் அனுப்பப்படுவதில்லை என்பது எனக்குத் தெரியும். ஆனால் நேத்ரா இன்னும் சிறு பெண்தான்! அவள் வளர்ந்து பெரியவள் ஆகும்போது நிலைமை மாறலாம்!"

9

எல்லாமே, எல்லாமே, எங்களுக்கு எதிராக இருந்தன!

லெப்டினென்ட் கமாண்டர் நிதீன் ஆனந்த்ராவ் யாதவ்

டபலிம், கோவா

22 மே 2009

2008, நவம்பரில் *10* பாகிஸ்தான் தீவிரவாதிகள் கடல் வழியாக மும்பையில் நுழைந்து, அந்த நகரத்தையே *4* நாட்கள் பணயம் வைத்து, *3* இடங்களில் *166* மனிதர்களைக் கொன்று குவித்து *6* மாதங்கள் ஆகிவிட்டிருந்தன. பல வருடங்களாக அது இந்தியப் பாதுகாப்பு அமைப்பையே கேள்விக்குள்ளாக்கியிருந்தது! ஆறு மாதங்கள் கழிந்த பின்பும், இந்தியர்கள் மனதை அது பெரிதும் ஆக்கிரமித்திருந்தது.

2009, மே மாதம், பலத்த அடிவாங்கியிருந்த நாடு, என்ன நடந்திருக்க வேண்டும் என்று புரிந்துகொள்ள முயற்சி செய்தது. அரேபியக் கடல் பகுதி முழுவதையும் மிகக் கவனமாகத் தொடர்ந்து கண்காணிக்க வேண்டிய பளு அதிகமானது. இந்தியாவின் கண்காணிப்பிலும், உளவு பார்ப்பதிலும் ஓட்டைகள் இருந்ததை அயல்நாட்டுத் தீவிரவாத அமைப்புகள் தங்களுக்குச் சாதகமாகப் பயன்படுத்திக் கொண்டு, இந்திய மண்ணிலே இரத்தம் சிந்த வைக்க அனைத்து ஏற்பாடுகளும் செய்தன. *26/11* தாக்குதலுக்குப் பிறகு, ஒரு பிராந்திய சக்தியாக மிளிர இந்தியாவிற்கிருந்த ஆர்வத்தை அது கிடப்பில் போட்டுவிட்டது என்றே சொல்ல வேண்டும். இந்தியா, ஜவஹர்லால் நேருவின் புகழ் பெற்ற வாசகத்தை மறந்தே போய்விட்டது: “நாம் நம் நிலத்தைப் பாதுகாக்க வேண்டுமானால், கடலில் ஒரு நிகரற்ற சக்தியாக நாம் திகழ வேண்டும்!” எவ்வளவு தீர்க்கதரிசனமான, சத்திய வாக்கு.

அந்தப் பயங்கரவாத தாக்குதல் எல்லோரையும் உலுக்கிப் போட்டது. அதே சமயம் அது இன்னொரு உண்மையையும் பிடரியில் அடித்து உணர வைத்தது. இந்தியாவின் கடல் பிரச்சனைகள் பலமடங்கு பல்கிப் பெருகப் போகிறது என்பதுதான் அது! 2008-ம் ஆண்டு முழுவதும், கடல் கொள்ளைக்காரர்கள் தங்கள் திறமையை ஆழ்கடலில் காட்டி இந்தியக் கடற்படைக்குத் தண்ணி காட்டினர். அவர்களைச் சமாளிக்கவே நம் கடற்படைக்கு நேரம் சரியாக இருந்தது. தங்கள் சிறு ரப்பர் படகிலிருந்து அஜ்மல் அமீர் காஸப்பும், அவன் கூட்டாளிகளும் இந்தியக் கடற்கரையில் பத்திரமாகத் தரை இறங்கி, இந்தியக் கடற்படையின் தலையில் ஓங்கிக் குட்டி, அதைக் கவலை கொள்ள வைத்தனர்.

மும்பை எரிந்துகொண்டிருந்தபோது, சில நூறு கிலோ மீட்டர்களுக்கு அப்பால், டபலிம் இராணுவ விமானத் தளத்தில் கடற்படை அதிகாரிகளின் குழுக்கள் தொலைக்காட்சி முன்னால் உட்கார்ந்து கொண்டு, கண் கொட்டாமல் அதன் திரையையே பார்த்துக் கொண்டிருந்தனர்; பார்க்கப் பார்க்க, நடந்துவிட்ட பயங்கரத்தின் ஆழம் அவர்களுக்குப் புரிய ஆரம்பித்தது. மும்பையைத் தாக்கி அப்பாவி மக்களைக் கொன்று குவித்த தீவிரவாதிகள், பாகிஸ்தானிலிருந்து வந்தவர்கள் என்று அறியப்படும் முன்பே, நாடெங்கும் இருந்த இராணுவ வீரர்களுக்குத் தாங்கள் எப்போது வேண்டுமானாலும் பதிலடி கொடுக்க அழைக்கப்படலாமென்றும், எப்போதும் எதற்கும் தயாராக இருக்க வேண்டியது கட்டாயமென்றும் புரிந்து போயிற்று.

ஆம். எதற்கும் தயாராக!

இந்திய இராணுவம், விமானப்படை மற்றும் கடற்படையிலிருந்த வீரர்களுக்கும், வீராங்கனைகளுக்கும் தெளிவான ஆணை இடப்பட வேண்டிய அவசியமே ஏற்படவில்லை, அவர்கள் எதற்காகப் பயிற்றுவிக்கப்பட்டிருக்கிறார்களோ அந்தச் செயலில் இறங்க. அவர்களில் 38 வயதான லெப். கமாண்டர் நிதீன் ஆனந்த்ராவ் யாதவும் ஒருவர். அவரும், அவர் அணியினரும்

தங்களுக்கு ஒரு மிகப் பெரிய பணி உடனே காத்திருக்கிறது என்பதைத் தெளிவாக அறிந்திருந்தனர்.

அவர் நினைத்தது சரி. 26/11 தாக்குதல் நடந்த சில நாட்களிலேயே, இந்தியா, தன் கடற்படைக்கு நாட்டைக் காக்க இன்னும் அதிக பொறுப்புகளைத் தந்தது. ஏற்கனவே இந்தியக் கடற்படை மிகவும் பலவீனமான நிலையிலிருந்தது. இந்தியாவின் முப்படைகளிலேயே அதுதான், மிகவும் சிறியது. ஆனால் அது கண்காணிக்க வேண்டிய பரப்போ மிகவும் அதிகம். அது மொத்தம் 7517 கிலோமீட்டர் கடலோரத்தைக் கண்காணிக்க வேண்டியிருந்தது. கடலிலிருந்து வரக்கூடிய ஒவ்வொரு தாக்குதலையும் அது முறியடிக்க வேண்டியிருந்தது.

2009-ம் வருடம் மே மாதம் இந்தியக் கடற்படை மிகவும் சுறுசுறுப்பாக இயங்கிக் கொண்டிருந்தது. 26/11-ல் நடந்த தாக்குதலுக்குப் பின்பு கடற்கரையோரக் கண்காணிப்பு அதிகப்படுத்த வேண்டியிருந்தது. இத்துடன், அது இன்னொரு சவாலையும் எதிர்கொள்ள வேண்டியிருந்தது. பாகிஸ்தான், சீனாவிடமிருந்து அதிநவீன போர்க்கப்பல்களை ஒரு பில்லியன் அமெரிக்க டாலர் கொடுத்து வாங்க ஒப்பந்தம் போட்டிருந்தது. அதில் முதலாவது கப்பல்-F22B ஜுல்ஃபிகர்- வகுப்பைச் சேர்ந்த ஏவுகணை பிரிகேட், ஷாங்கையிலிருந்து கிளம்பி கராச்சியை 2009-ல் அடையவிருந்தது. டபலிமிலிருந்து லெப். கமாண்டர் யாதவிற்கும், மற்ற கடற்படை அதிகாரிகளுக்கும்- இவர்கள் INAS 315 ‘WINGED STALLIONS’ அணியைச் சேர்தவர்கள்- தங்கள் வேலை என்னவென்று தெளிவாகத் தெரிந்தது.

22 மே அதிகாலை, பாகிஸ்தான் கடற்படையைச் சேர்ந்த இரண்டு போர்க்கப்பல்கள் அரபிக் கடலில் தெற்கு நோக்கிப் பயணம் செய்யவிருப்பதாக நம் அணியினருக்குத் தகவல் கிடைத்தது. அனேகமாக அது ஜுல்ஃபிகர் போர்க்கப்பலை, இன்னும் சில வாரங்களில் கராச்சிக்குப் பாதுகாப்பாக அழைத்துச் செல்ல ஓர் ஒத்திகைப் பயணமாக இருக்கலாம்.

அரபிக் கடலில், ஒரு நாட்டுக் கடற்படையைச் சேர்ந்த போர்க்

கப்பல், இன்னொரு நாட்டுப் போர்க் கப்பலுடன் 'கண்ணாமூச்சி' விளையாட்டு விளையாடுவது பல ஆண்டுகளாக நடைபெறும் செயல்தான்! அந்த மே மாதக் காலையில் லெப். கமாண்டர் யாதவும், அவர் அணியினரும் மேற்கொள்ளவிருந்த தேடுதல் மற்றும் உளவு, கண்காணிப்புப் பணி, எப்போதும் நடக்கும் வழக்கமான வேலைதான். ஆனால் 26/11- தாக்குதலுக்குப் பிறகு, இரண்டு நாடுகளுக்கும் இடையிலான உறவில் ஏற்பட்டிருந்த விரிசலில் வழக்கமாக நடக்கும் இந்த 'விளையாட்டு' கூட ஆபத்தானதாக மாறிப்போயிருந்தது.

அன்று, லெப். கமாண்டர் மற்றும் அவர் அணியினரும் பறக்கவிருந்த விமானம் IN305- சோவியத் ரஷ்யாவில் தயாரிக்கப்பட்ட 'ILYUSIN IL- 38' வகையைச் சேர்ந்தது. இது நான்கு 'டர்பொ' காற்றாடிகளைக் கொண்ட, கடல் மேல் பறந்து உளவு பார்க்கும் மிகப் பெரிய விமானம்! எதிரியின் கப்பல்களையும், நீர்மூழ்கிக் கப்பல்களையும் கண்டறியும் மிக நவீனமான கருவிகள் அதில் பொருத்தப்பட்டிருந்தன. அது மட்டுமல்ல; வானத்தில் பறந்து கண்காணித்து அதிநவீன கப்பல்களையும், நீர்மூழ்கிக் கப்பல்களையும் தாக்கி அழிக்கும் 'டார்பிடோ' வெடிகுண்டுகளையும், ஏவுகணைகளையும் ஏவ வல்லது.

இந்த IL-38 ரக விமானம் இராணுவம் மற்றும் விமானவியல் ஆர்வலர்கள் தவிர மற்றவர்களால் அதிகம் அறியப்படாதது. அது பார்க்க அவ்வளவு கவர்ச்சியானதுமல்ல. அது கோவா கடற்படைத் தளத்தில் தங்கவைக்கப்பட்டது, மற்றவர்கள் கண்களில் அது அதிகம் படாமல் இருந்து, அதன் கண்காணிப்புப் பணியைப் பற்றி அதிக அளவில் பிறர் அறியாமல் இருக்க உதவியது. ஆனால், 2000-ல் கோவாவில் வானில் இரண்டு விமானங்கள் மோதி விபத்துக்குள்ளானபோது இவை பற்றி உலகமே அறிந்து கொண்டது. பொதுமக்களுக்கு, அணியின் வெள்ளிவிழா கொண்டாட்டத்தின் போது, வானில் வித்தை செய்து காட்டும் ஒரு நிகழ்ச்சியில் இந்த எதிர்பாராத துயரச் சம்பவம் நிகழ்ந்தது. இதில் 20 கப்பற் படை வீரர்கள் இறந்து

போயினர். அன்று, லெப். கமாண்டர் யாதவும் வானில் பறந்திருக்க வேண்டியவர். அதற்குப்பின் ஒவ்வொரு முறையும் விமானத்தில் ஏறி, இருக்கைப் பட்டையை அணிந்து கொள்ளும் போதும் இச்சம்பவம் அவர் நினைவில் நிழலாடும். இது நிகழ்ந்த ஏழு ஆண்டுகள் கழித்து, இப்போது ஒரு மே மாதக் காலையில், விமானத்தில் ஏறும்போதும் அச்சம்பவம் அவர் மனதில் நிழலாடியது.

தன்னுடைய ‘நேவிகேட்ட’ருடனும், ‘ஸிஸ்டம்ஸ் ஆப்ரேட்டருட’னும் ஒரு சிறு விவாதம் நடத்திய பிறகு லெப். கமாண்டர் யாதவும், அவர் அணியைச் சேர்ந்த 8 வீரர்களும் தங்களுடைய *IL-38* விமானத்தின் வயிற்றுப் பகுதியில் இருந்த வழி மூலம் விமானத்தினுள்ளே சென்றனர். விமானத்தில் நுழைய வேறு வழி ஏதும் இல்லை. ‘காக்பிட்’ டிலிருந்த தங்கள் இருக்கைகளில் இரண்டு விமானிகள் தங்களைப் பொருத்திக் கொண்டனர். அவர்களுக்குப் பின்னால் ஒரு ‘பிளைட் இன்ஜீனிய’ரும், ஒரு ‘ஸிக்னல்லரும்’ ஒரு குறுகிய இடத்தில் அமர்ந்து கொண்டனர். பின்னாலிருந்த ஒரு அறையில் 4 நேவிகேட்டர்களும், ‘சென்ஸார்’ மற்றும் ‘ஸிஸ்டம்ஸ் ஆபரேட்டரு’ம் அவர்களின் மின்னணுக் கருவிகள் முன்னால் அமர்ந்து கொண்டனர். அன்று அவர்களின் வேலை, கடலின் ஒரு குறிப்பிட்ட பகுதியின் மேலே பறப்பது. அங்கேதான் பாகிஸ்தான் கடற்படையைச் சேர்ந்த இரண்டு போர்க்கப்பல்கள் உலா வரும் என்று எதிர்பார்க்கப்பட்டது. அவற்றில் ஒன்று, ‘டாங்கர்’. இன்னொன்று, ஒரு ‘ஆர்மட் ஃப்ரிகேட்’. அவற்றை அடையாளம் காண்பதும், முடிந்தவரை அவற்றைப் பற்றித் தகவல் சேகரிப்பதும், அவற்றின் ‘மின்னணுக் கையெழுத்துகள், புகைப்படங்கள்’ உட்பட சேகரிப்பதும்தான் நம் ஆட்களின் வேலை.

சாதாரணச் சூழ்நிலைகளில் லெப். கமாண்டர் யாதவுக்கும், அவர் வீரர்களுக்கும் பாகிஸ்தான் போர்க் கப்பல்களின் மேல் பறக்க அனுமதி அளிக்கப்பட்டிருந்தது. எதிரிகள் கண்டுபிடிக்கப்பட்டுவிட்டார்கள் என்பதை அவர்களுக்கு

அறிவிக்கவே இப்படிச் செய்வது வழக்கம். கடலில் நடக்கும் எலிக்கும், பூனைக்குமான முடிவில்லாத விளையாட்டு இது. ஆனால் இந்த முறை, அந்தக் கப்பல்கள் எங்கே இருக்கின்றன என்று கண்டுபிடிப்பதும், அவற்றை நிழல் போல் பின் தொடர்வதும்தான் நம் அணியினருக்கு அளிக்கப்பட்ட வேலை. எந்தச் சூழ்நிலையிலும் தங்கள் விமானத்தை அபாயத்தில் சிக்கவைக்கக் கூடாது என்று அவர்களுக்குத் தெளிவாக ஆணையிடப்பட்டிருந்தது. பாகிஸ்தானின் கடற்படைக் கப்பல்களில், சீனாவில் தயாரிக்கப்பட்ட நிலத்திலிருந்து, வான் நோக்கிச் சீறிப்பாயும் ஏவுகணைகள் பொருத்தப்பட்டிருக்கும் என்பது ஊரறிந்த இரகசியம். அவற்றால், மிகப் பெரிய விமானமான *IL-38* ஐ மிகச் சுலபமாகத் தாக்க முடியும்.

வெயில் மிக அதிகமாக இருந்த அந்தக் காலைப் பொழுதில் பறந்து செல்ல அவர்களுக்கு அனுமதி அளிக்கப்பட்டிருந்தது. *IL -38 IN305*, டபலிம் ஓடுபாதையில் ஓடி, அரபிக் கடலின் மேல் விண்ணைச் சாடி, கிழக்கில் தன் இலக்கை நோக்கிப் பறந்தது. விமானத்தின் அனைத்துக் கருவிகளும் ஒழுங்காக இயங்கிக் கொண்டிருந்தன. இரண்டு விமானிகளும் விமானத்தை மெதுவாக மேலே மேலே ஏற்ற, 'நேவிகேட்டரும்' ஆபரேடர்களும் தாங்கள் செய்ய வேண்டிய வேலைக்குத் தங்களை ஆயத்தப்படுத்திக் கொண்டிருந்தார்கள். சரியான 'இணைக்கும் புள்ளிகளை' (கோ ஆர்டினேட்டுகள்) வரைபடத்தில் கண்டறிந்து அதை நோக்கி அவர்கள் தங்கள் 'ஸென்ஸார்'களையும் தயார்நிலையில் வைத்தனர். பாகிஸ்தானின் 2 கப்பல்களை நெருங்கிய பின்பே அவர்கள் தங்கள் கருவிகளை இயக்க இருந்தனர்.

விமானத்தினுள்ளே இருந்தவர்கள் தாங்கள் ஒருவருடன் பேசிக் கொள்ளவும், தரையிலிருந்தவர்களுடன் தொடர்பு கொள்ளவும் 'ஹெட் செட்டு'களை அணிந்திருந்தனர். *IL-38's 4 IVCHENCKO AL- 20 M* காற்றாடிகள் எழுப்பும் இரைச்சல், 'காக்பிட்', கேபினில் வேறெந்த ஒலிகளையும் அடக்கிவிடும். காற்றழுத்தமூட்டப்பட்டிருந்தாலும், செறிவூட்டப்பட்ட கேபினாலும் அந்த இரைச்சலை அடக்க முடியாது!

விமானிகள் தரைக்கட்டுப்பாட்டு பொறுப்பிலிருந்தவர்களுடன் தொடர்பு கொண்டு, தாங்கள் கடல் மேல் பறந்து கொண்டிருப்பதை உறுதி செய்தார்கள். ஒரு மணி நேரம் கழிந்திருக்கும். ஆழமான, நீல வண்ணக் கடல் மீது, 21,000 அடி உயரத்தில், கோவா கடலோரத்திலிருந்து சுமார் 550 கி.மீட்டர் தூரத்தில் IL-38 பறந்துகொண்டிருந்தது.

அப்போது, ஃப்ளைட் நேவிகேட்டர், தங்கள் இலக்கை நெருங்கி விட்டதாகச் சைகை காட்டினார். அவர், தன் கருவிகளை, அவை இயங்கும் நிலைக்குத் தயார்படுத்தினார். ஆனால் விமானிகள், விமானத்தைக் கொஞ்சம் கொஞ்சமாகக் கீழே இறக்க ஆயத்தப்படுத்தும்போது, அந்த 70 டன் எடையுள்ள விமானத்தில் ஒரு சிறிய அதிர்வு ஏற்பட்டது.

என்ன நடந்திருக்கும் என்று அறிந்துகொள்ள லெப். கமாண்டர். யாதவிற்குச் சில வினாடிகளே பிடித்தது. நடந்த விஷயம், இதைவிட மோசமான ஒரு தருணத்தில் நடந்திருக்க முடியாது.

IL-38-ல் விமானத்திற்குத் தேவையான மின்சக்தியை வழங்குவதற்காக 8 ஜெனரேட்டர்கள் இருந்தன. விமானத்தின் ஒவ்வொரு இயக்கத்திற்கும் தேவையான மின்சக்தியை இவையே அளித்தன. தாயக்கட்டைகள் உருண்டு திடீரென்று நிற்பதைப் போல இவை சட்டென்று நின்றுபோயின. ஒரு சில வினாடிகளிலேயே விமானம் முழுவதும் மின்சக்தி நின்று போனது. விமானத்தின் ஒவ்வொரு கருவியும் அது இயங்க வேண்டிய அத்தியாவசியமான நேரத்தில் சட்டென்று நின்று போனது. இப்போது அந்தரத்தில் தொங்கியது அவர்கள் 'பணி' மட்டுமல்ல, அவர்கள் உயிரும்தான்!

'டிக், டிக்' ஓசையை எழுப்பியவாறு, எப்போதும் வெடித்துவிடக்கூடிய ஓர் அபாயகரமான வெடிகுண்டின் மேல் தாங்கள் அனைவரும் உட்கார்ந்து கொண்டிருப்பதைப் போல் லெப். கமாண்டர் உணர்ந்தார், இன்ஜினுக்குள் அனுப்பப்படும் எண்ணெயின் அளவு, மின்சக்தி மூலமாகவே கட்டுப்படுத்தப்பட்டு வந்தது. அதேபோல் அதன் வெப்ப

நிலையும். மின்சக்தி திடீரென்று நின்றுபோனதால், இயந்திரத்தைக் குளிரூட்டும் கருவிகளும் இயங்கவில்லை. லெப். கமாண்டர் 'காக்பிட்'டிலிலுள்ள, கொஞ்சம் கொஞ்சமாக செத்துக் கொண்டிருந்த கருவிகளை திகிலுடன் பார்த்தார். இன்ஜின் எண்ணெயின் வெப்ப நிலை சதாரணமாக 70° சி ஆகும். ஓர் அவசரகாலத்தில் அது 100° சி வரை செல்லலாம். ஆனால், அவர் முன்னால் இருந்த வெப்பமானிகள் இன்ஜின்களின் வெப்பநிலை 150° சியையும் தாண்டிவிட்டது என்று சுட்டிக் காட்டின. விஷயம் புரிந்துகொள்ள மிகவும் எளிமையானது; ஆம். 'கூச்சலிட்டு'க் கொண்டிருந்த இன்ஜின்கள் எப்போது வேண்டுமானாலும் வெடித்து விடலாம்.

விமானத்தில் மின்சக்தி சுத்தமாக இல்லை! காக்பிட்டிலும், கேபினிலும் ஒரேயொரு 'எமர்ஜென்சி' சிவப்பு விளக்கு மட்டும் 'பொசுக் பொசுக்'கென்று கண்சிமிட்டிக் கொண்டிருந்தது. 'இன்ஜின் இண்டிகேட்டர்கள்' சுத்தமாக இயங்கவில்லை! இவைதான் விமானம் இயங்கத் தேவையான அடிப்படைத் தகவல்களைத் தந்து, விமானம் ஒரு தீப்பிழம்பாக அரபிக்கடலில் விழுவதைத் தடுக்கும்.

ஒவ்வொரு இயந்திரமாக நின்று போனதும், லெப். கமாண்டர் யாதவ் தன் சகாவின் உயரமானியைப் பயன்படுத்தத் தொடங்கினார். அவருடைய உயரமானி உயிரை விட்டு வெகு நேரமாகிவிட்டிருந்தது.

"என் நேவிகேஷன் கருவிகள், தொலைதொடர்புக் கருவிகள் இயங்கவில்லை. என் இன்ஜின்கள் நிலை என் கையை மீறிப் போய்க்கொண்டிருந்தது. விமானம் இயங்கும் விசையைத் தொடாமல் இருக்க நான் என்னை அரும்பாடுபட்டு அடக்கிக் கொண்டேன். ஏதாவது ஒரு சிறிய தவறு செய்தாலும் என்ஜின்கள் வெடித்துச் சுக்குநூறாகிவிடும்!" லெப். கமாண்டர் யாதவ் நினைவுகூருகிறார்.

IN 305 விமானத்தில் இன்ஜின்கள் மட்டுமே கூக்குரலிடவில்லை. விமானி 'இன்டர்காம்' கருவிகளும் நின்றுபோயின.

விமானத்தில் இருந்த ஒவ்வொருவரும் தங்கள் கட்டளைகளைக் கூவிக்கூவித்தான் தெரிவிக்க வேண்டியிருந்தது.

அந்தப் பின்மதிய வேளையில், நம் விமானிகளுக்கு வானில் நண்பர்கள் யாருமில்லை. ஆனால், எதிரிகள் எக்கச்சக்கமாக இருந்தனர். அச்சம் தரும் சூழலில், ஜெனரேட்டர்களில் தொடங்கி எல்லாக் கருவிகளும் நின்றுபோயின, ஒரு சங்கிலித்தொடர் நிகழ்வைப்போல!

IN-38 கடலில் நீண்ட நேரம் பறக்கும் வகை விமானம். அன்று அதில் எரிபொருள் முழுவதும் நிரப்பப்பட்டிருந்தது. அதாவது, 27 டன் விமான மண்ணெண்ணெய்! அதன் நான்கு இன்ஜின்களின் பசிக்குத் தீனி போட. அந்தச் செயல்திட்ட அதிகாரிகள், அன்று, நம் விமானம் பாகிஸ்தான் போர்க் கப்பல்களை வெகுதூரம் பின் தொடர ஏற்றவாறு திட்டத்தைத் தீட்டியிருந்தனர். ஆனால், அந்தத் திட்டம் இப்போது அம்பேல். தலைதப்பிப்பது தம்பிரான் புண்ணியம் என்ற நிலை.

லெப். கமாண்டர் இந்த நிலையில் செய்யக்கூடிய வேலை ஒன்றே ஒன்றுதான். அது விமானத்தை முடிந்தவரை கீழே இறக்கி, நேவிகேட்டருக்கு திசையை அடையாளம் காண உதவுவதுதான். ஆனால் அதிலும் ஒரு சிக்கல். விமானம் பறக்கும் உயரத்தைக் குறைத்தால், அது அழுத்தம் அதிகமான காற்றை எதிர்கொள்ள நேரிடும். அதன் என்ஜின்களின் வேலைப்பளுவை இன்னும் அதிகரிக்கும். வானில் பறந்தபடியே வெகு வேகமாகச் சில கணக்குகளைப் போட்டார், லெப். கமாண்டர். இவ்வாறு கணக்குகள் போடும் கலையை, தான் ஒரு இளம் லெப்டினென்டாக இருந்தபோதே கசடறக் கற்றறிந்தார்.

லெப். கமாண்டர் யாதவ் பொறுப்பேற்றுக் கொண்டு, *'ARTIFICIAL HORIZON'* என்ற கருவியைப் பயன்படுத்தி (இது விமானிகளுக்கு, விமானம் இருக்கும் இடத்தை பூமியின் தொடுவானத்துடன் ஒப்பிட்டுக் கணிக்க உதவும்). விமானத்தை மிக மெதுவாக இந்தியாவின் மேற்குக் கடற்பகுதியை நோக்கித் திருப்பினார். அவர் மடியில், ஒரு ரூபாய் நாணயத்தின் அளவேயுள்ள ஓர்

அவசரகாலத் திசைகாட்டும் கருவியிருந்தது. மற்ற திசைகாட்டும் கருவிகளெல்லாம் தங்கள் இறுதி மூச்சை ஏற்கனவே விட்டிருந்தன. அந்தப் பிரம்மாண்டமான விமானத்தை, லெப். கமாண்டர் யாதவ் மிகவும் சிரமப்பட்டு, மிக மிக மெதுவாக 7,000 அடி உயரத்திற்கு இறக்கினார். தட்டுத் தடுமாறி விமானம் இறங்கிக் கொண்டிருக்கையில், அவர் விமான ஜன்னல் வழியாக ஊளையிட்டுக் கொண்டிருந்த விமானத்தின் காற்றாடிகளைப் பார்த்தார். பின்பு, அவர் தன் அருகே அமர்ந்திருந்த சக விமானியையும், தனக்குப் பின்னால் நின்றுகொண்டிருந்த இன்னொரு தோழரையும் பார்த்தார். அவருக்கு நிச்சயமாகத் தெரிந்துபோயிற்று, தான் அந்த வேலையைச் செய்தேயாக வேண்டும் என்று.

"என் தோழர்களுக்கு நிலைமையை மிகத் தெளிவாகவும், சுருக்கமாகவும் எடுத்துச் சொன்னேன். ஒருவேளை, விமானம் வெடித்துச் சிதறினால், கீழே குதிப்பதைத் தவிர நமக்கு வேறு வழியில்லை. நான் 'குதி' என்று சொன்னதும் நீங்கள் விமானத்தின் வயிற்றுப் பகுதியிலிருக்கும் கதவைத் திறந்து குதித்து விட வேண்டும். இதில் இரு வேறு கருத்துகளுக்கு இடமே இல்லை."

மிகப் பெரிய விமானமான IL-38 லிருந்து குதிப்பது அற்ப சொற்பமான விஷயமல்ல! மற்ற விமானங்களில் விமானத்திலிருந்து வெளியே வரும் வழி, விமானத்தின் காற்றாடிகளை விட்டு வெகு தூரம் தள்ளி இருக்கும். ஆனால் I L38 விமானத்திலிருந்து அதன் வயிற்றுக் கதவு வழியாகக் குதித்தால் அவ்வாறு குதிப்பவர் அதன் இறக்கைகளுக்கிடையே சிக்கிக்கொண்டு, துண்டு துண்டாகச் சிதறிப்போகும் அபாயம் அதிகம். காற்றடிக்கும் வேகத்திலோ திசையிலோ ஒரு சிறு மாற்றம் கூட இந்தப் பயங்கரத்தை நிகழ்த்திவிடும். அதன் பின் ஒன்றுமே மிஞ்சாது.

அவர் சகாக்கள் அவரை உற்றுப் பார்த்தனர். விமானத்திலிருந்தவர்களிலேயே அவர்தான் அதிக அனுபவம் பெற்றவர். அவருடைய வார்த்தைகளே இறுதியானவை. அவர்

குதி என்று சொன்னால் குதித்துவிட வேண்டியதுதான். அவர் கட்டளைக்குக் கீழ்ப்படிவதில் அவர்களுக்கு எந்தச் சந்தேகமும் இல்லை. பாராசூட்டில் அரபிக்கடலில் குதித்த பின் அடுத்த என்ன செய்ய வேண்டுமென்பதை, சூழ்நிலைக்கேற்ப அவரவர் தனித்தனியாகத்தான் தீர்மானித்துக் கொள்ள வேண்டும்.

அவர் தோழர்கள் காத்திருந்தார்கள். இருந்த 8 பேரில் எல்லோருமே நடுக்கடலில் குதிக்க வேண்டிய நிலை ஏற்படாது என்றே மனமார நம்பினார்கள். விமானத்திலிருந்த நான்கு எமர்ஜென்சி மின்கலங்கள் மிக அபாய நிலையிலிருந்தன, ஜெனரேட்டர்கள் வேலை செய்வது நின்றுபோனதன் காரணமாக! ஆனாலும் அவற்றிலிருந்த மின்சாரம் கொஞ்ச நஞ்சம் மூச்சுவிட்டுக் கொண்டிருந்தது. லெப். கமாண்டர் யாதவ் தன் மிகு அதிர்வெண் ரேடியோ டிரான்ஸ்மீட்டரை இயக்கி செய்தி அனுப்பினார், சுற்றுவட்டாரத்தில் சுற்றிக்கொண்டிருக்கும் ஏதாவது ஒரு விமானத்திற்கு அந்தச் செய்தி கிடைக்கும் என்ற நம்பிக்கையில்! திடீரென்று எமர்ஜென்சி மின்கலங்கள் இயங்குவதும் நின்றுபோனது. அவற்றின் இண்டிகேட்டர்கள் சடாரென்று பூஜ்யத்தை நோக்கி இறங்கின. அவற்றின் பொருள், வெளி உலகத்துடன் இருக்கும் தொடர்பு முற்றிலும் துண்டிக்கப்பட்டு விட்டது. ஒரு நிமிடம் கழித்து, மின்கலங்கள் இயங்குவதும் சுத்தமாக நின்றுபோனது. *IN 305* ல் சேமிக்கப்பட்ட மின்சக்தி அல்லது நேரடி மின் சக்தி 100 சதவீதம் பூஜ்யம்!

லெப். கமாண்டர் சொல்கிறார்: "இப்போது முழுக்க முழுக்க அனுபவத்தின் துணைகொண்டு மட்டுமே பறக்க வேண்டிய நிலை. இயந்திரங்களின் உதவி சுத்தமாக இல்லை. ஆனால் நிலைமை விரைவில் சீராகுமென்று நாங்கள் நம்பினோம். இப்போது என்னை ஒரு புதிய கவலை தொற்றிக் கொண்டது; எல்லாம் சரியானால், எப்படி எங்கே தரை இறங்குவது என்பதுதான் அது."

IL 38 ரக விமானங்கள் தங்களுக்கு அளிக்கப்பட்ட பணியை முற்றிலும் நிறைவேற்றிய நிலையில், அதன் எரிபொருள் அனேகமாகத் தீர்ந்துபோயிருக்கும். பத்திரமாகத் தரை

இறங்குவதற்கான எரிபொருள் மட்டுமே அதில் ஏறக்குறைய மீதமிருக்கும். ஆனால் எரிபொருளைத் தீர்த்துவிட எந்த வழியும் இல்லாத இந்த நிலையில், அதிலிருந்தவர்கள் ஒரு ஏவுகணை மீது பயணம் செய்யும் நிலையில்தான் இருந்தார்கள். லெப், கமாண்டர், தன் புருவங்களில் வழிந்த வியர்வையைப் புறங்கையால் துடைத்துக் கொண்டார். கடற்கரையிலிருந்து சுமார் 450 கி.மீ. தொலைவு இருக்கும்போது, அவர் நீரமுத்த முறையில் விமானத்தின் சக்கரங்களைக் கீழே இறக்கினார்.

திடீரென்று ஒரு பிரச்சனை! லெப். கமாண்டருக்கு அதைத் தீர்க்க தனக்கு ஒரு சில வினாடிகள் அவகாசமே இருக்கிறது என்று தெரியும். “எரிபொருளை முற்றிலும் தீர்க்க முடியாத நிலையில், எங்கள் விமானத்தின் எடை, அது தரையிறங்க அனுமதிக்கப்பட்ட அளவைவிட 18 முதல் 20 டன் வரை அதிகமாக இருந்தது. விமானம் தரை இறங்கும்போது அதன் வேகத்தைக் குறைப்பதற்கான மடிப்பு அமைப்புகள் அதன் இறக்கைகளில் இருந்தன. ஆனால், மின்சக்தி இல்லாமல் அவற்றை இயக்க முடியாது.”

IL 38 ன் பாதுகாப்பான தரையிறங்கும் வேகம் என்பது, மணிக்கு 200 கி. மீட்டருக்குள்தான். ஆனால் இறக்கை மடிப்புகள் வேலை செய்யாதபோது, அதன் வேகத்தை மணிக்கு 300 கி.மீட்டருக்கும் கீழே கொண்டு வரவே முடியாது. இது ஜீரணிக்கவே முடியாத விஷயம். இவ்வளவு கனமான மிகப் பெரிய விமானத்தை, வேகமாகத் தரையிறக்கும் பிரச்சனை போதாதென்பது போல் பருவநிலையும் சதி செய்தது. கோவாவைப் பொறுத்தவரையில், அது பருவ மழைக்கு வரவேற்புப் பத்திரம் வாசிக்கும் காலம். கோவாவின் டபலிம் விமான நிலையத்தின் விமான ஓடுதளம், எங்கும் நீக்கமற நீரால் நிறைந்திருந்தது. எங்கெங்கு காணினும் நீர்! நீர்! நீரைத் தவிர வேறு ஒன்றுமில்லை!

லெப். கமாண்டர் சொல்கிறார்: “எல்லாமே எங்களுக்கு எதிராகச் சதி செய்தன! ஆம், எல்லாமே!”

ஒரு வினாடி, அவர் விமானத்தைக் கடலில் மெதுவாக இறக்கி

ஒரு காற்றடைத்த படகில் ஏறித் தப்பித்துவிடலாமா என்று நினைத்தார். அவர் தன் நேவிகேட்டரிடம், அருகே கப்பல் ஏதாவது தென்படுகிறதா என்று பார்க்கச் சொன்னார். அப்படி கப்பல் ஏதாவது தென்பட்டால், அதன் அருகே விமானத்தை இறக்கினால், உயிர்பிழைப்பதற்கான வாய்ப்புகள் அதிகம் என்பது அவர் எண்ணம். ஆனால் அந்த எண்ணம் அவர் உதட்டிலிருந்து புறப்பட்ட கணம் முதலே அவருக்குப் பிடிக்கவில்லை. அவர் விமானத்தை நிலைநிறுத்த முயன்றுகொண்டேதான் சொன்னதை எண்ணிப் பார்த்தார். அப்போதுதான் அவர் அதைப் பார்த்தார்.

காற்று மூட்டத்தில் மேற்குக் கடற்கரை மங்கலாகத் தெரிந்தது. ‘காக்பிட்டில்’ சற்று முன்னால் சாய்ந்து, லெப். கமாண்டர் பார்த்தார். கர்நாடகாவின் கர்வார் நகரத்தின் மேல் தாங்கள் இன்னும் சற்று நேரத்தில் பறந்து கொண்டிருப்போம் என்பது அவருக்குத் தெரிந்துபோயிற்று! அது கோவாவின் தெற்குப் பக்கம் 100 கி. மீ. தொலைவில் இருந்தது. அங்கேதான் இந்தியாவின் மிகப் பெரிய போர்க்கப்பல் தளங்களில் ஒன்று இருந்தது.

IN -305 இப்போது தனக்கு நன்கு அறிமுகமான பகுதியில் பறந்து கொண்டிருந்தது. ஆனால், இந்த விஷயம் விமானத்திலிருந்தவர்களுக்கு எந்த விதத்திலும் ஆறுதல் தருவதாக இல்லை. ஒருவேளை, இன்ஜின்கள் இப்போது வெடித்துச் சிதறினால், அவர்கள் விமானத்திலிருந்து குதித்துத் தப்பிப்பதற்கு உயரம் போதாது. தப்பிப்பதற்கான வழி அதுதான் என்றால், அவர்களுக்குக் கீழே இருப்பது நிலம். ஆனால் இப்போது ‘திரும்ப’ வழியேதும் இல்லை. லெப். கமாண்டர் யாதவ் தன் இரண்டு கைகளையும் பயன்படுத்தி, விமானத்தின் தடுமாற்றத்தைக் குறைக்க முயன்றார்.

மின்சக்தி இல்லாததால் விமானத்தைக் கட்டுப்படுத்தும் கருவிகள், விமானிகளின் கைகளிலிருந்து வரும் அழுத்தத்தைத் தாங்கத் திணறின. ஒவ்வொரு விசையையும் கைகளினாலேயே இயக்க வேண்டிய நிலை. விமானத்தை இறக்கும்போது, அதைக் கைகளால் மட்டுமே கட்டுப்படுத்த வேண்டியிருந்ததால்,

விமானிகளுக்கு வேர்த்துக் கொட்டியது! அந்த இரைச்சலிலும் லெப். கமாண்டர் திடீரென்று, தன் பின்னால் அமர்ந்திருப்பவர் உரத்த குரலில் யாருடனோ இரைவதைக் கேட்டார். அவர் திரும்பிப் பார்த்தபோது, தன் சகா ஒருவர் ஒரு அலைபேசியைத் தன்னை நோக்கி நீட்டிக் கொண்டிருப்பதைப் பார்த்தார்.

“நான் உடனே அவர் கையிலிருந்த அலைபேசியைப் பிடுங்கினேன்” அவர் அதைக்கொண்டு உடனே டபலிம் விமானப் போக்குவரத்துக் கட்டுப்பாட்டு மையத்தை அழைத்தார். பெருங்குரலில் தங்கள் நிலையை அந்த மையத்திலிருந்தவர்களுக்கு எடுத்துச் சொல்லி, ‘அனேகமாக நடக்கக்கூடிய ஒரு விபத்து’க்குத் தயாராக இருக்கும்படி கேட்டுக் கொண்டார்.

பொது விமான சேவையின்போது அலைபேசிகளின் பயன்பாடு தடைசெய்யப்பட்டிருப்பதைப் போலவே, இராணுவ விமானப் பயணங்களின் போதும், அலைபேசி பயன்பாடு தடை செய்யப்பட்டவையே. ஆனால் டபலிம் விமான ஓடுபாதையில், ஒருவேளை சரியாக விமானச் சக்கரங்கள் இயங்காமல் போய், அது ஒரு தீப்பந்தாக மாறினால், தாங்கள் உயிர்பிழைக்க இதைவிட்டால் வேறு வழியே இல்லை என்பதும் லெப். கமாண்டர் யாதவுக்குத் தெரியும்.

உயிர்பிழைக்க இருக்கும் மிகக் குறைந்த வாய்ப்புகள் பற்றிப் பெரும் அச்சத்துடன் *IN- 305* ன் விமானிகள் அதன் தள்ளாட்டத்தைக் குறைக்க, அதன் கடைசி நொடிகளில் பகீரதப் பிரயத்தனம் செய்தனர். விமான ஓடுபாதை மங்கலாகத் தெரிய ஆரம்பித்தது. வெப்பநிலை திடீரென்று அதிகரித்ததால் இன்ஜின்கள் உறும ஆரம்பித்து, தரையிலிருந்து ஒரு சில அடி தூரத்திலேயே வெடித்துவிடுவோம் என பயமுறுத்த ஆரம்பித்துவிட்டன.

“எந்த நேரமும் இன்ஜின்கள் வெடித்துவிடும் என்று எனக்குத் தெரியும். விமானத்தை அதன் ஓடுபாதையில் செலுத்த நமக்கு ஒரேயொரு வழிதான் இருக்கிறது என்று என் சகாக்களைப்

பார்த்து நான் கத்தினேன். இது ஒரு 'செய் அல்லது செத்துமடி' என்ற சூழ்நிலை என அவர்களுக்குப் புரிய வைத்தேன்!" என்கிறார் யாதவ்.

எக்காரணத்தைக் கொண்டும் இப்போது திரும்பிச் செல்ல முடியாது. விமானம் ஓடுபாதையைத் தொட்டபோது *IN 305* ல் இருந்தவர்கள் தங்கள் மூச்சை இறுக்கிப் பிடித்துக் கொண்டிருந்தனர். ஆனால் விமானம் ஓடுபாதையைத் தொடர ஓரிரு வினாடிகள் இருக்கும்போதுதான் எங்கள் புத்தியில் அந்த உண்மை உறைத்தது.

"விமானத்தை நிறுத்துவதற்கு எங்கள் விமானத்தின் காற்றழுத்த விசைகள் வேலை செய்யாது என்பது. அப்படியானால், விமானத்தை எப்படித்தான் நிறுத்துவது? இன்ஜின்களையும் என்னால் உடனே நிறுத்த முடியாது. ஏனெனில், அவை மின்சக்தியால் இயங்குபவை. ஆனால், 'எங்கிருந்தோ' எனக்கு ஒரு வழி தென்பட்டது. அது அதிகம் அறியப்படாத வழி. ஓர் எமர்ஜென்சி திட்டம் தீட்டப்பட்டது. காற்றழுத்த சக்தியைப் பயன்படுத்தி, விமானத்தை 'இறகு' போல் மிதக்க வைத்து இறக்க முடிவு செய்யப்பட்டது, இதனால், விமானம் இழுபடுவதைத் தவிர்த்து, காற்றாடிகள் இயங்குவதையும் நிறுத்த முடியும். இது மிக ஆபத்தான முறைதான். *IL 38* ல் 4 இன்ஜின்கள் இருந்தன. ஒவ்வொரு இறக்கையிலும் இரண்டு இன்ஜின்கள். நான்கு இன்ஜின்களையும் ஒரே மாதிரி கையாள வேண்டும்- அதாவது, அவற்றின் வேகத்தை ஒரே சமயத்தில், ஒரே அளவில் குறைக்க வேண்டும். ஏதாவது ஒரு இன்ஜின் இயங்கும் வேகத்தை, சற்று முன்கூட்டியே குறைத்து விட்டால், விமானம் அதன் ஓடுபாதையில் 'கன்னாபின்னா' வென்று ஓடிச் சிதறி ஒரு நெருப்புக் கோளமாக மாறிவிடும்" லெப். கமாண்டர் யாதவ் தன் 'ஃப்ளைட்' இன்ஜினீயரைப் பார்த்தார். தான் விசையை இழுக்கும் அதே சமயம் அவரும் விசையை இழுக்கமாறு சைகை செய்தார்.

"விமானம் செங்குத்தாகத் தடுமாறினால், ஓரளவுக்கு அதைக்

கட்டுப்படுத்த முடியும். ஆனால், தடுமாற்றம் கையை மீறிப் போனால், கதை முடிந்து விடும்” என்றார்.

விமானத்தை மெதுவாக இறகு போல் இயக்கும் ‘வித்தை’ பலித்தது. *IN 305* ஓடுபாதையைத் தொட்டதுமே லெப். கமாண்டர் விரைந்து செயல்பட்டு, இரண்டு இறக்கைகளின் வெளி ஓரத்திலிருந்த இரண்டு காற்றாடிகளையும் நிறுத்தினார். அதன்பின், அவர் இரண்டு உள் காற்றாடிகளையும் ஒரே சமயத்தில் நிறுத்தினார். மீதமிருந்த சிறிதளவு நீர் அழுத்த விசையைப் பயன்படுத்தி, ஓடுபாதையின் நடுவில் வரையப்பட்டிருந்த கோட்டின் மேலேயே செலுத்தினார். ஓடு பாதையிலிருந்து விமானம் விலகி, தாறுமாறாக ஓடுவதைத் தடுக்க அரும்பாடுபட்டார். அவ்வாறு விமானம் தடுமாறாமல் ஓடச்செய்வது இப்போது அதி முக்கியமானது. ஏனெனில் இப்போது விமானத்திற்குள்ளே இருப்பவர்கள் உயிர் மட்டுமே முக்கியமல்ல. டபலிம் விமான நிலையத்தில் பணி புரிபவர்களின் உயிர்களுக்கும், அங்கு நின்று கொண்டிருக்கும் மற்ற விமானங்களுக்கும் எந்தவிதச் சேதாரமுமில்லாமல் பார்த்துக் கொள்வதும் அதி முக்கியம்!

வானத்தில் ஒரு மணி நேரம் வட்டமிட்டபின், விமானத்திலிருந்தவர்கள் தங்கள் முதல் நண்பனைச் சந்தித்தார்கள். அது டபலிமின் அதி நீளமான ஓடுபாதை. இந்தியாவின் அதி நீளமான ஓடுபாதைகளில் டபலிம் ஓடுபாதையும் ஒன்று. தட்டுத்தடுமாறி கண்டபடி ஓடிக்கொண்டிருக்கும் அந்த மிகப் பெரிய விமானத்தை மெதுவாக ஓடச் செய்து, ‘பிரேக்குகள்’ பிரயோகிக்காமல் நிறுத்துவதற்கு அது போதுமானதாக இருந்தது.

விமானம் ஓடுபாதையை முத்தமிட்டபின், ஏறக்குறைய 9,000 அடி ஓடி நின்றது. ஓடுபாதைக்கு அப்பாலிருந்த பள்ளத்தாக்கு யாதவின் கண்களில் பட்டது. “அதிர்ஷ்டவசமாக எங்களால் விமானத்தை நிறுத்த முடிந்தது” என்கிறார் யாதவ்.

விமான இன்ஜின்களின் உறுமல் நின்றுபோனது. மருத்துவக் குழுவினர் *IL 38*- விமானத்திலிருந்தவர்களை வெளியே இழுத்துப்

போடும்போது மருத்துவ எமர்ஜென்சி ஊர்திகளின் ‘சைரன்’ ஒலி கேட்க ஆரம்பித்தது. லெப். கமாண்டர் சொல்கிறார்: “விமானத்திலிருந்து கீழே இறங்கியபின்தான் விபரீதத்தின் அளவும், ஆழமும் புரிந்தது.”

“நீங்கள் வானில் பறக்கும் போது, அடுத்தடுத்து வரும் பிரச்சனைகளைத் தீர்ப்பதிலேயே உங்கள் முழு கவனமும் இருக்கும். அப்படிச் செயல்படுவதைத் தவிர வேறு வழியே இல்லை. உங்களுக்கு வேறு எந்தச் சிந்தனையும் இருக்காது. உங்கள் முன் அவ்வப்போது தோன்றும் பிரச்சனைகளைத் தவிர உங்கள் கவனம் வேறெதிலும் இருக்காது.”

அன்று மாலை, கட்டாய மருத்துவப் பரிசோதனைக்குப் பின், லெப். கமாண்டர் யாதவ் அடிப்படைத் தளத்திலிருந்த தன் வீட்டிற்குச் சென்றார். அவருடைய மனைவியும், இரண்டு குட்டிப் பசங்களும் வீட்டிலிருந்தனர். அன்று மாலை, இரவு விருந்துண்ண கடற்படை அதிகாரிகளுக்கான உணவு விடுதிக்குச் செல்வதாகத் திட்டம். ஆனால் லெப். கமாண்டர் மிகவும் களைத்துப் போயிருந்தார். அன்று மாலை ஓய்வெடுக்க விரும்புவதாகத் தன் மனைவியிடம் அவர் சொன்னபோது, அவர் மனைவி ஏமாற்றம் அடையவில்லை. அவர் கணவர், நீண்ட விமானப் பயணத்திற்குப் பின் இப்படிக் களைத்துப் போய் வருவது வழக்கமானதுதான். மறுநாள், மற்ற வீரர்களின் மனைவிகள் அவரிடம் விசாரித்தபோதுதான், அவருக்கு வானில் நடந்தது என்னவென்று தெரிய வந்தது.

IN 305-ன் விமானிகள் எந்தக் கருவியின் உதவியுமின்றி, வெறும் மனிதப் பிரயத்தனத்தால் மட்டுமே, எல்லாமே அவர்களுக்கு எதிராக இருந்த சூழ்நிலையிலும் விமானத்தை ‘ஓட்டி’ இருந்தனர். மூன்று வருடங்களுக்குப் பிறகு, லெப். கமாண்டர் இராணுவப் பணிக்காக ரஷ்யா சென்றார். *‘ILYU-SION’* விமானத்தை உருவாக்கிய நிறுவனத்திலிருந்து வந்திருந்த ஒருவர், இப்போது ஒரு காவியக் கதையாகிவிட்ட அந்த விமானப் பயணத்தைப் பற்றிக் கேட்டார். அவரிடம் யாதவ் தன் அனுபவத்தை விளக்கியபோது, அதிர்ச்சியில் அவர் வாய்

பிளந்தார். அது மட்டுமல்ல, அவர் யாதவ் பேசப் பேசக் குறிப்புகளும் எடுத்துக் கொண்டார். அவருக்கு எப்படி இந்திய விமானிகள் தங்களையும் காப்பாற்றிக் கொண்டு, விமானத்தையும் அதிக சேதாரமில்லாமல் காப்பாற்றினார்கள் என்று ஒரே ஆச்சரியம்!

அன்று, பாகிஸ்தான் போர்க்கப்பல்களை உளவு பார்க்கும் வேலை நடக்கவில்லை. ஆனால் விலை மதிக்க முடியாத இந்தியக் கடற்படையைச் சேர்ந்த எட்டு வீரர்களின் உயிர்கள் காப்பாற்றப்பட்டிருந்தன. ஆபத்து தன் கோரப் பற்களை தன் முன்னால் காட்டியபோதும், சற்றும் அஞ்சாமல் நிதானத்தை சிறிதளவும் இழக்காமல் மிகுந்த பொறுப்புணர்வுடனும், மிக்க தைரியத்துடனும் செயல்பட்ட லெப். கமாண்டர் யாதவ்தான் இதற்குக் காரணம். ஒரு வருடம் கழித்து, அவரின் வீரச் செயலைப் பாராட்டி அவருக்கு 'சௌரிய சக்ரா' விருது வழங்கப்பட்டது.

IN 305- நடந்தது என்னவென்று ஆராய்வதற்காக தோல்வி பற்றிய விசாரணைக்கு அடித்தளமிட்டது. நான்கு நாட்கள் கழித்து, லெப். கமாண்டர் யாதவ் இன்னொரு விமானத்தில் பறந்தார். இதுவும் ஒரு *IL 305* விமானம்தான். அளிக்கப்பட்ட பணியும் அதே மாதிரிதான். இந்த முறை, ஒரு ஜோடி பாகிஸ்தான் கப்பல்கள் எதிர் திசையில் உலாவிக் கொண்டிருந்தன.

இந்த முறை யாதவை நோக்கி வெற்றித் திருமகள் புன்னகை புரிந்தாள்!

10

“நாங்கள் அவரையே பின்பற்ற விரும்புகிறோம்... அவர் மரணத்தைப் பார்த்தவர்!”

கேப்டன் வருண் சிங்

புட்டுஷாஹி, ஜம்மு, காஷ்மீர்

2 மே, 2000

அவர் நினைவிலிருந்ததெல்லாம், 'ஸ்ட்ரெட்சரி'ல் அசைய முடியாமல் படுத்திருந்ததும், தன் நினைவு வந்து வந்து போய்க்கொண்டிருந்ததும், சிறிய சீட்டா ஹெலிகாப்டர் காஷ்மீர் பள்ளத்தாக்கின் விமானத் தளத்திலிருந்து புறப்பட்ட போது அதன் காற்றாடிகள் சுழன்ற ஓசையும்தான்! அவருடைய மார்புக்கூடு சுமார் நூறு உலோகத்துண்டுகளால் பிளக்கப்பட்டிருந்தது. அவற்றில் சில அவருடைய வலது நுரையீரலைத் துளைத்திருந்தன. மார்பெலும்பை சிதறச் செய்து, விலா எலும்புகளை உடைத்திருந்தன. இன்னொரு உலோகத்துண்டு, அவர் இதயத்தைத் துளைத்திருந்தது. அவருடைய வலது கை அவர் தோளிலிருந்து தொங்கிக்கொண்டிருந்தது. அவரின் அடர்த்தியான தாடியில் உலர்ந்த இரத்தத் துளிகள் கோலம் போட்டிருந்தன. அவற்றிலிருந்து, அங்கங்கே இரத்த ஓடைகளும் ஒழுகிக் கொண்டிருந்தன. அது அவருடைய தாக்குதலின் போது பயன்படுத்தும், தாக்குதல் உடுப்பையும், போர்க்காலச் சீருடையையும் இரத்தக் கரையாக்கியது.

ஒரு மனிதனால் மரணத்தை எவ்வளவு நெருங்க முடியுமோ, அந்த அளவு நெருங்கியிருந்தார் கேப்டன் வருண் சிங். ஜம்மு, காஷ்மீர் பண்டிபோரா தாக்குதல் நடைபெற்ற களத்திலிருந்து முதலில் வந்த சங்கேத செய்தியும் 'மரைன் கமாண்டோ' அதிகாரி இறந்துவிட்டதை உறுதிப்படுத்தின. ஆனாலும், திறந்திருந்த அவரின் மார்புக் கூட்டை இணைத்து ஒரு மருத்துவர் கட்டிக்

கொண்டிருந்தபோது, அவர் கண்கள் ஒரு கணம் இமைத்தன. காத்துக் கொண்டிருந்த ஹெலிகாப்டருக்கு அவரைத் தூக்கிச் செல்லும்போது, அதிகாரி ஒருவர் அவரின் அப்போதைய நிலை பற்றித் தகவல் சொன்னார்: "அவர் உயிரோடுதான் இருக்கிறார்; ஆனால், அவர் இறந்துவிட்டதாகவே கருதலாம்!"

2016, ஜூலை, 12-ல் மேலே சொன்ன தாக்குதல் நடந்து 16 வருடங்கள் கழிந்தும், கேப்டன் சிங்கால் அந்த வலியை இன்னும் மறக்க முடியவில்லை. அது எப்போதாவது வரும், இன்னதென்று சொல்ல முடியாத வலியல்ல. அது உண்மையான, தொடர்ந்து வரும் சற்றும் குறையாத வலி. ஆனால் அந்த வலியை மறக்கச் செய்தது, கேப்டன் சிங் நாட்டின் முதல் மரைன் கமாண்டோக்களின் (மார்கோஸ்) அணியின் தலைவராக நியமிக்கப்பட்டார் என்ற செய்தி. அந்த அணியின் பெயர், 'INS KARNA'. பதவி ஏற்பு விழாவில் கலந்துகொண்ட ஒவ்வொரு ஆணுக்கும், பெண்ணுக்கும் தெரியும், கேப்டன் சிங் அடித்த 'சல்யூட்' ஒரு சாதனையின் அடையாளம் மட்டுமல்ல; சிங்கின் மனதில் எப்போதும் அடி நாதமாக ஓடிக்கொண்டிருந்த, 16 வருடங்களுக்கு முன்பு நடந்த ஓர் 'அதிசயம்' பற்றிய பெருமிதமும், 'இப்படியெல்லாம் கூட நடக்க முடியுமா?' என்ற அவநம்பிக்கை கலந்த வியப்பும் அதில் நிறைந்திருந்தது என்பது!

1999, டிசம்பர் மாதத்தில், கார்கில் போர் நடந்து 5 மாதங்கள் கழித்து, காஷ்மீர் பள்ளத்தாக்கில் பனிமழை பொழிந்து கொண்டிருந்த ஒரு நாளில் கேப்டன் சிங் (அப்போது இவர் லெப்டினெனன்ட்) ஸ்ரீநகரில் கால் வைத்தார். அந்த இளம் மார்கோ அணி வீரர் உல்லர் ஏரிப்பகுதியில் பணியாற்ற அனுப்பப்பட்டிருந்தார். உல்லர், ஜீலம் நதிக்கரையிலிருந்த ஒரு மிகப் பெரிய நீர்த் தேக்கம்! மாநிலத்தின் மேற்குத் திசையில், சாலையில் ஒரு மணி நேரம் பயணித்தால் அதை அடையலாம்.

சுற்றிலும் மலை சூழ இருந்த அந்த ஏரி, ஒரு ரம்மிய அற்புதம். ஆனால், அதுவே, பா.ஆ. காஷ்மீரிலிருந்து ஊடுருவும்

தீவிரவாதிகளுக்குப் பாதுகாப்பான வழியாகவும் இருந்தது. அதன் வழியாக வந்து, 40 கி.மீ. தொலைவிலிருந்த ஸ்ரீநகரை அவர்கள் மிக எளிதாக எட்டிவிடலாம். வழியெங்கும் காவற்படை சோதனைச் சாவடிகளோ, இராணுவத்தின் தொல்லையோ இல்லாததால் அவர்களுக்கு அது மிகவும் சுலபமான வழியாகப் போயிற்று! இதன் காரணமாகவே, இந்திய அரசு 1996-ல், இந்தியக் கப்பற்படையைச் சேர்ந்த 'மார்கோஸ்' அணியை, ஏரியை ரோந்து சுற்றி வந்து, பாதுகாத்து அனுப்பி வைக்க முடிவு செய்தது. இப்படியாக, பள்ளத்தாக்கிற்கு, அதன் ஏரியைப் பாதுகாக்க ஒரு அதி நவீன சிறப்பான படை கிடைத்தது. 'மார்கோஸ்' அணிக்கும் அதன் முதல் செயற்களம் கிடைத்தது.

கேப்டன் சிங் நேரடி கள அனுபவம் கிடைக்க அது ஒரு மிக நல்ல வாய்ப்பு என்று கருதினார்.

"மார்கோஸ் அணியினர் பல நாட்களாகக் கடுமையான பயிற்சி பெற்றிருந்தனர். ஆனால் எங்கள் வித்தைகளை நேரடியாகக் களத்தில் காட்ட, இன்னும் வாய்ப்பே கிடைக்கவில்லை. இதுதான் அதற்குச் சரியான சந்தர்ப்பம்" என்கிறார் கேப்டன் சிங்!

அங்கு, அவர்களுக்கு முன்பிருந்த அணியினர் தங்கியிருந்த ஒரு நீரேற்றும் கொட்டகையில்தான் மார்கோஸ் அணியினரும் தங்கினர். இந்த இடத்தின் முன்புறம் அந்தப் பேரேரி விரிந்து படர்ந்திருந்தது. சுற்றியிருந்த கிராமங்களுக்கெல்லாம் இந்த ஏரியிலிருந்துதான் தண்ணீர் விநியோகிக்கப்பட்டது. வீரர்கள் தங்கியிருந்த இடமான பண்டிபோராவிலிருந்து, சோபோர் வரைக்கும் விரிந்திருந்த பரப்பு பளிங்கு போல் தெளிவாக இருந்தது. இந்தப் பரப்பில்தான் புகழ் பெற்ற பாபா ஷாகுர்-உத்-தின் மசூதி இருந்தது. தினமும் கமாண்டோக்கள் ஏரியை ரோந்துப் பணிக்காகச் சுற்றி வரும்போது, அவர்கள் காதில் மசூதியிலிருப்பவர்கள் இறைவனைத் துதிக்கும் ஒலி இனிமையாகக் கேட்கும்.

தான் அங்கே கால் பதித்த உடனே, கேப்டன் சிங், மறைந்து

கொண்டிருந்த சூரிய ஒளியில் உல்லர் ஏரியை உற்றுப் பார்த்தார். மீண்டும் மீண்டும் அவர் மனதில் எழும் ஒரு நினைவு இப்போதும் எழுந்தது. அவர் தந்தை, ஓய்வு பெற்ற கப்பற்படை வீரர். அவர் ஜாதகம் அவருக்குத் தண்ணீரில் கண்டமிருப்பதாகச் சொன்னதை அறிந்துகொண்ட அவர், அப்பா, இந்து மத நீர்க்கடவுளான வருணனைக் குறிக்கும் விதமாக அவருக்கு 'வருண்' என்று பெயரிட்டார். கடற்படையின் நீச்சல் பயிற்சிப் பள்ளியில் சிங் படிக்கும்போது. அவர் மிகச் சிறந்த மாணவர் என்று பெயரெடுத்தார். நீரில், 180 அடி ஆழம்வரை சென்றுவர அவருக்குப் பயிற்சி அளிக்கப்பட்டது. அவர் ஏரியைப் பார்த்துக் கொண்டிருந்த போது, "இந்த ஏரி என் உயிரை எடுத்துக் கொள்ளுமானால் அதுவும் மிகப் பொருத்தமானதே!"

கேப்டன் சிங்கிற்கு நீர் மேல் அவ்வளவு ஆர்வமில்லை. அவர் பதின்பருவக் கனவுகள் இன்னும் திட்டவட்டமானவை. தீவிரவாதிகளைக் கொல்ல வேண்டும் என்பதே அவரது விருப்பம். கண்டிப்பாக ஒரு நாள் இராணுவத்தில் சேர்ந்துவிடுவது என்று மிகத் தெளிவான கனவுடன்தான் அவர் என்டிஏ-ல், 1989-ல் சேர்ந்தார். ஒரு இராணுவ அதிகாரியாவதற்கு அவர் தயாராகவே இருந்தார், எப்போதும்! ஆனால் அவர் தந்தையின் வார்த்தைகள்தான் அவரைக் கடற்படையை நோக்கி உந்தித் தள்ளின.

அவர் சொல்கிறார்... "ஒரு நல்ல மகனாக என் தந்தையின் வார்த்தைகளுக்கு நான் மதிப்புக் கொடுத்தேன். அவரைப் பொறுத்தவரை அது மிகப் பெரிய விஷயம். கடற்படையில் ஒரு சாதாரண வீரனாக இருந்த அவருக்கு, ஒரு கடற்படை அதிகாரியாகத் தன் மகனைப் பார்ப்பது மிகப் பெரிய விஷயம். அந்த ஆனந்தத்தை, பெருமிதத்தை வார்த்தைகளால் வருணிக்க முடியாது."

தந்தையின் வார்த்தைகளுக்கு மதிப்புக் கொடுப்பது நல்ல விஷயம்தான். ஆனால், சிங்கின் தந்தையின் வார்த்தைகள், அவர் கனவான, இராணுவத்தில் சேர்வதை வெகு

தொலைவுக்குத் தள்ளிக்கொண்டு போய்விட்டது என்பதுதான் உண்மை. கடற்படை, அவர் யாருடன் நேரிடையாக மோத வேண்டுமென்று நினத்தாரோ, அவர்களிடமிருந்து அவரை விலக்கி, கடலில் வெகுதூரம் தள்ளிக்கொண்டு போய்விட்டது. கேப்டன் சிங் எதிர்பார்த்தது போலவே, அவர் கடற்படையில் சேர்க்கப்பட்டதும், அவருக்கு திசையறிந்து வழிகாட்டுபவர் (நேவிகேட்டர்) பதவி வழங்கப்பட்டது.

வருடங்கள் பல உருண்டோடின. கேப்டன் சிங்கிற்குத் திருமணம் நடந்து. அவருக்கு 1997-ல் முதல் குழந்தை ஷிவானி பிறந்தாள். மருத்துவமனையில் தன் குழந்தையைக் கையில் தூக்கியபோது, எல்லா அப்பாக்களையும் போலவே அவரும் நினைத்தார்: "இதைவிட அழகு வேறுண்டோ பூமியில்" தூங்கிக் கொண்டிருந்த தன் மனைவியையும், தனக்குப் பிறந்த புத்தம்புது மலரையும் பார்க்கப் பார்க்க, அவர் பெருமகிழ்ச்சியடைந்து, தன் வாழ்வு பூரணத்துவம் அடைந்துவிட்டதாகவே உணர்ந்தார்; அதே சமயம், நேரடியாகப் போர்க்களத்தில் இறங்கிப் போராட வேண்டும் என்ற தன் கனவு கைக்கு எட்டா தூரம் போய்விட்டதாகவும்- தனக்கு இப்போது குடும்பம் என்று ஒன்று ஏற்பட்டுவிட்டதால், இனி தனிப்பட்ட முறையில் தன்னால் முடிவு எதுவும் எடுக்க முடியாதென்பதையும் சிங் உணர்ந்தார். ஆனால், அவர் மனைவி ரீனா அவர் மனதை அரித்துக்கொண்டிருக்கும் விஷயத்தை நன்கு அறிவார். அவர்தான் தன் கணவரை, அவர் கனவு நிறைவேற ஆவன செய்யுமாறு வற்புறுத்திக் கொண்டே இருந்தார்.

சில நாட்களிலேயே, கேப்டன் சிங் ஒரு பயிற்சி 'கம்பட் டைவராக' நியமிக்கப்பட்டார். அவர் ஜாதகத்தில் குறிப்பிடப்பட்ட அந்த 'நீர்ச் சாவை' நோக்கி தன் முதல் அடியை எடுத்து வைத்தார்.

"எல்லோரும் என்னிடம் சொன்னார்கள்: 'இப்போது உனக்கு எதற்கு இந்த வேலை வருண்? உனக்கென்று ஒரு குடும்பம் இருக்கிறது!' 'மார்கோஸ்' வேலை மிக ஆபத்தானது! ஆபத்தை ஏன் விலை கொடுத்து வாங்குகிறாய்?"

“அவர்கள் சொன்னது சரிதான்” கேப்டன் சிங் சொல்கிறார். “வேறெந்தத் தொழிலில் ஆபத்து இருக்கிறது என்று நீங்கள் தெரிந்து கொண்டே இறங்குவீர்கள்?” என்பது அவர் கேள்வி.

அந்த 1999 டிசம்பர் மாலையில் தன் முன்னே விரிந்து கிடந்த ஏரியைப் பார்த்தபோது, ஆபத்துக்குப் பஞ்சமில்லை என்று கேப்டன் சிங் உணர்ந்தார். ஐந்தே மாதங்களில், அந்த இளம் கமாண்டோவை ஆபத்துகளிலேயே பெரிதான ஒரு பேராபத்து கட்டித் தழுவிக்கொண்டது.

உல்லர் ஏரியைப் பாதுகாத்து வந்த மார்கோஸ் அணி 15-வது ராஷ்டிரீய ரைஃபிள்களின் தலைமையில் இயங்கி வந்தது. இதன் தலைமையகம் ஏரிக்கரையிலிருந்த வட்லப் என்ற இடத்திலிருந்தது. இதன் தலைவர் கூர்கா ரைஃபிள்களைச் சேர்ந்த கர்னல் எஸ்.கேஜா அவருக்குத் தன் தலைமையின் கீழ் இயங்கி வந்த மார்கோஸ் அணியை மிகவும் பிடித்துப் போனது. அவர் அந்த அணியைச் சேர்ந்த வீரர்களுக்கு ரோந்து செல்ல தொடர்ந்து ஆணை பிறப்பித்து வந்தார். இது அவர்கள் அந்தப் பகுதியை நன்கு அறிந்துகொள்ள வேண்டும் என்பதற்காகவும், அவர்கள் நேரடி அனுபவம் பெற வேண்டும் என்பதற்காகவுமே.

“அவர் எங்கள் மேல் அளவற்ற நம்பிக்கை வைத்திருந்தார். நாங்களும், எந்தப் பணியை அவர் எங்களுக்குத் தந்தாலும், அவருக்கு எங்கள் ஒத்துழைப்பை முழுமனதாகத் தந்தோம்.”

புத்தாயிரமாவது ஆண்டு பிறந்த அந்தக் குளிர் மாத அதிகாலையில், மோசமான தட்பவெப்ப நிலையில், உல்லர் ஏரியை ரோந்து சுற்றிவரத் தேவையான குறைந்தபட்ச வீரர்களைத் தவிர அங்கே வேறு யாருமில்லை. ஏப்ரல் மாதத்தில் கடும் பனி உருகி, ஊடுருவல்காரர்கள் கட்டுப்பாட்டுக் கோட்டைத் தாண்டி, எளிதாக மேற்குப் பக்கம் ஊடுருவ வாய்ப்புகளை ஏற்படுத்தித் தரும். ஏப்ரல் மாதக் கடைசியில் காஷ்மீரின் பயங்கரமான உண்மை முகம் தெரிய வரும். இதனால்தான், கேப்டன் சிங்கும், அவரின் மார்கோஸ் அணியைச் சேர்ந்த ஏழு வீரர்களும் மே மாதம் 2-ம் தேதி, 02.00 மணிக்கு ஒரு

தகவலைச் சரிபார்க்கச் சொல்லி கட்டளை வந்தபோது, உடனே கிளம்பினார்கள். தகவல், தீவிரவாதிகள் மலைப்பகுதியில் அமைத்திருக்கக்கூடிய பதுங்கு குழிகளைப் பற்றியது!

எட்டு மார்கோஸ் வீரர்களும், சுமார் 100 இராணுவ வீரர்களுடன் கைகோத்துக் கொண்டு மூன்று மலைகளில் இருக்கும் பதுங்கு குழிகளைத் தேடத் தொடங்கினர். ஒவ்வொருவராக, வரிசையாக ஒவ்வொரு சிகரத்திலும் மேலேறி, பின்பு கீழிறங்கி ஒவ்வொரு பிளவையும் சல்லடை போட்டுச் சலித்தனர். அவர்கள் தேடியது ஆயுதங்களை மட்டுமல்ல; தீவிரவாதிகளையும் கூடத்தான்!

அன்றிரவு எதுவும் சிக்கவில்லை. மதிய உணவு இடைவேளையின்போது அவர்கள் மலை அடிவாரத்தில் ஒரு பாதுகாப்பான இடத்தில் குழுமியிருந்தனர். அப்போதுதான் அந்தச் செய்தி ரேடியோ வழியாக வந்தது: “உல்லர் ஏரியிலிருந்து அதிக தொலைவிலில்லாத பண்டிபோராவின் புட்டுஷாஹி கிராமத்தில் ஒரு சண்டை நடந்து கொண்டிருக்கிறது! மூன்று அல்-படர் தீவிரவாதிகள் இரண்டு மாடிக் கட்டிடம் ஒன்றில் ஒளிந்து கொண்டிருக்கலாம்!”

கேப்டன். சிங் உணவு உண்ணுவதை உடனே நிறுத்திவிட்டு, தானும் தன் மார்கோஸ் சகாக்களும் உடனே தாக்குதல் களத்திற்குப் போகவா என்று கேட்டார். பனி உருக ஆரம்பித்த பின், இதுதான் முதல் ‘என்கவுன்டர்’. தன் ஒவ்வொரு நரம்பும் அப்போது துடித்ததை இப்போதும் கேப்டன் சிங் மறக்கவில்லை. தீவிரவாதிகளை நேரடியாகச் சந்திக்க இது பொன்னான வாய்ப்பு. சிறிதும் தாமதிக்காமல், அவர் களத்திற்கு விரைய இன்னொரு காரணமும் இருந்தது.

ரேடியோவில் பேசியது, ஒரு இராணுவ அதிகாரி. இவர் ‘அகாடமியில்’ கேப்டன் சிங்குடன் ஒன்றாகப் படித்தவர். அவர்தான் தீவிரவாதிகளுக்கு எதிரான தாக்குதலுக்குத் தலைமை தாங்கியவர்.

ஒரு சில நிமிடங்களிலேயே கேப்டன் சிங்கிற்கும் அவர் தோழரும் முதன்மைப் பொறியியலாளருமான விஜய் சிங் ராவத்திற்கும்

சாலை வழியாக அந்த இடத்திற்குச் செல்ல அனுமதி கிடைத்தது. 45 நிமிடங்களில் அவர்கள் தாக்குதல் நடந்து கொண்டிருந்த இடத்தைச் சென்றடைந்தனர். கிராமத்திற்குச் சிறிது தூரத்திலேயே அவர்கள் 15 ராஷ்டிரீய ரைஃபிள்கள் அணியின் தலைவரும், அவர் மேலதிகாரியுமான கர்னல். ஜா தன் வண்டிக்கு முன்னால் நின்றுகொண்டிருப்பதைப் பார்த்தனர். தாக்குதல் நடந்த இடம், அருகில் கிராமத்தின் உள்ளே இருந்தது. தீவிரவாதிகளைத் தாக்கும் நம் வீரர்கள் சுதந்திரமாகச் செயல்பட ஏதுவாக கர்னல் தாக்குதல் நடக்கும் இடத்திற்குச் சற்றுத் தொலைவிலேயே இருக்க முடிவு செய்திருந்தார். இரண்டு மார்கோஸ் வீரர்கள் தங்கள் வண்டியை விட்டு வெளியே வருவதைப் பார்த்ததும், அவர் உடனே அவர்களைக் களத்திற்குச் செல்லுமாறு ஆணையிட்டார்.

"வெடிகுண்டுகள் கிடங்கை வெடிவைத்துத் தகர்ப்பதில் நாங்கள் சமர்த்தர்கள் என்பது அவருக்குத் தெரியும். அவர் எங்கள் மேல் அளவற்ற நம்பிக்கை வைத்திருந்தார். அவர் சொன்னதும், எதைப்பற்றியும் யோசிக்காமல் நாங்கள் உடனே களத்திற்கு விரைந்தோம். நாங்கள் நின்றுகொண்டு தாக்கவேண்டிய இடங்களை அடைந்ததும், தாக்குதலுக்குத் தலைமையேற்று களத்திலிருந்த அதிகாரி சூழ்நிலையை எங்களுக்கு விளக்கினார்."

தீவிரவாதிகள் 18 அடி உயரமுள்ள இரண்டு மாடிக் கட்டிடத்தில் ஒளிந்து கொண்டிருந்தனர். அதைச் சுற்றி 6 அடி உயரமுள்ள சுற்றுச்சுவர் எழுப்பப்பட்டிருந்தது. வீட்டினுள்ளே ஒரு பரணும் அமைக்கப்பட்டிருந்தது. வீட்டின் பின்புறத்தில், ஓர் ஓரத்தில் ஒரு மாட்டுக் கொட்டிலும் இருந்தது. வீட்டைச் சுற்றிலும், அதன் எல்லாப் பக்கங்களிலும் இரண்டு அடுக்கு மாடிக் கட்டிடங்கள் அங்கங்கே இருந்தன. பாதுகாப்புக்காக அவற்றில் இருந்தவர்கள் வெளியேற்றப்பட்டிருந்தனர். வெகு அருகில் இருந்த வீடு வலது பக்கம் இருந்தது. கேப்டன் சிங்கும் விஜய்யும் வீட்டிற்குள்ளே ஓடிச் சென்று, மாடிப்படிகளில் விறுவிறுவென்று ஏறி இரண்டாவது மாடி பால்கனியை அடைந்தனர். அங்கிருந்து தீவிரவாதிகள் ஒளிந்து கொண்டிருந்த வீட்டை நன்கு பார்க்க

முடிந்தது.

இராணுவத் தலைவருடன் ரேடியோவில் தொடர்பு கொண்டு, வெடிகுண்டு தாக்குதலை நடத்தப் போவதாகக் கூறினார். அவர் நண்பர் விஜய் இரண்டு வெடிகுண்டுகளை இரண்டு அடுக்கு மாடிகளின் ஒவ்வொரு தளத்திலும் வீசும் போது, தாம் அவரைப் பாதுகாக்கும் நடவடிக்கையில் ஈடுபடப்போவதாக அவர் கூறினார். இப்படி வெடிகுண்டுத் தாக்குதல் நடத்தினால் ஏற்படப்போகும் குழப்பத்தில் தீவிரவாதிகள் தாங்கள் ஒளிந்து கொண்டிருக்கும் இடத்தை விட்டு, வெளியே வந்து விடுவார்கள் என்பது அவர் எண்ணம். அப்படி அவர்கள் வந்தால் அவர்களை விஜய் எளிதாகச் சுட்டுவிட முடியும். கையெறிகுண்டுகள் வீசியெறியப்பட்டு பெரிய, பிரதான வீட்டில் பெரும் சத்தத்துடன் வெடித்தன. ஆனால் எந்த அசைவும் இல்லை. வெடிகுண்டு வெடித்தபோது அது காற்றில் எழுப்பிய ஒலியைத் தவிர வேறெந்த ஒலியும் கேட்கவில்லை.

விஜய் அப்போதுதான் தன்னிடமிருந்த இரண்டு வெடிகுண்டுகளையும் வெடிக்கச் செய்திருந்தார். மார்கோஸ் வீரர் ஒவ்வொருவரும் தன் தாக்குதல் பையில் இரண்டு வெடிகுண்டுகளை மட்டுமே வைத்திருப்பார். எனவே கேப்டன் சிங் தன் வெடிகுண்டுகளில் ஒன்றை விஜயிடம் தந்தார். இராணுவ அணியின் தலைவர், அடுத்த நடவடிக்கையாக ஆர்டி எக்ஸ் குண்டுகளைக் கட்டிடத்தில் வைப்பதற்காக அவற்றைத் தந்து உதவுமாறு கேட்டிருந்தார். கேப்டன் சிங் தான் வெளியே எடுத்த கையெறிகுண்டை மீண்டும் தன் தாக்குதல் பையில் வைத்துவிட்டு, களத்திற்கு விரைந்தார். சற்று நேரம் முன், அங்கே வைக்கப்பட்டிருந்த வெடிகுண்டைப் பரிசோதிப்பதே அவர் நோக்கம். அந்தப் பகுதியில் வாழ்ந்த ஒருவர் வெடிகுண்டை கட்டிடத்தின் தரைத் தளத்தில் வைப்பதற்காக ஏற்கனவே அனுப்பி வைக்கப்பட்டிருந்தார்.

“நான் அணிந்திருந்த தாக்குதல் பை என் சகோதரியின் கணவர் எனக்குப் பரிசாக அளித்தது. அவர் ஸ்ரீநகரில் ஒரு இராணுவ அதிகாரியாகப் பணியாற்றிக் கொண்டிருந்தார்.

அந்தத் தாக்குதல் பை, அவர் வெளிநாட்டில் பணிபுரிந்தபோது, பரிசாக அளிக்கப்பட்டது. அது பருத்தியால் ஆனது." அப்போது, மார்கோஸ் அணியினருக்கு அளிக்கப்பட்ட தாக்குதல் பைகள் செயற்கை நூலிழையால் ஆனவை. எதிர்வரும் சில நிமிடங்களில் இந்தச் சிறு வித்தியாசம் பெரு விளைவொன்றை ஏற்படுத்தப் போகிறது என்பதை அப்போது யாரும் அறிந்திலர்!

ஆர்.டி.எக்ஸ் குண்டு, தீவிரவாதிகள் ஒளிந்து கொண்டிருந்த வீட்டில் வைக்கப்பட்டு வெடிக்கப்பட்டது. ஒரேயொரு செங்கல்கூட வீட்டிற்கு வெளியே விழவில்லை. பெரும் புகை மூட்டத்தை எழுப்பிக்கொண்டு, முழுக்கட்டிடம், அப்படியே விழுந்தது. குண்டு வெடித்தபோது 20 மீட்டர் சுற்றளவில் இருந்த கட்டிடங்களின் சன்னல்களின் சட்டங்கள் அதிர்ந்தன. கேப்டன் சிங்கும் அவர் தோழர் விஜயும் தங்கள் பாதுகாப்பிற்காகப் போர்த்திக் கொண்டிருந்த போர்வையை நீக்கி வெளியே வந்தனர். பால்கனிக்கு மீண்டும் திரும்பி வந்து, புகைமூட்டத்தை அவர்கள் ஊடுருவிப் பார்த்தனர். புகை அடங்கியதும். அவர்கள் ஒரு தீவிரவாதியின் சடலத்தைக் கண்டனர். மற்ற இரண்டு தீவிரவாதிகள் எங்கே என்று தெரியவில்லை. கேப்டன் சிங் தன் கைக்கடிகாரத்தைப் பார்த்தார். மணி மாலை 5 ஆகியிருந்தது. சூரியன் மறைய சிறிது நேரமே இருந்தது. இருள் சூழ்ந்துவிட்டால், தீவிரவாதிகள் எளிதாகத் தப்பிவிடுவர். அல்லது கவிந்துவிட்ட இருளைத் தங்களுக்குச் சாதகமாக பயன்படுத்தி, தாக்க ஆரம்பித்துவிடுவார்கள். மார்கோஸ் வீரர்களால் துப்பாக்கிக் குண்டுகளை இலக்கின்றி 'கண்டபடி' சுட முடியாது, அவர்களே விரும்பினாலும் கூட!

"ஒரு எதிரிக்கு ஒரு குண்டு என்பதே எங்கள் பயிற்சியின் அடிப்படை விதி! நாங்கள் எங்கள் துப்பாக்கி மற்றும் வெடிகுண்டுகளை வீணாக்கக் கூடாது என்று எங்களுக்கு அறிவுறுத்தப்பட்டிருந்தது. கண் எதிரே பார்க்காத எதையும் நாங்கள் சுட முடியாது" கேப்டன் சிங் நினைவுகூருகிறார்.

விஜயை இரண்டாம் தளத்தில் விட்டுவிட்டு, சிங் கீழ்

தளத்திற்குச் சென்று, சுவரைத் தாண்டிக் குதித்து, வெடிவைத்து தகர்க்கப்பட்ட வீட்டின் முக்கியப் பகுதிக்குச் சென்றார்.

மூன்று இராணுவ வீரர்கள் முன்பக்கத்திலிருந்து வந்தனர். கேப்டன் சிங் இன்னும் புகைந்து கொண்டிருந்த இடிபாடுகளினூடே நுழைந்து, முதல் தளத்திலிருந்து தொங்கிக் கொண்டிருந்த தீவிரவாதியிடம் சென்று அவன் நாடியைப் பரிசோதித்தார். அவன் இறந்திருந்தான். அவனிடமிருந்த ஏ.கே 47 துப்பாக்கியை கேப்டன் சிங் எடுத்துக் கொண்டு, முதல் தீவிரவாதி சுட்டுக்கொள்ளப்பட்டதை உறுதி செய்து, ரேடியோ மூலம் தகவல் அனுப்பினார்.

அடுத்த சில நொடிகளில் சரியாக சங்கதிகளை எடைபோடாமல், அவசரத்தில் அள்ளித்தெளித்த கோலமாக எடுக்கப்பட்ட ஒரு முடிவு பயங்கர விளைவுகளை ஏற்படுத்தியது. ஒரேயொரு வினாடி கட்டுப்பாடு குலைந்து போனது. இப்படிப்பட்ட சமயங்களில் கவனம் தீர்க்கமாகக் குவிக்கப்பட வேண்டும்.

பனி உருக ஆரம்பித்தபின் நடக்கும் முதல் தாக்குதல் இதுதான். எனவே, வீரர்கள் ஆனந்தத்தில் துள்ளிக் குதித்தனர். அது பெருமையடித்துக் கொள்ள தக்க தருணம்தான். ஆனால், அப்போது கொஞ்சம் குழப்பம் ஏற்பட்டு விட்டது. 14 வீரர்கள் திடீரென்று சுவரின் மேலேறி இறந்துபோன தீவிரவாதியைப் பார்க்க முற்பட்டனர். இது ஒரு மிகப் பெரிய முட்டாள்தனமான காரியம் என்று பின்னால்தான் தெரிய வந்தது. "இன்னும் மீதமிருந்த இரண்டு தீவிரவாதிகள் எங்கிருக்கிறார்கள் என்று எங்களுக்குத் தெரியாது. இந்த முக்கிய விஷயம் கொண்டாட்டத்தில் ஆட்டம் போட்டுக்கொண்டிருந்த எங்களுக்கு மறந்தே போனது."

திடீரென்று பாய்ந்த உற்சாக ஊற்றில், ஒரு வீரர் பின்னாலிருந்த மாட்டுக்கொட்டிலுக்குச் சென்றார். ஆனால் இம்மாதிரி சூழ்நிலைகளில் ஒரு ராக்கெட் அல்லது வெடிகுண்டைக் கொண்டு அந்த அமைப்பைத் தரைமட்டமாக்க வேண்டும் என்பதுதான் அடிப்படை விதி. ஏனெனில், உள்ளே நுழைந்து

பார்க்க பாதுகாப்பான வழிகள் ஏதுமில்லை. இது ஒரு பெரும் தவறாக முடிந்தது. இராணுவ வீரர் ரெட்டி மாட்டுக்கொட்டிலின் கதவைத் திறந்து, உள்ளே எட்டிப்பார்த்தார்.

உடனே *KALASHNIKOV* துப்பாக்கி வெடிக்கும் சத்தம் கேட்டது. உள்ளே ஒளிந்துகொண்டிருந்த இரண்டு தீவிரவாதிகளின் துப்பாக்கிக் குண்டுகள் நம் வீரரின் உடம்பில் பதிந்தன. துப்பாக்கி வெடிக்கும் சத்தத்தைக் கேட்டதும், வளாகத்திலிருந்த நம் வீரர்களில் பலர் சுற்றுச் சுவரை நோக்கி ஓடினர். அவற்றின் மேலேறித் தாண்டிக் குதித்து, பாதுகாப்பான இடத்திற்குச் சென்றுவிடலாம் என்ற எண்ணத்துடன். அங்கிருந்து, திருப்பித் தாக்கலாம் என்பது அவர்கள் திட்டம்.

மாட்டுக்கொட்டிலை விட்டு, ஒளிந்திருந்த இரண்டு தீவிரவாதிகளும் மெதுவாக வெளியே வந்தனர். அவர்கள் துப்பாக்கிகள் சுடுவதற்குத் தயார்நிலையில் இருந்தன. உயிருள்ள ஒரு தீவிரவாதி தாக்குதலில் இறங்குவதை கேப்டன் சிங் பார்ப்பது அதுதான் முதல் தடவை. “ஒரு தீவிரவாதியை சுட்டுத்தள்ள வேண்டும் என்ற என் நீண்ட நாள் கனவை நிறைவேற்றிக்கொள்ள, அது பொன்னான தருணம். இது கனவல்ல நிஜம். இது ஒரு 100 சதவீத உண்மைத் தாக்குதல். ஒரு வினாடிக்கும் குறைவான நேரத்தில் முடிவெடுத்தாக வேண்டும்.” அவர் தன் துப்பாக்கியை இயக்குவதற்கு சில வினாடிகள் முன்புதான் இரண்டு இராணுவ வீரர்கள் தங்கள் பாதையில் உறைந்துபோய் நிற்பதைப் பார்த்தார். சற்றும் தாமதிக்காமல், சிங் அவர்களை நோக்கிப் பாய்ந்தார். அவர் முழங்காலிட்டு அந்த இரண்டு தீவிரவாதிகளையும் தன் ஏ கே 47 துப்பாக்கியால் குறி பார்த்தார்.

“இரண்டு தீவிரவாதிகளும் என் முன் 5 மீட்டர் இடைவெளியில் மெதுவாகக் கடந்து போயினர். அவர்கள் என்னைப் பார்க்கவில்லை” என்கிறார் கேப்டன் சிங். குண்டுகளைச் சேமிப்பதற்காக, அவர் தன் துப்பாக்கியை ஒவ்வொரு குண்டாக உமிழும் நிலையில் வைத்து, சுட ஆரம்பித்தார். அடுத்து வந்த சில வினாடிகளை, சிங் மெதுவாக நினைவுகூருகிறார்.

“அவர்கள் என்னைக் கடந்து செல்லும்போது, அவர்களின் வலது பக்கம் என்னை நோக்கி இருந்தது. நான் அவர்களை நோக்கி ஏழு ரவுண்டுகள் சுட்டேன். அது மட்டுமே என் நினைவில் இருக்கிறது. ஒரு தீவிரவாதி கீழே விழுந்தபோது, அவன் விரல் அவன் ரைஃபிளின் சுடும் விசை மீதிருந்தது. அவன் வலது கை என்னை நோக்கி நீண்டிருந்தது” கேப்டன் சிங் நினைவுகூருகிறார். அவன் வீழ்ந்தபோது அவன் விரல் சுடும் விசையை அழுத்தியது. துப்பாக்கியிலிருந்து குண்டு மழை பொழிந்தது. அவற்றில் ஒரு குண்டு என்னை நோக்கிப் பாய்ந்து வந்து, நான் சிறிது நேரத்திற்கு முன் என் ‘தாக்குதல்’ பையில் வைத்திருந்த கையெறிகுண்டைத் தாக்கியது.

அந்தக் குண்டு மட்டும் வெடித்திருந்தால், கேப்டன் சிங்கும் அவருடனிருந்த வீரர்களும் காற்றில் கரைந்து போயிருப்பார்கள். ஆனால் அந்த *7.62-MM* குண்டு, தாக்குதல் பையின் மேல் பகுதியைத் துளைத்து, அதைச் சிதறச் செய்தது. ஆனால், அதை வெடிக்கச் செய்யவில்லை நல்லவேளையாக.

“அந்தக் குண்டு, கையெறிகுண்டின் ‘தோள்பட்டை’யில் அதன் மூடியும், ‘ஸ்டிரைக்கரும்’ இருந்த மேல் பகுதியைத் தாக்கியது. அதன் ‘பின்’ வெளியே வந்து விட்டது! நான் எப்போதும் அணிந்து கொண்டிருக்கும் செயற்கை நூலிழை தாக்குதல் பை அணிந்திருந்ததால்- அது சற்றுப் பெரியது- அதன் ‘லிவர்’ தூண்டப்பட்டு. கிரேனேடு வெடித்திருக்கும். நான் துண்டுதுண்டாகச் சிதறிப்போயிருப்பேன்! ஆனால், நான் அப்போது அணிந்திருந்த பருத்தி தாக்குதல் பை செம இறுக்கமாக இருந்ததால், லிவர் உடைந்திருந்தாலும், அது பையில் சிக்கிக்கொண்டது.”

குண்டு வெடித்திருந்தால் அது அந்த இளம் கமாண்டோவைக் கொன்றிருக்கும். ஆனாலும் குண்டின் சிதறல் அவரைப் படுகாயப்படுத்திவிட்டது. ஒரு தீவிரவாதியைக் களத்தில் நேரிடையாகச் சந்தித்துக் கொல்ல வேண்டும் என்ற தன் இளமைக்கால கனவு நனவாகியிருப்பதை உணர்ந்து

கொண்டிருந்தபோதே, தான் இருளில் 'மூழ்குவதை' கேப்டன் சிங் உணர்ந்தார். அவருக்கு நினைவு அவ்வப்போது, வந்து வந்து போய்க்கொண்டிருந்தது.

தன் உடல் சிதைந்து கீழே விழுந்த நிலையிலும் இராணுவத் தலைவர் மாட்டுக் கொட்டிலை இராக்கெட் வீசித் தகர்க்கும்படி விஜய்க்கு ஆணையிட்டார். அப்போது விஜய் அருகேயிருந்த வீட்டின் பால்கனியில் இருந்தார். மிகுந்த மரியாதையுடன், அவர் அதை மறுத்தார்:

"ஸார் இன்னும் அங்கேதான் இருக்கிறார்" என்று ரேடியோ மூலம் செய்தி அனுப்பினார். இராணுவத் தலைவருக்கு வந்ததே கோபம். அவர் உடனே மாட்டுக் கொட்டிலைத் தகர்த்துவிட்டு, வெளியேறுமாறு விஜய்க்கு ஆணையிட்டார். ஆனால், விஜய் தன் முடிவில் உறுதியாக இருந்தார். பொறுமையின் உச்சிக்கே சென்றுவிட்ட இராணுவத் தலைவர் தான் இறந்துவிட்டதாக நம்பிக்கொண்டிருந்த கேப்டன் சிங்கின் உடலை வெளியே 'இழுக்க' ஐந்து நிமிடங்கள் கால அவகாசம் விஜய்க்குக் கொடுத்தார்.

விஜய், சுவரின் மேலேறி, தன் மார்கோஸ் சகாவைத் தேடினார். முதலில். அவர் தீவிரவாதிகள் இறந்துவிட்டதை உறுதி செய்துகொள்ள அவர்களை நோக்கிச் சுட்டார். அதன் பின் அவர் சிங்கை நோக்கிச் சென்று 'உடைந்து' போன கையெறி குண்டைக் கையில் எடுத்தார். அதைத் தன் இரு கைகளிலும் பிடித்துக்கொண்டு, அதனை வெடிக்கச் செய்யும் பின்னை வெளியே இழுத்து செயலிழக்கச் செய்தார். பின் அவர் கேப்டன் சிங்கின் மணிக்கட்டைப் பிடித்துப் பார்த்தார். நாடி மிக பலவீனமாகத் துடித்துக் கொண்டிருந்தது. வெளியே இருந்த ஆட்களை நோக்கி விஜய், "கேப்டன் சிங்கை உடனே வெளியேற்ற வேண்டும்" என்று அலறினார்.

காயங்களுக்குக் கட்டுப் போடப்பட்டு கேப்டன் சிங் ஒரு இராணுவ வாகனத்தில் ஏற்றப்பட்டு, 12 கி.மீ. தூரத்திலிருந்த 15-வது ராஷ்டிரீய ரைஃபிள்களின் தலைமையகத்திற்குக் கொண்டு

செல்லப்பட்டார். விஜய்க்கும், அவருடனிருந்தவர்களுக்கும் தெரியும், தங்கள் மேலதிகாரி இன்னும் ஒரு சில நிமிடங்களில் இரத்தமிழந்து இறந்துபோவாரென்று! சண்டையின் போது இதைவிடக் குறைந்த காயம்பட்டவர்களெல்லாம் இறந்து போனதைப் பார்த்தவர்கள் அவர்கள். இந்தக் கமாண்டோவின் நெஞ்சுக்கூடு பிளந்து போயிருந்தது. உள்ளே இருந்த உறுப்புகளெல்லாம் தெரிந்தன. ஒவ்வொரு உறுப்பிலும் உலோகத்துண்டுகள் ஒட்டிக் கொண்டிருந்தன. வட்லாப்பை நோக்கி, அந்த ஜீப் சென்று கொண்டிருந்தபோது, யாருக்கும் நம்பிக்கையில்லை!

ஷாரிபாபாத்திலிருந்த ஹெலிகாப்டருக்கு, வட்லாப்பிலிருந்து ஸ்ரீநகருக்கு அவசரமாகச் செல்லத் தயாராக இருக்கும்படி அறிவுறுத்தப்பட்டிருந்தது. அதன் விமானிகளுக்குப் பயணி யாரென்றும். அவர் உடல்நிலை பற்றியும் சுருக்கமாக எடுத்துச் சொல்லப்பட்டிருந்தது. ஆனால், பருவநிலை ஹெலிகாப்டரை உடனே கிளப்ப சாதகமாக இல்லை. இடம் கொடுக்கவில்லை. இருள் கவியத் தொடங்கிவிட்டது. அதன் இரண்டு விமானிகள் கேப்டன் சிங்கை இரண்டு நாட்களுக்கு முன்புதான் ஒரு விருந்தில் சந்தித்திருந்தனர். அவர்கள் ஒரு அசாதாரணமான முயற்சி செய்து பார்க்கலாமென முடிவு செய்தனர். வானில் பறக்க ஒப்புதல் கிடைத்ததுமே, அவர்கள் ஹெலிகாப்டரை விரைந்து கிளப்பி, நேராக வட்லாப்பை நோக்கிச் செலுத்தினர்.

“என்ன நடந்தது என்பதை என்னால் துண்டுதுண்டாகத்தான் நினைவு கூற முடியும். ஹெலிகாப்டருக்குள் நான் நுழைக்கப்பட்டது எனக்கு நினைவிருக்கிறது. அப்புறம் அது ஸ்ரீநகரிலிருந்த 92 ஆரம்ப மருத்துவமனையில் தரையிறங்கியது நினைவிலிருக்கிறது. அங்கு ஒரு ஹெலிபேட் இருந்தது. அடுத்தாக நான் ஒரு ‘எக்ஸ் ரே’ கருவியினுள்ளே நுழைக்கப்பட்டது நினைவிருக்கிறது” கேப்டன் சிங் நினைவு கூறுகிறார்.

ஸ்ரீநகர் ஆரம்ப மருத்துவமனையின் மருத்துவர் லெப். கர்னல் ரவி கலேவிற்குத் தன் நோயாளியைப்

பார்த்தவுடன் தெரிந்து போயிற்று: அவர், 'தொடர்பு எல்லை'க்கு அப்பால் போய்விட்டாரென்று! அப்படியிருந்தும், சக்கரங்கள் பொருத்திய நோயாளியின் கட்டிலை விட்டு, தன்னை நகரவிடாமல் அடித்த சக்தி எது என்று இன்றுவரை தனக்குப் புரியவில்லை என்று கர்னல் ரவி சொல்கிறார். ஏதோவொரு சக்தி இறந்து கொண்டிருந்த கமாண்டோவை விட்டு அவரை நகரவிடாமல் செய்தது.

"என் நெஞ்சில் உலோகத் துண்டுகளான ஒரு 'கிருஸ்துமஸ்' மரமே இருந்தது. 20.30 மணியளவில் நான் அறுவைசிகிச்சை அறைக்குக் கொண்டு செல்லப்பட்டேன். அடுத்த நாள்தான் அறுவைசிகிச்சை முடிந்தது. மே மாதம் 4-ம் தேதி, மாலை வரை எனக்கு நினைவு திரும்பவில்லை" என்கிறார் கேப்டன் சிங்!

இன்னும் தொடர்ந்து மிக ஆபத்தான நிலையில் இருந்த கேப்டன் சிங்கால் பேச முடியவில்லை. அவருடைய இடது நுரையீரல் முழுவதுமாக வெட்டி எடுக்கப்பட வேண்டியிருந்ததால் அவருக்கு செயற்கை சுவாசக் கருவி பொருத்தப்பட்டது. மே மாதம் 5-ம் தேதி அவருக்கு நினைவு முற்றிலும் திரும்பிவிட்டது. இப்போது அவரால் மிக மெதுவாகப் பேச முடிந்தது.

"மருத்துவர் வந்தபோது, அவர் என் கைகளைப் பிடித்து அழுத்திவிட்டுச் சென்றுவிட்டார். எவ்வளவுதான் மயக்க மருந்து கொடுக்கப்பட்டிருந்தாலும், அவர் 'எப்படியிருக்கிறீர்கள்?' என்று கேட்டபோது நான் என் கை விரல்களை மடக்கி, கட்டை விரலை உயர்த்தி 'தம்ஸ் அப்' முத்திரையைக் காட்டினேன் என்று மருத்துவர் பின்னால் என்னிடம் சொன்னார். இந்த அதிசயம் எப்படி நடந்தது என்று மருத்துவரால் விளக்க முடியவில்லை. எனக்கும் விளங்கவில்லை, இன்றுவரை" என்று சொல்கிறார் கேப்டன் சிங்.

2016-ம் வருடம், ஜுலை மாதம் தான் கமாண்டோவை அறுவைசிகிச்சை செய்ய முடிவு செய்து 16 வருடங்கள் கழித்து லெப்.கர்னல் ரவி கலே (பின்னாளில் இவர் மேஜர் ஜெனரலாக ஓய்வு பெற்றார்) கேப்டன் சிங்கிற்கு ஒரு கடிதம் எழுதினார்:

அவர் காப்பாற்றிய அந்தக் கமாண்டோ இப்போது இந்தியாவின் முதல் மார்கோஸ் அணியின் தலைவராக பொறுப்பேற்க இருந்தார். மருத்துவரின் கடிதம் இப்படிப் பேசுகிறது:

"உங்களின் பதற்றப்படாத குணமும், உங்கள் நெஞ்சு சிதறியபோதும் நீங்கள் வலியால் அழாமல் இருந்ததும், பெரு மூச்சுவிடாமல் இருந்ததும்தான் உங்கள் உயிரைக் காப்பாற்றின. இது, காயம் பட்டது போக மீதமிருந்த நுரையீரல் பகுதியை நல்ல நிலையில் வைத்திருந்தது. நீங்கள் வலி தாங்காமல் கதறியிருந்தால், உங்கள் நுரையீரலின் வெளிப்புறம் இருந்த மார்புப் பள்ளத்திலுள்ள வெற்றிடத்தை காற்று நிரப்பி, உங்கள் இதயத்தையும், நுரையீரலையும் அழுத்தியிருக்கும்!

உங்கள் வலது பக்க மார்பிலிருந்து ஒரு பெரிய கையெறி குண்டின் துண்டு இடது பக்க இரண்டாவது வெற்றிடத்தில் நிலைகொண்டிருந்தது. ஒருவேளை, நீங்கள் வலி பொறுக்க முடியாமல் அப்படியும் இப்படியும் புரண்டிருந்தால், அது உங்கள் இதயத்தையும், மகா தமனியையும் சேதப்படுத்தியிருக்கும். அவ்வாறு நிகழ்ந்திருந்தால், நாங்கள் உங்களைக் காப்பாற்ற முடியாமல் போயிருக்கும். ஆகவே, நண்பரே எதற்கும் பதற்றப்படாத உங்கள் குணம்தான் உங்களைக் காப்பாற்றியது. உங்களைக் காப்பாற்ற சுழன்ற காலத்தின் பற்சக்கரத்தில் நான் ஒரு சிறு பல் மட்டுமே.

பத்திரமாக இருங்கள்...!"

(தனிப்பட்ட முறையில் பரிமாறிக்கொள்ளப்பட்ட தகவல், 12 ஜூலை, 2016)

அறுவைசிகிச்சை முடிந்த பிறகு, கேப்டன் சிங் ஒரு வாரம் தீவிர சிகிச்சைப் பிரிவில் இருக்க நேர்ந்தது. அதன் பின்பே அவரை டெல்லிக்குப் பாதுகாப்பாக வான் வழியே கொண்டு செல்ல அனுமதி கிடைத்தது. தன் வார்த்தைகளிலேயே அவர் சொல்கிறார்: "அடுத்து வந்த இரண்டு வருடங்கள் நான் டெல்லியிலிருந்த ஆரம்ப மருத்துவமனை, மற்றும் இராணுவ

R&R மருத்துவமனை மருத்துவர்களிடமும், செவிலியர்களிடமும், எனக்கு 'மார்பைன்' கொடுக்குமாறு கெஞ்சிக் கொண்டிருந்தேன்" சிங்கின் கைகள் நொறுங்கிப்போயிருந்ததால், அவை இயங்க, அவருக்கு உலோகப் பட்டைகள் பொருத்தப்பட்டன.

மருத்துவமனைப் படுக்கையில் படுத்திருந்த அந்த இளம் கமாண்டோ நோயாளியின் மன உறுதிக்கு ஈடுகொடுக்கும் வகையில் மருத்துவர்கள் அவர் உயிரைக் காப்பாற்றப் போராடினர். ஆனால் அவர்களுக்கும் தெரியும் அந்த வீரரால் தன் உயிரைக் காப்பாற்றிக் கொள்ள முடியாதென்று. அவர் காயங்கள் மிகப் பயங்கரமானவை. இறுதியில் கடற்படை, மருத்துவ ரீதியாக அவர் அந்தஸ்தை ஒரு படி கீழே இறக்கியது. அதாவது, அவர் கடற்படையில் தொடர்ந்து பணி புரியலாம்; ஆனால் அவர் இனி களத்திற்குப் போராட அனுப்பப்பட மாட்டார். ஏற்கனவே தனக்கு ஏற்பட்ட காயங்களின் வலியைப் பொறுத்துக் கொண்டிருந்த கேப்டன் சிங்கால், தான் இனிமேல் போர்க்களத்திற்கு அனுப்பப்பட மாட்டோம் என்ற உறுத்தும் உண்மையால் ஏற்பட்ட மனவலியைத் தாங்கிக் கொள்ளவே முடியவில்லை. இப்படிப்பட்ட வலியை, எந்த ஒரு வீரராலும் குறிப்பாக, ஒரு இளம் கமாண்டோவால் பொறுத்துக் கொள்ளவே முடியாது.

டெல்லியின் *R&R* மருத்துவமனைக்கு, அவர் குடும்பம் முதன்முதலாக அவரைப் பார்க்க வந்தபோது, கேப்டன் சிங்கின் 3 வயது மகள் ஷிவானி அவள் அப்பா படுத்திருந்த கட்டில் மேல் ஏறி உட்கார்ந்து கொண்டாள். அவர் முன்னங்கையைப் பிடித்துக் கொண்டு அவள் சொன்னாள், " என் அப்பா மிக வலிமையானவர்" கேப்டன் சிங் அழுத மிக சொற்பமான சமயங்களில் அதுவும் ஒன்று.

"என் மனைவி ஒரு அதிசயப் பிறவி. நான் இறந்துவிட்டேன் என்று எல்லோரும் நம்பிக்கொண்டிருந்த நாட்களில் அவர்தான் என் குடும்பக் கப்பலை சோகக்கடலில் மூழ்கிப்போகாமல் காப்பாற்றியவர். விஷயத்தைக் கேள்விப்பட்டதும் மத்திய

பிரதேசத்திலிருந்த ரேவாவிலிருந்து, அருகேயிருந்த சட்னாவுக்கு கிளம்பிச் சென்றார். அங்குதான் என் பெற்றோர் வசித்து வந்தனர். அவர்கள் முற்றிலும் உடைந்து போயிருந்தனர். அவர்களுக்கு என் மனைவிதான் ஆறுதல் சொல்லி அவர்களைக் காப்பாற்றினார்; அவருக்கு நான் எப்படி நன்றி சொல்வேன்?" கேப்டன் சிங் மனம் உருகுகிறார்.

கேப்டன் சிங்கின் மேலதிகாரிகளுக்கு சீக்கிரமே தெரிந்து போயிற்று, அவர் நீண்ட காலத்திற்கு மருத்துவமனைப் படுக்கையில் 'சும்மா' படுத்துக் கொண்டிருக்க மாட்டாரென்று. அவர் வலது கை செயலிழந்த நிலையிலும், அவர் 'ஸ்குவாஷ்' விளையாடக் கற்றுக் கொண்டார். இடது கரத்தைப் பயன்படுத்தி ஆயுதங்களையும் கையாளக் கற்றுக் கொண்டார். இருதய-நுரையீரல் சிகிச்சைக்காக அவர் மருத்துவமனைக்குப் போகவும் வருவதுமாக இருந்த நிலையிலும் அவர் மும்பையில், ஏப்ரல் 2002-ல் மார்கோஸ் அணிக்காக ஒரு பயிற்சிப் பள்ளியைத் துவக்குவதில் முக்கியப் பங்காற்றினார். மூன்று மாதங்கள் கழித்து அவர் மகன், சர்தக் பிறந்தான்.

"சர்தக் மார்கோஸில் சேர விரும்புகிறான். அவனுக்கு இளம் வயதுதான்; ஆனாலும், தன் முடிவில் அவன் இப்போதே தீவிரமாக இருக்கிறான்" கேப்டன் சிங் பெருமையுடன் சொல்கிறார். அவர் மகள் ஷிவானி வளர வளர, அவர் தந்தை எப்படிப்பட்ட களத்தில் போரிட்டார் என்று அறிந்து கொண்டார். வயது ஏற ஏற கூடவே வளர்ந்து வந்த அவள் அறச்சீற்றத்தைக் குறைத்து, அவளை அமைதிப்படுத்த அவள் பெற்றோர் அரும்பாடுபடவேண்டியிருந்தது.

"அவள் மனதில் பாகிஸ்தான் மேல் அளவற்ற வெறுப்பு கிளைவிட்டுப் படர்ந்திருந்தது. அவள் இருந்த பருவம் பதின்பருவம். தேசத்தின் மானத்தைக் காக்கும் முயற்சியில் நான் மட்டும் ஏன் குண்டடிபடவேண்டும் என்ற கேள்வி அவர் மனதைக் குடைந்து கொண்டேயிருந்தது. அவளிடம் விடை காண முடியாத ஏகப்பட்ட கேள்விகள் இருந்தன.

சிலவற்றிற்கு எங்களிடம் பதில்கள் இருந்தன; ஆனால், பல கேள்விகளுக்கு எங்களிடம் பதில் இல்லை."

INS கர்னாவிற்குத் தலைமையேற்கும் பொறுப்பு தன்னிடம் அளிக்கப்பட்டதை இன்னும் கேப்டன் சிங்கால் நம்பவே முடியவில்லை. அது யாருக்கும் கிடைக்காத மிகப் பெரிய கௌரவம்.

"நான் பயிற்சியளிக்கும் வீரர்கள் என் உடன் பிறவா சகோதரர்களே. சகோதரர்களாக நாங்கள் பயிற்றுவிக்கப்படாவிட்டால், நாங்கள் சகோதரர்களாகப் போரிட முடியாது" என்கிறார் கேப்டன் சிங்.

"அவர்கள் என்னைப் பார்க்கும்போது, அவர்கள் என்ன நினைக்கிறார்கள் என்று என்னால் உணர முடியும்: "இந்த மனிதன் மரணத்தோடு கைகுலுக்கி விட்டு வந்தவர். தேவைப்படுமானால் மரணம் வரை கூட நாங்கள் இவரைப் பின்தொடர்வோம்!"

11

**‘இது இந்தியாவின் கௌரவப் பிரச்சனை!
இதில் தோல்வி என்ற பேச்சுக்கே இடமில்லை!**

கமாண்டர் மிலிந்த் மோஹன் மொகாஷி

ஏடன் துறைமுகம், யெமன்

12 அக்டோபர் 2000

உலகையே உலுக்கிய தாக்குதல் அது! 9/11 தாக்குதல் மட்டும் நடந்திருக்காவிட்டால், மக்களின் மனதில் அது 'நீங்காத' இடம் பிடித்திருக்கும்; நெஞ்சை விட்டு அகன்றிருக்காது. பல வழிகளிலும் அன்று நடந்தது 9.11 -ல் நடந்ததின் பயங்கரமான முன்னோட்டம். அமெரிக்க ஐக்கிய நாடுகளின் கப்பற்படையைச் சேர்ந்த, வலிமை மிகுந்த அர்லெபர்க் வகுப்பு நாசகார கப்பல் USS கோல் எரிபொருள் நிரப்பிக்கொள்ள துறைமுகத்தில் நின்று கொண்டிருந்தபோது, ஒரு சிறிய 'பைபர் கிளாஸ்' படகு, 500 அடி நீளமான, 6000 டன் எடை கொண்ட அந்தப் போர்க்கப்பலை நெருங்கியது! கப்பலின் மேல் தளத்தில், மாலுமிகள் அப்போதுதான் மதிய உணவுக்காகக் கூடியிருந்தனர்.

இரண்டு அல்-கொய்தா தற்கொலைப் படையினர் அந்தப் படகில் வந்தனர், 300 கிலோ வெடிகுண்டுகளோடு! கப்பலை நெருங்கினதும் அவர்கள் அதை வெடி வைத்துத் தகர்த்தனர். அந்தக் குண்டுவெடிப்பு, 17 அமெரிக்க கடற்படை மாலுமிகளைக் கொன்று, கப்பலின் உடலில் 40 அடி ஓட்டையை ஏற்படுத்தியது. அறிவுள்ள எவரும் அந்தக் கப்பலோடு, 'விளையாட' மாட்டார்கள். கையறு நிலையில் இருந்த அந்தக் கப்பலை, பழுது பார்ப்பதற்காக இழுத்துச் செல்லப்பட்ட படங்கள், 'எங்கள் கடற்படைதான் உலகிலேயே வலிமையானது!' என்று ஜம்பம்

அடித்துக் கொண்டிருந்த அமெரிக்கர்களை நடுநடுங்க வைத்தன. அமெரிக்கக் கடற்படைக் கப்பல்கள் தங்கள் நாட்டிலிருந்து வெகு தொலைவிலிருக்கும் நாடுகளை தங்கள் படைபலத்தைப் பற்றி அச்சம் கொள்ள வைப்பதற்கும், மிகச் சிக்கலான வெளி நாட்டு இராணுவ நடவடிக்கைகளுக்குத் துணை செய்வதற்கும் பயன்படுத்தப்பட்டு வந்தன.

இருபது ஆண்டுகள் கழித்து இந்தக் கப்பல் குண்டுவெடிப்புச் சம்பவம் அனேகமாக மக்கள் மனங்களிலிருந்து மறைந்தே போய்விட்டது என்று சொல்லலாம். ஆனாலும், உலக நாடுகளின் கப்பற் படைகளில் இந்தச் சம்பவம் உரைகல்லாகவே பார்க்கப்படுகிறது- மிக பயங்கரமானவை என்று நம்பிக் கொண்டிருக்கும் போர்க்கப்பல்கள் உண்மையில் எவ்வளவு பலவீனமானவை என்பதை எடுத்துக் காட்ட! எந்தப் போர் அறத்தையும் கடைப்பிடிக்காத தீவிரவாதிகளின் கையில் இந்த மாதிரி வலிமை மிகுந்த ‘அசுரர்கள்’ வெறும் பொம்மைக் கப்பல்களே என்று இந்தச் சம்பவம் உணர்த்தியது. ஒரு சிறிய நகரத்தையே தூள் தூளாக்கும் வலிமையைத் தன்னகத்தே கொண்டிருந்த ஒரு அசுரனையே, ஒரு சிறு இயந்திரப் படகில் வந்து தாக்கி, அதன் மூக்கை உடைக்க முடியுமென்ற நிதர்சனம் போரின் போக்கையே மாற்றிவிட்டது என்றுதான் சொல்ல வேண்டும்!

அரபிக்கடல்

31 மார்ச் 2015

அந்தத் தவிர்க்க முடியாத நினைவு, கமாண்டர் மொகாஷியின் மனதில் அன்று காலை முதல் நினைவாகத் தோன்றியது. அப்போது அவர் இந்தியக் கப்பற்படையைச் சேர்ந்த *INS* சுமித்ரா-வின் கேப்டனாக இருந்தார். அந்தக் கப்பல், வணிகர்களின் கப்பல்களைக் கடல் கொள்ளைக்காரர்களிடமிருந்து காப்பதற்காக

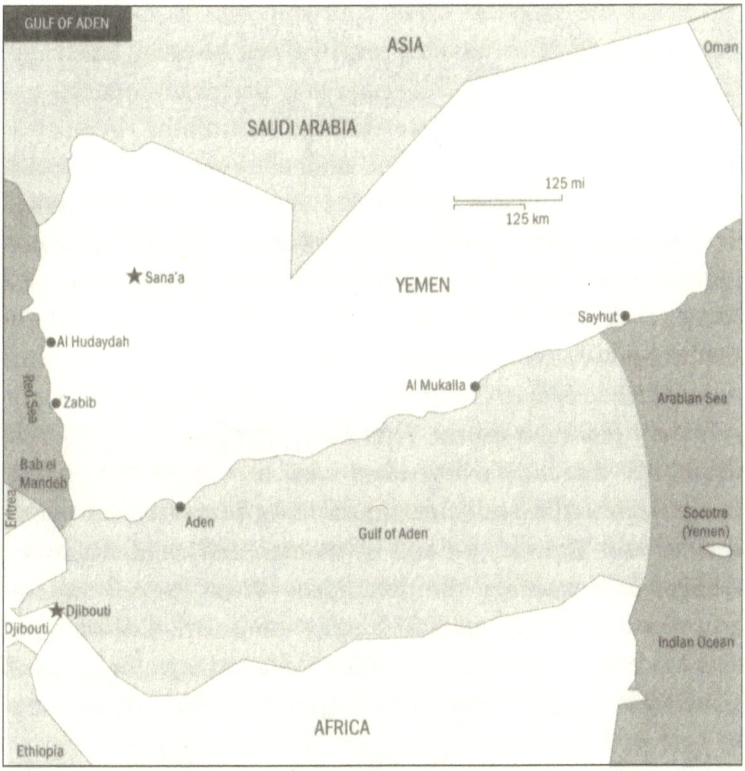

அரபிக் கடலில் ரோந்து சுற்றி வந்து கொண்டிருந்தது. 20 நாட்களுக்கு முன்புதான் கமாண்டர் மொகாஷியும் அவருடைய சகாக்களும் ஏடன் வளைகுடாவிற்கு வந்திருந்தனர். அனைத்துலக நாடுகளும் ஒரு வாணிப வழியாக ஏற்றுக்கொண்ட அந்தப் பிராந்தியத்தில் சரக்குக் கப்பல்களுக்கு பாதுகாப்பளிக்கும் பணியை *INS* சுமித்ரா செய்து, அவை வரிசையாக ஒன்றன் பின் ஒன்றாகக் கடலைக் கடக்க உதவியது.

மார்ச் மாதத்தில் ஒரு நாள். சரக்குக் கப்பல்களைப் பாதுகாக்கும் வேலையை உடனே விட்டுவிட்டு, தன் கப்பலைத் திருப்பி யெமனின் துறைமுகமான ஏடன் நோக்கி வேகமாகச் செல்லுமாறு மொகாஷிக்கு ஆணையிடப்பட்டது. அவருக்கு

இடப்பட்ட ஆணை மிகத் தெளிவாக இருந்தது: அவர் ஏடனை நோக்கிச் சென்று, அதிலிருந்து கடலில் 20 கி.மீ தொலைவில் காத்துக் கொண்டிருக்க வேண்டும், அடுத்த கட்டளை வரும் வரை!

சிறந்த இராணுவ வீரர்கள் எல்லோரையும் போலவே கமாண்டர் மொகாஷியும் அவர் நண்பர்களும் செயலில் இறங்க எப்போதும் தயாராகவே இருந்தனர். அவரின் கப்பல் அந்த மாதத்தின் முதல் பகுதியில் வளைகுடா வந்து சேர்ந்த போது, யெமன் கொதித்துக்கொண்டிருந்தது. அங்கு நடந்து கொண்டிருந்த உள்நாட்டுப் போர், சவூதி கூட்டணி நாடுகளின் போர் விமானங்களை அதனை நோக்கி இழுத்தன. மார்ச் 26-ம் தேதி கமாண்டர் மொகாஷியும் அவர் சகாக்களும் ஏடன் வளைகுடா வழியாக குட்டி ஆப்பிரிக்க நாடான டிபௌடிக்கு எரிபொருள் நிரப்பச் சென்று கொண்டிருந்தபோது, சவூதியின் விமானப் படையைச் சேர்ந்த *'Typhoon Jets'* கள் யெமனை குண்டு வீசித் தாக்கத் துவங்கிவிட்டன என்ற செய்தி கிடைத்தது. இதுவரை கமாண்டர் மொகாஷியின் கவனம் முழுவதும் கடற் கொள்ளைக்காரர்களைத் தாக்கி அழிப்பதிலேயே குவிந்திருந்தது.

அதே சமயம், அந்தப் பிராந்தியத்தில் நிலைகொண்டிருந்த கப்பல்களிலேயே தங்கள் கப்பல்தான் யெமனை நோக்கிச் செல்ல மிகச் சாதகமான இடத்திலிருந்தது என்பதும் அவர்களுக்குத் தெரியும். அவர்களின் முக்கிய வேலை யெமனுக்குப் பல்வேறு பணி நிமித்தமாக சென்று இப்போது அங்கே மாட்டிக் கொண்டிருந்த பெரும் எண்ணிக்கையிலான இந்தியர்களை மீட்பதுதான்.

மார்ச் 29-ம் தேதி இரவு, எரிபொருளை முழுவதுமாக நிரப்பிக் கொண்டு, INS சுமித்ரா டிபௌடியிலிருந்து, வணிகக் கப்பல்களின் பாதுகாப்புப் பணிக்காகச் சென்று கொண்டிருந்தபோது, கமாண்டர் மொகாஷி தன் கப்பலின் செயல் அதிகாரியை (XO) அழைத்தார். கப்பலின் மேல்தளத்தில் நின்றுகொண்டு சூரியன்

மறைவதை அவர்கள் இருவரும் பார்த்துக் கொண்டிருந்தபோது, கமாண்டர் மொகாஷி தன் மனம் திறந்தார்:

“நாம் நம் வீட்டுப் பாடத்தைச் செய்வதில் உடனே இறங்க வேண்டும். யெமன் செல்ல நாம் தயாராக இருக்க வேண்டும், அனைத்து வகைகளிலும்!”

அடுத்த 36 மணி நேரத்தை, கப்பல் பணியாளர்கள், எந்தவித ஆரவாரமுமின்றி தங்களைத் தயார்படுத்திக் கொள்வதில் செலவழித்தனர். எதிர்காலத்தில், அவர்கள் சந்திக்கப் போகும் பல சவால்களில் இது முதலாவதாகும். *INS* சுமித்ரா ஒரு புத்தம் புதிய கப்பல்! ஏடன் வளைகுடாவிற்கு அனுப்பப்படும்போது, அது கடற்படையில் சேர்க்கப்பட்டு ஆறே ஆறு மாதங்கள்தான் ஆகியிருந்தன. கடலில் மிக வேகமாக, பல்வேறு விதங்களிலும் இயங்குமாறு அது வடிவமைக்கப்பட்டிருந்தது. இருப்பினும், ஒரு போர்க்கப்பலையும் அதன் மாலுமிகளையும், போரல்லாத ஒரு நடவடிக்கையில் ஈடுபடுத்த- அவர்களை மன ரீதியாகவும். உடல் ரீதியாகவும் தயார் செய்ய- பெரும்பாடுபடவேண்டியிருந்தது. கப்பலின் கலன்களையும் அதற்குத் தக்கவாறு மாற்றியமைக்க வேண்டியிருந்தது. எதிரிகளைத் தாக்கப் பயன்படும் அதி நவீனப் போர்க்கப்பலை, மிகக் குறைந்த கால அவகாசத்தில், போரில் சிக்கிச் சின்னாபின்னப்பட்டுக்கொண்டிருந்த ஒரு நாட்டிலிருந்து மக்களை மீட்டுக் கொண்டு வரும் ‘மீட்புப்படகாக’ மாற்ற வேண்டியிருந்தது.

அன்றிரவு, *INS* சுமித்ராவில் வெகு சிலரே தூங்கினர். மேற்கொண்டு செய்ய வேண்டிய வேலைகள் பற்றி அவர்கள் திட்டம் தீட்டினர். ஒரு குறிப்பிட்ட எண்ணிக்கையில் கப்பற்படை வீரர்கள் தங்கும் விதமாக வடிவமைக்கப்பட்ட அந்தப் போர்க் கப்பலுக்குள், இன்னும் சிறிது நேரத்தில் பெண்களும், குழந்தைகளும், வயதில் பெரியவர்களுமாக, ஏராளமானோர் நுழையப் போகிறார்கள். கப்பலில் குறைந்த அளவே உணவுப் பொருட்களும், மருந்துகளும் இருந்தன. கமாண்டர் மொகாஷியும் அவர் செயல்

அதிகாரியும் 'விருந்தாளிகளை எப்படிச் சமாளிப்பது' என்று தலைமுடியைப் பிய்த்துக் கொண்டிருந்தனர். ஆனால், எல்லா இராணுவ வீரர்களையும் போலவே அவர்களுக்கும் தெரியும், தங்களுக்கு இரண்டாவது வழியே இல்லையென்று- இருப்பதை வைத்துக்கொண்டு அவர்கள் சமாளித்துதான் ஆகவேண்டும்.

இறுதி ஆணை மார்ச் 31-ல் வந்தபோது, *INS* சுமித்ராவில் இருந்தவர்களுக்கு எந்த ஆச்சரியமுமில்லை. பத்தே நிமிடங்களில், கப்பல் ஏடன் துறைமுகத்தை நோக்கிப் பயணப்பட்டது. துறைமுகத்தை சரியாகச் சென்றடைவதற்கான வரைபடங்கள் எதுவும் கப்பலில் இல்லை. ஏடன் கடலில் தன் கப்பலை நிலைநிறுத்திய பிறகு, தன்னை வரவேற்காத துறைமுகத்தை, வரைபடங்களில்லாமல் எப்படி அடைவது என்று திட்டமிட்டுக் கொள்ளலாம் என்பது மொகாஷியின் எண்ணம்.

ஏடனை நோக்கிச் செல்லத் தன்னை மனதளவில் தயார்படுத்திக் கொண்ட மொகாஷி, தனக்குக் கிடைத்த சிறிதளவு நேரத்தை, அடுத்து செய்ய வேண்டிய பணிகள் பற்றித் திட்டமிடப் பயன்படுத்திக் கொண்டார். கப்பலின் 'இன்டர்காம்' வழியாக அவர் தன் மாலுமிகளிடம் சுருக்கமாகப் பேசினார். அவர்கள் பல குழுக்களாகப் பிரிக்கப்பட்டு, ஒவ்வொரு குழுவிடமும் ஒரு குறிப்பிட்ட வேலை ஒப்படைக்கப்பட்டது. விருந்தாளிகள் மற்றும் அவர்கள் உடைமைகளைப் பரிசோதிப்பது, அவர்கள் பிரயாண ஆவணங்களைப் பரிசோதிப்பது போன்ற வேலைகள் அவை.

ஆனாலும் இவற்றைத் துவங்குவதற்கு இன்னும் கொஞ்சம் காலமிருந்தது. இப்போது உடனடியாகக் கவனிக்கப்பட வேண்டிய முக்கியப் பிரச்சனை, பாதுகாப்புதான். அமெரிக்கப் போர்க்கப்பல் *USS* கோல், *15* வருடங்களுக்கு முன்பு எங்கு மிருகத்தனமாகத் தாக்கப்பட்டதோ அதே இடத்தை நோக்கித்தான் தாங்களும் சென்றுகொண்டிருக்கிறோம் என்பது *INS* சுமித்ராவின் ஒவ்வொரு மாலுமிக்கும் தெரியும்.

சொல்லப்போனால் இன்னும் மோசமானதொரு சூழ்நிலையில் சுமித்ரா அங்கே சென்று கொண்டிருந்தது. ஆம். அங்கே உள்நாட்டுப் போர் மிக உக்கிரமாக நடந்து கொண்டிருக்கிறது. வளைகுடாவில் சென்று கொண்டிருக்கும்போதே, கப்பலில் சூடான விவாதமும் நடந்து கொண்டிருந்தது.

INS சுமித்ராவிலிருந்த 8 மார்கோஸ் மாலுமிகளும் தங்கள் ஆயுதங்களுடனும், படகுகளுடனும் தயாராக இருந்தனர். தீவிரவாதிகளுக்கு எதிரான போருக்குத் தயாராக இருந்த அவர்கள், கடலில் முதலில் இறங்கி, கப்பலை ஒட்டியே நகர்ந்து அதன் சுற்றுப்புறத்தைக் கவனித்து அதற்குத் தேவையான பாதுகாப்பு அளிக்க வேண்டும். இன்னுமொரு பாதுகாப்பு அணியும் உருவாக்கப்பட்டிருந்தது. தேவைப்பட்டால், இவர்கள் தரையில் இறங்கிப் போராட வேண்டும். கடலில் இறக்கப்பட்டு ஆறே மாதங்களான *INS* சுமித்ரா மீட்புப் பணிக்காக ஒரு போர்க்களத்தில் நுழைய வேண்டி வந்தது.

மார்ச் 31-ம் தேதி, ஏடன் கண்ணில் தென்பட ஆரம்பித்தது. அதன் பழமையான, தற்போது தூங்கிக் கொண்டிருக்கும் எரிமலையான க்ரெய்டர் அடிவானத்தில் தென்பட ஆரம்பித்தது. கரையிலிருந்து, 30 கி.மீட்டர் தொலைவில், துறைமுகத்தை நெருங்கிக் கொண்டிருக்கும் போது குண்டுகளின் முதல் சத்தம் கேட்டது. குண்டுகள் தொலைவில் வெடிக்கும் மந்தமான ஓசையும், விமானங்களிலிருந்து வீசப்பட்ட குண்டுகள் கீழே விழுந்து வெடிக்கும் ஓசையும் கேட்டன. தூரத்திலிருந்த அந்தப் பழம்பெரும் துறைமுகம் ஒரே புகைமண்டலமாக மாறிப்போயிருந்தது.

துறைமுகம் 22 கி.மீட்டர் இருக்கும்போது கப்பல் நகர்வதை நிறுத்திக் கொண்டது. துறைமுகத்தில் வழக்கமான நடவடிக்கைகளுக்கு அனுமதி இல்லை. அது மூடப்பட்டிருந்தது என்றே சொல்லலாம். சவூதி அரேபியாதான் ஏடனின் வான் மண்டலத்திற்குப் பொறுப்பேற்றிருந்தது. அதன் 'ஜெட்'

விமானங்கள் தொடர்ந்து தாக்குதல் நடத்திக் கொண்டிருந்தன. அந்த நாட்டின் அனுமதியில்லாமல் கப்பலை மேலும் ஏடனை நோக்கிச் செலுத்துவது தற்கொலைக்கு ஒப்பான செயல். தன் 'பைனாகுலர்' வழியாக ஏடனைப் பார்த்துக் கொண்டிருந்த கமாண்டர் மொகாஷி தன் கண் எதிரே தெரிவது உலகின் மிக ஆபத்தான துறைமுகங்களில் ஒன்று என்பதை உணர்ந்தார். அவர் காத்திருக்க முடிவு செய்தார். அவர் சவூதிக்கு தன் வருகையைப் பற்றி அனுப்பிய செய்திக்கு அதுவரை பதிலில்லை. தன்னிடமிருந்த மிகக் குறைந்த தகவல்களை அவர் தன் தலைமையகத்திற்கு அனுப்பினார்.

இம்மாதிரியான மனிதாபிமான அடிப்படையில் நடைபெறும் செயல்களுக்கு அவசியமான தகவல்களைத் தர வேண்டியது யெமனிலிருந்த இந்தியத் தூதரக அதிகாரிகள்தான். ஆனால் அவர்கள் இருந்தது, அந்நாட்டின் தலைநகரான 'சானா'வில். அது ஏடனிலிருந்து, 400 கி.மீட்டர் தொலைவிலிருந்தது. ஏடனில் இந்தியாவின் பிரதிநிதியாக ஒரேயொரு ஆசாமிதான் இருந்தார். அங்கிருந்த இந்தியப் பள்ளியின் முதல்வர்தான் அவர். இந்தியாவின் கௌரவத் தூதராகவும் அவர் பணியாற்றி வந்தார். தன் அழைப்பை அவர் ஏற்க வேண்டும் என்று பிரார்த்தித்துக்கொண்டே கமாண்டர், அந்த முதல்வருக்குப் போன் செய்தார். நல்லவேளையாகத் தொடர்பு கிடைத்தது. போர் மேகங்கள் சூழ்ந்து கொண்டிருக்கும் ஒரு நாட்டில் ஒரு இந்தியருடன் ஏற்பட்ட முதல் தொடர்பு அதுதான். கமாண்டர் மொகாஷி தங்களால் இனி வேகமாக நகர முடியும் என்று நம்பினார். அவர் தன் சகாக்களுக்கு, துறைமுகத்தை நோக்கி கப்பலின் இறுதிப் பயணத்திற்கு ஏற்பாடு செய்யச் சொன்னார். ஆனால் தொலைபேசியின் அந்த முனையிலிருந்த குரல் மிகுந்த பதற்றமாக ஒலித்தது: "மாலை 5.30 மணிக்கு மேல் துறைமுகத்திலிருப்பது மிக ஆபத்தானது!"

அப்போதே மணி மாலை 4.30. ஆனாலும், துறைமுகத்தை இன்னும் நெருங்கிச் செல்லுமாறு அவருக்கு இடப்பட்ட ஆணைகள்

சொல்லின. அது சாத்தியம்தானா, புத்திசாலித்தனமானதுதானா என்று கமாண்டர் மொகாஷி யோசித்துக் கொண்டிருந்தார். அவர் விரைந்து போட்ட மணக்கணக்கு அது வீண் முயற்சி என்றே சொல்லியது.

அடிவானத்தில் அந்தி சாயும் பொழுதைக் கப்பலிலிருந்து மாலுமிகள் பார்த்துக் கொண்டிருந்தனர். ஒரு திட்டமிட்ட பகல் நேர மீட்புப் பணி கிடப்பில் போடப்பட்டு விட்டது. இருள் கவியக் கவிய, *INS* மாலுமிகளுக்குத் தங்கள் கப்பலுக்கும், தங்களுக்கும் பேராபத்து சூழப்போகிறது என்று தெரிந்து போயிற்று. அந்த இருளில், 14 கி.மீ. தொலைவிலிருந்த ஏடன் துறைமுகத்திலிருந்து ஒளிக் கற்றைகள் வானில் வீசிக் கொண்டிருந்தபோது, கமாண்டர் மொகாஷி தன் மார்கோஸ் மாலுமிகளுக்கு ஆணையிட்டார்: "முன்னால் செல்லும் அணியினர் தங்கள் படகுகளைக் கீழே இறக்கி, துறைமுகம் நோக்கி முன்னேறுங்கள்" ஒரு அதிகாரி தலைமையேற்க, தங்கள் ஆயுதங்களுடன் 8 மார்கோஸ் அணி வீரர்கள், இருளில் துறைமுகம் நோக்கி தங்கள் பயணத்தைத் தொடங்கினர், பின்னால் தங்கள் கப்பல் பாதுகாப்பாகத் தொடர்ந்து வருவதற்காக. அது வரும் பாதையைச் சரிசெய்வதற்காக. தங்கள் இருப்பை வெளிப்படுத்திக் கொள்ளாமல், அவர்கள் இருளை ஊடுருவிக் கடலைப் பார்த்தனர், சந்தேகத்திற்கிடமான முறையில் நடமாட்டம் ஏதும் தென்படுகிறதா என்று கண்டறிவதற்காக. தீவிரவாதிகளும் கிளர்ச்சிக்காரர்களும், இருள் சூழ்ந்த பிறகு ஏதாவது அந்நியக் கப்பல் தென்பட்டால் அவற்றின் மீது தாக்குதல் நடத்தத் தயாராக இருந்தனர்- *USS* கோல் மீது நடத்திய தாக்குதலைப் போல, அல்லது அதை விடவும் மோசமாக!

கடல் மிக அமைதியாக இருந்தது ஒரு ஏரியைப் போல, சலனமில்லாமல். தூரத்தில் கேட்ட சலசலப்பைத் தவிர வேறு ஓசையில்லை. மிகக் குறைந்த விளக்குகளே ஒளியூட்டிக் கொண்டிருந்த துறைமுகத்தில் கமாண்டோக்கள் தங்கள்

படகை விட்டு இறங்கி நிலத்தில் கால் வைத்தனர். அவர்களின் ஆயுதங்கள் எல்லா திசைகளையும் நோக்கிக் கொண்டிருந்தன. அணியின் தலைவர் மற்றவர்களுக்கு ஏதும் ஆபத்தில்லை என்றும் ஆனாலும் அவர்கள் எந்த ஆபத்துக்கும் தயாராகவே இருக்க வேண்டுமென்று சைகை மொழியில் எச்சரித்தார்.

அந்திமாலைப் பொழுது விடைகொடுக்க, இரவு அடியெடுத்து வைத்தது. *INS* சுமித்ராவுக்கு துறைமுகத்தை நோக்கி முன்னேறிச் செல்ல இறுதி ஆணை கிடைத்தது. கைவிடப்பட்ட அந்த நகரத்தில் அங்கொன்றும் இங்கொன்றுமாக விளக்குகள் எரிந்துகொண்டிருந்தன. குறைந்த தகவல்களே கொண்ட ஓர் அடிப்படை வரைபடத்தைக் கையில் வைத்துக் கொண்டு, கமாண்டர் மொகாஷியின் ஆட்கள், டில்லியிலிருந்த இந்தியக் கடற்படைத் தலைமையகத்திலிருந்தும், மும்பையிலிருந்த மேற்குக் கடற்படையின் தலைமையகத்திலிருந்தும் தொடர்ச்சியாக வந்த தகவல்களைப் பதிவிறக்கம் செய்தனர்.

ஏடன் கடற்கரையிலிருந்து நான்கு கல் தொலைவிலிருக்கும்போது, துறைமுகத்திலிருந்த மார்கோஸ் அணியின் தலைவரிடமிருந்து, கமாண்டர் மொகாஷிக்கு ஒரு செய்தி வந்தது. சில இந்தியர்கள் குழுக்களாகக் 'கன்டெய்னர்களில்' புகலிடம் தேடிக்கொண்டிருந்தனர். இது நல்ல செய்திதான். ஆனால் கமாண்டோ சொல்ல வந்த செய்தி இன்னும் முடியவில்லை; இப்படி இருந்தவர்கள், *INS* சுமித்ராவிலிருந்தவர்கள் எதிர்பார்த்ததைவிட எண்ணிக்கையில் இரண்டு மடங்கிற்கும் மேலாக இருந்தனர். 350 பேர், தாங்கள் எப்படியாவது மீட்கப்படுவோம் என்ற நம்பிக்கையில் தங்கள் உயிர்களைக் கையில் பிடித்துக்கொண்டு காத்திருந்தனர்.

மணி 17.45. ஏடனின் கைவிடப்பட்ட துறைமுகத்தை *INS* சுமித்ரா அடைந்தது. துறைமுகத்தில் ஒரேயொரு நபர் மட்டும் இருந்தார். அவர் அனேகமாக, துறைமுக அதிகாரியாக இருக்கலாம். துறைமுகத்தில் கப்பல் நின்றபோது அந்த மனிதர் நெருங்கி

வந்தார். இந்தியக் கப்பல் எதற்காக வந்திருக்கிறதென்று அந்த அதிகாரிக்குத் தெரியும். அவர் ஒரேயொரு கட்டளையை மட்டும் பிறப்பித்தார்.

"உங்களுக்கு 45 நிமிடங்கள் தருகிறேன். உங்கள் நாட்டவரை அதற்குள் அழைத்துச் சென்று விடுங்கள்!"

கமாண்டர் மொகாஷியும், அவர் செயல் அதிகாரியும் ஒருவரையொருவர் பார்த்துக் கொண்டனர். 45 நிமிடங்கள், கடவுளே! இருவருக்கும் தெரியும் கொடுக்கப்பட்ட கால அவகாசம் மிகக் குறைந்த ஒன்றென்று. ஒரு இந்தியருடைய பயண ஆவணங்களைச் சரிபார்த்து கப்பலில் ஏற அவரை அனுமதிக்க ஒரு நிமிடம் என்று எடுத்துக் கொண்டால்கூட இருக்கும் 350 பேரையும் கப்பலில் ஏற்ற 6 மணி நேரம் ஆகும். சொல்லப்போனால், ஒரு நபருக்கு ஒரு நிமிடத்திற்கு மேலேயே ஆகும். பயணிகள் சட்டத்துக்குப் புறம்பான சாமான்கள் ஏதாவது வைத்திருக்கிறார்களா என்று வழக்கமான சோதனை செய்வது மட்டுமல்லாமல், இன்னொரு தலைவலியும் சேர்ந்து கொண்டது. அதாவது, தற்கொலைப் படையைச் சேர்ந்தவர் யாராவது பயணிகளில் இரண்டறக் கலந்துவிட்டிருக்கின்றாரா என்றும் சோதித்தாக வேண்டும். சோதனை மேல் சோதனை! இருக்கும் தலைவலி(கள்) போதாதென்று, டெல்லித் தலைமையகம் வேறு விரைவில் பிரயாணிகளை ஏற்றிக்கொண்டு இடத்தைக் காலி செய்யுமாறு நச்சரித்துக் கொண்டேயிருந்தது.

ஒரு நிமிடத்தைக் கூட வீணாக்காமல். INS சுமித்ராவின் மாலுமிகள் உடனே தங்கள் வேலைகளைத் தொடங்கினர். மனிதர்களை சோதனை செய்வதில் அனுபவமற்ற அவர்கள், மெதுவாக தங்கள் வேலையை ஆரம்பித்து, போகப்போக அதை வேகப்படுத்தினர். அவர்கள் வேலையைத் துவங்க ஒரு நிமிடம் இருக்கும் முன்பு, அவர்களின் தலைவர் அவர்களுக்கு அறிவுரை வழங்கினார்.

"இது நம் நாட்டின் கௌரவப் பிரச்சனை. மாட்டிக்

கொண்டிருப்பவர்கள் நம் மக்கள். இவர்கள் பெரும் அதிர்ச்சியைக் கடந்து வந்திருக்கிறார்கள். தங்கள் வீடு வாசல்களையும், சொத்துகளையும் இழந்திருக்கிறார்கள். இவர்களில் பெரும்பாலானோர், பெண்களும், குழந்தைகளும், முதியோர்களும். இவர்களை நாம் மிக விரைவாக, பாதுகாப்பாக வெளியேற்றியாக வேண்டும். எந்தக் கட்டத்திலும் கடுமையாக நடந்துகொள்ளாமல், எல்லை மீறாமல், நடந்துகொள்ளுங்கள். கண்டிப்பாக இருங்கள். அதே சமயம் மனிதாபிமானத்துடன் நடந்துகொள்ளுங்கள். அவர்கள் எவ்வளவு பெரிய சிக்கலில் சிக்கிக் கொண்டிருந்திருக்கிறார்கள் என்பதை நாம் ஒருபோதும் மறந்துவிடக்கூடாது, நண்பர்களே!”

INS சுமித்ராவிற்கு இரண்டு அடுக்குப் பாதுகாப்பு தரப்பட்டது. முதலிலேயே ஆயுதங்களுடன் வந்துவிட்ட மார்கோஸ் அணியைச் சேர்ந்த 8 வீரர்கள், இருட்டில் இருந்து எந்த ஆபத்தும் ‘பாய்ந்து’ விடாமல் கண்கொத்திப் பாம்பாகக் கவனித்து வந்தனர். இது வெளிச்சுற்று. இதைத் தவிர ஓர் உள் சுற்றும் இருந்தது. அது, பயணிகள் கப்பலில் நுழையும் இடத்தில் அமைக்கப்பட்டிருந்தது. கப்பலின் உள்ளே இரண்டு மார்கோஸ் அணி வீரர்கள் அதன் கொடிக் கம்பத்தின் அருகிலேயே அமர்ந்திருந்தனர். அதிலொருவர், தன் ‘பைனாகுலர்’ வழியாகக் கண்காணிக்க, இன்னொருவர் தன் இஸ்ரேல் காலில் 7.62 MM ஸ்னைப்பர் ரைஃபிளின் தொலைநோக்கியை விட்டுத் தன் கண்களை எடுக்காமல் உன்னிப்பாக துறைமுகத்தைக் கண்காணித்துக் கொண்டிருந்தார்.

கடைசியில், கப்பலில் பயணிகளை ஏற்றுவது துவங்கியது. ஒவ்வொரு இந்தியக் குடிமகனும் ஸ்கேன் செய்யப்பட்டு, புகைப்படம் பிடிக்கப்பட்டு, கப்பலில் ஏற்றப்பட்டனர். அவர்கள் உடைமைகள் தனியாக ‘ஸ்கேன்’ செய்யப்பட்டு கப்பலின் இன்னொரு பகுதியில் ஏற்றப்பட்டன. அனைத்துப் பிரயாணிகளும் கப்பலில் ஏறியதும் அவை உரியவரிடம் ஒப்படைக்கப்பட்டன.

இன்றும் கூட பெண்கள் இந்தியக் கப்பற்படையில் சேர்த்துக்கொள்ளப்படுவதில்லை. எனவே, கப்பலில் ஏறிய பெண்களைச் சோதனை செய்ய, பிரயாணிகளில் அதிக வயதுள்ள பெண்மணிகளில் அமைதியாக, பதற்றப்படாமல் இருந்தவர்களைப் பயன்படுத்திக் கொண்டனர். கப்பலில் ஏற்றப்பட்டவுடன், பலருக்கு அவர்களின் இதயப் பிரச்சனைகளுக்காகவும், சர்க்கரை நோய்க்காகவும் உடனடி மருத்துவ உதவி தேவைப்பட்டது. மற்றவர்களைத் தொடர்ந்து குண்டு வீசப்பட்ட நகரத்தில் சிக்கிக்கொண்டு சிதைந்துபோன மனநிலையுள்ளவர்களை-சாந்தப்படுத்த வேண்டியிருந்தது. பயணிகளில் பலர் கடந்த 24 மணி நேரத்தில் ஒரு முறை கூட உணவு அருந்தவில்லை.

மாலுமிகள், தங்கள் தங்குமிடங்களை 'விருந்தினர்'களுக்காக ஒழித்துக் கொடுத்திருந்தனர். அதிகாரிகளும், மாலுமிகளும் தங்கள் உணவு விடுதிகளில் தங்கும் வசதி செய்து கொடுத்து, பெண்களுக்கும், குழந்தைகளுக்கும், வயதானவர்களுக்கும் முன்னுரிமை கொடுத்துத் தங்கவைத்தனர். ஒரு போர்க்கப்பலில் பல அடுக்குகள் இருக்கும். ஏணிகளைப் பயன்படுத்தித்தான் ஒரு அடுக்கிலிருந்து இன்னொரு அடுக்கிற்குச் செல்ல வேண்டும். ஆனால் இந்தச் சிரமத்தைக்கூட அவர்களுக்கு மாலுமிகள் தரவில்லை.

சாதாரணமாக, கப்பலின் சமையலறையில் 150 ஆட்களுக்கு மட்டுமே சமைக்க முடியும். ஆனால், இப்போது 500 ஆட்களுக்குச் சமைத்தாக வேண்டும்; இதைக் கருத்தில் கொண்டு சமையலறையின் திறன் அதிகப்படுத்தப்பட்டிருந்தது. தங்களின் விருந்தினர்களில் ஒருவர்கூட விடுபடாமல் சாப்பிட்டு முடித்து, சற்றே சகஜநிலைக்குத் திரும்பும்வரை, மாலுமிகளில் ஒருவர் கூட ஒரு கவளம் சாப்பிடவில்லை.

ஏடனிலிருந்து டிபௌடிக்கு 7 மணி நேரப் பயணம்தான். கமாண்டர் மொகாஷிக்குத் தெரியும், தன் விருந்தாளிகளுக்கு ஓய்வும் மற்ற அடிப்படை வசதிகளும் எவ்வளவு

அத்தியாவசியமென்று. மாலுமிகளும், அதிகாரிகளும் ஒரு சேர்ந்திசைந்த வாழ்க்கைக்குப் பழகிப்போனவர்கள். அப்படிப்பட்ட சூழலில் ஒவ்வொருவரின் தனிமைக்கும், அவர்களுக்கு எந்தவிதச் சங்கடமும் ஏற்படுத்தாமல், மதிப்புக் கொடுக்கப்பட்டது. கப்பலிலிருந்த ஒவ்வொரு மாலுமியும் பெண்களுக்கு வேண்டிய சௌகரியங்கள் செய்து கொடுப்பதில் மிகுந்த சிரத்தை எடுத்துக் கொண்டார்கள். அவர்கள் வழிகளில் அநாவசியமாகக் குறுக்கிடாமல், யாருக்காவது உதவி தேவைப்பட்டபோது மட்டுமே குறுக்கிட்டு, வேண்டிய உதவிகள் செய்து, மாலுமிகள் கண்ணியம் காத்தனர்.

கடைசிப் பயணியும் கப்பலில் ஏறிய பிறகு மார்கோஸ் வீரர்கள் கொஞ்சம் மன நிம்மதியடைந்து, எப்போதும் தங்கள் துப்பாக்கிகளை இயக்குவதற்குத் தயாரான நிலையிலிருந்து விலகி, தங்கள் கப்பலில் ஏறினர். கப்பல் துறைமுகத்தை விட்டுப் புறப்படும்போது, ஏடனில் இன்னும் நிறைய பேர் மீட்கப்படுவதற்காகக் காத்துக்கொண்டிருந்தனர். அவர்களுக்கு INS சுமித்ராவால் உதவ முடியவில்லை. காரணம், இந்தியர்கள் மட்டுமே மீட்கப்பட வேண்டும் என்ற ஆணை. இந்தக் கட்டுப்பாடு சில நாட்களுக்குப் பின் தளர்த்தப்பட்டது.

அன்றிரவு INS சுமித்ரா ஏடன் வளைகுடாவை வேகமாகக் கடந்துகொண்டிருந்தது. சில மணி நேரங்கள் கழித்து, களைப்பாலும் கவலையாலும் வாடிப்போயிருந்த இந்தியர்கள் தூங்க ஆரம்பித்தனர். அந்த 2000-ம் டன் போர்க்கப்பலில் அவர்கள் பாதுகாப்பாக இருந்தனர்; உறங்கினர்; ஆனால் கனவுகள் காண, அவர்களுக்கு இன்னும் ஓய்வு தேவை.

ஏப்ரல் முதல் தேதி INS சுமித்ரா காலை 7 மணி அளவில், டிபௌடி துறைமுகத்தை வந்தடைந்தது. அது வந்து சேர்ந்த நிகழ்வும் மீட்கப்பட்ட 350 இந்தியர்கள் ஒவ்வொருவராகக் கப்பலிலிருந்து இறங்கும் காட்சியும் இந்தியத் தொலைக்காட்சிகளில் விரிவாகக் காட்டப்பட்டது. பயணிகளை வரவேற்க, இந்திய வெளியுறவுத் துறை இணை அமைச்சர் ஜெனரல் வி.கே. சிங்

துறைமுகத்திலேயே காத்திருந்தார். அப்போது அவர் ஆற்றிய உரை மிகப் பிரபலமாகிப்போனது. பல பத்திரிகைகளில் வெளிவந்த கப்பலின் படம் பலரின் கண்ணீரைத் துடைத்தது. பல பத்திரிகைகளின் முகப்புப் பக்கங்களில் சிரித்துக் கொண்டிருக்கும் மாலுமிகளின் படங்கள் வெளியாகி அவற்றுக்கு அழகு சேர்த்தன. கமாண்டர் தனக்குத்தானே ஒரு நிம்மதிப் பெருமூச்சை பரிசளித்துக் கொண்டார். ஆனாலும், அவருக்குத் தெரியும் தன் வேலை உண்மையில் இப்போதுதான் தொடங்கப் போகிறதென்று.

கப்பலுக்கு எரிபொருள் நிரப்பவும் அதில் புதிய பொருட்களை ஏற்றவும் கிடைத்த சில மணி நேரம் மட்டுமே மாலுமிகளுக்கு ஓய்வு. இந்தப் புதிய பொருட்களில் ஒருமுறை பயன்படுத்திவிட்டுத் தூக்கி எறிந்துவிடக்கூடிய தட்டுகளும், ‘ஸ்பூன்களும்’ அடங்கும். அன்று மதியம், அவர்களுக்கு யெமனின் இன்னொரு துறைமுகத்தை நோக்கிச் செல்லுமாறு ஆணையிடப்பட்டது. இந்தப் புதிய துறைமுகம் பற்றி எரிந்துகொண்டிருந்தது, நிஜமாகவே!

ஏப்ரல் 1-ம் தேதி, செங்கடல் துறைமுக நகரமான அல் ஹுதாய்தாவில் யெமனின் மிகப் பெரிய வணிகக் குழுமங்களுள் ஒன்றான தாபெத் சகோதரர்களின் பால் தொழிற்சாலை குண்டு வீசித் தாக்கப்பட்டது. இதில் 30 தொழிலாளர்களுக்கும் மேலாக இறந்துபோயினர். இந்த நகரத்திலும், இந்தத் தொழிற்சாலையிலும் அதிக அளவில் இந்தியர்கள் இருந்தனர். நடந்த தாக்குதலில் இந்தியர்களும் இரத்தம் சிந்தியிருப்பர் என்பதில் ஐயமில்லை. இந்த நகரத்தை நோக்கித்தான் கமாண்டர் மொகாஷியும், அவர் நண்பர்களும் தங்கள் கப்பலில் விரைந்து கொண்டிருந்தனர்.

ஏடனைவிட, அல் ஹுதாய்தாவை அடைவது இன்னும் சவால்கள் நிறைந்ததாக இருந்தது. ஏடனை அடைய கொஞ்சம் சிரமப்பட்டு, கப்பலைச் செலுத்தினால் போதும். ஆனால், அல் ஹுதாய்தாவுக்கு பகலில் மட்டுமே வந்து செல்ல வேண்டும்

என்று அனைத்துக் கப்பல்களுக்கும் அறிவுறுத்தப்பட்டிருந்தது. அகலம் மிகக் குறைந்த கடல் வழியில், வழிகாட்டும் வரைபடங்கள் ஏதுமின்றி, கப்பலைச் செலுத்துவது ஒரு பெரிய சூதாட்டம்தான். ஆனால் கமாண்டர் மொகாஷிக்கும், அவர் மாலுமிகளுக்கும் கொடுக்கப்பட்ட ஆணை மிகத் தெளிவாக இருந்தது. துறைமுகத்தை அடைவதற்காக இருந்த மிகக் குறுகலான கால்வாய் அருகே சென்றபோது அவர்களுக்குப் பழகிப்போன போர் விமானங்களின் ஓசை கேட்டது. *INS* சுமித்ரா மாலுமிகளுக்கு அப்போது தெரியாது, அல் ஷுதாய்தா நகரம் ஏற்கனவே ஹௌதி கிளர்ச்சிக்காரர்களின் கைகளில் விழுந்துவிட்ட கதை. இப்போது ஆயுதங்கள் வைத்திருக்கும் ஒரு கிளர்ச்சிக்காரர்கள் குழுவைச் சமாளித்து, இந்தியர்களைப் பத்திரமாக மீட்டுக் கொண்டு வர வேண்டும்!

ஏப்ரல், 2-ம் தேதி, நண்பகலில் கப்பல் அல் ஷுதாய்தாவை வந்தடைந்தது. அது உடனடியாகச் செயலில் இறங்கத் தயாராக இருந்தது. மார்கோஸ் வீரர்களும், மற்ற வீரர்களும் எப்போதும் களத்தில் குதிக்கத் தங்கள் துப்பாக்கிகளைச் சுடும் நிலையிலேயே தயாராக வைத்திருந்தனர். அது பகல் பொழுதுதான்; சந்தேகமில்லை. ஆனால் *INS* சுமித்ரா வந்திருப்பது, அன்று உலகிலேயே பேராபத்துகள் நிறைந்த ஒரு பகுதிக்கு!

கப்பல் துறைமுகத்தை அடைந்ததும் ஹௌதி கிளர்ச்சிக்காரர்கள் நேரிடையாகவே கப்பலுடன் தொடர்பு கொண்டு பேசினர். அவர்கள், நான்கே மணி நேரத்தில் இந்தியர்களை அழைத்துச் சென்றுவிட வேண்டும் என்று ஆணையிட்டனர். குண்டுகள் வெடிக்கும் ஓசை அதிகமாகக் கேட்கக் கேட்க, துறைமுகத்தில் காத்துக்கொண்டிருந்த இந்தியர்கள் விரைவாகக் கப்பலில் ஏற்றப்பட்டனர். இரண்டு இரவுகளுக்கு முன்னால் ஏடனில் கிடைத்த அனுபவம் நம் மாலுமிகளுக்குப் பெரிதும் உதவியது. ஆனால் ஒரு எதிர்பாராத பிரச்சனை முளைத்தது. ஒரு இந்தியப் பெண், தன் ஏழு குழந்தைகளுடன் சோதனை செய்யும் இடத்திற்குள் நுழைந்தாள். அவளிடம் அவளுக்குத்

தேவையான பயண ஆவணங்கள் இருந்தன. ஆனால் அவள் குழந்தைகளிடம்?

கமாண்டர் மொகாஷிக்குத் தெரியும், அவர் பின்புலத்தை விசாரிக்க அப்போது தனக்கு நேரமில்லை என்று. அதே சமயம், குழந்தைகளை விட்டுவிட்டு, அவரை மட்டும் கப்பலில் ஏற்றிக் கொள்வதும் சாத்தியமில்லை. அவருக்குத் தெளிவாக ஆணையிடப்பட்டிருந்தது. அனைத்து ஆவணங்களும் சரியாக இருப்பவர்களை மட்டுமே கப்பலுக்குள் அனுமதிக்க வேண்டும். இந்த இக்கட்டான சூழ்நிலையில் என்ன செய்தால் சரியாக இருக்கும் என்று கமாண்டர் மொகாஷிதான் முடிவு செய்ய வேண்டும். அவர்... தன் இதயம் சொன்னபடி கேட்டார்.

317 பயணிகளுடன் கடைசியாகக் கப்பல் புறப்படத் தயாரான போது, கிளர்ச்சிக்காரர்கள் அதைக் கிளம்ப அனுமதிக்கவில்லை. இந்தியாவிலிருந்து கப்பல் உடனே கிளம்ப வேண்டும் என்ற ஆணைகள் தொடர்ந்து வந்து கொண்டே இருந்தன. கப்பலுக்கு வரக்கூடிய அனைத்து ஆபத்துகள் பற்றியும் எண்ணிப் பார்க்கப்பட்டது. கமாண்டர் மொகாஷி விரைந்து முடிவெடுத்தாக வேண்டும். இதற்குள் இரவும் வந்து விட்டது.

கும்மிருட்டில் INS சுமித்ரா மீண்டும் தன் பயணத்தைத் துவக்கியது. மிக மிக மெதுவாக அது அல் ஹூதாய்தாவின் பயங்கரமான கடற்பகுதியைக் கடந்தது. குண்டுகளால் பெரிதும் தகர்க்கப்பட்ட இன்னுமொரு நகரைவிட்டு கப்பல் நகருவதை கமாண்டர் தன் கப்பலின் முகப்புப் பகுதியில் நின்றுகொண்டு பார்த்தார். வானில் இருந்த சந்திரனின் நிலை கப்பலுக்கு இயற்கை வெளிச்சம் கிடைக்காமல் சதி செய்தது. கப்பல், தன் கண்களை மூடிக்கொண்டே பார்வையற்றவர்களைப் போல பயணம் செய்ய வேண்டிய நிலை!

இருட்டில், மணிக்கு சுமார் 46 கி.மீ. வேகத்தில் கப்பல் சென்று கொண்டிருந்தது. கப்பலின் விளிம்போரக் கம்பிகளில் சாய்ந்து கொண்டிருந்த குழந்தைகளின் பாதுகாப்பையும்

கப்பல் மாலுமிகள் கவனத்தில் கொள்ள வேண்டியிருந்தது. பெரியவர்கள் தூங்க ஆரம்பித்ததும், குழந்தைகள் அவர்கள் கட்டுப்பாட்டை விட்டு நைசாக நழுவி, கடலை வேடிக்கை பார்க்க மேல் தளத்திற்கு வந்து விட்டனர். இது அவர்களுக்கு ஒரு புது அனுபவம் அல்லவா? பல மணி நேரம் குழந்தைகள் விளையாடிய பிறகு, அவர்கள் தம் பெற்றோர் தங்கியிருந்த 'கேபின்'களுக்கு அனுப்பி வைக்கப்பட்டனர். களைப்பால், சற்று நேரத்திலேயே அவர்கள் தூங்கிப் போயினர். 20 மணி நேரப் பயணத்திற்குப் பின் ஏப்ரல் 3-ம் தேதி இரவு கப்பல் மீண்டும் டிபௌடி துறைமுகத்தை வந்தடைந்தது.

ஏடனுக்கும், அல் ஹுதாய்தாவுக்கும் சென்று வந்த பிறகு, கப்பல் மூன்றாவது யெமனின் துறைமுகத்தை நோக்கித் தன் பயணத்தை மேற்கொள்ள வேண்டியிருந்தது. இதுதான் மிகச் சிக்கலான துறைமுகம். அல் முக்காலா துறைமுகத்திற்குச் செல்லுமாறு கப்பலுக்கு உடனே ஆணை பிறப்பிக்கப்பட்டது. இது அரபிக்கடலில், ஏடனிலிருந்து 480 கி.மீ. தொலைவிலிருந்தது. யெமனின் ஹத்ராமௌத் பகுதியின் தலைநகரமாக இருந்த இது, முதல் நாள்தான் தொடர் குண்டு மழையில் சிக்கியிருந்தது.

ஏப்ரல் மாதம் 2-ம் நாள், அரேபிய தீபகற்பத்திலிருந்து வந்த அல் கொய்தா தீவிரவாதிகள் (AQAP) முக்கலாவிலிருந்த பல கட்டிடங்களைத் தகர்த்தெறிந்திருந்தனர். இதில் ஒரு மிகப் பெரிய சிறைச்சாலையும் அடக்கம். இப்படி நூற்றுக்கணக்கான கைதிகள் 'விடுதலை' பெற்றனர். இதில் 2 (AQAP) கமாண்டர்களும் அடக்கம். இது மட்டுமல்லாமல், மத்திய வங்கியிலிருந்து பல மில்லியன் டாலர்கள் கொள்ளையடிக்கப்பட்டிருந்தது. AQAP, ஹத்ராமௌத் பழங்குடியினர் கூட்டணி மற்றும் யெமன் இராணுவத்தினருக்கும் இடையே தெருத்தெருவாகச் சண்டை நடந்து கொண்டிருந்தது. இரண்டே நாட்களில், சுமார் 15 பேர் கொல்லப்பட்டனர். AQAP யினர் துறைமுகத்தை முழுவதுமாகத் தங்கள் கட்டுப்பாட்டில் வைத்திருந்தனர். பயத்தால் செத்துச் செத்துப் பிழைத்துக் கொண்டிருந்த 250 இந்தியர்களை மீட்டுக்

கொண்டுவர INS சுமித்ரா வளைகுடாவை நெருங்கியபோதுதான், 'புகழ்பெற்ற' முக்காலா சண்டை தொடங்கியிருந்தது.

கப்பலின் அதிகபட்ச வேகத்தில், 40 மணி நேரம் தொடர்ந்து செலுத்திய பின் கமாண்டர் மொகாஷியும், அவர் மாலுமிகளும் அல் முக்காலாவின் கடற்கரையை, ஏப்ரல் 5-ம் நாள் காலையில் அடைந்தனர். கப்பலை துறைமுகத்தில் நிறுத்துவது என்ற பேச்சுக்கே இடமில்லை. ஏன், அதைப் பற்றி நினைத்துப் பார்க்கவும் முடியாது. ஆம். துறைமுகம் மூடப்பட்டு விட்டது. அது அல் கொய்தா ஆதரவாளர்களின் கையில் முழுவதுமாகச் சிக்கியிருந்தது. இவர்கள் USS கோல் கப்பலைத் தாக்கியவர்களின் பங்காளிகள். கமாண்டர் மொகாஷி தன் கமாண்டோ வீரர்களையும், படை வீரர்களையும் ஒரு சுருக்கமான உரையைக் கேட்க அழைத்தார். அவர்கள் அவரின் திட்டதிற்கு ஒப்புக் கொண்டார்கள். அல் முக்காலாவை நெருங்கினால், அது INS சுமித்ராவை எதிரிகள் நேரடியாகத் தாக்க வழிவகுக்கும்.

நகரத்தையும், துறைமுகத்தையும் முழுவதுமாகத் தன் கட்டுப்பாட்டில் வைத்திருந்த தீவிரவாதிகளின் ஆயுத பலம் பற்றி எந்தத் தகவலும் நம் அணியினரிடம் இல்லை. கமாண்டர் மொகாஷி எந்த ஆபத்திலும் வலிந்துபோய் மாட்டிக்கொள்ளத் தயாராக இல்லை. வடக்கில், சுமார் 63 கி. மீட்டர் தொலைவிலிருந்த இன்னொரு நகரமான ஆஷ் ஷிஹிர் பற்றிய தகவல் நம் வீரர்களுக்குக் கிடைத்தது. இங்கேதான் 'பெட்ரொமஸிலா' என்னும் பெரும் எண்ணெய்க் கிடங்கு இருந்தது. இது ஓமன் எல்லையிலிருந்து அதிக தூரமில்லை. இந்த நிறுவனத்தில் நூற்றுக்கணக்கான இந்தியர்கள் வேலை செய்தனர். அவர்களும், தங்களை யாராவது வந்து காப்பாற்ற மாட்டார்களா, தங்கள் மீட்பர் எப்போது வருவாரோ என்று ஏங்கித் தவித்தனர்.

அல் ஹுதாய்தாவிலும், ஏடனிலும் கமாண்டர் மொகாஷியும், அவர் மாலுமிகளும் மிகக் குறைந்த தகவல்களைக் கொண்ட

வரைபடங்களை வைத்துக்கொண்டே ஒருவாறு சமாளித்தனர். ஆனால் அஷ் ஷிஹிரைப் பொறுத்தவரையில் எந்த வரைபடமும் இல்லை. அது ஒரு வழக்கமான துறைமுகமும் அல்ல. எனவே, அதில் துறைமேடை வசதியும் இல்லை. எனவே, கப்பலை துறைமுகத்தில் நிறுத்தலாம் என்ற பேச்சுக்கே இடமில்லை. துறைமுகத்திற்கு சற்றுத் தொலைவிலேயே கப்பலை நிறுத்த வேண்டிய நிர்ப்பந்தம். மிக ஆபத்தான சூழ்நிலையில் சிக்கிக் கொண்டிருக்கும் இந்தியர்களை, படகுகள் மூலமாகத்தான் கப்பலுக்குக் கொண்டுவர வேண்டும். அதுவும், படகு படகாக. அதாவது, ஒரு தடவை ஒரு படகு மட்டுமே என்ற கணக்கில்.

கப்பலிலிருந்த மார்கோஸ் அணியின் தலைவருக்கு, அந்தப் பிற்பகலில் நிறைய வேலை இருந்தது. ஆஷ் ஷிஹிரை கப்பல் வந்தடைந்த போது, அவர் அணியினர் தங்கள் கப்பலிலிருந்து அதிக தூரத்திலில்லாமல், பல சிறிய படகுகள் கடலில் சுற்றித் திரிந்து கொண்டிருந்ததைப் பார்த்தனர். அவர்கள், ஏற்கனவே களத்தை நன்கு ஆய்வு செய்திருந்தனர். 2002-ல் பெட்ரோனாஸ் நிறுவனம் அமர்த்தியிருந்த எம். வி. லிம்பர்க் எண்ணெய்க் கப்பலை, அதே இடத்தில், ஒரு சிறிய ரப்பர் படகில் வந்து அல் கொய்தா தற்கொலைப் படையினர் தாக்கினர். தாக்குதலில் ஒருவர் இறந்துபோனார். அதே சமயம், கப்பலிலிருந்த க்ரூட் ஆயில் வளைகுடா கடற்பரப்பு முழுவதும் பரவியது!

அந்தச் சமயத்தில், உலகின் அதி பயங்கரமான போர் நடக்கும் பகுதியாக யெமனின் ஹத்ராமௌர் இருந்தது. அங்கே கப்பலை மெதுவாகச் செலுத்துவதோ நிறுத்துவதோ தற்கொலைக்குச் சமமாகும். இதற்குள், இந்தியாவின் மீட்புப் பணி உலகின் கவனத்தையும் ஈர்த்திருந்தது. கிடைத்த உளவுத்தகவல்கள் இந்தியக் கப்பல்களை தீவிரவாதிகள் எந்த நேரமும் எதிர்பார்த்துக் காத்திருந்தனர் என்ற அபாய அறிவிப்பினைத் தந்தன. கடலில் கப்பலின் அருகே சுற்றித் திரிந்து கொண்டிருந்த படகுகளில், எவற்றில் கைகுலுக்க நண்பர்கள் இருக்கிறார்கள், எவற்றில் கழுத்தில் கத்திவைக்கக் காத்திருக்கிறார்கள் என்று

தெரியவில்லை. அவர்களிடம் INS சுமித்ராவைச் சிதறச்செய்து அதை மூழ்கடிக்கும் அளவிற்கு வெடிகுண்டுகள் இருக்கலாம். அல்லது தன் தாய்மண்ணிலிருந்து வெகு தூரம் வந்துவிட்ட அதைச் செயலிழக்கச் செய்து அதை மற்ற கப்பல்களைப் பெரிய அளவில் தாக்க ஒரு 'மேடை'யாகவும் பயன்படுத்திக் கொள்ளலாம்.

அடுத்த இரண்டு மணி நேரத்திற்கு மனித வரலாற்றிலேயே ஆபத்துகளும், சவால்களும் நிறைந்த ஒரு மீட்புப் பணி நடைபெற்றது. INS சுமித்ராவிலிருந்து 2 படகுகளும், எண்ணெய்க் கிடங்கிலிருந்து 2 படகுகளும் 203 இந்தியர்களைக் காத்துக் கொண்டிருக்கும் போர்க்கப்பலில் பத்திரமாகக் கொண்டு வந்து சேர்த்தன. மூன்றாவது படகில், 11 மார்கோஸ் அணியினர் இருக்க, நான்காவது படகு கப்பற்படை டைவர்களுடன், கடலில் யாராவது மாட்டிக்கொண்டு தத்தளிக்கிறார்களா என்று கண்காணித்தது. இந்த வேலை நடந்த மூன்று மணி நேரமும், கப்பலிலிருந்த ஒரு வீரர்கூட தன் துப்பாக்கியின் சுடுவிசையிலிருந்து கையை எடுக்கவில்லை, ஒரு வினாடிகூட!

அவ்வப்போது INS சுமித்ராவை சில படகுகள் நெருங்கி வந்தனதான்; ஆனால் அவை விரட்டியடிக்கப்பட்டன. எந்தப் படகும் கப்பலுக்கு மிக அண்மையில் வராததால், நம் வீரர்களுக்குத் தங்கள் துப்பாக்கிகளைப் பயன்படுத்தும் சந்தர்ப்பம் ஏற்படவில்லை. மீட்பு நடவடிக்கை நடந்து கொண்டிருந்தபோது, கமாண்டர் மொகாஷி தன் தலைமையகத்துடன் தொடர்பிலேயே இருந்து, அண்மைத் தகவல்களைச் சேகரித்துக் கொண்டே இருந்தார். வரும்போது பார்த்துக் கொள்ளலாம் என்று அசால்டாக இருக்க அவர் தயாராக இல்லை. திகில் நிறைந்த பல மணி நேரம் கழிந்த பிறகு, 203 இந்தியர்கள் பத்திரமாக மீட்கப்பட்டிருந்தனர். அதில் ஒரு கைக்குழந்தையும் அடக்கம். இதைவிட வேகமாகச் செயலாற்றியிருக்க கப்பலால் முடியாது.

ஏப்ரல் 7. மாலைப் பொழுது. மூன்றாவது முறையாக மீட்புப் பணியில் ஈடுபட்டிருந்த INS சுமித்ரா டிபௌடி துறைமுகத்திற்குத் திரும்பி வந்து சேர்ந்தபோது, இன்னும் இரண்டு இந்தியக் கப்பற்படைக் கப்பல்கள்- INS தர்காஷ் மற்றும் நாசகார கப்பல் INS மும்பை- மும்பையிலிருந்து கிளம்பி வந்து, ஏடன் வளைகுடாவில் நுழைந்தன. இப்போது 'வேலைப் பளுவை' பகிர்ந்துகொள்ள 3 போர்க்கப்பல்கள் இருந்தன; ஆனாலும், ஏடன் துறைமுகத்தை நெருங்க முடியவில்லை. காரணம் நிலைமை இப்போது மிகவும் மோசமாகிப் போயிருந்தது. மேலும், மாறிவிட்ட சூழ்நிலையில், அல் ஹூதாய்தா மட்டுமே ஓரளவேனும் நெருங்கக்கூடிய நிலையில் இருந்தது- போர்க்கப்பல்களுக்கும், மீட்பர்களுக்காகத் தவித்துக்கொண்டிருந்த இந்தியர்களுக்கும்!

அன்று மாலை டிபௌடியில் INS சுமித்ரா மாலுமிகளுக்கு முதல்முறையாக இந்தியாவிலிருந்த தங்கள் குடும்பங்களுடன் பேசும் வாய்ப்புக் கிடைத்தது. கமாண்டர் மொகாஷி தன் மனைவியிடமும், குழந்தைகளிடமும் பேசினார். அவர்களின் கவலை நிறைந்த கேள்விகளுக்கு, தைரியம் ஏற்படும்படி பதில் சொன்னார். இராணுவ வீரர்கள் அனைவருக்கும் இது கைவந்த கலை. தன் வேலை இன்னும் முடியவில்லை என்றும், அவர்களைப் பார்க்க தன்னால் இன்னும் இரண்டு மாதங்களுக்கு வரமுடியாதென்றும், ஆனாலும் தன்னைப் பற்றிக் கவலையேதும் கொள்ள வேண்டாம், தான் பத்திரமாக இருப்பதாகவும் அவர்களுக்கு நம்பிக்கையூட்டும் விதமாக எடுத்துச் சொன்னார்.

ஏப்ரல் 9 மற்றும் 15 தேதிகளில் INS சுமித்ரா அல் ஹூதாய்தாவிற்கு இன்னும் இரண்டு முறை போய் வந்தது. முதல் முறை மீட்கப்பட்டவர்கள் 349 பேர்; அடுத்த முறை மீட்கப்பட்டவர்கள் 403 பேர். மொத்தமாக, INS சுமித்ராவால் மீட்கப்பட்டவர்கள் 1,621 பேர். இதில், 26 நாடுகளைச் சேர்ந்த 600 பேரும் அடக்கம். வெளிநாடுகளிலிருந்து தங்கள் மக்களையும் மீட்டுத்தர வேண்டும் என்ற தொடர் கோரிக்கைகள் வந்ததால்,

இந்திய அரசாங்கம் அவர்களையும் ஏற்றிவர அனுமதியளித்தது. முதல் ஏடன் மீட்புப் பணி உலகிற்குத் தெரிய ஆரம்பித்தவுடனே, இம்மாதிரி வேண்டுகோள்கள் எழ ஆரம்பித்து விட்டன.

அல் ஹுதாய்தாவிலிருந்து மீட்கப்பட்ட அயல் நாட்டவர்களில், பாகிஸ்தானைச் சேர்ந்த இரண்டு வயதான தம்பதியினரும் இருந்தனர். கர்னல் மொகாஷிக்கு அவர்கள் பாகிஸ்தானியர்கள் என்று தெரியாது- அவர்களாகத் தனிப்பட்ட முறையில் வந்து தனக்கு நன்றி சொல்லும் வரை. அப்போது அவர்களிடம் சொன்னார், “நான் என் கடமையைத்தான் செய்தேன்.”

மீட்புப் பயணங்கள் மொத்தம் 9. இதில் INS சுமித்ரா மட்டும் பங்கெடுத்துக் கொண்டது ஐந்து. இந்தியக் கப்பற்படையைச் சேர்ந்த மற்ற இரண்டு கப்பல்கள் தலா இரண்டு பயணங்களை மேற்கொண்டன.

ஏப்ரல் 16-ம் நாள், கடைசி முறையாக இந்தியர்களை டிபௌடிக்கு மீட்டு வந்தபின், கமாண்டர் மொகாஷிக்கும் அவர் மாலுமிகளுக்கும் ஒரு புதிய ஆணை காத்திருந்தது. இவர்கள் ஏற்கனவே உள்நாட்டில் ‘ஹீரோக்கள்’ ஆகிவிட்டிருந்தனர். ஏடன் வளைகுடா பயணம் ஆரம்பித்து 17 நாட்கள் கழித்து, அவர்களுக்குத் தங்கள் வழக்கமான பணிக்குச் செல்லுமாறு ஆணை பிறப்பிக்கப்பட்டது. அதாவது, கடற் கொள்ளைக்காரர்களை ஒழிக்கும் பணி. வளைகுடாவில், கப்பல்களைப் பாதுகாப்பதில் இரண்டு மாதங்கள் செலவழித்த பின், INS சுமித்ராவிற்குத் தன் சொந்த வீட்டிற்கு- சென்னைக்குத் திரும்ப ஆணை கிடைத்தது.

2015-ம் வருடம், சுதந்திரத் திருநாளன்று, கமாண்டர் மொகாஷிக்கு அவருடைய வீரதீரச் செயலுக்காக ‘சௌரிய சக்ரா’ விருது வழங்கப்பட்டது. விருதுப் பட்டயத்தில் இப்படிக் குறிப்பிடப்பட்டிருந்தது: “ஈடு இணையற்ற வீரத்திற்காகவும், தீரத்திற்காகவும், துணிச்சலாக முடிவு எடுத்ததற்காகவும், கடமையையும் தாண்டி, அவர் எடுத்த கண்டிப்பான

முடிவுகளுக்காகவும் மொகாஷிக்கு இந்த விருது வழங்கப்படுகிறது" ஆனால் தனக்கு மட்டுமே இந்த விருது கிடைத்ததை மொகாஷி அவ்வளவாக ரசிக்கவில்லை.

"இந்த வீரச்செயலில் நான் மட்டுமே ஈடுபடவில்லை. கிடைத்த வெற்றிக்கு, ஒரு அணியாக நாங்கள் செயல்பட்டதே காரணம்" என்கிறார் கமாண்டர் மொகாஷி. விருது வழங்கப்பட்ட சில நாட்களிலேயே அவர் கேப்டனாக பதவி உயர்வு பெற்றார். அரசு அந்த இளம் அதிகாரிக்கு, *INS* சுமித்ராவுடன் இருந்த பாசப்பிணைப்பை உணர்ந்தது.

ஆம். அவரின் செல்லமான கப்பலுக்கு அனைத்து நாடுகளின் கப்பற்படை ஆய்வுக்கூட்டத்தில் 'உயரிய உல்லாசப் படகு' என்ற பெருமை கிடைத்தது. 2016- முழு அணிக்கும் பாராட்டுப் பத்திரம் கிடைத்தது.

2015-ம் ஆண்டு முழுவதும், கமாண்டர் மொகாஷியின் தந்தை நோய்வாய்ப்பட்டிருந்தார். தன் மகன் வீரச் செயல்களுக்குத் தலைமையேற்று நடத்துவதை அவர் தொலைக்காட்சியில் பார்த்து மகிழ்ந்தார். ஆகஸ்ட் 2015-ல் அரசாங்கம் தன் மகனுக்கு விருது வழங்கப்போகிறது என்பதை அறிந்து, இறும்பூது எய்திய அவர், அந்த விழாவை நேரில் கண்டுகளிக்க ஆசைப்பட்டார். தன் மகன் பதக்கம் சூடப்பெறுவதை அவர் கண்ணாரக் காண விரும்பினார். ஆனால் திடீரென்று, அவர் உடல்நிலை மோசமானது. 2016- ம் வருடம் 22-ம் நாள், மிகுந்த சிரமத்துடன் அவர் டெல்லிக்கு அழைத்துச் செல்லப்பட்டார்.

இது நடந்து 20 நாட்கள் கழித்து அவர் இறந்துபோனார்!

12

‘உங்களுக்கு அது நிகழவே நிகழாது என்று நீங்கள் நினைத்துக் கொண்டிருக்கிறீர்கள்!’

ஸ்க்வாட்ரன் லீடர் ரிஜுல் ஷர்மா

ஜாம்நகர், குஜராத்

1, ஜூன் 2016

30 வயதான ஸ்க்வாட்ரன் லீடர் ரிஜூல் ஷர்மா வழக்கம் போல் அன்றும் சீக்கிரமாகவே எழுந்து விட்டார். குஜராத்தின் கட்ச் வளைகுடாவிலிருந்த ஜாம்நகர் விமானப் படைத்தளம் அந்தப் புதன்கிழமை சற்று வெதுவெதுப்பாகவே இருந்தது. அந்தப் புழுதி படிந்த இடத்தை வட மேற்கிலிருந்து வந்த மென் தென்றல் மெல்லத் தழுவியது. டீ- ஷர்ட்டும், கால் சராயும் அணிந்திருந்த ஸ்க்வாட்ரன் லீடர் ஷர்மா ஜன்னல் வழியாக எட்டிப் பார்த்தார். அப்போது அவர் நினைத்தார்: "ஆஹா! இப்போது வானில் பறந்தால்..."

வீட்டிலிருந்து வெளியே வந்த ஷர்மா தன் வீட்டின் முன் விழுந்திருந்த சூரிய ஒளிக்கற்றையின் மேல் கால் பதித்து, சோம்பல் முறித்தார். அன்று காலை, விமானப்படையிலிருந்த மற்ற நூற்றுக்கணக்கான விமானிகளைப் போலவே அவரும் பயிற்சிக்குச் செல்ல வேண்டும். இந்தப் பயிற்சிகளே விமானத்தின் பல்வேறு விதமான பாகங்களையும் துருப்பிடிக்காமல் இருக்கச் செய்து, விமானியையும் சுறுசுறுப்பாக வைத்திருக்கும்.

இப்போது போர் எதுவும் நடைபெறாத அமைதிக்காலம். வான் சண்டையில் இந்தியப் போர் விமானங்கள் கடைசியாக ஈடுபடுத்தப்பட்டது, கார்கில் போரில்தான். அது நடந்து 17 வருடங்கள் ஆயிற்று. அப்போது ஷர்மாவிற்கு 13 வயது. அப்போதுதான் விளையாட்டுகளில் தனக்கிருந்த திறமைகளை ஷர்மா உணர ஆரம்பித்திருந்தார். கார்கில் போரின் போது நம் வான்வெளியில் ஊடுருவி வந்த பாகிஸ்தான் விமானங்கள் எப்படி விரட்டியடிக்கப்பட்டன என்று சிறுவன் ஷர்மாவிற்கு அவர் தந்தை கதை கதையாகச் சொல்வார்- அவரும் ஒரு படை விமானி. அப்போது தொலைக்காட்சிகள் அவற்றின் மழலைப் பருவத்திலிருந்தன. அவை வெளியிட்ட மங்கலான, புள்ளிகள் நிறைந்த புகைப்படங்களும், 'வீடியோ'க்களும் இந்திய மக்களைத் திகைக்கச் செய்தன. ஷர்மாவின் தந்தை DC3 டகோடா விமானங்களையும், எடை குறைந்த கான்பெரா போர் விமானங்களையும் இயக்கியவர். பல பத்து வருடங்களுக்கு முன்பு அவற்றை, நாட்டின் அமைதியற்ற வட-கிழக்குப் பகுதியில் இயக்கியிருந்தார். வளர் இளம் பருவத்திலிருந்த ரிஜுலுக்கு அவர்தான் உயிரோட்டமுள்ள உந்துசக்தி. கார்கில் போர், ரிஜுலுக்குப் பறப்பதிலிருந்த ஆர்வத்தை அதன் உச்சிக்கே கொண்டு சென்றது!

ஷர்மாவிற்குத் திருமணமாகி சில மாதங்களே ஆகியிருந்தன. ஒரு புதிய டீ- ஷர்ட்டையும், ஜீன்ஸையும் அணிந்து வீட்டை விட்டு வெளியே வந்த ஷர்மா தன் மனைவி தீபிகாவிடம் கையசைத்து விடைபெற்றார். பின் அவர் செயலில் இறங்குமுன் பெற்றுக்கொள்ள வேண்டிய தகவல்களுக்காக அதற்கான அறைக்குச் சென்றார். அவர் அணி ஒரு MIG-29 அணியாகும். அதன் தளம் ஷர்மாவின் வீட்டிலிருந்து 3 கி.மீட்டர் தொலைவிலிருந்தது. இந்தியாவிற்கும் சீனாவிற்கும் இடையே நடந்த போருக்குப் பின் ஒரு வருடம் கழித்து, 1962ல் இந்த அணி உருவாக்கப்பட்டது. இதன் சங்கேதப் பெயர் 'ஃபேர்ஸ்ட் சூப்பர்ஸானிக்ஸ்'. காரணம் இந்த அணிதான் முதன் முதலில் MIG-21-சூப்பர்ஸானிக் ஜெட்டுகளை இயக்கிய

அணியாகும். இந்த அணி *1990*-களில் இன்னொரு வகை சூப்பர்ஸானிக் ஜெட்டுகளையும் இயக்கியது. அவை ரஷ்யாவின் புகழ்பெற்ற *MIGOYAN-GUREVICH* விமானங்கள் ஆகும். இவை *MIG-29* ஃபல்க்ரம் விமானங்களாகும். அப்படிப்பட்ட ஒரு விமானத்தில்தான் அன்று ஷர்மா பறக்க இருந்தார்.

அந்த ஜூலை மாதக் காலையில் தன் ஸ்க்வாட்ரன் கமாண்டரிடமிருந்து வானில் பறப்பதற்கான ஆணைகளை ஷர்மா பெற்றுக் கொண்டார். அவர் ஒரு காற்றுச் சட்டக இயந்திர வகையைச் செய்ய வேண்டும். அது விமானத்தை அதன் உச்சபட்சத் திறனைக் கசக்கிப் பிழிவதற்கான ஒரு சோதனை. அது விமானத்தின் நட்டுகளும், போல்டுகளும் சத்தமிட, விமானி தன் விமானத்துடன் சேர்ந்தியங்கும் நிலையில் இருக்கிறாரா என்பதை எடுத்துச் சொல்லும்!

தன் உடைகளின் மேல் ஜீ -சூட்டை அணிந்துகொண்ட ஷர்மா தான் பறக்கவிருந்த *MIG 29*- விமானத்தில் ஏற விமானங்கள் வரிசையாக நிறுத்தப்பட்ட இடத்தை நோக்கிச் சென்றார். இறுதியாக நடத்தப்பட்ட வான்நிலை சோதனைகளும், மற்ற சோதனைகளும் அன்றைய தினம் கட்ச் வளைகுடாவின் மேல் பறந்து, விமானத்தின் திறனை அதிகபட்சமாக சோதிப்பதற்கு உகந்த நாள்தான் அது என்று சொல்லின. ஷர்மா தனக்குப் பழக்கமான ‘காக்பிட்’டில் ஏறி ‘ஸீட் பெல்டை’ கட்டிக்கொண்டு, தலைக்கவசத்தையும் அணிந்துகொண்டார். சிறிது நேரம் கழித்து, உயரம் செல்லச் செல்ல, கண்களை கூசச் செய்யும் சூரிய ஒளியிடமிருந்து தன்னைக் காத்துக்கொள்ள அவர் முகக் கண்ணாடியையும் அணிந்து கொள்வார்.

விமானம் இயங்குவதற்கான சக்தியைத் தரும் விசை இயக்கப்பட்டது. *MIG 29*- விமானத்தின் *Twin Klimov RD 33* ஜெட் இன்ஜின்கள் இயங்க, அது தரையில் நிலைநிறுத்தப்பட்டது, எப்போதும் பறக்கத் தயாராக! விமானத்தின் நிறுத்து விசையை (ப்ரேக்குகள்) தளர்த்தி ஷர்மா அதை நிறுத்தப்பட்ட

இடத்திலிருந்து மெல்ல வெளியே கொண்டுவந்து, நீண்ட ஓடுபாதையின் கப்பிச் சாலையின் இறுதிப் பகுதிக்கு அதை ஓட்டிச் சென்றார். தன் கூட்டில் (காக்பிட்) அமர்ந்திருந்த ஷர்மா தனக்குப் பறக்க அனுமதி கிடைப்பதற்காகக் காத்திருந்தார். அவர் எப்போதும் போல் விமானத் தளத்தைச் சுற்றிக் கண்களை ஓடவிட்டார்!

ஜாம் நகர் விமானப் படைத்தளம் ஒரு பழமையான, எதிரிகளாலும் மிகவும் மதிக்கப்பட்ட ஒரு விமானப் போர்த்தளம் ஆகும். இந்தியா சுதந்திரம் அடைந்த சிறிது காலத்திலேயே அது நிறுவப்பட்டது. ஆரம்பத்தில் அது விமானிகளுக்கு, அவர்களுடைய குண்டு வீசும் திறமையைக் கூராக்கிக் கொள்ள பயிற்சி அளிக்கும் ஒரு களமாகவே இருந்தது. 1965 மற்றும் 1971ல் அது பாகிஸ்தானுக்கு எதிராக விமானத் தாக்குதல் நடத்தப் பயன்படுத்தப்பட்டது. அதன்பின் 1979-ல் அது முன்னணி விமானப் போர்த்தளமாக உயர்த்தப்பட்டது. 1990-களின் ஆரம்பத்தில், அது சோவியத் நாட்டில் உருவாக்கப்பட்ட முதல் MIG -29 ஃபல்க்ரம் வகை விமானங்கள் தளமாக மாறியது.

இந்திய விமானப்படை MIG-29 விமானங்களை ‘பாஸ்’ என்றழைக்கிறது. இந்த உருதுச் சொல்லுக்கு இணையான ஆங்கிலச் சொல் ‘ஃபல்க்ரம்!’ ஷர்மா பல வருடங்களாக MIG-29 வகை விமானங்களை இயக்கி இருக்கிறார். தன் சகாக்களைப் போலவே அவர் வானில் அதன் இலகுவான இயங்கும் தன்மையை எண்ணி எண்ணிப் பரவசப்பட்டிருக்கிறார். பனிப்போர் நாட்களில் வெகு இலகுவாக இயக்கக்கூடிய சூழ்ச்சித்தனம் காட்டி சண்டை செய்யும் போர் விமானமாக இருந்த இந்த விமானம், பின் பல நாட்டு விமானப்படைகளில் வெறித்தனமான சாகசம் காட்டித் தன்னை நிரூபித்தது. ஜாம் நகரில், இந்தியக் கரங்களில் அது பல்வேறு விதமான சாகசங்களைக் காட்டியது. பாகிஸ்தான் விமானங்களை விரட்டியதோடு மட்டுமல்லாமல், வானிலிருந்து கப்பல்களைத் தாக்கும் தன் ஏவுகணைகளைக் கொண்டு அது தன் திறமையை

அரபிக்கடலிலும் நிரூபித்தது. ஷர்மா பல முறை தன் விமானத்தில் பறந்து சென்று இவ்வாறு சாகசம் செய்திருக்கிறார்.

ஆனால், அந்த ஜூன் 2016-ல் வானில் எதுவும் ஆபத்து இருப்பதாகத் தெரியவில்லை. வானில் அத்துமீறும் விமானம் எதுவும் தென்படவில்லை. கடலும் மிக அமைதியாகவே இருந்தது. நீல வானம் தெள்ளத் தெளிவாக இருந்தது. அவருடைய 'இயர் போனில்' கேட்ட 'கிர் கிர்' ஓசையைத் தவிர வேறு ஓசை எதுவும் அவருக்குக் கேட்கவில்லை. அவர் காத்திருந்தார்!

சில நிமிடங்கள் கழித்து, 10.00 மணிக்கு வானில் பறக்க அவருக்கு அனுமதி கிடைத்தது. தன் விமானத்தின் உந்து விசையை ஷர்மா மெதுவாக முன்னோக்கித் தள்ளினார். இப்போது MIG 29 உறுமியது. பின் அதன் கர்ஜனை கேட்டது. அதன் இரண்டு இன்ஜின்களின் பின்புறமிருந்து இரண்டு ஜுவாலைகள் சீறிப்பாய்ந்து விமானத்தை வான் நோக்கி உந்தித்தள்ளின. விமானி விரைந்து அதைச் செங்குத்தாகப் பாயச் செய்து, வானில் 1000 அடி உயரத்தை எட்ட வைத்தார். அவர் தன் கண்களில் இருந்து விமானத்தளம் மறைவதைக் கண்டார்.

விமானத்தைச் செங்குத்தாக ஏற்றியதும், அவர் அதைப் படுக்கை வசத்தில் சீராகச் செலுத்தி, அதன் பல்வேறு கருவிகளும் சரியாக இயங்குகின்றனவா என்று சோதித்தார். அவர் இன்ஜின்களுக்கு இன்னும் அந்த எரிபொருளை அனுப்பி, அதைச் சுமார் 11,000 மீட்டர் உயரத்திற்குக் கொண்டு சென்றார். அப்படிச் செல்லும்போது அவர் மிக அடர்த்தியான ஒரு மேகத்திரளை ஊடுருவிச் செல்ல வேண்டி வந்தது. இது கட்ச் வளைகுடாவிலிருந்து வந்த விருந்தாளி. விமானத்தின் முகப்பிலிருந்த 'பர்ஸ்பெக்ஸ்' கண்ணாடி, அந்த உயரத்தில் சூரிய ஒளியில் பளபளத்தது. ஷர்மா தன் விமானத்தை ஒரே சீரான உயரத்தில் பறக்கவிட்டார்!

அன்று அவர் செய்ய வேண்டிய சோதனைகள்: 'சூப்பர்

ஸானிக்' நிலையில், அந்த உயரத்தில் விமானம் ஒலியை மிஞ்சும் வேகத்தில் எவ்வளவு நேரம் தாக்குப்பிடிக்க முடியும் என்று கண்டறிய வேண்டும். வேறு பல சோதனைகளையும் அவர் செய்ய வேண்டியிருந்தது. அவற்றைச் செய்யும்போது விமானத்தின் காக்பிட்டும் இன்ஜின்களும் எப்படி எதிர் வினையாற்றுகின்றன என்பதையும் அவர் கண்டறிய வேண்டும். ஷர்மா, சூரியன் தன் இடப்பக்கமிருந்து கிளம்பி வரும்போது தன் முகக் கண்ணாடியைக் கீழே இறக்கிக்கொண்டார். பல நூறு கி. மீட்டர்களுக்கு அப்பால் ஜாம் நகர் விமானத்தளம் தொடுவானத்தில் மறைந்தது.

இப்போது விமானி அதன் வேகத்தை MACH1.1 என்ற அளவிற்கு அதிகரித்து- அதாவது 3 மணிக்கு 1,358 கி. மீ. ஒலித்தடையைக் கடந்தார். பின்பு அவர் வழக்கமான சோதனைகளில் ஈடுபட்டார். விமானியின் காக்பிட்டிலிருந்த பல கருவிகளும் தாங்கள் நலமாக இருப்பதற்கான விளக்குகளை ஒளிரவிட்டன. அவை, ஆபத்துகளையும், அசாதாரணமானவற்றையும் முன்கூட்டியே உணர முடியும் என்பதற்கான அறிகுறிகள். விமானிகள் மிகவும் விரும்பும் விஷயம் இதுவே. அதாவது, எந்தச் சிக்கலையும் முன்கூட்டியே உணருவதற்கான வாய்ப்புகள்!

விமானத் தளத்திலிருந்து, சுமார் 110 கி.மீ தொலைவில், ஷர்மா அடுத்தகட்ட நடவடிக்கைகளுக்குத் தன்னைத் தயார்படுத்திக் கொண்டிருந்தபோது, தன் காக்பிட்டிலிருந்து ஒரு விசிலோசை வருவதைக் கேட்டார். அந்த ஓசையை அவர் முன்னெப்போதும் கேட்டதே இல்லை.

அவர் காக்பிட் அழுத்தம் செறிவூட்டப்பட்டு, குளிர்சாதனம் பொறுத்தப்பட்டது. அதில் வழக்கமாக மூன்றே மூன்று ஓசைகள்தான் கேட்கும். 1. விமானத்தின் இன்ஜின்கள் சீராக இயங்குவதால் ஏற்படும் 'ஹம்' என்ற ஓசை. 2. கீழே தரையிலிருந்த கட்டுப்பாட்டு அறையிலிருந்து ரேடியோ வழியாக வரும் குரலோசை, 3. விமானி மூச்சுவிடும் ஓசை.

தன் காக்பிட்டிலிருந்து வந்த, அவர் ஒருபோதும் கேட்டிராத புதிய ஓசை அவருக்கு வித்தியாசமாகத் தெரிந்தது.

ஷர்மா தன் முகக்கண்ணாடியை உடனே தூக்கிவிட்டு, சுற்றுமுற்றும் பார்த்தார். புதிய வினோத ஓசை உடனே நின்று போயிற்று. சில வினாடிகள் இடைவெளியில் அது மீண்டும் கேட்க ஆரம்பித்தது.

"நான் என் முகத்தை உயர்த்திப் பார்த்தேன். விமானத்தின் முகப்புக் கண்ணாடி முழுவதும் உடைந்து சிதறிற்று. அதன் சில துண்டுகள் என் காக்பிட்டிற்குள்ளேயே விழுந்தன. என் தோள் மீது ஏதோ ஒரு கூர்மையான பொருள் குத்தி, தாங்க முடியாத வலியை ஏற்படுத்தியது. எனக்குப் பேரதிர்ச்சி அளித்த கணம் அது. என்ன நேர்ந்தது என்பதை அறிந்துகொள்ள எனக்கு சில வினாடிகள் பிடித்தன."

அது கற்பனையில் கூட நினைத்துப் பார்க்க முடியாத ஒரு நிலை. தன் இருக்கையுடன் இறுகக் கட்டப்பட்டிருந்த ஷர்மா பாதுகாப்பான முகப்புக் கண்ணாடி இல்லாத ஒரு விமானத்தில், ஒலியை மிஞ்சின வேகத்தில் பறந்துகொண்டிருந்தார். அவர் முகத்தை, முன்னாலிருந்து வந்த வேகமான காற்று அறைந்து, அவரைத் தன் இருக்கையை விட்டு இப்படி அப்படி நகராமல் செய்தது. காற்றின் அரக்கத்தனமான ஓசை இன்னொரு புதிய ஆபத்தையும் கூடவே அழைத்து வந்தது. ஒலியின் வேகத்தைவிட அதிக வேகத்தில் அவர் பறந்து கொண்டிருந்ததால், அவருக்கு எந்தச் சாதாரண ஒலியும் கேட்கவில்லை. இப்போது ஒன்று அவருக்குத் தெளிவாகப் புரிந்தது: வலியில் துடித்துக் கொண்டிருந்த தன் வலது கையை அவரால் அசைக்க முடியவில்லை. அந்த உயரத்திலிருந்த பூஜ்யத்திற்கும் குறைவான வெப்ப நிலையில் அவர் உடல் சுரணையற்று, மரக்கட்டையாகப் போயிருந்தது.

அதிர்ச்சியிலிருந்து விரைந்து விடுபட்ட ஷர்மா, வேகமாக சில கணக்குகள் போட்டார், தன் மனதில். ஒரு பயிற்சி

விமானியாக இருந்தபோது, ஆபத்துக் காலங்களில் எவ்வாறு செயல்பட வேண்டும் என்று தனக்களிக்கப்பட்ட பயிற்சிகளை விரைவாக அவர் எண்ணிப் பார்த்தார். இதற்குள் அவர் உடல் அதிர்ச்சியாலும், மிக மிகக் குளிர்ந்து போய்விட்ட வெப்ப நிலையாலும் ஏறக்குறைய உறைந்தே போய்விட்டது. மற்ற எல்லாவற்றையும் விட முதலில் செய்ய வேண்டிய காரியத்தை அவர் செய்தார். அதாவது, விமானத்தின் வேகத்தைக் குறைப்பது. *MIG-29* இன்னும் சீராகத்தான் சென்று கொண்டிருந்தது; ஆனால் அவ்வப்போது ஏற்பட்ட காற்றின் வேக மாறுபாடுகள் அதை நடுநடுங்க வைத்தன. ஷர்மா அதன் உந்து விசையை (த்ராட்டில்) பின்னே இழுத்து அதன் வேகத்தைக் குறைத்தபோது அது தள்ளாடியது.

"என்னுடைய சிந்தனைகளை ஒருவாறு ஒருமுகப்படுத்தியபோது, என் மனதில் எஞ்சியது ஒரே ஒரு எண்ணம்தான்: என் விமானத்தை எப்படியாவது காப்பாற்றியே ஆகவேண்டும். இந்த ஒரு கணத்துக்காகத்தான் பல வருடப் பயிற்சி. உங்களுக்கு அது நிகழும் என்று நீங்கள் ஒருபோதும் நினைத்துப் பார்த்திருக்க மாட்டீர்கள். பின்பு நீங்கள் தெரிந்துகொள்வீர்கள், உங்களுக்குக் கொடுக்கப்பட்ட பயிற்சிகள் அனைத்தும் ஏன் உங்களுக்குக் கொடுக்கப்பட்டனவென்று!"

விமானி, தொடர்ந்து விமானத்தின் உந்துவிசையைப் பின் இழுத்தார், தன் உடல் இயக்கங்களை ஓரளவிற்கேனும் இயல்பு நிலைக்குத் திரும்பச் செய்ய முடியும் என்ற நம்பிக்கையில். ஒலியின் வேகத்தைவிட குறைந்த வேக நிலைக்குச் சென்ற போது, ஒரு பெரும் அதிர்வு, ஷர்மாவை உலுக்கிப் போட்டது. இது அவரின் கவனத்தை மேலும் கூர்மையாக்கியது. இப்போது விமானத்தின் ஓசை செவியைச் செவிடாக்கியது. குளிரும், அழுத்தமும் விமானியைக் கசக்கிப் பிழிந்தன. அவரின் செவியை நேரடியாகத் தாக்கின. மிகுந்த உயரத்தில், மிக அடர்த்தி குறைந்த காற்று உண்டாக்கும் நறுக்கென்று ஊசி குத்தும் வலி, காதில் ஈயத்தைக் காய்ச்சி ஊற்றியதைப் போல். காற்றின் மிக அதிக

வேகத்தால் அவர் உடலின் மேல் பாகம் முழுவதும் இப்போது செயலிழந்து போனது. விமானம் சுழலும் பக்கமெல்லாம் அவர் தலை தானே சுழன்றது!

(இந்திய விமானப்படை தன் அலுவல் மொழியில் இந்த நிகழ்வை, 'அசௌகரியம்' என்று குறிப்பிடுகிறது)

தன் காக்பிட்டில் தன் தலையை அங்குமிங்கும் ஆட்டிக்கொண்டே ஷர்மா, விமானத்தைத் தன் கட்டுப்பாட்டில் கொண்டுவர பிரம்மப் பிரயத்தனம் செய்தார். அவர் அப்போது மணிக்கு 500 கி.மீட்டர் வேகத்தில் பறந்துகொண்டிருந்தார். அவர் விமானம் பறக்கும் உயரத்தை ஏறக்குறைய 10,000 அடிக்குக் குறைத்துவிட்டார். இருப்பினும் இருந்த சூழ்நிலைக்கு, விமானம் பறந்த வேகம் மிக அதிகம். அவரால், தன் முகத்தில் அறையும் குளிர் காற்றை ஒன்றும் செய்ய முடியவில்லை. அது அவரின் முகத்திலும், மார்பிலும், கழுத்திலும், மார்புக் கூட்டிலும் பனியால் ஆன ஒரு சுத்தியல் போல் தொடர்ந்து அடித்துக் கொண்டே இருந்தது!

தன் விமானத்தின் முகப்புக் கண்ணாடி உடைந்து சிறிது நேரம் கழிந்த பின், ஷர்மா தரையிலிருந்த கட்டுப்பாட்டு அறையை முதல்முறையாகத் தொடர்பு கொண்டார். இதற்கு முன்னால் அவர் இந்த வேலையைச் செய்திருக்கவே முடியாது. ஏனெனில், காற்று அறையும் ஓசையில், மற்ற ஒலிகள் கேட்கவே கேட்காது. இப்போதும் கூட, ஓசை குறைந்த நிலையிலும், அவரால் எதையும் கேட்க முடியவில்லை. கட்டுப்பாட்டு அறையிலிருக்கும் யாராவது தன் குரலைக் கேட்க மாட்டார்களா என்று ஏங்கிக்கொண்டே அவர் தன் நிலைமையை மீண்டும் மீண்டும் உரத்த குரலில் சொன்னார். விமானத் தளத்தில் விமானத்தை அவசரமாகக் கீழே இறக்கப்போவதாக மீண்டும் மீண்டும் அவர் தன் 'ரேடியோ டாக்கி'யில் கத்தினார். அவர் வலது தோள்பட்டை வலி மிக அதிகமாகிவிட்டது. அவரால் வலது கையைக் கொஞ்சம் கூட அசைக்கவே முடியவில்லை.

அது ஏறக்குறைய செயலிழந்து போய்விட்டது. அவரால் தன் விரல்களையும் இயக்க முடியவில்லை. ஒரேயொரு தசையையும்கூட அசைக்க முடியவில்லை.

அவர் தன் இடது கையால், விமானத்தின் உந்து விசையைப் பின்பக்கம் தள்ளி, அதன் வேகத்தை 400 கி.மீட்டருக்குக் குறைத்து, அதன் உயரத்தை 10,000 அடிக்குக் கீழே குறைத்தார். திடீரென்று இன்னொரு பிரச்சனையும் இருப்பதை உணர்ந்தார். முகப்புக் கண்ணாடி உடைந்த போதிலும், அந்த விமானத்தைப் பத்திரமாகக் கீழே இறக்க முடியும் என்று சொல்ல முடியாது!

ஒரு விமானம் கீழே இறங்கும்போது அதன் உடலும், உலோகக்கூடும் கடும் அழுத்தத்திற்கு உள்ளாகும். உடைந்து சிதறிப்போன முகப்புக் கூடு விமானத்தின் மற்ற எந்த பாகத்தையும் சேதப்படுத்தவில்லை என்று ஷர்மா உறுதிப்படுத்திக் கொள்ள வேண்டும், முக்கியமாக அதன் வால், இறக்கை மற்றும் விமானத்தைக் கட்டுப்படுத்தும் கருவிகள். ஆனால் அவரிடம் இதை உறுதி செய்துகொள்ள எந்த வழியும் இல்லை. தன் முகத்தைத் திருப்பி இதையெல்லாம் அவரால் பார்க்க முடியாதென்று அவர் தனக்குள் சொல்லிக் கொண்டார்.

இருந்தாலும் ஒரு முயற்சி செய்து பார்க்கலாமே என்று அவர் நினைத்தார். விமானம் கீழே இறக்கப்படும்போது ஏதாவது அசம்பாவிதம் நிகழ்ந்துவிட்டால், அதிலிருந்து கிழே குதித்து உயிர்தப்ப ஒரு சதவீதம் கூட ஆம், ஒரு சதவீதம் கூட வாய்ப்பில்லை என்று அவருக்குத் தெரியும்!

அந்தச் சமயத்தில், ஷர்மா பழுதாகிப் போன தன் MIG-29-லிருந்து குதித்துவிடலாம் என்று முடிவெடுத்திருக்கலாம்தான். இன்னும் விமானம் பாதுகாப்பான நிலையிலிருக்கிறதா என்று நிச்சயமாகத் தெரியாத நிலையில், விமானத்தைக் கைவிட்டு, அதிலிருந்து குதிப்பதில் எந்தத் தவறும் இல்லை. மனித உயிரைவிட எதுவும் முக்கியமில்லை. அது விமானிக்கும் தெரியும்! ஷர்மா மீண்டும் ஒரு முறை தன் விமானத்தில்

பழுதேதுமில்லை என்று உறுதிப்படுத்திக்கொள்ள விரும்பினார். ஆனால், அவரால் அது முடியவில்லை. பத்து வினாடிகள் ஒதுக்கி தான் அடுத்து செய்ய வேண்டியதை அவர் மனதிற்குள் ஒத்திகை பார்த்துக் கொண்டார். பின் அவர் ஒரு தீர்க்கமான முடிவெடுத்தார். என்ன ஆனாலும் சரி, தன் நண்பனைக் கைவிடுவதில்லை!

கட்டுப்பாட்டுக் கருவிகளைச் சரிபார்த்த பின், ஷர்மா விமானத்தின் உந்துவிசையை மீண்டும் கொஞ்சம் பின்னோக்கி இழுத்தார்- அதன் வேகத்தைக் குறைப்பதற்காக. விமானத்தைக் கீழே கீழே இறக்க, விமானியின் காக்பிட்டில் அசௌகரியமும், தொல்லையும் அதிகரித்தன. இப்போது காற்று இன்னும் வேகமாகச் சீறியது. கடல் மட்டத்திலிருக்கும் காற்றைவிட, தரைக்காற்றின் வேகம் அழுத்தம் குறைவு. இதனால் விமானத்தின் தள்ளாட்டம் இன்னும் அதிகரித்தது.

"என் காக்பிட்டில் காற்று என்னை இந்தப் பக்கம், அந்தப் பக்கம் என மாறிமாறித் தள்ளியது. என் ரேடியோவிலிருந்தோ, வெளியிலிருந்தோ எந்த ஒலிகளும் எனக்குக் கேட்கவில்லை. நான் என்ன செய்யப்போகிறேன் என்பதைப் பற்றித் தரையிலிருந்தவர்களுக்குச் சுருக்கமாகத் தகவல் தெரிவித்தேன்." அந்த *MIG-29* இப்போது பெரும் மாற்றத்துக்குள்ளானது போல் இருந்தது. அதன் மூக்கு சுத்தமாக வீசியெறியப்பட்டுவிட்டது. தரையில் இறங்கும் இறுதிக்கட்டத்திற்கு விமானம் வந்துவிட விமான ஓடுபாதை கண்ணில் தென்பட்டது. அந்தக் கடைசி நிமிடங்களில், மெதுவாகத் தரையிறக்க ஷர்மா முயன்றபோது, அவர் வலியினால் மிக மிகக் களைத்துப் போயிருந்தார். அதிர்ஷ்டவசமாக, அவர் கூக்குரலைத் தரைக் கட்டுப்பாட்டு அறையிலிருந்தவர்கள் கேட்டனர். அவர் இறங்க கடைசியாக 'இடம்' கிடைத்தது. அது எப்போதும் சுறுசுறுப்பாக இயங்கிக் கொண்டிருக்கும் ஒரு விமான நிலையம்.

6,500 அடி உயரத்திலிருக்கும்போது, பெரும் மகிழ்ச்சியுடன்

ஒரு விஷயத்தை ஷர்மா உணர்ந்தார். மேகங்களினூடே அவர் பறந்தபோது, காற்று வெதுவெதுப்பாக வீசுவதை உணர்ந்தார். இறுதியாக விமானத்தைக் கீழே இறக்கும் வரை அவர் இம்மாதிரி பல முறை மேகங்களினூடே பறந்தார்.

அவர் தரையை நெருங்க நெருங்க தரைக் கட்டுப்பாட்டு அறையிலிருந்து குரல்கள் கேட்க ஆரம்பித்தன. ஷர்மாவிற்கு காற்று மணிக்கு 20 கி. மீட்டர் வேகத்தில் வீசிக்கொண்டிருப்பதாகத் தகவல் சொல்லப்பட்டது. "ஆனால், 200 கி. மீட்டர் வேகத்தில் காற்று என் முகத்தில் அடிப்பதாக நான் உணர்ந்தேன்." அவர், அதை எதிர்த்துக் கூச்சலிட்டவாறு, விமானத்தை ஜாம் நகர் ஓடுதளத்தில் பத்திரமாகத் தரை இறக்கினார். அதன் எல்லையில் அவர் மீட்புப் பணியாளர்களால் வரவேற்கப்பட்டார். அவர்கள் அவரை உடனே விமானத்திலிருந்து வெளியே இழுத்து, அந்த இடத்தை விட்டு உடனே அகற்றினர்.

தன் 'ஸ்டெச்சரில்' படுத்தவாறே, தன்னைத் தூக்கிக்கொண்டு செல்பவர்களைப் பார்த்து ஷர்மா புன்னகைத்தார். வெதுவெதுப்பான காற்று அவர் காயங்களிலிருந்த உணர்வின்மையைப் போக்கியது; அதனால் சூடான வலி மிக அதிகமானது.

ஆரம்பகட்ட சிகிச்சைக்கான மருத்துவமனைக்கு நேராகக் கொண்டு செல்லப்பட்ட ஷர்மாவிற்குப் பல மருத்துவ சோதனைகள் செய்யப்பட்டன. பழுதுபட்ட அவர் தோளுக்கும் சிகிச்சை அளிக்கப்பட்டது. மருத்துவமனை படுக்கையிலிருந்தவாறே ஷர்மா வீட்டிலிருந்த தன் மனைவி தீபிகாவிடம் பேசினார். அதுவரை அவருக்குத் தன் கணவருக்கு என்ன நடந்தது என்றே தெரியாது. கடைசிவரை விஷயம் தெரியாதிருந்ததற்காக ஷர்மா கடவுளுக்கு நன்றி சொன்னார்.

"அவர் மிகவும் பயப்பட்டார். எல்லோருமே அப்படித்தானே. என்னைப் பார்க்க அவர் உடனே ஓடி வந்தார். மருத்துவர்கள்

பயப்படும்படி ஒன்றுமில்லை என்று உறுதி அளித்ததும்தான் அவர் நிம்மதியடைந்தார்.” டெல்லியிலிருந்த தன் பெற்றோரையும் ஷர்மா தொடர்பு கொண்டு பேசினார். விங் கமாண்டரான அவர் தந்தை சந்தீப் ஷர்மாவும், அவர் தாயார் நீட்டாவும் செய்தி கேட்டுப் பதறிப் போயினர். ஆனாலும், அவர்கள் தங்கள் மகனால் மீண்டும் பறக்க இயலும் என்று நம்பினர்.

“ரிஜு தரையிறங்கி ஒரு மணி நேரம் கழித்தே எனக்குத் தகவல் கிடைத்தது. ரிஜுவின் குரலில் வலியின் அறிகுறியோ, களைப்பின் அறிகுறியோ இல்லை. அவர் மிகவும் அமைதியாக இருந்தார். அவர் ஆகாயத்தில் பறக்கிறவர்தான். ஆனால் அவர் கால்கள் தரையிலே இருக்கும் எப்போதும்!” என்கிறார் ரிஜுவின் தந்தை.

அவர் தாயார் நீட்டா, வானில் பறந்துவிட்டு வரும் தன் கணவருக்காகக் காத்திருந்து காத்திருந்து, பழக்கப்பட்டவர். தன் மகனுடன் பேசுவதற்கு முன்பு அவர் மனதளவில் தன்னை தயார்படுத்திக்கொண்டார்.

“நான் என் மகனை நன்றாக அறிவேன்! வானில் பறக்கும்போது, அவனுக்குத் தெரியும் என்ன செய்ய வேண்டுமென்று!” அவர் சொல்கிறார்.

விங் கமாண்டர் சந்தீப் ஷர்மா சொல்கிறார். “ரிஜுவின் தாயார் மிகவும் தைரியசாலி! என் மகன் நிலையறிந்ததும், நான் எப்படி நடந்துகொண்டேனோ, அதைப் போலவே அவரும் நடந்துகொண்டார்! அவர் கவலைப்பட்டார் என்பதை நான் அறிவேன். ஆனால் அவர் கவலை கொண்டிருந்தார் என்பதை அவரைப் பார்க்கும் எவராலும் உணர முடியாது.”

ஜாம் நகர் மருத்துவமனையில் எல்லோரும் நினைத்தார்கள், ரிஜு பூரண நலம் பெற பல வாரங்கள் ஆகும் என்று. ஆனால், எல்லோரும் ஆச்சரியப்படும் வகையில், அந்த இளைஞர் சில

நாட்களிலேயே பூரண நலம் பெற்று, மருத்துவமனையிலிருந்து விடுவிக்கப்பட்டார். ஒரு வாரம் கழித்து, அவர் தன் விமானத்தின் இருக்கையில் அமர்ந்தார்.

"நான் நலம் பெற்றதும் செய்த முதல் சாகஸ விமானப் பயணம் எனக்கு மிகவும் தனிச்சிறப்பானது. மறக்க முடியாத, ஒரு அதிர்ச்சிமிக்க அனுபவத்திலிருந்து நான் மீண்டு வந்திருந்தேன். இப்படிப்பட்ட சூழலில், நீங்கள் தனக்குத்தானே பேசிக் கொள்வீர்கள். உங்களுக்கு ஒருவித திகில் கலந்த பயம் இருக்கும். வாழ்க்கை ஒருபோதும் பழைய மாதிரி இருக்கப்போவதில்லை என்று உங்களுக்கு நீங்களே சொல்லிக்கொள்வீர்கள். ஆனால் மாற்றத்தை எதுவும் நீங்கள் உணரவில்லை என்றால், உங்களுக்கு அளிக்கப்பட்ட பயிற்சி அவ்வளவு சிறப்பானது என்று பொருள்."

விமானத்தைக் கீழே இறக்குவது மிக அபாயகரமான செயல் என்று நன்றாகத் தெரிந்தபோதும், ஷர்மா எப்படி அதை விட்டுக் கீழே குதிக்க வேண்டாம் என்ற முடிவுக்கு வந்தார்? விமானத்தைக் கீழே இறக்கியிருந்தால், அது ஒன்று, அவருக்கு மரணத்தைப் பரிசாக அளித்திருக்கும் அல்லது அவர் மீண்டும் விமானத்தில் கால் பதிக்க முடியாத அளவிற்கு அவர் உடலை முடக்கிப் போட்டிருக்கும். ஷர்மா நினைத்துப் பார்த்தார்: "விமானத்திலிருந்து கீழே குதிப்பது ஒரு நல்ல தேர்வு. அதை நான் செய்திருக்கலாம்தான். ஆனாலும் விமானத்தை என் கட்டுப்பாட்டிற்குள் கொண்டுவர முடியுமா என்று நான் தெரிந்துகொள்ள விரும்பினேன். அது முடியாதென்றால், எனக்கு அந்தரத்தில் 'அம்போ' என்று அதை விட்டுவிட்டுக் குதிப்பதைத் தவிர வேறு வழியில்லை. என்னையும் காப்பாற்றிக் கொண்டு, விமானத்தையும் காப்பாற்ற முடிந்தால், அதற்கே நான் முன்னுரிமை கொடுக்க விரும்பினேன்."

இந்தியாவின் *MIG-29* அணி தற்போது மேம்படுத்தப்பட்டுக் கொண்டிருக்கிறது. இது அதை இன்னும் பல்வேறு சாகசங்களுக்குத் தயார்படுத்தும்! அன்று, ஷர்மா ஓட்டிய

விமானம் இன்னும் மேம்படுத்தப்படவில்லை. விபத்துகளின் போது, இந்திய விமானப்படை எப்போதும் பாதுகாப்பிற்கே முக்கியத்துவம் அளித்து வருகிறது. ஒரு விபத்து ஏன் நடந்தது என்று ஆழமாக ஆராய்ந்து சரியான காரணத்தைக் கண்டுபிடிப்பதற்காக, அது பல மணி நேரத்தையும், பல லட்சங்களையும் செலவழிக்கிறது. இதெல்லாம் சாதாரண விஷயங்கள் அல்ல!

ஸ்க்வாட்ரன் லீடர் ஷர்மா புதிய விமானிகளுக்கும், விமானப்படையில் சேர விரும்புகிறவர்களுக்கும் ஒரு செய்தி வைத்திருக்கிறார்: "நான் என் இளைய சகோதரர்களுக்கும், சகோதரிகளுக்கும் ஒன்று சொல்ல விரும்புகிறேன். வானில் பறப்பது ஒரு சாகஸ அனுபவம். மனிதன் தேர்ந்தெடுக்கும் வேலைகளில் அதுதான் மிகச் சிறந்தது என்பதில் சந்தேகமில்லை. அதில் ஒளிந்திருக்கும் ஆபத்து, அதை ஒரு சவாலாக மாற்றிவிடுகிறது. சூழ்நிலை, உங்களை முடக்கிப் போட ஒருபோதும் அனுமதிக்காதீர்கள். எந்த ஒரு ஆபத்தையும் எதிர்கொண்டு சமாளிக்க நீங்கள் பயிற்சியளிக்கப்பட்டிரு க்கிறீர்கள். பல வருடங்களாக அளிக்கப்பட்ட கடினமான பயிற்சி அனைத்தையும் பயன்படுத்த வேண்டிய வாய்ப்பு உங்களுக்கு வரும். நான் மீண்டும் பிறந்தால், அப்போதும் ஒரு விமானியாகத்தான் விரும்புவேன்!"

அந்த விபத்திற்குப் பிறகு, ஷர்மா மீண்டும் மீண்டும் வானில் பறந்தார். வீரதீரச் செயலுக்கான 'வாயு சேனா' விருது குடியரசுத் திருநாளில் அவருக்கு வழங்கப்பட்டது. இது அவருடைய திறமைக்காகவும், தைரியத்திற்காகவும், தன்னையும் காப்பாற்றிக்கொண்டு, மிக அதிக விலையுள்ள விமானத்தை- ஒரு தேசியச் சொத்தை-MIG 29-ஐ காப்பாற்றியதற்காகவும் விருது வழங்கப்பட்டது.

ஸ்க்வாட்ரன் லீடர் ஷர்மா சொல்கிறார்: "எனக்கு ஏற்பட்ட அனுபவத்திற்குப் பிறகும் நான் விமானத்தில் ஏற எந்தத்

தயக்கமும் காட்டவில்லை!"

"நான் NDN-வில் சேரும்போது என் தந்தை சொன்னார்: 'வாழ்க்கையை எப்போதும் உன் கட்டுப்பாட்டில் வைத்திரு. ஒருபோதும் அது உன்னைக் கட்டுப்படுத்த அனுமதிக்காதே.' "

13

எந்த ஒரு ஹெலிகாப்டர் விமானிக்கும் ஏற்படக்கூடாத பயங்கரம்!

ஸ்க்வாட்ரன் லீடர் விகாஸ் பூரி

ஷில்லாங், மேகாலயா

12, மார்ச், 2016

“அவள் குரல் கேட்க இனிமையாக இருக்கும்! குரல்தான் இனிமை... ஆனால் அவள் சொல்லும் செய்தி இனிமையானதாக இருக்காது. அதுவும் நீங்கள் வானத்தில் பறந்துகொண்டிருந்தால்!”

பிரம்மபுத்ராவின் மேலே 4,500 அடி உயரத்தில் நடாஷாவின் குரல் ஹெலிகாப்டர் விமானியின் காக்பிட்டைக் கிழித்துக் கொண்டு கேட்டது! விமானிகளைப் பதற்றப்படுத்தாமலிருக்கும் வண்ணம் அவள் குரல் பதப்படுத்தப்பட்டிருந்தது. விமானியின் காக்பிட்டிலிருந்த எச்சரிக்கை அமைப்புகள், அதன் ரஷ்யத் தயாரிப்பாளர்களால் அமைக்கப்பட்டிருந்தன. நடாஷாவின் ‘இனிமை’யான குரலை எந்த விமானியும் கேட்க விரும்ப மாட்டார்!

‘சர்வீஸ் டேங்க் பம்ப் வேலை செய்யவில்லை’ நடாஷாவின் குரலில் ரஷ்ய தொனி தெறித்தது.

MI-17 ஹெலிகாப்டரின் தலைமை விமானி ஸ்க்வாட்ரன் லீடர் விகாஸ் பூரி, நடாஷா சொல்வதைக் கவனமாகக் கேட்டுக் கொண்டார். அவள் எச்சரிக்கையின் வீரியத்தை முழு அளவில் புரிந்துகொள்வதற்காக, பூரி தன் முன் இருந்த கருவிகளைப் பார்த்தார். ஹெலிகாப்டரின் முக்கிய இரண்டு

இன்ஜின்களுக்கும் எரிபொருளை அனுப்பிக்கொண்டிருந்த 'பம்ப்' பழுதடைந்திருந்தது.

ஒரே வினாடியில் பூரி, தன் மனதில் விமானத்தை இயக்கும் விதத்தை விளக்கும் கையேட்டை வேகமாக ஓடவிட்டார். இது எல்லா விமானிகளும் செய்யும் வழக்கமான வேலைதான். ஹெலிகாப்டரில் ஏதாவது கோளாறு இருந்தால் அதை உடனே நடாஷா, விமானியின் கவனத்திற்குக் கொண்டுவர வேண்டும், அது எவ்வளவு சிறியதாக இருந்தாலும். இந்தப் பிரச்சனை சிறியதுதான். பம்ப் பழுது என்பது விமானத்தை அவசரமாக இறக்குமளவிற்கு அவ்வளவு பெரிய பிரச்சனை இல்லை. பல அடுக்குப் பாதுகாப்புக் கருவிகள் கொண்ட அந்த MI-17-ல் எரிபொருளை இன்ஜின்களுக்கு அனுப்ப வேறு பம்புகள் இருந்தன. எல்லாம் சரியாகவே இருந்தன; அச்சப்பட ஒன்றுமில்லை.

ஆனால் நிலைமை தலைகீழாக மாறிவிட்டது, அடுத்த 30 வினாடிகளில். எந்த விஷயத்தை 'அது ஒன்றுமில்லை' என்று பூரி ஒதுக்கித் தள்ளினாரோ, அது பயங்கரச் சிக்கலாக உருமாறி, அந்த 13 டன் ஹெலிகாப்டரை வானில் விட்டெறிந்த கல் விர்ரென்று பூமியை நோக்கி வருவது போல பிரம்மபுத்ராவின் சதுப்பு நிலங்களை நோக்கி நெட்டித் தள்ளியது!

2016-ம் வருடம், மார்ச் 12. அந்த சனிக்கிழமை காலைப் பொழுது, வானில் பறக்க மிக உகந்த தருணமாக இருந்தது. மிதமான சூரிய ஒளி. பொழுது புலர்ந்து சற்று நேரம்தான் ஆகியிருந்தது. ஷில்லாங் விமானத் தளத்தின் மேல் தெளிவான வானம். மேகாலயா மாநிலத்தின் தலைநகரமான ஷில்லாங், இந்திய விமானப்படையின் கீழ்த்திசைத் தலைமையகமாகவும் இருந்தது. அந்த இயற்கை கொஞ்சும் அழகிய நகரம், 5,000 அடி உயரத்தில், காஷி மலைப்பகுதியில் பொதிந்திருந்தது. வட கிழக்குத் திசையில், இந்திய எல்லையிலிருந்த அருணாசலப் பிரதேசத்தையும், அதற்கு அப்பால் சைனாவின் கட்டுப்பாட்டிலிருந்த திபெத்தையும்

நோக்கி வானில் பறக்க அன்றிருந்ததைவிட ஒரு சிறந்த வானிலை அமைய முடியாது. அந்தக் காலைப்பயணம் வழக்கமாக ஸ்க்வாட்ரன் லீடர் பூரியும் அவர் சகாக்களும் மேற்கொள்ளும் பயணங்களில் ஒன்றுதான். ஆனால் அவர்கள் ‘சுமை, இலக்கு’ இவையிரண்டும் வழக்கமானவை அல்ல.

அன்று அந்த *MI-17*-ல் பிரயாணம் செய்தவர்- இந்திய விமானப்படையின் கிழக்கு மண்டலத்திற்குத் தலைமை வகித்த ஏர் மார்ஷல் சந்திரசேகரன் ஹரி குமார். அருணாசலப் பிரதேசத்தில் ஜிரோ மற்றும் அலாங்கில், புதிதாக சீரமைக்கப்பட்ட விமான இறங்குதளங்களைத் திறந்து வைத்து அவற்றை அதிகாரபூர்வமான விமானத்தளங்களாக அறிவிக்கவும் அவர் அங்கு அழைத்துச் செல்லப்பட்டார்.

விமானத்தில் அதி முக்கிய நபர் பயணம் செய்தால். ‘ஈஸ்டர்ன் 1’ என்ற ரேடியோ சங்கேத அடைமொழி அதற்குக் கொடுக்கப்பட்டிருந்தது.

சைனாவின் எல்லையை ஒட்டிய அந்த இரண்டு விமானத் தளங்களும், 2009-ம் வருடம் இந்திய விமானப்படை புத்துயிர் ஊட்டத் தேர்ந்தெடுத்திருந்த 9 தளங்களில் அடங்கும். இவை அரை நூற்றாண்டுக்கும் மேலாக, பயன்படுத்தப்படாமல் வீணாகக் கிடந்தன. இவற்றைப் புதுப்பிக்கும் திட்டம், வட கிழக்கில் நம் விமானப்படையின் பலத்தை அதிகரிப்பதற்காக மட்டுமல்லாமல், எல்லையோரத்தில் சைனா ஏற்படுத்திக்கொண்டிருந்த புதிய கட்டுமானங்களுக்குப் பதிலடி கொடுப்பதற்காகவும் மேற்கொள்ளப்பட்டது. அது மட்டுமல்லாமல் இந்தப் புதிய விமானத் தளங்கள் இந்தப் பகுதியில் இந்தியச் சுற்றுலாத் திட்டங்களுக்கும் ஒரு புதிய உத்வேகத்தையும் அளிக்கும். இந்தப் பகுதி இந்தியச் சுற்றுலா மையங்களில் முக்கியமான, மிக அழகான பகுதிகளில் ஒன்றாகும். ரூ.1000 கோடி திட்டமான இது, 8 விமானத் தளங்கள், ஓடுபாதைகள், கட்டுப்பாட்டுக் கோபுரங்கள், சரக்கு மற்றும் பயணிகளைக் கையாளும் வசதிகளையும் ஏற்படுத்துவதாகும்.

ஏர் மார்ஷல் ஹரி குமார் ஒரு சிறந்த விமானப் போராளி. அவர் போரில், முன்னணியில் நேரிடையாகப் பங்குபெற்ற அணிக்குத் தலைவராக இருந்தவர். அன்று தாம் திறந்து வைக்கப்போகும் விமானத் தளத்தின் முக்கியத்துவத்தை உணர்ந்தவர். அவருடன், அவர் மனைவி தேவிகாவும், அவருடன் பணிபுரியும் அதிகாரிகள், ஏர் வைஸ் மார்ஷல் மன்வீந்திர சிங் ஆகியோரும் இருந்தனர். இவரும் ஒரு மிகச் சிறந்த ஹெலிகாப்டர் விமானி!

ஷில்லாங்கில், அன்று காலை ஸ்க்வாட்ரன் லீடர் பூரியும் அவர் சகாக்களும் வேகமாக விமானத் தளத்திற்குச் சென்றனர், *MI -17* விமானத்தை, அதன் அதி முக்கியப் பிரயாணிகளை வரவேற்கத் தயார் செய்வதற்காக. ஹெலிகாப்டர் தரையில் 'ஓட' விட்டு சோதிக்கப்பட்டது. பின்பு அது, தன் அதி முக்கிய விருந்தினர்கள் ஏறுவதற்கு வசதியாக நிறுத்தப்பட்டது.

"அன்று பருவநிலை மிகச் சாதகமாக இருந்தது. நாங்கள் ஒரேயொரு வினாடியையும் வீணாக்க விரும்பவில்லை" பூரி நினைவுகூருகிறார். அடுத்த நாள், வேகமான காற்று அருணாசலப் பிரதேசப் பள்ளத்தாக்கை தாக்கவிருந்தது. எனவே அன்று மட்டுமே எங்களுக்குப் பருவநிலை சாதகமாக இருந்தது. அதைவிட்டால் இன்னும் ஒரு வாரத்திற்கு பறப்பதைப் பற்றி நினைத்துக் கூட பார்க்க முடியாது.

MI17-ன் தரைப் பரிசோதனைகள் அனைத்தும் வெற்றிகரமாக முடிக்கப்பட்டன. அதன் கருவிகள் அனைத்தும் சரியாக இயங்கி, பறப்பதற்கு விமானம் தயார் என்று சொல்லின. தன் சகாக்கள் காத்துக்கொண்டிருந்தபோது, பூரி ஷில்லாங்கிலிருந்த வானிலை ஆய்வு மையத்தை ஒருமுறை கடைசியாகத் தொடர்புகொண்டு தாங்கள் பறக்கும் வான் பரப்பின் வானிலை பற்றி அறிந்து கொண்டார்.

"காற்றின் வேகம் கொஞ்சம் அப்படி இப்படி இருந்தாலும், அது சீராகிக் கொண்டும் வந்தது. இருப்பினும், நாங்கள் சற்று

ஜாக்கிரதையாகவே இருக்க விரும்பினோம்" சொல்கிறார் பூரி. அவர் தன் சகாக்களிடம் தங்கள் பயணத்தின் இறுதித் திட்டத்தை விவரித்துவிட்டு ஷில்லாங் கட்டுப்பாட்டு அறைக்குத் தான் மேற்கொள்ளவிருக்கும் பயணத்தின் வான்பாதையைப் பற்றித் தகவல் தந்தார். *MI- 17* அருணாசலப் பிரதேசத்தை நோக்கிப் பறக்கும்தான்; ஆனால், அது வழியில், அசாமிலுள்ள தேஜ்பூரில் இறங்கும். அதன் பயணத்தின் இறுதிக்கட்டத்தில் வானிலை எப்படி இருக்கும் என்று தெரிந்துகொள்வதற்காக. திடீர் திடீரென்று மாறும் வானிலையை எதிர்கொள்ள இப்படி ஒரு பிளான்- பி திட்டத்தையும் வைத்திருப்பது வழக்கமான ஒன்றுதான்.

07.20 மணியளவில் ஏர் மார்ஷல் ஹரி குமார், அவர் மனைவி, மற்றும் பத்துப் பேர் அடங்கிய குழு எம் ஐ- *17*-ல் ஏறியது. பதினைந்து நிமிடங்கள் கழித்து விண்ணில் ஏற ஆரம்பித்த ஹெலிகாப்டர் விரைவில் *6,500* அடி உயரத்தை எட்டியது. அது பத்திரமாக காசி மலைப்பகுதியை விட்டு நீங்கி, பிரம்மபுத்ரா வயல்களின் மேல் பறக்க ஆரம்பித்தது. அது ஒரு அதிகாலைப் பயணம். வானம் தெளிவாக இருந்தது. எனவே, அசாமிலிருந்த விமானக் கட்டுப்பாட்டு அறை ஹெலிகாப்டர் தேஜ்பூர் நோக்கி நேராகப் பறக்க அனுமதி வழங்கியது.

MI -17 விமானம் அதி முக்கிய நபர்கள் பயணம் செய்வதற்கு ஏற்றதல்ல. கொஞ்சம் 'கரடுமுரடா'னது. அது ஒரு சொகுசு ஊர்தி அல்ல. அதன் காற்றாடிகள் சுழலும் பெரும் ஓசை அதன் பெரிய கேபினில் இருந்த பயணிகளின் காதில் நாராசமாக விழுந்தது. அது மட்டுமல்ல, அதன் ஆட்டமும் பயங்கரம். ஆனாலும் அது இந்திய விமானப்படைக்கு மிகவும் பிடித்த ஹெலிகாப்டர். இதனாலேயே, அது இந்திய அரசாங்கத்தை, ரஷ்யாவில் உருவாக்கப்பட்ட இந்த உறுதி மிக்க ஹெலிகாப்டரை இந்திய ஹெலிகாப்டர் அணியின் முதுகெலும்பாக உருவாக்க வைத்தது எனலாம். இந்தச் சாம்பல் நிற ஹெலிகாப்டர் இந்திய விமானப்படை தளங்களில் ஒரு

முக்கிய அங்கமாக இருந்தது. ஸ்ரீநகரில் வெள்ளத்தில் சிக்கிக் கொண்டவர்களை மீட்பதிலிருந்து இராணுவப் பயிற்சிகளின் போது குண்டுகள் வீசுவது, மாவோயிஸ்டுகள் தீவிரமாக இயங்கும் பகுதிகளில் மக்களை அவசரமாக வெளியேற்றுவது வரை அனைத்து வழிகளிலும் அது பயன்படுத்தப்பட்டு வந்தது. அது மட்டுமின்றி, அது தன் உறுதியால் ஆப்பிரிக்காவில் ஐ. நா-வின் அமைதிப்படையிலும் பங்கு வகித்தது. அன்று வானில் பறந்த *MI-17* மிகச் சிறந்த, நம்பகத்தன்மை கொண்ட வானூர்திதான் என்பதில் சந்தேகமில்லை.

“எல்லாமே கையேட்டில் குறிப்பிட்டிருந்தபடி இருந்தன. என் சக விமானியான ஃப்ளைட் லெப்டினன்ட் ஆதர்ஷ் குப்தாவிடம் ‘கன்ட்ரோல்’களைக் கொடுத்துவிட்டு, அன்றைய பயணத்திற்கான வரைபடத்தை நான் கையில் எடுத்துக் கொண்டேன். மிக அதிக விவரங்களைக் கொண்ட அந்த வரைபடம் பல ‘லாமினேடட்’ தாள்களைக் கொண்டது. அதை முழுமையாக விரித்தால் ஒரு போர்வை அளவிற்கு வரும்.”

விமானியின் காக்பிட்டிற்குப் பின்னாலிருந்த பயணிகள் அறையில் பூரியின் சகாக்கள் தங்கள் விருந்தாளிகளை வரவேற்றனர். அவர்களுக்குத் தண்ணீர் பாட்டில்களும். ஜூஸ் பாக்கெட்டுகளும் தந்து உபசரித்தனர். ஹெலிகாப்டரின் *ROTOR* காற்றாடிகள் சுழலும் பெரும் ஓசை அந்த அறைக்குள் எந்த ஒலியையும் கேட்க விடவில்லை. 12 பயணிகளும் தண்ணீரையும், ஜூஸையும் குடித்தனர். 6,500 அடிக்குக் கீழே தெரிந்த நதியை அவர்கள் அவ்வவ்போது எட்டிப் பார்த்தனர்.

ஹெலிகாப்டர் வானில் பறக்க ஆரம்பித்து, 25 நிமிடங்கள் ஆகிவிட்டன. நதியை ஒட்டிய சமவெளிப் பகுதியின் மேலே பறந்துகொண்டிருந்தபோது, பூரி அதை 4,500 அடி உயரத்திற்கு இறக்கினார். உடனே ஹெலிகாப்டர் முன்னால் புகைமண்டலம் போன்ற ஒரு மூட்டத்திரை விரிந்தது. எதையும் தெளிவாகப் பார்க்க முடியவில்லை!

கட்டுப்பாட்டுக் கருவிகளை இயக்கிக்கொண்டிருந்த சக விமானி உடனே பூரியிடம் கேட்டார், "இன்னும் கீழே ஹெலிகாப்டரை இறக்கினால், நம்மால் இதிலிருந்து தப்பிக்க முடியுமா?" அது சாத்தியமில்லை என்று அவருக்குச் சொல்லப்பட்டது. ஹெலிகாப்டர் பிரம்மபுத்திரா வயல்வெளிகளைத் தாண்டும் வரை உயரத்தைக் குறைக்க வேண்டாம் என்று பூரி சொன்னதற்கு பல காரணங்கள் இருந்தன.

முதற் காரணம், பறக்கும் உயரம் அதிகரிக்க அதிகரிக்க ரேடியோ தொடர்பு கிடைப்பது சுலபமாகும். தேஜ்பூருடன் முடிந்தவரை தொடர்பில் இருக்க வேண்டும் என்று பூரி நினைத்தார். காரணம், அவரின் அதி முக்கியப் பயணியாக, 'ஏரியா கமாண்டர்' இருந்ததால் தரைக் கட்டுப்பாட்டு நிலையம், பயணம் பற்றி அவ்வப்போது விசாரித்துக் கொண்டிருந்தது. இரண்டாவது காரணம், அதிக உயரத்தில் பறந்தால் எரிபொருள் மிச்சமாகும். வேகமாகவும் பறக்க முடியும். எல்லாவற்றிற்கும் மேலாக உயரத்தைக் குறைத்தால் பயணிகள் கேபின் அசௌகரியமான அளவிற்கு சூடாகிவிடும். குளிரூட்டப்படாத நிலையில், பறக்கும் உயரம் அதிகமாக அதிகமாக 'கேபின்' குளிர்ச்சியாக இருக்கும். ஆகவே, உயரத்தைக் குறைப்பது என்ற பேச்சுக்கே இடமில்லை.

இப்போது *MI -17*, 4,500 அடி உயரத்தில் மிகச் சௌகரியமாகப் பறந்து கொண்டிருந்தது. தேஜ்பூரை அடைய ஏறக்குறைய பாதி தூரம் வந்தாயிற்று. அப்போது நடாஷா மீண்டும் தன் அமைதியைக் கலைத்தாள்!

"நாங்கள் அப்போது பிரம்மபுத்ராவின் சதுப்பு நிலங்களின் மேல் பறந்துகொண்டிருந்தோம். நாங்கள் தேஜ்பூரிலிருந்து சுமார் 55 கி.மீட்டர் தொலைவில் இருந்தோம். அப்போதுதான் தொல்லை ஆரம்பித்தது" பூரி நினைவுகூருகிறார். முதலில் நடாஷா குரல் கொடுத்தபோது, 'அது ஒன்றும் பெரிய விஷயமில்லை' என்று அவர் சரியாகத்தான் எடைபோட்டிருந்தார். ஆனால் அடுத்து நடந்தது, அவர் கனவிலும் நினைத்துப் பார்க்காத ஒன்று.

ஹெலிகாப்டர் பயண மொழியில் அதை 'அரிதினும் அரிதான நிகழ்வு!' என்று சொல்வார்கள்!

நடாஷாவின் அபாய அறிவிப்பை உறுதி செய்துகொள்ள, பூரி தன் ஃப்ளைட் இன்ஜினீயர் சார்ஜன்ட் சுர்ஜீத் சிங்கிடம் 'சர்வீஸ் டேங் பம்பை' பரிசோதிக்கச் சொன்னார். அவர் அந்த வேலையைச் செய்து கொண்டிருக்கும்போதே பூரி ஹெலிகாப்டர் நேராகப் பறக்க முடியாமல் தடுமாறுவதை உணர்ந்தார். அது ஒரு பக்கம் சாய்ந்தவாறு பறந்துகொண்டிருந்தது!

விமானியின் காக்பிட்டிலிருந்த *ARTIFICIAL HORIZON BALL* (ஹெலிகாப்டரின் பறக்கும் நிலையை பூமியின் தொடுவானத்துடன் ஒப்பிட்டுச் சொல்லும் ஒரு கருவி!) தன் வழக்கமான நிலையிலிருந்து இடது பக்கத்தில், செங்குத்தான கோணத்தில் சாய்ந்திருந்தது. தங்கள் வானூர்தி ஒரு பக்கம் சாய்ந்தவாறு பறப்பதையும், இது நல்லதல்ல என்பதையும் பூரி உணர்ந்தார். தன் சக விமானியை அழைத்த அவர் ஹெலிகாப்டர் சீரான பாதையில் செல்ல ஆவன செய்யுமாறு கேட்டுக் கொண்டார். தன் பயணிகள் எந்த அசௌகரியத்தையும் உணரக் கூடாது என்று அவர் நினைத்தார்.

ஹெலிகாப்டரின் *ROTOR* காற்றாடிகள் சுழலும் ஓசையில், 'ஹெட் செட்' இன்றி வெறும் காதுகளால் எந்த ஓசையையும் கேட்க முடியாது. ஆனால், அதே சமயம் நடுவானில் பறந்துகொண்டிருக்கும்போது, உங்களுக்கு நம்பிக்கை ஊட்டும் சத்தமும் அதுதான்.

"இரண்டு இன்ஜின்கள் தொடர்ந்து சுழலும் ஓசை, பிரதான 'கியர் பாக்ஸ்' இயங்கும் ஓசை, காற்றைக் கிழித்து அதை மண்டியிட வைக்கும் *ROTOR*களின் ஓசை இவையெல்லாம் காதைக் கிழிக்கும் ஓசைகள். ஆனால், நம்பிக்கையூட்டும் அந்த ஓசைகளெல்லாம் திடீரென்று நின்றுபோனால் உங்களுக்கு எப்படியிருக்கும், நினைத்துப் பாருங்கள்" ஸ்குவாட்ரன் லீடர் பூரி நம்மைக் கேட்கிறார்.

அந்த அமைதி ஒரு கணம் இதயத்துடிப்பையே நிறுத்திவிட்டது! பூரி, தன் கையிலிருந்த வரைபடத்தைக் கீழே வீசிவிட்டு, அச்சத்துடன் தன் முன்னால் இருந்த கருவிகளைப் பார்த்தார். முக்கியக் காற்றாடியின் சுழலும் வேகம் 88 சதவீதத்திற்கும் கீழே குறைந்து போய்விட்டது. அதேபோல இரண்டு இன்ஜின்களின் இயங்கு சக்தியும் கணிசமாகக் குறைந்து போயிற்று. சில வினாடிகளில், ஹெலிகாப்டர் தன் சக்தி முழுவதையும் இழந்துவிடும். *MI-17* ல், பூரி பல மணிகள் வானில் பறந்திருக்கிறார். வேறு பலவிதமான ஹெலிகாப்டர்களையும் அவர் இயக்கியிருக்கிறார். மிகுந்த அனுபவசாலியான அவருக்குத் தெரிந்துபோயிற்று, என்ன நடக்கப்போகிறதென்று!

"இரண்டு இன்ஜின்கள் கொண்ட எந்த ஒரு ஹெலிகாப்டர் விமானிக்கும் ஏற்படக்கூடாத அதி பயங்கர அனுபவம் அது!"

தன் சக விமானியிடமிருந்து, விமானத்தின் கட்டுப்பாட்டுக் கருவிகளைத் தன் பொறுப்பில் மீண்டும் எடுத்துக் கொண்டு, பூரி கலக்டிவ் லிவரைத் தன் இடது பக்கமாக இழுத்தார். இது ஹெலிகாப்டரின் காற்றாடிகளின் வேலைப்பளுவைக் குறைக்கும். இரண்டு இன்ஜின்களும் செயலிழந்துவிட்ட நிலையில், பூரி செய்த இந்த வேலை *MI-17*-ன் முக்கியக் காற்றாடியை 'ஆட்டோ ரோடேஷன் மோடு'க்குக் கொண்டு செல்லும். அதாவது இயந்திர சக்தி இல்லாமல், அது காற்றின் வேகத்தால் சுழலும்.

"எங்கள் ஹெலிகாப்டரின் இரண்டு இன்ஜின்களும் முற்றிலுமாக நின்றுபோய் காற்றின் வேகத்தால் மட்டுமே பிரதான காற்றாடி சுழன்று கொண்டிருக்கிறது என்பதை எங்களால் நம்பவே முடியவில்லை! இரண்டு இன்ஜின்கள் கொண்ட ஹெலிகாப்டரில் இப்படி நடப்பது அது கீழே விழுந்து நொறுங்குவதற்கு முந்தைய நிலை! இரண்டு இன்ஜின்களும் ஒரே சமயத்தில் செயலற்றுப் போவது அரிதினும் அரிது!" பூரி நினைத்துப் பார்க்கிறார்.

'கேபினி'லிருந்து வெளியே வந்த ஏர் மார்ஷல் ஹரி குமார்

'காக்பிட்'டிற்கு வந்து என்ன நடக்கிறது என்று பார்த்தார். தேர்ந்த விமானியான அவருக்கு உடனே நிலைமை புரிந்து போயிற்று. இருப்பினும், "எல்லாம் சரியாக இருக்கிறதா?" என்று அவர் கேட்டார். பூரி தன் தலையை ஆட்டினார். ஆனாலும் அவருக்குத் தெரியும் ஏதோ சரியில்லையென்று! அவருடன் பயணித்த ஏர் வைஸ் மார்ஷல், மன்வேந்திர சிங்கும் *MI -17* ஹெலிகாப்டரை ஓட்டுவதில் மிக்க அனுபவம் கொண்டவர். ஜம்மு, காஷ்மீரின் உதாம்பூரில் அவர் பூரியின் அணித்தலைவராக இருந்தவர். மேலும் காங்கோவில் ஐ.நா அமைதிப்படையில் அவர் இருந்தபோது, அவரின் அணித்தலைவராகவும் இருந்தவர்.

எனவே, சூழ்நிலை எவ்வளவு பயங்கரமானது என்று அவர்களுக்குத் தெரியுமென்று பூரிக்கும் அவர் சகாக்களுக்கும் தெரியும். மிகப் பெரிய பயங்கரம் விரைவில் வரப்போவது நிச்சயம் என்று அனைவருக்கும் தெரியும்.

இதற்கிடையில், ஃப்ளைட் லெப்டினன்ட் குப்தாவால் நம்பவே முடியவில்லை. அவர் விமானத்தின் 'ஆட்டோ பைலட்' ஏதாவது பிரச்சனை செய்துவிட்டதா என்று பார்த்தார். இரண்டு இன்ஜின்களும் செயலிழந்தது போதாதென்பது போல, நிலைமை கைமீறிப் போய்க் கொண்டிருந்தது.

MI 17-ன் இரண்டு ஜெனரேட்டர்களும்- இவற்றுக்கு ஹெலிகாப்டரின் முக்கியக் காற்றாடியின் சுழற்சியிலிருந்துதான் சக்தி கிடைத்தது- செயலிழக்கத் துவங்கிவிட்டன. இதற்குப் பொருள், ஹெலிகாப்டரிலிருக்கும் அனைத்துக் கருவிகளும் விரைவில் தங்கள் செயல்பாட்டை நிறுத்திக்கொள்ளும். இப்போது நடாஷாவின் குரல் காக்பிட்டில் மீண்டும் ஒலித்தது:

"முதல் மற்றும் இரண்டாவது ஜெனரேட்டர்கள் நின்றுவிட்டன." பின்னணியில் எச்சரிக்கை விளக்குகள் ஒளிர்ந்தன. 'ஆட்டோ பைலட்' இயங்குவதும் நின்றுபோனது. திசைகாட்டியும் நின்றுபோனது. ஹெலிகாப்டரின் அனைத்து அமைப்புகளும் இயங்குவது நின்றுபோனது" ஸ்குவாட்ரன் லீடர் இப்போது சொல்கிறார்.

வினாடிக்கு 10 மீட்டர் வேகத்தில் ஹெலிகாப்டர் தரையை நோக்கி வேகமாக செங்குத்தாக வீழ்ந்து கொண்டிருந்தது. அதன் காற்றாடியின் இயக்கம் நின்று போனதால், புவி ஈர்ப்பு விசைக்கு ஈடுகொடுக்க முடியாமல் அது தட்டுத் தடுமாறி வானில் தள்ளாடியது. பூரி, ஃப்ளைட் கன்னர் அஜீஷுக்குக் கட்டளை இட்டார்: "பயணிகள் அனைவரும் பத்திரமாக இருக்கிறார்களா என்று பாருங்கள்" பின்பு அவர் அடுத்த அவசரகால நடவடிக்கையில் இறங்கினார். அனேகமாக ஏதாவது நெல் காட்டில் அவசரமாக ஹெலிகாப்டரை இறக்க வேண்டியிருக்கும். ஹெலிகாப்டரின் தள்ளாட்டத்தைக் குறைக்க முயன்றுகொண்டே, தரையை நோட்டமிட்டார், (இப்போது அதன் உயரம் 3,500 அடி!) பாதுகாப்பாக இறங்க ஏதாவது வழி இருக்கிறதாவென்று பார்க்க. இதே வேகத்தில் ஹெலிகாப்டர் 'வீழ்ந்தால்' பெரும் பயங்கரம்தான் நிகழும்!

"இறங்கப் பாதுகாப்பான இடம் ஏதாவது கிடைக்குமா என்று நான் தேடினேன். நாங்கள் சதுப்பு நிலப்பரப்பின் மீதும் நீர் நிறைந்த நெல் வயல்களின் மீதும் பறந்து கொண்டிருந்தோம். மழை வேறு பெய்திருந்தது. அவசரமாகத் தரையிறங்க தகுந்த இடம் எதையும் என்னால் பார்க்க முடியவில்லை. பறக்கும்போது ஏற்படும் இந்தத் திடீர் நிகழ்வுகள், வாழ்வுக்கும் சாவுக்கும் இடையே நடக்கும் போராட்டம்." ஏறக்குறைய இறந்துபோன ஹெலிகாப்டரை இயக்கிக் கொண்டிருந்த ஸ்க்வாட்ரன் லீடர் பூரி, அதன் தள்ளாட்டத்தை முடிந்தவரை குறைத்து, அதை இன்னும் சில கிலோமீட்டர்களுக்கு, காற்றில் ஒரு 'கிளைடர்' போல மிதக்க வைக்க முயன்றார். சீக்கிரமாக, பத்திரமாக, தரையிறங்கத் தோதான இடம் ஏதாவது கிடைக்காதா என்ற ஏக்கத்தில். தரையை நோக்கிக் கீழே வீழ்ந்து கொண்டிருக்கும்போதே, பூரி ஹெலிகாப்டரின் வேகத்தைக் குறைக்க முயன்றார்- இன்னும் சில வினாடிகளேனும் உயிர் பிழைத்திருக்கலாம் என்ற நப்பாசையில்!

ஓர் அவசரகாலத் தரையிறக்கத்திற்குத் தேவையான அனைத்து

ஏற்பாடுகளும் செய்யப்பட்டன. தரையில் மோதும்போது ஏற்படும் தீ விபத்தினால் ஏற்படும் சேதத்தைக் குறைக்க, வானூர்தியின் அனைத்து 'ஸிஸ்டம்களை' ஃப்ளைட் இன்ஜினீயர் நிறுத்த ஆரம்பித்தார்.

ஆனால் அவரைப் பூரி தடுத்தார்.

"எல்லாம் இருக்கிறபடியே இருக்கட்டும்" அவர் தன் மூன்று சகாக்களுக்கும் தன் 'ஹெட்செட்' வழியே கட்டளை இட்டார். நம்ப முடியாமல் அவரைப் பார்த்தனர். இப்போது MI-17 ன் இறங்கும் வேகம் வினாடிக்கு 12 மீட்டர்களையும் தாண்டிவிட்டது. பூரி ஒரு நிமிடம் மவுனமாயிருந்தார். புதிய ஆணை பிறப்பிக்கும் முன்பு, அவர் தன் மனதில் திட்டத்தை ஓடவிட்டார். அது ஆபத்தை வலிந்து வரவேற்கும் செயல்தான்; ஆனால், அதை முயற்சி செய்து பார்த்துதான் ஆகவேண்டும், வேறு வழியில்லை!

"நாம் மீண்டும் இன்ஜின்களை இயக்க ஒரு முயற்சி செய்து பார்க்கலாம்!"

வானில் பறக்கும்போது அனேக சிக்கல்களைச் சந்தித்திருந்த பூரிக்கு, ஹெலிகாப்டரின் இன்ஜின்கள் இயங்குவது நின்றுபோனது, அவற்றுக்கு எரிபொருள் செல்வது தடைபட்டதால்தான் என்பதில் எள்ளளவும் சந்தேகமில்லை. அவர் ஃப்ளைட் இன்ஜினீயரை 'பைபாஸ் வால்வு'களைத் திறந்துவிடச் சொன்னார். ஆனால் இன்ஜின்களை மீண்டும் உயிர்ப்பிக்க, ஹெலிகாப்டரில் ஒரு சிறிதளவேனும் மின் சக்தியை உற்பத்தி செய்ய வேண்டும். அவ்வாறு செய்ய ஒரு துணை 'யூனிட்' இயங்க வேண்டும். இதற்கு 30 வினாடிகள் முழுமையாகத் தேவை. அப்போதிருந்த சூழ்நிலையில் இது ஒரு 'திகில்' முடிவு. 2,500 அடிக்கும் குறைவான உயரத்தில் பறந்துகொண்டிருந்த MI-17, இன்னும் 90 வினாடிகளுக்கும் குறைவான நேரத்தில் தரை மீது மோதிச் சிதறும் வேகத்தில் வீழ்ந்து கொண்டிருந்தது.

துணை யூனிட் இயங்கத் தயாராகும் அந்த மிக நீ...ண்...ட முப்பது வினாடிகளும் பூரியும், அவர் சகாக்களும் தங்கள் மூச்சைக் கையில் பிடித்துக் கொண்டிருந்தனர். ஒரு வினாடி கூட தாமதம் ஏற்பட்டுவிடக் கூடாது! பூரி, முதல் இன்ஜினை உயிர்ப்பித்து, ஓடவிடுமாறு ஆணையிட்டார்.

தரையைக் கட்டியணைத்துக் கொள்ள இப்போது ஹெலிகாப்டர் இன்னும் அதிகமான வேகத்தில் பாய்ந்து வந்து கொண்டிருந்தது. அது 600 மீட்டருக்கும் குறைவான உயரத்திலிருந்தது. அவர்கள் அதை உணர்ந்தபோது, தரையின் மீது விழுந்து சிதற இன்னும் 20 வினாடிகளே இருந்தன.

அவர்கள் திட்டம் வேலை செய்ய ஆரம்பித்தது. முதல் இன்ஜின் வெற்றிகரமாகச் செயல்பாட்டிற்குக் கொண்டுவரப்பட்டது. அடுத்த நொடி, பூரி தன் சக விமானிக்கு முக்கியக் காற்றாடிக்கு எரிபொருளை அனுப்பி அதை இயக்க முயலுமாறு சொன்னார். சில நொடிகளிலேயே தனக்குக் கிடைத்த புதிய சக்தியால் அந்தக் காற்றாடி மெதுவாகச் சுழலத் துவங்கி, பின் வேகமெடுத்து, வெகு சீக்கிரமாகவே அதன் முழு வேகத்தில் 98 சதவீதத்தை எட்டியது! ஏறக்குறைய 'இறந்து போய்'விட்ட ஒரு இன்ஜினை உசுப்பி உயிர் கொடுத்தாயிற்று. ஹெலிகாப்டர் இப்போது அதன் உதவியால் பறந்துகொண்டிருந்தது. தரையில் விழுந்து நொறுங்கி, தன் 16 பயணிகளையும் மரணத்தின் வாசலுக்கு அழைத்துச் செல்லவிருந்த MI 17-ன் கீழே விழும் வேகம் குறைந்தது. இப்போது அது வானத்தில் ஒரே உயரத்தில் நிலை கொண்டிருந்தது என்று சொல்லலாம்.

ஹெலிகாப்டரின் இரண்டு இன்ஜின்களும் நின்றுபோய், MI 17- கீழே விழுவது தடுக்கப்படும் வரை ஆன காலம் வெறும் 2 நிமிடங்களே! அந்த இரண்டு நிமிடங்களிலேயே ஹெலிகாப்டர் 3,500 அடி உயரத்தை இழந்துவிட்டிருந்தது. அந்த உயரத்திலிருந்து மின் கம்பிகளையும், வயல்களில் மேய்ந்து கொண்டிருந்த ஆடு, மாடுகளையும் தன்னால் தெளிவாகப் பார்க்க முடிந்ததாக

பூரி சொல்கிறார். ஆனாலும் அவசர நிலை மாறி, சகஜநிலை இன்னும் திரும்பவில்லை. ஹெலிகாப்டர் 'விழும்' வேகம் குறைக்கப்பட்டது உண்மைதான். அது இன்னும் ஒரேயொரு இன்ஜினின் உதவியோடுதான் பறந்து கொண்டிருந்தது. பூரியின் கண்களுக்கு நீர் நிரம்பிய ஒரு வயல் தெரிந்தது. அதில் இறங்கத் தடைகளாக மின்சாரக் கம்பிகளோ அல்லது வேறெதுவும் இல்லை! அவர் ஹெலிகாப்டரை அந்த அவசரகால 'இறங்குதளத்தை' நோக்கி மெதுவாகச் செலுத்தினார்.

ஹெலிகாப்டர் தன் சுய சுழற்சியிலிருந்து மெதுவாக விடுபட்டு, வானில் ஓரே இடத்தில் நிலைகொள்ள ஆரம்பித்த போது, அதன் இரண்டாவது இன்ஜினும் வேலை செய்ய ஆரம்பித்துவிட்டது.

"ஃப்ளைட் இன்ஜீனியர் இரண்டாவது இன்ஜினும் இயங்குவதாகச் சொன்ன பிறகு நான் என் சக விமானியிடம் லீவர்களை நியூட்ரலைஸ் செய்யுமாறு சொன்னேன்!"

இப்போது விமானத்தின் இரண்டு இன்ஜின்களும் இயல்பாக இயங்கிக் கொண்டிருந்தன. காற்றாடிகள் சுழலும் கனத்த ஓசையும் 'கேபினி'ல் கேட்கத் துவங்கியது. MI 17 மெதுவாக 2,000 அடி உயரத்தை எட்டியது.

"அவசரகாலத் தரையிறக்கம் என்பதை இன்னும் ஒரு வாய்ப்பாகவே நாங்கள் வைத்துக் கொண்டிருந்தோம். ஹெலிகாப்டருக்கு ஏதேனும் ஆபத்து நேர்ந்துவிட்டால் நாங்கள் அதைப் பயன்படுத்த நினைத்திருந்தோம். இருந்தாலும் அவ்வாறு இறங்க எனக்கு முழுச் சம்மதமில்லை. என் சக விமானி, நாங்கள் தரையிறங்க மிக அருகே இருக்குமிடம், ஏற்கனவே நாங்கள் இறங்க நினைத்திருந்த இடம்தான் என்று சொன்னார்- அதாவது தேஜ்பூர்!

அவசர நிலையால் தங்கள் மீது திணிக்கப்பட்ட 120 வினாடி அமைதியை 'உடைத்து' பூரியும் அவர் சகாக்களும் தேஜ்பூர் விமானப் போக்குவரத்துக் கட்டுப்பாட்டு நிலையத்தைத்

தொடர்புகொண்டு, *MI 17* தன் இரண்டு இன்ஜின்களும் திடீரென்று நின்றுபோனதால் ஏற்பட்ட பேராபத்திலிருந்து தற்போது தப்பித்துவிட்டதென்ற தகவலைச் சொன்னார். அந்தப் பக்கம் கேட்டுக் கொண்டிருந்தவர் அதிர்ச்சியில் திகைத்துப் போனார்! உறைந்துபோன அந்த அதிகாரி சிறிது நேரம் கழித்துத் தன் சுய நினைவுக்குத் திரும்பி *MI 17*-க்கு ஏதாவது உதவி தேவைப்படுமா என்று கேட்டார்!

“எனக்குச் சிரிப்புதான் வந்தது! நாங்கள் அங்கே இருந்துகொண்டு என்ன உதவியென்று கேட்க முடியும்?”

மனதிற்கு நம்பிக்கையும் மகிழ்ச்சியும் ஊட்டும் விதத்தில் புத்துயிர் அளிக்கப்பட்ட *MI 17*-ன் முக்கியக் காற்றாடி வேகமாகச் சுழன்றது. ஆனால் எரிபொருள் ‘பை-பாஸ் வால்வ்’ இன்னும் பிரச்சனை செய்து கொண்டிருந்தது. விமான எரிபொருளான மண்ணெண்ணெயின் புகை, பயணிகள் அறைக்குள் நுழைந்து அவர்களை இம்சித்தது. இது ஒரு பிரச்சனைதான், சந்தேகமில்லாமல். இறங்க இன்னும் சிறிது நேரமே இருக்கையில் பூரி, இயந்திரங்களை இயக்குவதில் எந்த மாற்றத்தையும் செய்ய விரும்பவில்லை. அதே சமயம் அவர் அதி முக்கியப் பிரயாணிகளின் சௌகரியத்தையும், பாதுகாப்பையும் கவனத்தில் கொள்ள வேண்டியிருந்தது. இயந்திரங்களை இயக்குவதில் எந்த மாற்றத்தையும் செய்ய விரும்பாத ஸ்குவாட்ரன் லீடர், ஃப்ளைட் கன்னர் அஜீஷிடம் பயணிகளின் அறையின் ஜன்னல்களைத் திறந்துவிடச் சொன்னார், காற்று உள்ளே வருவதற்காக. இப்போது ஹெலிகாப்டர் காற்றாடிகள் சுழலும் சத்தம் இன்னும் அதி பயங்கரமாகக் கேட்டது. ஆனாலும் புதுக்காற்று உள்ளே நுழைந்து மண்ணெண்ணெய் புகையின் அடர்த்தியைக் குறைத்தது.

2,000 அடி உயரத்தில் *MI 17*-ஐ மிகுந்த ஜாக்கிரதையுடன் வானில் தேஜ்பூரை நோக்கிப் பறக்கவிட்டு, பூரியும், அவர் சகாக்களும் 20 நிமிடங்கள் கழித்து, அதைப் பத்திரமாகத்

தரையிறக்கினர். உடனே அதைத் தீயணைப்பு வண்டிகளும் அவசரகால மருத்துவ ஊர்திகளும் சூழ்ந்துகொண்டன. தரை அலுவலர்கள் மிகவும் கலங்கிப் போயிருந்தனர்.

நிம்மதியுடன், புன்னகை பூத்தவாறே ஏர் மார்ஷல் ஹரி குமாரும் அவர் மனைவியும் மற்றவர்களும் ஈஸ்டர்ன் 1 -ஐ விட்டு இறங்கினர். பூரியும், அவர் சகாக்களும் அதைச் சுற்றிப் பாதுகாப்பாக நின்றுகொண்டு விமானப்படை சோதனை அதிகாரிகளிடம் அதைக் கட்டாய சோதனைக்காக ஒப்படைத்தனர். அதன் பயணிகள் சில மணி நேரம் கழித்து, இந்திய விமானப் படையைச் சேர்ந்த 'துருவ்' ஹெலிகாப்டரில் தங்கள் இலக்கை நோக்கி அழைத்துச் செல்லப்பட்டனர்.

பூரியும், அவர் சகாக்களும் அன்றைய பொழுதை விமானத் தளத்திலிருந்த விமானப்படையைச் சேர்ந்தவர்களிடம் தாங்கள் எப்படி இரண்டு இன்ஜின்களும் பழுதுபட்ட *MI 17*-ஐக் காப்பாற்றினோம் என்று விவரித்தவாறு கழித்தனர். கடைசி *120* வினாடிகளில் தலைமை விமானி செயலாற்றிய விதம் பல நாட்களுக்குப் பேசு பொருளாயிற்று, அசாமின் மோஹன்பரியில் மட்டுமல்லாமல் இந்தியாவெங்கும் இருந்த மற்ற ஹெலிகாப்டர் அணிகள் மத்தியிலும். அது, இந்திய விமானப்படையினருக்கு அளிக்கப்படும் பயிற்சிதான் உலகிலேயே சிறந்தது என்பதை மீண்டும் உறுதிப்படுத்தியது. விமானப்படையின் விமானப் பாதுகாப்பு அணியின் சோதனைகள் ஒருபுறம் இருந்தாலும், நடந்த விஷயம், *MI -17*, எப்படி எந்தப் பேராபத்தின் கோரப்பற்களிலிருந்தும் தப்பி வந்துவிட வல்லது என்பதையும் நிரூபித்தது.

ஹெலிகாப்டர்கள் ஓட்டுவதற்கு சிக்கலானவை மட்டுமல்ல, அவை கட்டுக்கோப்பை இழந்துவிட்டால் அவற்றை மீட்டுக்கொண்டு வருவதும் மிகச் சிரமமான காரியம்! *15* நிமிடங்களிலேயே *MI 17*-ஐ அதன் விமானிகள் மீட்டுக் கொண்டு வந்த செயல் அவர்களின் திறமைக்கு மட்டும்

எடுத்துக்காட்டல்ல: அது அந்த வானூர்தியின் உறுதித் தன்மைக்கும் (எதையும் தாங்கும் இதயம்?) சிறந்த சான்று. இந்த நிகழ்ச்சி சோவியத் நாட்டில் வடிவமைக்கப்பட்ட இந்த வகை ஹெலிகாப்டர்களைத் தொடர்ந்து வாங்குவது என்ற இந்திய அரசின் முடிவுக்கும் வலு சேர்த்தது.

‘ஈஸ்டர்ன்-1 னின் அந்த 120 வினாடிகள்,’ ‘சாகசம்’ இந்திய விமானப்படை விமானிகளின் பாடப் புத்தகங்களில் இடம் பெற்றது. நடந்துவிட்ட விஷயம் மனதைக் கலங்க வைத்தாலும் அது பயிற்சியின் முக்கியத்துவத்தை உரக்கச் சொல்வதாகவும் அமைந்தது. பூரிக்கு அவர் வாழ்க்கையில் நடந்த சில சம்பவங்களை மீண்டும் நினைவுபடுத்துவதாகவும் அது அமைந்தது.

கார்கில் போர் நடந்த சில நாட்களில், 2000-ல் NDA-வில் ஒரு இளம் பயிற்சியாளராக இருந்த விகாஸ் பூரி தன் முதல் பருவத் தேர்வில் கணக்குப் பாடத்தில் தோல்வி அடைந்தார். விகாஷின் டிவிஷனல் ஆபீஸர், மேஜர் மொஹய்தீன், பூரியின் தந்தைக்கு ஒரு கடிதம் எழுதினார். அதில், அவர் மகனுக்குக் கணக்குப் பாடம் சரிப்படாது; ஆகையால் அவரை அறிவியல் படிப்பை விட்டுவிட்டு, ஏதாவது சமூக அறிவியல் போன்ற கலைப் பாடங்களைக் கற்றுத்தரும் படிப்பில் சேர்த்துவிடுமாறு அறிவுரை வழங்கியிருந்தார். அவர் ‘பேட்ச்’ மாணவர்களுடன் அவர் வெற்றிகரமாகப் படிப்பை முடிக்க இது ஒன்றே வழி என்றும் அவர் குறிப்பிட்டிருந்தார்.

கடிதத்தைப் படித்ததும், விகாஸின் அப்பாவுக்கு வந்ததே கோபம். அவர் மேஜர் மொஹய்தீனின் கடிதத்திற்குப் பதில் போட முடிவு செய்தார். அந்தக் கடிதத்தின் ஆரம்ப வரிகள்:

போர்க்களத்தில் குதிரை மேல் ஏறிப் போரிடும் வீரரே கீழே விழுவார்; தன் முழங்கால்களால் தவழ்ந்து வருபவர் எப்படிக் கீழே விழுவார்?

வலி நிறைந்தது அந்தக் கடிதம். ஆனால், அதில் சந்தேகத்திற்கிடமில்லாமல் சில விஷயங்களை அவர் குறிப்பிட்டிருந்தார்.

பல வருடங்களுக்குப் பின் மேஜர் தன் வலைப்பூவில் அதை மீண்டும் மலரச் செய்தார்.

"ஒரு விமானி ஆக வேண்டும் என்பது என் மகனின் கனவு. அவனை நீங்கள் அறிவியல் படிப்பை விட்டு நீக்கி, கலைப் படிப்பில் சேர்த்தால், அவன் கனவை நீங்கள் சிதைத்தவர் ஆவீர்கள். விகாஸ் தேர்வில் தோல்வி அடைந்திருக்கலாம்; ஆனால் அவன் தன் தோல்வியிலிருந்து பாடம் கற்றுக் கொள்வான். என் மகனை நான் உங்கள் கைகளில் ஒப்படைத்திருக்கிறேன். எது தேவையோ, அதை நீங்கள் செய்யுங்கள். அவனை உதைக்கக்கூடச் செய்யலாம். ஏன் கொல்லவும் செய்யலாம். அவனை நான் ஒரு இந்திய விமானப் படையின் போர் விமானியாகவே பார்க்க விரும்புகிறேன்!"

விகாஸை உதைக்கக் கிடைத்த அனுமதி நன்றாகவே 'வேலை' செய்தது. மேஜர் மொஹய்தீன், விகாஸை சும்மா வாட்டி வதக்கிவிட்டார். ஆனாலும், முழுப் பயன் கிடைக்கவில்லை. விகாஸினால் உடல் வலிமைத் தேர்வில் மட்டுமே தேற முடிந்தது. அவர் பாடங்களில் படுதோல்வி அடைந்தார். அவர் எல்லா பாடங்களிலும் தோல்வியையே தழுவினார். கணிதத்தில் அவர் மிகக் குறைவான மதிப்பெண்களே எடுத்திருந்தார்; NDA அவரை அந்த செமஸ்டரிலேயே நிறுத்தி வைக்க முடிவு செய்தது.

விஷயம் கேள்விப்பட்டதும் மேஜர் திகைத்துப் போனார். விகாஸின் தந்தைக்கு தான் என்ன பதில் சொல்வது என்று அவர் தன்னைத்தானே கேட்டுக் கொண்டார். தன் கையில் முழுமையாக ஒப்படைக்கப்பட்ட ஒரு மாணவனின் தந்தைக்கு அவர் என்ன பதில் சொல்ல முடியும்? NDA முடிவை எப்படியாவது மாற்றியே ஆகவேண்டும் என்று அவர் முடிவு செய்தார். NDA- வின் முடிவு, தன் மாணவனை ஒரு சிறப்பான

மாணவனாக்க அவர் செய்து கொண்டிருக்கும் அனைத்து முயற்சிகளுக்கும் முடிவு கட்டிவிடும். அவர், அகாடமியின் உயர் பொறுப்பிலிருந்த அனைவரிடமும், எப்படியாவது தங்கள் முடிவை மாற்றிக்கொண்டு, விகாஸை இன்னொரு முறை தேர்வெழுதச் செய்ய அனுமதிக்குமாறு மன்றாடினார். கடைசியில் அவர்கள் ஒத்துக் கொண்டார்கள்.

சில நாட்கள் கழித்து விகாஸ் மீண்டும் அந்தத் தேர்வை எழுதினார். அதில் தேர்வாகி, மூன்றாண்டுகள் அகாடமியில் தன் படிப்பை வெற்றிகரமாக முடித்து பட்டம் வாங்கினார். பின்பு அவர் பறக்கும் பயிற்சிப் பள்ளியில் சேர்ந்தார். அவர் தான் விரும்பிய வண்ணம் ஹெலிகாப்டர் ஓட்டும் பயிற்சியைத் தேர்வு செய்தார். 13 வருடங்கள் அவர் வானில் பறந்தார். மரணத்தின் அருகிலேயே அழைத்துச்சென்ற, நடுவானில் பிரம்மபுத்ராவின் மேல் 4,500 அடி உயரத்தில் நடந்த அந்த ஒரு சம்பவத்தைத் தவிர, அவர் பயணங்கள் 'அமைதி'யாகவே இருந்தன.

ஈஸ்டர்ன் -1 சம்பவம் நடந்து, பத்து மாதங்கள் கழித்து, ஸ்க்வாட்ரன் லீடர் விகாஸ் பூரிக்கு அவரின் தீரச் செயலுக்காக 'வாயு சேனா' விருது வழங்கப்பட்டது. அவரின் விருதுச் சான்றிதழ் இப்படிக் குறிப்பிடுகிறது:

"அச்சமற்ற, தைரியமிக்க தன் செயலால் இவர் 16 உயிர்களை மட்டும் காப்பாற்றவில்லை; விலை மதிக்க முடியாத ஒரு போர் ஆயுதத்தையும் காப்பாற்றி இருக்கிறார். எடுத்துக்காட்டான தன் தைரியத்தாலும், வீரத்தாலும், பணித்திறனாலும், சூழ்நிலையை மிகச் சரியாகப் புரிந்து கொண்டு, MI 17- ஐ, பெரும் விபத்துக்குள்ளாவதிலிருந்து காப்பாற்றினார்!"

14

என் முகத்திலிருந்து வடிந்த இரத்தத்தை என்னால் சுவைக்க முடிந்தது!

விங் கமாண்டர் கௌரவ் பிக்ராம் சிங் சௌஹான்

பொக்ரான். ராஜஸ்தான்

19, பிப்ரவரி, 2013

மூடியிருந்த அவரின் இரண்டு கண்களுக்கும் நடுவே இருந்த ஆழமான காயத்திலிருந்து இரத்தம் ஒழுகிக் கொண்டிருந்தது. ஒரு ஸ்ட்ரெச்சரில் படுத்திருந்த அவர் கழுத்து, அசையாமல் இருக்க, சில நிமிடங்களுக்கு முன்னால்தான் ஒரு வளையம் பொருத்தப்பட்டிருந்தது. ஜோத்பூர் விமானத் தளத்தில் நின்றுகொண்டிருந்த பல அதிகாரிகளின் இடையே புகுந்து வந்த, ஆறு மாத கர்ப்பிணியான அவந்திகா அகர்வால் மிக அமைதியாக இருந்தார். அவர் எப்போதுமே அப்படித்தான். சுற்றி நின்றுகொண்டிருந்த விமானப்படை அதிகாரிகள் அவருக்கு உதவி தேவைப்பட்டால், உடனே பாய்ந்தோடி வந்து உதவத் தயாராக இருந்தனர். அவர் இடையே எங்கும் நிற்காமல், ஸ்ட்ரெட்சரின் மிக அருகில் வந்தார். சில நிமிடங்களில் அவர் தன்னைக் கட்டுப்படுத்திக் கொண்டார். அந்தி சாய்ந்து சற்று நேரமான போதிலும் அவர் தன் கணவரின் முகத்தில் ஒன்றைப் பார்த்தார்-ஆம். இரத்தம் ஒழுக, பல கட்டுகள் போட்டுக் கொண்டிருந்த போதிலும் அவர் கணவர் அவரைப் பார்த்துப் புன்னகை பூத்தார்.

விங் கமாண்டர் கௌரவ் பிக்ராம் சிங் சௌஹான் தன் மனைவியை முன்னெப்போதும் அவ்வளவு பலவீனமுற்றவராகப் பார்த்ததில்லை. தார் பாலைவனத்தின் மத்தியிலிருந்த அந்த

விமானப் படைத்தளம் எப்போதும் எதற்கும் தயாராக, சுறுசுறுப்புடன் இயங்கிக் கொண்டிருக்கும். நாட்டின் பல பாகங்களிலிருந்தும் போர் விமானங்கள் எப்போதும் அங்கு வந்த வண்ணம் இருக்கும். பின் நாட்களில் 'இரும்புக் கரம்' என்று சங்கேத வார்த்தையால் குறிக்கப்பட்ட செயல்திறன் பயிற்சியில் இந்த விமானங்கள் ஈடுபடுத்தப்படும்.

இதற்கு பொக்ரான்தான் விளையாட்டுக்களம். பல வருடங்களுக்கு முன்பு பூமியின் ஆழத்தில் நடத்தப்பெற்ற அணுகுண்டு சோதனையால் பொக்ரான் உலகப் புகழ் பெற்றிருந்தது. இரும்புக் கரத்துக்கும், அணு ஆயுதங்களுக்கும் எந்தச் சம்பந்தமுமில்லை! ஆனால் செயல்திறனை வெளிப்படுத்தும் பயிற்சியில் விமானங்கள் வானில் தங்கள் அசுர பலத்தை, உண்மையான ஆயுதங்களை இயக்கி நிரூபிக்க வேண்டும். இரும்புக் கரம் நிகழ்ச்சியை, பாதுகாப்பான தூரத்திலிருந்து, நம் நாட்டின் தலைவர், மற்ற நாடுகளின் தூதுவர்கள், உலக ஊடகவியலாளர்கள் எனப் பலரும் கண்டு களிப்பர். இதன் நோக்கம் இந்தியாவின் அருகாமை நாடுகளுக்கும் மற்ற உலக நாடுகளுக்கும் நாம் அமைதியை விரும்பும் நாடாக இருந்த போதிலும், நம் அமைதியை யாராவது கையாலாகாத்தனம் என்று எண்ணினார்கள் என்றால், அவர்களிடம். 'ஐயா சாமி! நாங்கள் அப்படியில்லை' என்று நம் கைவரிசையைக் காட்டுவதுதான். இதுபோன்ற இராணுவப் பயிற்சிகள் அரசியல் வானில் அதிர்வலைகளை எழுப்புவது வழக்கம்தான் என்ற போதிலும், இவற்றை நடத்த இந்திய விமானப்படை மிகவும் மெனக்கெட வேண்டியிருந்தது. இந்த நிகழ்ச்சியின்போது 100-க்கும் மேற்பட்ட விமானங்கள் மெல்லிய நூலிழை வித்தியாசத்தில் பறந்து வானில் சாகஸம் புரிய வேண்டும். மிகச் சிறிய தவறும் பெரும் விபத்தை உருவாக்கிவிடும். ஆதலால் தவறு என்ற பேச்சுக்கே இடமில்லை.

இந்த நிகழ்ச்சியில் தங்கள் திறமையை நிரூபிக்கும் விமானங்களில் MIG 21, மிரேஜ் 2000 ரக விமானங்களும் அடக்கம். இவை,

அருகே மத்தியப் பிரதேசத்திலிருந்த விமானத் தளத்திலிருந்தும், இன்னொரு வகையான ஜாகுவார் விமானங்கள் அம்பாலாவிலிருந்தும் வரும். உண்மையான இலக்குகளைத் தாக்கி, நிகழ்ச்சியை அதன் உச்சகட்டத்திற்கே கொண்டு செல்பவை ரஷ்யாவின் சுகோய் *SU -30 MKI* ஜெட்டுகள்! 2013-ம் வருடம், பிப்ரவரி 19-ம் நாள் விங் கமாண்டர் சௌஹானும், அவர் சக விமானி ஸ்க்வாட்ரன் லீடர் ஏ. ஆர் தம்தாவும் ஒரு *SU-30* விமானத்திலிருந்தனர்.

விமானத்தை ஓட்டியவர் ஸ்க்வாட்ரன் லீடர் தம்தா. விங் கமாண்டரின் வேலை, ஆயுதங்களை இயக்குவது. அவர், விமானியின் காக்பிட்டின் பின்புற இருக்கையில் அமர்ந்திருந்தார். இந்த வகை விமானம்தான் இந்தியப் போர் விமானங்களிலேயே பெரியது. அதன் ஒவ்வொரு இறக்கையிலும் 18,100 கிலோ எடை கொண்ட குண்டுகள், இறக்கைக்கு ஆறு என்ற கணக்கில் பொருத்தப்பட்டிருந்தன. இன்னும் ஆறு குண்டுகள் அதன் வயிற்றின் வலுவான பகுதியில் பொதிந்து வைக்கப்பட்டிருந்தன. விமானிகள் இருவருக்கும் இரவில் பறக்க அனுமதி கிடைத்தது. அப்படிப் பறக்கும்போதே அவர்கள் 7,000 அடி உயரத்திலிருந்து குண்டுகள் வீசவேண்டும்!

ஜோத்பூரின் விமானப்படைத் தளத்திலிருந்து ஜெட் விமானம் உறுமிக்கொண்டு மேல் நோக்கிப் பாய்ந்தபோது தார் பாலைவனம் குளிர்ச்சியாகவே இருந்தது. சூரியனும் மறைந்துபோய்விட்டது. பாலைவனத்தின் அந்த விமானப்படைத் தளத்திலிருந்த அவந்திகாவுக்குத் தெரியும் தன் கணவர் அன்றிரவு பறக்கப் போகிறார் என்று. சொல்லப்போனால், அவர் தினமும் பறந்துகொண்டுதான் இருந்தார். சுகாய் விமானத்தின் இரண்டு ராட்சத *NPO* சாட்டர்ன் *AL -31 FP* இன்ஜின்கள் எழுப்பும் ஓசையை பிற விமானிகளின் மனைவிமார்களைப் போலவே அவருக்கும் நன்றாகத் தெரியும். அவர் இன்னேரம் தன் கணவர் வானில் பறந்து கொண்டிருப்பார் என்று நினைத்தார். அவர் மனதில் கவலை கொஞ்சம் எட்டிப்பார்த்தது. விமானம்

தளத்திற்குத் திரும்பும் ஓசையை அவர் கேட்கும்வரை அவர் மனதின் ஒரு முனையில் இது 'நம நம' வென்றிருக்கும்! இது வழக்கமானதுதான்.

தார் பாலைவனத்தின் மீது பறந்தபோது விங் கமாண்டர் சௌஹானும், அவர் சகாவும் தங்கள் SU-30 விமானத்தை விரைந்து விண்ணிலேற்றி அதை 6,900 அடி உயரத்திற்குக் கொண்டு சென்றனர். அதுதான் அவர்கள் பறக்க நிர்ணயிக்கப்பட்ட உயரம்! ஸ்க்வாட்ரன் லீடர் விமானத்தின் முன் இருக்கையில் அமர்ந்து அதைச் செலுத்திக் கொண்டிருக்க, பின் இருக்கையில் விங் கமாண்டர் சௌஹான் குண்டுகள் போடுவதற்கான முன்னேற்பாடுகளைச் செய்துகொண்டிருந்தார். குண்டுகள் போடுவதற்கான இலக்கு சந்தன் பாலைவனம்.

தார் பாலைவனத்தின் மீது அந்த மாலைப்போதில் SU-30 மட்டும் தனியாகப் பறக்கவில்லை. அதன்கூடவே வேறு சில விமானங்களும் பறந்தன. இது நான்கு நாட்களுக்குப் பின் நடக்கவிருந்த வான் சாகசங்களுக்கு ஒத்திகை. விங் கமாண்டர் சௌஹானுக்குத் தெரியும் தன் வான்பாதையில் இன்னும் இரண்டு விமானங்கள் பறந்துகொண்டிருந்தனவென்று. அதில் ஒன்று ஜாகுவார்; அதை ஓட்டியவர் அகாடமியில் சௌஹானுடன் படித்தவர். அவரும் குண்டு 'போடத்தான்' விமானத்தை ஓட்டிக் கொண்டிருந்தார். மற்றுமொரு விமானம், இஸ்ரேல் தயாரிப்பான ஹெரான். அது ஒரு கண்காணிப்பு ட்ரோன்! குண்டு வீசுவதைப் படம் பிடிப்பதே அதன் வேலை! இதற்காக அதில் ஒரு 'தெர்மல் நைட் விஷன் காமிராவும் மற்றும் ஸின்தெடிக் அபெர்சர் ரேடாரும்' பொருத்தப்பட்டிருந்தன.

விங் கமாண்டர் சௌஹான் தன் விமானத்தின் கணிப்பொறிகளை, குண்டு போட வேண்டிய இடங்களைத் தேர்வு செய்வதற்காக இயக்கினார். குண்டு போட வேண்டிய இடங்களை விமானம் குறி வைக்க இது வழிவகுக்கும். குண்டுகள் தரையைத் தாக்கும் முன்பு, அவை நீண்ட வளைவுப்பாதையில் செல்லுமாதலால்,

குறிகளைத் தேர்ந்தெடுக்கும் முன்பு, இந்த முக்கிய விஷயமும் கணக்கில் எடுத்துக் கொள்ளப்படும். குறிகளைக் கணிப்பொறி தேர்ந்தெடுத்த பிறகு, விமானம் தானியங்கு (ஆட்டோ பைலட்) நிலைக்குக் கொண்டுவரப்பட்டது. குண்டு போடும் பொழுது, ஸ்க்வாட்ரன் லீடர் தம்தா தன் 'ஃப்ளைட் ஸ்டிக்கிலுள்ள 'ட்ரிக்கர்'-ஐ அழுத்திக் கொண்டே இருந்தார். அவர் 'பட்டனை' அழுத்தியவுடனே முதல் வரிசை குண்டுகள் விழ வேண்டும்.

ஆனால், அந்தோ! குண்டுகள் விழவே இல்லை!

SU-30 விமானம் ஒரு மிகப் பெரிய ஜெட் விமானம். அது ஒரு இராட்சத லாரி. அது அவ்வளவு சீக்கிரம் 'நடுங்காது'. ஆனால் தம்தா குண்டுகள் வீசும் விசையை அழுத்தியவுடன், விங் கமாண்டர் சௌஹான் இரண்டு விஷயங்களை உணர்ந்தார்: 1) ஒரு மிகப்பெரிய வெளிச்சம் தெரிந்தது- அவர் தன் கண்களை மூடியவுடன் ஒரு கணத்திற்கு வெண்மை ஒளி மட்டுமே அவருக்குத் தெரிந்தது. 2) வானில் நிலையாகப் பறந்து கொண்டிருந்த அந்த ஜெட் தள்ளாடியது. விமானத்தில் இருந்த இருவருக்கும் உடனே தெரிந்து போயிற்று, விமானத்திற்கு ஏதோ பேராபத்து நேர்ந்துவிட்டதென்று!

விமானத்தின் வலது இறக்கையிலிருந்த குண்டுகள் வெடித்தன. ஆனால் அவை கீழே விழவில்லை- அவை இறக்கையிலேயே வெடித்தன. வலது இறக்கை ஏறக்குறைய முழுவதுமாக சேதமாகிப் போனது. அதன் சிதறல்கள் விமானத்தின் காக்பிட்டையும், அதன் விதானத்தையும் வேகமாகத் தாக்கின.

பின்னர் இந்த நிகழ்ச்சி, இந்திய விமானப்படையின் அறிக்கையில் இப்படிக் குறிப்பிடப்பட்டது:

> "விமானத்தை ஒரு பெரும் நெருப்புப்பந்து சூழ்ந்து கொண்டது. அது நடுவானில் பல துண்டுகளாகச் சிதறிப்போனது. விமானத்தின் வலது இறக்கையில் ஏற்பட்ட வெடிப்பு அதனை முழுமையாக

விமானத்திலிருந்து பிய்த்து எறிந்துவிட்டது. விமானம் பயங்கரமாகச் சுழன்று சுழன்று, மிக வேகமாகத் துப்பாக்கியிலிருந்து புறப்பட்ட குண்டு போல், கட்டுப்பாடில்லாமல் தரையில் வீழ வந்து கொண்டிருந்தது!"

தன் முகத்தில் விமான விதானத்தின் துண்டுகள் வேகமாக குத்துவதை விங் கமாண்டர் சௌஹான் உணர்ந்தார். அவர் தலைக்கவசத்தின் முகப்புக் கண்ணாடியின் உடைந்துபோன ஒரு துண்டு அவருடைய இரண்டு கண்களுக்கும் நடுவில் குத்தியது. ஆனால், அந்தச் சமயத்தில் இந்த விஷயம் அவருக்குத் தெரியாது. விமானியின் காக்பிட்டில் நடந்த பெரும் மாற்றம், உள்ளே புதியதாக நுழைந்திருந்த விருந்தாளி-பேரிரைச்சல்தான்.

விமான விதானத்தின் நடுவில் ஏற்பட்ட பெரும் விரிசல் வழியாக காதைப் பிளக்கும் காற்றோசை விமானிகளைத் தாக்கியது. இதனால், ஒருவருக்குப் பின் ஒருவராக உட்கார்ந்திருந்த நிலையிலும் அவர்களால் பேசிக்கொள்ள முடியவில்லை.

விங் கமாண்டர் சௌஹானும், ஸ்க்வாட்ரன் லீடர் தம்தாவும் விமானத்தைத் தங்கள் கட்டுப்பாட்டில் கொண்டுவர முயன்று கொண்டிருக்கும்போதே தார் பாலைவனத்தின் மேலே, நடுவானில், இருளில் அது இரண்டாகப் பிளக்க ஆரம்பித்தது. ஒரு இறக்கை முற்றிலும் ஒடிந்துபோன நிலையில், விமானம் தன் சக்தியை முழுவதுமாக இழந்துவிட்ட நிலையில், விமானிகள் தங்கள் இருக்கைகளில் கட்டப்பட்டு அமர்ந்து கொண்டிருக்கும்போதே இன்னொரு பயங்கரமும் நடந்தது. ஆம். அவர்கள் விமானத்தை நோக்கி இன்னொரு விமானம் வேகமாகப் பாய்ந்து வந்து கொண்டிருந்தது.

தங்கள் ஜெட்டை நோக்கி வேகமாக வந்து கொண்டிருந்தது ஹெரோன் என்பதை விமானிகள் இருவரும் உணர்ந்தார்கள். ஆனால், நல்லவேளையாக, அது மோதும் முன்பே, அவர்கள் விமானமான *SU-30* தன் மூக்கைத் தரையை நோக்கி

நீட்டிக்கொண்டு வேகமாக வீழ்ந்துகொண்டிருந்தது. அது, வலது பக்கமாக வேகமாகச் சுழன்றவாறே தார் மீது தடால் என விழுந்து சிதற வந்துகொண்டிருந்தது. சிதறிப்போன விமானத்தின் விதானம் வழியாக, ஒரு பெரும் ஓசை கேட்டது. விங் கமாண்டர் சௌஹானுக்கு விமானத்தில் குண்டு வெடித்ததைப் பற்றி இருந்த கொஞ்ச நஞ்ச சந்தேகமும் தீர்ந்துபோய்விட்டது.

சிதறிக்கொண்டிருந்த விமானத்தில் இருந்து குதித்துத் தப்பிக்க மூன்று முறை விங் கமாண்டர் சௌஹான் முயன்றார். ஆனால், வெளியிலிருந்து பெரும் வேகத்துடன் வீசிக் கொண்டிந்த காற்றால், அவரால் விமானத்திலிருந்து குதிப்பதற்கான விசைக்குச்சியை தன் கைகளால் தொடக்கூட முடியவில்லை. இப்போது விமானத்தின் கீழே விழும் வேகம் பல மடங்கு அதிகரித்து விட்டது. ஒரு கடைசி முயற்சியாக, விங் கமாண்டர் சௌஹான் தன் காக்பிட்டின் பல பகுதிகளையும் தன் கைகளால் தொட முயன்றார். அது இப்போது பயங்கர சூடாக இருந்தது. கடைசியில், அவர் அந்த மந்திரக்கோலைத் தொட்டுவிட்டார். சில நொடிகளிலேயே, இரண்டு விமானிகளும் தங்கள் *SU 30* லிருந்து தங்கள் *NPP ZVEZDA K -36 DM* 'வெளித் தள்ளும்' இருக்கைகளுடன் வெளியே பாய்ந்தனர். உடனே அவர்கள் 'பாராசூட்' வானத்தில் விரிந்தது.

விங் கமாண்டர் சௌஹான் தன் பாராசூட்டின் கயிறுகளைத் தன் கரங்களால் இறுகப் பற்றியிருந்தார். அவருக்கு, அவர் சகாவான தம்தாவின் கதி என்னவாயிற்றென்று பார்க்க வேண்டும் என்றுகூட தோன்றவில்லை. அந்த அளவிற்கு அவர் அதிர்ந்து போயிருந்தார். ஆனால், உண்மையில், அவருக்கு அருகிலேயே தம்தாவும் கீழே வந்துகொண்டிருந்தார். கும்மிருட்டினூடே அவர்கள் விழுந்துகொண்டிருந்தபோதே, அவர்களை இன்னொரு அச்சமும் சூழ்ந்துகொண்டது.

விங் கமாண்டர், தன் தோழர் ஓட்டிக்கொண்டிருந்த ஜாகுவார் பற்றி திடீரென்று நினைத்துக் கொண்டார். ஒரு வேளை, அது

அவர்கள் கீழே விழவிருந்த இடத்தை நோக்கி குண்டுகளை வீசுமாறு ஏற்கனவே 'ப்ரோகிராம்' செய்யப்பட்டிருந்தால்? அவர் மௌனமாக கடவுளிடம் வேண்டிக்கொண்டார்: "கடவுளே! தரைக் கட்டுப்பாடு அறை இதற்குள் தன் SU - 30 நிலை பற்றி அறிந்துகொண்டு, ஜாகுவார் விமானிக்குத் தகவல் அனுப்பி அந்தப் பகுதியை விட்டு விலகிச் செல்லுமாறு அவரை அறிவுறுத்தியிருக்க வேண்டும்!" அதிர்ஷ்டவசமாகத் தரைக் கட்டுப்பாடு அதிகாரிகளுக்கு SU-30-ன் கதி பற்றி சரியான சமயத்தில் தெரிய வந்து, அவர்கள் சந்தன் மலைத்தொடர் மேலிருந்த வான்பரப்பைக் 'காலி'யாகவே வைத்திருந்தனர். தன் ஜாகுவாரிலிருந்த, கௌரவ் அச்சத்துடன் விமானத் தளத்திற்குத் திரும்பினார், தன் குண்டுகளைப் போடாமலே!

பெயர் சூட்டப்படாத அந்த ட்ரோன், SU-30-ன் மிக அருகில் வந்து சென்றது; SU மயிரிழையில் தப்பித்தது. வானில் இன்னும் வட்டமிட்டுக் கொண்டிருந்த ட்ரோனின் காமிராக்களும், ஸென்ஸார்களும் கீழே விழுந்து கொண்டிருக்கும் SU-30 ஐ நோக்கியே இருந்தன. தார் பாலைவன இருட்டிலும் அதனால் அந்தப் பயங்கரத்தைக் கொழுந்துவிட்டு எரிந்து பொசுங்கிக் கொண்டிருந்த வலது இறக்கையைப் படம் பிடிக்க முடிந்தது. சுழன்று சுழன்று தரையை நோக்கி விழுந்தகொண்டிருந்த விமானத்தையும், மோசமான முறையில் விமானிகள் கீழே தள்ளப்படுவதையும், எரிந்துகொண்டிருந்த விமானச் சிதறல்களையும், விங் கமாண்டர் சௌஹானும், ஸ்க்வாட்ரன் லீடர் தம்தாவும் பாராசூட்டில் கீழே விழுந்தபோது பெய்து கொண்டிருந்த மழை உட்பட எல்லாவற்றையும் ட்ரோன் படம் பிடித்தது. சில சமயம், அது விமானத்தின் மிக அருகிலேயே வந்துவிட்டது. அது லேசாக ஒரு தட்டு தட்டியிருந்தால் செயற்கை இழையாலான பாராசூட்டுகளின் கதி அதோ கதிதான்.

இருட்டில், தரை இன்னும் எவ்வளவு தூரத்தில் இருக்கிறது என்று விழுந்துகொண்டிருந்தவர்களுக்குத் தெரியவில்லை.

விமானிகள் இருவரும் முதல்நாள் ஒரு *C-130 J* விமானத்திலிருந்து பாராசூட்டில் வீரர்கள் குதிக்கும் நிகழ்ச்சியைப் பார்த்திருந்தனர். அதை அவர்கள் நினைத்துப் பார்த்தனர். *130- J* பொக்ரான் மேல் பறந்து கொண்டிருந்த ஒரு சூப்பர் ஹெர்குலிஸ் போக்குவரத்து விமானம் கீழே விழும்போது காயம் ஏதும் ஏற்படாமல் தப்பிக்க, அந்த விமானத்திலிருந்து பாராசூட்டில் குதிக்கும்போது, நிலத்தைத் தொட்டதும், வீரர்கள் வேகமாக உருண்டனர். இதே மாதிரிதான் தாங்களும் செய்ய வேண்டும் என்ற முடிவிற்கு சௌஹானும், அவர் சகாவும் வந்தனர்.

விங் கமாண்டர் கீழே விழுந்துகொண்டிருந்தபோது, அவரை ஒரு பயங்கரம் 'விழுங்க' காத்துக்கொண்டிருந்தது. அவர் விழுந்துகொண்டிருந்த பாதையின் நட்ட நடுவில் ஒரு கிணறு தன் பகாசுர வாயைத் திறந்து கொண்டிருந்தது. அவசரகால பாராசூட், ஒரு உயிர்காக்கும் அமைப்பு. அதை நினைத்தபடியெல்லாம் இயக்க முடியாது. 'அடக்கடவுளே. நான் *SU-30* லிருந்து குதித்துத் தப்பித்திருந்தேன். எதற்காக? எல்லாம் ஒரு மாபெரும் கிணற்றில் விழுவதற்காக. வாணலிக்குத் தப்பி, நெருப்பில் விழுவது என்பது இதுதானோ?' என்று விங் கமாண்டர் சௌஹான் நினத்துக்கொண்டார்.

தன் பாராசூட்டை அவர் வேறு திசையில் செலுத்த முயன்றார். அவர் திடீரென்று தன்னுடனேயே கிணறும் நகர்ந்து வருவதைக் கவனித்தார். ஒருவேளை கிணறு தன் மனப்பிராந்தியோ என்று அவருக்குச் சந்தேகம் வந்துவிட்டது. அவர் தரையிலிருந்து 30 அடி உயரத்திலிருக்கும்போது, 'கிணறு' தன் பாராசூட்டின் நிழல்தான் என்பதை உணர்ந்தார். பின்னால் தம்தா தனக்கும் இதேபோல மனப்பிராந்தி ஏற்பட்டதாகச் சொன்னார். தரையைத் தொட்டதும், இரண்டு விமானிகளும் மணலில் உருண்டனர்.

இந்தச் சமயத்தில், விங் கமாண்டர் சௌஹான் தன் முகத்திலிருந்து வழிந்த இரத்தம் தன் நாக்கில் பட்டதும் உணர்ந்தார். தன் உடல்

முழுக்க உற்றுப் பார்த்து, முகக் காயத்தைத் தவிர வேறேதுவும் தன் உடலுக்கு ஏற்படவில்லை என்று அறிந்து கொண்டார். எலும்பு முறிவு எதுவும் ஏற்படவில்லை. முதுகுத்தண்டிலும் எந்த அடியும் பட்டதாகத் தெரியவில்லை. விமானத்திலிருந்து கீழே குதிக்கும்போது முதுகுத்தண்டில் அடிபடுவது சகஜம்தான். இராணுவ மொழியில் சொன்னால், அவர் ஒரு தனிப்பட்ட துண்டாக இருந்தார். தன் முகத்தை ஒரு வீடியோ எடுக்க அவர் தன் கால்சராய் பையிலிருந்து அலைபேசியை எடுத்தார். அவர் இடது கை கடுமையாக வெந்து போயிருந்தது. அவர் இறுதியாக விமானத்தின் இருக்கையிலிருந்து குதிக்க முற்பட்டபோது வேகமாக அவரை வீசித்தாக்கிய வெப்பக்காற்றால் இது நிகழ்ந்திருக்கலாம்.

இரத்தப் பெருக்குடன் சௌஹான் கதிகலங்கிப் போயிருந்தார். ஆனாலும் தான் பாதுகாப்பாக இருப்பதையும், விபத்திலிருந்து மீண்டதையும் நினைத்து அவர் மகிழ்ந்தார். தான் உயிர் பிழைத்திருக்கும் செய்தியை அவர் உடனே தன் மனைவியிடம் சொல்ல விரும்பினார். அந்தச் செய்தியை அவரிடம் சொல்ல விரும்பும் முதல் ஆளாகத் தான் இருக்க வேண்டும் என்று அவர் நினைத்து, அவருக்கு ஒரு குறுஞ்செய்தி அனுப்பினார்: “நான் விமானத்திலிருந்து குதித்து விட்டேன்; நலமாக இருக்கிறேன்!” ஆனால், ஜோத்பூரிலிருந்த அவந்திகாவிடம் யாரும் விபத்து பற்றி எதுவும் சொல்லவில்லை. தன் கணவரின் குறுஞ்செய்தியைப் பார்த்ததும் அவர் பலமுறை அலைபேசியில் தன் கணவரைத் தொடர்புகொள்ள முயன்றார். ஆனால் பலனில்லை. கௌரவ் தன் அலைபேசியை எடுக்கவே இல்லை.

பாலைவனத்தில் சிக்கிக்கொண்ட அவரின் அலைபேசியில் மின்சக்தி குறைவாகவே இருந்தது. மேலும் அவர் தன் அலைபேசியிலிருந்த சிறு விளக்கின் உதவி கொண்டு ‘சிக்னல்’களை அனுப்பி, தன்னைத் தேடிக்கொண்டிருக்கும் ஹெலிகாப்டருக்குத் தன் இருப்பிடத்தைத் தெரியப்படுத்த விரும்பினார். இருக்கும் மின்சக்தியை அவர் இதற்குப்

பயன்படுத்தியாக வேண்டும். மேலே சுற்றிக்கொண்டிருந்த ஹிரோன் ட்ரோனின் உதவியுடன் மீட்பு ஹெலிகாப்டர் அவர்கள் இருக்குமிடத்தைக் கண்டறிந்தது. அவர்கள் இருவரும் ஒருவருக்கொருவர் ஒரு கி.மீ இடைவெளியில் விழுந்திருந்தனர்.

ஹெலிகாப்டர் சில முறை அவர்களை இப்படியும் அப்படியும் கடந்து போய், இறுதியாக அவர்களின் இருப்பிடத்தைத் துல்லியமாகக் கண்டறிந்தது. பாலைவனத்தில் நின்று கொண்டிருந்தபோது, தனக்கு வரிசையாகத் தொடர்ந்து வந்த அழைப்புகளைத் தான் நிராகரித்ததைப் பற்றி சௌஹான் இப்போது நினைத்துப் பார்க்கிறார். அவற்றில் பெரும்பாலானவை அவந்திகாவிடமிருந்து வந்தவை. தொடர்ந்து, விடாமல் அடித்துக் கொண்டிருந்த அலைபேசியின் மணியோசையைப் பொறுக்க முடியாமல் கடைசியில் அவர் அதன் அழைப்புக்கு பதிலளித்தார். பேசியது அவந்திகா. அவந்திகா தன் குரலில் கவலை எதுவும் தென்படாமலிருக்குமாறு பார்த்துக் கொண்டார். அவர் மிகச் சிரமப்பட்டு தன் அழுகையை அடக்கிக் கொண்டார். கணவர் அனுப்பிய குறுஞ்செய்தி அவர் கலக்கத்தைக் கொஞ்சம் போக்கியிருந்தது. ஆனாலும், இன்னும் தன் கணவர் பாலைவனத்திலேயே இருப்பதை எண்ணி அவர் கவலைப்பட்டுக்கொண்டிருந்தார். அவர் இன்னும் பாதுகாப்பாக இல்லை என்று அவந்திகா நினைத்தார். அலைபேசியின் அந்த முனையிலிருந்த சௌஹான் தன் மனைவியிடம் தான் பாதுகாப்பாக இருப்பதாகச் சொல்லி, இனி தன்னைத் தொடர்புகொள்ள முயற்சி செய்ய வேண்டாம் என்று கண்டிப்புடன் கூறிவிட்டு அலைபேசியைத் துண்டித்துவிட்டார்.

இரண்டு விமானிகளும் மீட்பு ஹெலிகாப்டரால் மீட்கப்பட்டு, அடிப்படை முகாமிற்கு ஸ்ட்ரெச்சரில் கொண்டு செல்லப்பட்டனர். அங்கே இவர்கள் விமானத்தின் கதியைப் பற்றிக் கேள்விப்பட்டு, ஒரே களேபரமாக இருந்தது. காரணம், ஒரு அதி முக்கியத்துவம் வாய்ந்த அரசியல் மற்றும் ராஜதந்திர நிகழ்வை இந்தியத் தொலைக்காட்சி ஊடகங்கள் அகில

இந்திய அளவில் ஒளிபரப்புவதற்கு சற்று முன்புதான் இது நிகழ்ந்திருந்தது.

மேலோட்டமான காயங்களுடனும், தீக்காயங்களுடனும் மட்டுமே விமானிகள் இருந்ததால், அவர்கள் மீண்டும் வானில் பறக்க முடியுமா என்ற கேள்வியே எழவில்லை.

2013-ம் வருடம் சுதந்திரத் திருநாளன்று விங் கமாண்டர் கௌரவ் பிக்ரம் சிங் சௌஹான், தீரச் செயலுக்காக, 'வாயு சேனா' பதக்கம் வழங்கிக் கௌரவிக்கப்பட்டார். அதனுடன், அவருக்கு வழங்கப்பட்ட சான்றிதழ் இப்படிக் குறிப்பிடுகிறது:

விமானம் தீப்பற்றியெறிந்து வெடித்துச் சிதறிய நிலையில், விங் கமாண்டர் கௌரவ் பிக்ரம் சிங் சௌஹான் அசாதாரணமான தைரியத்தையும், தீரத்தையும் காட்டி, சூழ்நிலைக்கேற்றவாறு நடந்துகொண்டு, தானும் தப்பித்து, தன் சக விமானியையும் காப்பாற்றினார்.

வாழ்வா, சாவா என்ற போராட்டத்தை விவரிக்க, 'பறந்து கொண்டிருக்கும் விமானத்தில் திடீரென்று ஏற்படும் ஆபத்து' என்ற சொற்றொடரைத் தவிர வேறு எதுவும் பொருத்தமாக இருக்க முடியாது! விங் கமாண்டர் சௌஹானைப் போன்றவர்கள் பலமுறை, ஒரு சில வினாடிகளிலேயே சட்டென்று முடிவெடுக்கும் நிலைக்குத் தள்ளப்படுவார்கள். தீப்பிடித்த நிலையில் ஒரு விமானம் தரையை நோக்கிப் பாய்ந்து வரும்போது முடிவெடுப்பதில் ஏற்படும் சில வினாடிகள் தாமதம் கூட எல்லாவற்றையும் மாற்றிவிடும். ஸ்க்வாட்ரன் லீடர் ரிஜீல் ஷர்மா தன் MIG-29 விமானத்தில் அந்த ஒரு வினாடியில் வேறுவிதமாக முடிவெடுத்திருந்தால் அவர் வாழ்க்கை முடிந்து போயிருக்கும். தான் எடுத்த முடிவு, தன் உள்ளுணர்வு வழிநடத்தியதுதான் என்பதில் அவருக்கு எந்தச் சந்தேகமுமில்லை. விங் கமாண்டர் சௌஹானைப் பொறுத்தவரையில் விமானத்திலேயே இருப்பது என்ற பேச்சுக்கே இடமில்லை. ஏறக்குறைய ஷர்மாவின் சூழ்நிலையிலேயே

சிக்கியிருந்த சௌஹானுக்கு அவர் எடுக்க வேண்டிய முடிவு, விமானத்துடன் தரையில் விழுவதா அல்லது ஏதாவது சாகஸம் செய்து, விமானத்திலிருந்து தரையில் குதித்து தன் தலைவிதியை நோக்கிப் பாய்வதா என்பதுதான். ஒருவர் விமானத்திலிருந்து குதிக்காமல் தப்பினார்; இன்னொருவர் குதித்துத் தப்பினார். குதிப்பதும், குதிக்காமலிருப்பதும் ஒரு வினாடியில் எடுக்க வேண்டிய முடிவு. அந்த ஒரு கணம்தான் வாழ்வா, சாவா என்பதைத் தீர்மானிக்கும்!

கௌரவுக்கும் அவந்திகாவுக்கும் மூன்று மாதங்கள் கழித்து மகன் பிறந்தான். மீண்டும் பறப்பதற்கான அனுமதி கிடைப்பதற்காக விங் கமாண்டர் சௌஹான் பல மாதங்கள் காத்திருக்க வேண்டி இருந்தது. அந்த இளம் விமானிக்கு அந்தக் காலகட்டம் ஒரு சோதனையான நேரம்.

அவந்திகா சொல்கிறார்: “மீண்டும் பறக்க அவர் துடியாய்த் துடித்ததை நினைத்து நான் ஆச்சரியப்பட்டுப் போனேன். அவர் மீண்டும் பறப்பதற்காக ஏறத்தாழ ஒரு வருடம் காத்திருக்க வேண்டியிருந்தது. அனுமதி கிடைத்ததும் அவர் அடைந்த சந்தோஷத்தைப் பார்க்க வேண்டுமே... ஒருமுறை போர் விமானியானால் பின்பு எப்போதும் போர் விமானிதான்!”

கர்ப்பிணியாக இருந்த காலத்தில், அவந்திகாவின் கணவருக்கு ஏற்பட்ட விபத்தின் தாக்கம் அவரிடம் பல நாட்கள் நீடித்திருந்தது.

“அந்த விபத்து என்னைப் பெரிதாக பாதிக்கவில்லை என்றுதான் நான் நினைத்துக்கொண்டிருந்தேன். ஆனால், மீண்டும் சௌஹான் வானில் பறந்த இரவில், எதிர்பாராத விதமாக திடீரென்று அலைபேசி ஒலித்தபோதுதான் அதன் தாக்கத்தை நான் முழுமையாக உணர்ந்தேன். எனக்குப் படபடப்பாக இருந்தது; வேர்த்துக் கொட்டியது. அப்போது இன்னும் வானில் சௌஹான் பறக்கவில்லை- தரையில்தான் இருந்தார். எனவே அவர் என்னுடன் பேச விரும்பினார். இது எனக்குத் தெரியாது.

வானில் அவர் பறந்துகொண்டிருப்பாரென்றே நினைத்துக் கொண்டிருந்தேன். இனிமேல், அவ்வாறு நான் நினைத்துக் கொண்டிருக்கும்போது, என்னிடம் பேசவேண்டாமென்று நான் அவரைக் கடிந்துகொண்டேன்; ஏனெனில், அப்படி வருவது கெட்ட செய்தியாகத்தான் இருக்கும் என்று என்னுள் ஏதோ குறுகுறுக்கும். அப்படியொரு அதிர்ச்சியை இனியொரு முறை என்னால் தாங்க முடியாது!"

அந்த இரவில் தார் பாலைவனத்தின் மேல் நடந்த அந்த விபத்தை விசாரிக்க அமைக்கப்பட்ட விசாரணைக் கமிஷன் தன் வேலையை முடிக்கப் பல வருடங்கள் எடுத்துக் கொண்டது. கடைசியில், நடந்த விபத்திற்கு இயந்திரக் கோளாறுதான் காரணம் என்று அது சொல்லியது! இந்திய விமானப்படைக்கு மட்டுமே தெரியும், இரண்டு விமானிகளும் மரணத்தின் அருகே சென்று வந்தவர்கள் என்று!

போர் வீரர்கள் மற்றும் விமானிகளின் குடும்பங்களுக்கு அவந்திகா சொல்லும் செய்தி: "போர் விமானிகள் எவ்வளவு ஆபத்தான நிலையில் பணிபுரிகிறார்கள் என்பதை நான் நேரில் அனுபவித்து அறிந்தவள். விமானிகளின் குடும்பங்களுக்கு நான் சொல்ல விரும்புவதெல்லாம், அவை, அவர்களுக்கு உற்ற துணையாக நிற்க வேண்டும். அவர்கள் தங்கள் மனங்களை எப்போதும் நேர்மறை சிந்தனைகளால் நிறைத்துக் கொள்ள வேண்டும்! வழக்கமான விதிகள், போர் வீரர்களுக்குப் பொருந்தாது!"

ஆம்! பொருந்தாதுதான்!

---oo---

அருஞ்சொற்பொருள் அகரவரிசை

21சி	-	செகண்ட்-இன்-கமாண்ட்
ஏக்யுஏபி	-	அல் கொய்தா இன் அராப் பெனின்சுலா
ஐஎம்ஏ	-	இந்தியன் மிலிடரி அகாடமி
க.கோ	-	கட்டுப்பாடு கோடு
மார்கோஸ்	-	மரைன் கமாண்டோக்கள்
என் டி ஏ	-	நேஷனல் டிபென்ஸ் அகாடமி
என் எஸ் சி என்-கே	-	நேஷனலிஸ்ட் சோஷியலிஸ்ட் கவுன்சில் நாகாலாந்து-கப்லாங்
பாரா-எஸ் எஃப்	-	பாராசூட் ரெஜிமென்ட் (ஸ்பெஷல் போர்சஸ்)
ப ஆ க	-	பாகிஸ்தானால் ஆக்கிரமிக்கப்பட்ட காஷ்மீர்
க்யூ ஆர் டி	-	க்விக் ரியாக்ஷன் டீம்
ஆர்&ஆர்	-	ஆர்மி ஹாஸ்பிடல் ரிசர்ச் அண்ட் ரெஃப்ரல்
எஸ் எஃப்	-	ஸ்பெஷல் ஃபோர்சஸ்
தாய்ஷி	-	ட்ரான்ஸிட் ஹால்ட் ஆஃப் இந்தியன் சோல்ஜர்கள் (டு சியாசென்)

நன்றி...

இந்தப் புத்தகம் எழுத முக்கிய உந்து சக்தியாக இருந்தவர் இந்திய இராணுவத்தின் தலைமைத் தளபதி, ஜெனரல் பிபின் ராவத். நாங்கள் கதவைத் தட்டிய போது எங்களுக்குப் பெருந்தன்மையுடன் அவற்றைத் திறந்தவர் அவரே! நாங்கள் அவரைச் சந்தித்து இந்தப் புத்தகம் பற்றிச் சொன்னபோது, அவர் சொன்னார்: "விரைந்து புத்தகத்தை முடியுங்கள். நான் மிக ஆவலோடு காத்திருக்கிறேன்/ என்னால் அதிக நாட்கள் காத்திருக்க முடியாது!"

அவருடைய எவரெஸ்ட் எதிர்பார்ப்புகளைப் பூர்த்தி செய்திருக்கிறோம் என்றே நாங்கள் நினைக்கிறோம். ஜெனரல். ராவத்தின் அணியைச் சேர்ந்த அதிகாரிகள், மேஜர் ஜெனரல் ஏ.கே நரூலா, பிரிகேடியர் மனோஜ் குமார், கர்னல் கே. எஸ் கிரீவால், கர்னல். ஷகீத் ஜா மற்றும் பல்வேறு துறைகளைச் சேர்ந்த பல அதிகாரிகள் (இவர்கள் தங்கள் பெயர்கள் குறிப்பிடப்படுவதை விரும்பவில்லை என்பதை நாங்கள் இங்கே சொல்லியே ஆகவேண்டும்) இவர்கள்தான், ஒரு சிறு விதையாக இருந்த இந்த நூலை, ஓர் அழகிய செடியாக, புத்தகமாக, முளைக்க வைத்து, தண்ணீர் விட்டு வளர்த்து, அதைப் பூத்துக் குலுங்க வைத்தவர்கள்.

கடற்படைத் தலைவர் அட்மிரல் சுனில் லன்பா மற்றும் விமானப்படைத் தலைவர், ஏர் சீப் மார்ஷல் பி, எஸ். தானோ பத்திரிகையாளர்களாக இருந்து நூலாசிரியர்களாக மாறிய எங்களை அன்புடன் வரவேற்று, பொது மக்கள் பார்க்க அனுமதி கிடைக்காத, அவர்களின் கீழ் பணிபுரியும் வீரர்களின் உலகங்களுக்கு எங்களை அழைத்துச் சென்றனர். அந்தப் பயணங்களில் அவர்கள் எங்களிடம் காட்டிய அன்பும், மரியாதையும், நம்பிக்கையும் எங்களைப் பணிவுடன் சிரம் தாழ்த்த வைத்தன. அவர்கள் நம்பிக்கையை நாங்கள் காப்பாற்றி இருக்கிறோம் என்றே நாங்கள் நம்புகிறோம்.

இந்தியக் கடற்படையின் ஓர் ஒளிவீசும் நட்சத்திரமான கேப்டன் தலீப் ஷர்மா, எங்கள் மேலும், இந்தப் புத்தகத்தின் மேலும் முதன் முதலில் நம்பிக்கை வைத்த ஒரு சிலருள் ஒருவர். விங் கமாண்டர் அனுபம் பானர்ஜீ, இந்தப் புத்தகத்தில் வரும் விமானப்படை வீரர்களின் கதைகளைத் தெரிவு செய்வதில் உறுதுணையாக இருந்தார்.

எங்கள் ஆசிரியர் ஸ்வாதி சோப்ரா (இவரே ஒரு ஹீரோயின்!) நாங்கள் எடுத்துக்கொண்ட காரியத்தை வெற்றிகரமாக முடிப்பதில் பெரும் ஆர்வம் காட்டினார். அதை 'வெறி' என்றே சொல்ல வேண்டும்.

அதேபோல், நாங்கள் இறுதிக்கட்டத்தை நெருங்கும்வரை அசாத்திய பொறுமை காட்டியவர், ம்ரிகா மைதெல்.

எங்கள் குடும்பத்தினருக்கும் நாங்கள் பெரிதும் கடமைப் பட்டிருக்கிறோம். அவர்களுக்கு நன்றி சொல்ல எங்களிடம் வார்த்தைகள் ஏது? கண்களில் கண்ணீருடனும், மனதில் இப்படியெல்லாம் கூட நடக்குமா-இவ்வளவு தைரியத்துடனும், அச்சமற்ற தன்மையுடனும் மனிதர்களால் நடந்துகொள்ள முடியுமா என்ற ஆகப் பெரும் ஆச்சரியத்துடனும், இந்தப் புத்தகத்தின் முதல் பிரதிகளை அவர்கள் படித்துப் பார்த்தார்கள்.

எல்லாவற்றுக்கும் மேலாக, நாங்கள் இந்தப் புத்தகத்தின் ஹீரோக்களையும் அவர்களுடைய குடும்பத்தினரையும் சிரம் தாழ்த்தி, கரம் கூப்பி வணங்குகிறோம். இந்தப் புத்தகத்தை எழுதும்போது எங்களுக்குக் கிடைத்த பெருந்தன்மையும், அடக்கமும், அன்பும் மிக்க வரவேற்பு, இன்னொருமுறை கிடைப்பது சாத்தியமா? எங்களுக்குத் தெரியவில்லை! உள்ளபடியே தீரமிக்க இந்தியர்களாக நீங்கள் இருப்பதற்கு எங்கள் நன்றி!

ஷிவ் ஆரூர்

'இண்டியா டுடே' தொலைக்காட்சியின் ஆசிரியர் மற்றும் நெறியாளர்.. இந்திய இராணுவ நடவடிக்கைகள் பற்றிச் செய்தி சேகரித்து வழங்குவதில் பத்தாண்டுகளுக்கும் மேலான அனுபவம் இவருக்கு உண்டு! பல கலவரப் பகுதிகளைப் பற்றிய- காஷ்மீர் பள்ளத்தாக்கு, இந்தியாவின் வடகிழக்குப் பகுதி, ஸ்ரீ லங்கா மற்றும் லிபியா உட்பட- செய்திகளைச் சேகரித்து வழங்கியவர். லிபியாவின் கலவரப் பகுதிகளில் போர் செய்திகள் சேகரித்ததற்காக இரண்டு விருதுகள் பெற்றவர். ஆரூர், 'லைவ் ஃபெஸ்ட்' என்ற இராணுவம் பற்றிய மிகப் பிரபலமான செய்தி மற்றும் ஆய்வு நிகழ்ச்சியை நடத்தி வருகிறார். இது ஒரு விருது பெற்ற நிகழ்ச்சியாகும். இதில் அடிக்கடி ஆரூர் இந்திய வீரர்களின் வீரசாகஸங்களைப் பற்றி எடுத்துச் சொல்வது வழக்கம்.

ராகுல் சிங்

பத்தாண்டுகளுக்கும் மேலாக, 'ஹிந்துஸ்தான் டைம்ஸ்' ஸில் பாதுகாப்பு மற்றும் இராணுவம் சம்மந்தப்பட்ட செய்திகளைச் சேகரித்து வழங்குபவர். இவர் பதினெட்டாண்டுகளாகப் பத்திரிகைத் துறையில் இருக்கிறார். உலகெங்கிலும் நடக்கும் இந்திய இராணுவத்தின் செயல்பாடுகளை விரிவாகவும், ஆழமாகவும் எடுத்துச் சொல்வதில் இவர் வல்லவர். பல 'திடுக்' செய்திகளைத் தந்து, இந்தியத் தொலைக்காட்சிகளில் செய்திகள் பகுதி எப்படி இயங்க வேண்டும் என்பதற்கு இலக்கணம் வகுத்தவர். பல கலவரப் பகுதிகளிலிருந்து செய்திகள் சேகரித்து அனுப்பியவர். இவற்றுள், காஷ்மீர் பள்ளத்தாக்கு, இந்தியாவின் வட கிழக்குப் பகுதி மற்றும் இடைவிடாத போர்களில் சிக்கிச் சின்னாபின்னப்பட்டுக் கொண்டிருக்கும் காங்கோவும் அடக்கம்.

www.ingramcontent.com/pod-product-compliance
Lightning Source LLC
LaVergne TN
LVHW060321051026
849517LV00004B/1185
* 9 7 8 9 3 9 3 8 8 2 2 1 9 *